AF762652

എബ്രഹാം മാത്യു

മാതൃഭൂമി ദിനപ്പത്രത്തിൽ പത്രപ്രവർത്തകനായി തുടക്കം; ചീഫ് റിപ്പോർട്ടർ ആയിരിക്കെ രാജിവെച്ച് കൈരളി ചാനലിൽ ചേർന്നു. കൈരളിടിവിയിൽ തിരുവനന്തപുരം ബ്യൂറോ ചീഫും അസോസിയേറ്റ് എഡിറ്ററുമായി പ്രവർത്തിച്ചു. ഇപ്പോൾ സ്വതന്ത്ര പത്രപ്രവർത്തകൻ. പന്ത്രണ്ട് കഥാസമാഹാരങ്ങൾ, മൂന്നു നോവലുകൾ, യാത്രാനുഭവം, അഭിമുഖങ്ങൾ, ബാലസാഹിത്യം, ജീവചരിത്രം ഉൾപ്പെടെ ഇരുപത്തിയഞ്ചോളം പുസ്തകങ്ങൾ. ആനുകാലികങ്ങളിൽ രാഷ്ട്രീയ നിരീക്ഷണങ്ങൾ ഉൾപ്പെടെ സ്ഥിരം പംക്തികൾ എഴുതുന്നു.

2004-ലെ മികച്ച ടെലിവിഷൻ റിപ്പോർട്ടർക്കുള്ള സംസ്ഥാനസർക്കാർ അവാർഡ്, ചെറുകഥക്കുള്ള പ്രഥമ എസ്.കെ. പൊറ്റക്കാട് സ്മാരക പുരസ്കാരം, നോവലിനുള്ള ജെ.കെ.പി. അവാർഡ്, മികച്ച ടെലിവിഷൻ അഭിമുഖങ്ങൾക്കുള്ള ഫൊക്കാന, ജർമ്മൻ മലയാളി അസോസിയേഷൻ അവാർഡ് എന്നിവ ലഭിച്ചിട്ടുണ്ട്.

ഭാര്യ : ഡോ. ഷീന ഈപ്പൻ

മക്കൾ : രൂപിൻ ജോൺ എബ്രഹാം, യൂജിൻ ഈപ്പൻ എബ്രഹാം

Mail : abrahammathew07@gmail.com

Malayalam Language
Salim Nee Vilakkakunnu
(Stories)
by
Abraham Mathew

♦

Published in December 2021
by Kairali Books Private Limited
Thalikkavu Road, Kannur.
Ph : 0497-2761200
E-Mail : Kairalibooksknr@gmail.com

♦

Cover Design :
Rajesh Chalode

63/21-22/Sl.No.1254/POD100/NS 18.6
ISBN 978-93-49727-08-3

സലിം
നീ വിളക്കാകുന്നു

എബ്രഹാം മാത്യു

കൈരളി ബുക്സ്

ഉള്ളടക്കം

അമ്മ

അമ്മ എഴുന്നേറ്റ് കിഴക്കോട്ട് നോക്കിയിരുന്നു. ഒരു പാണ്ടിലോറി കാതടപ്പിക്കുന്ന ശബ്ദത്തിൽ പാഞ്ഞു. പുലർവെട്ടം ഭയന്ന് പട്ടികൾ മോങ്ങാൻ തുടങ്ങി. വിരിച്ചിരുന്ന തുണി അമ്മ ചുരുട്ടിവെച്ചു.

വെട്ടം വീണുതുടങ്ങിയിട്ടില്ല. അതുകൊണ്ട് എല്ലാം വ്യക്തമായി കണ്ടുകൂടാ. തുണി ചുരുട്ടിവെക്കുന്നത് അതിശയിച്ച് നോക്കിയിരുന്ന ഒരു പാറ്റയെ അമ്മ അറിയാതെ ഞെരിച്ചു. കണ്ടില്ല; അറിയാതെ പറ്റിപ്പോയി. മൊരിച്ചെടുത്ത ഒരു പലഹാരക്കഷണം പൊടിയുംപോലെ പാറ്റ അമർന്നു.

പത്രം വച്ചുകെട്ടിയ രണ്ടു സൈക്കിൾ മിന്നൽ വേഗത്തിൽ പാഞ്ഞുപോയി. സൈക്കിൾ ഓടിച്ച ഒരു പയ്യൻ തുടരെ മണിയടിക്കുന്നതുകേട്ട് വേറെയും പട്ടികൾ മോങ്ങാൻ തുടങ്ങി. മോങ്ങാനിരിക്കുന്ന നായുടെ തലേൽ... പയ്യൻ പിന്നേം മണിമുഴക്കി.

വെട്ടം വന്നിട്ട് എഴുന്നേറ്റ് നടക്കാമെന്നു വിചാരിച്ചു അമ്മ. പതിവുപോലെ പണിക്കിറങ്ങിയ ഒരുകൂട്ടം, ലോറി കാത്തുനിന്നു. നീളം കുറഞ്ഞവരാണ് മുഴുവൻ പണിക്കാരും. അവർ പറയുന്നത് അമ്മയ്ക്ക് മനസ്സിലാകുന്നില്ല. അന്യഭാഷയാണ്. നമ്മുടെ നാട്ടിലെ കാര്യങ്ങളായിരിക്കും അവർ പറയുന്നത്.

കൂനിപ്പിടിച്ചിരിക്കുന്ന അമ്മയെ നോക്കി പണിക്കാരിലൊരുത്തൻ ചിരിച്ചു. അത് ചെറുക്കനാണോ മുതുക്കനാണോ എന്നൊന്നും അമ്മയ്ക്ക് പിടികിട്ടിയില്ല. എല്ലാം ഒരുപോലിരിക്കും.

പണിക്കാർ ലോറി കാത്തുനില്ക്കുന്നു. കള്ളന്മാർ കാണുമോ കൂട്ടത്തിൽ. തുണിക്കെട്ടിനരികിൽ അമ്മ തപ്പിനോക്കി. കുഴപ്പമൊന്നുമില്ല. കാൽകുപ്പിയോളം മണ്ണെണ്ണയുണ്ട്. കുപ്പി എടുത്തൊന്ന് കുലുക്കി അടച്ചു വച്ചു. നേരെ കാണുംവണ്ണം സൂക്ഷിച്ചുവച്ചു. എപ്പോഴും നോക്കാൻ വേണ്ടി മാറ്റിവച്ചു. അമ്മയുടെ വലതുകൈയിൽ മുറിവുണ്ട്. തുണികൊണ്ട് കെട്ടി വച്ചിരിക്കുന്നു. ഇപ്പോഴുമുണ്ട് വേദന. അമ്മയ്ക്ക് പത്തെഴുപത് വയസ്സു കാണും. പാളക്കരയൻ കൈലിയും പിഞ്ചിപ്പോയ ബ്ലൗസും. നിറം വെള്ളയോ കറുപ്പോ?

നേരം നന്നേ വെളുക്കുന്നതോർക്കുമ്പോൾ അമ്മയ്ക്ക് പേടിയാവുന്നു. നേരം വെളുത്തുകഴിഞ്ഞാൽ എന്തുചെയ്യും? എങ്ങോട്ടു പോകും? ആരെ കാണും? കാണാതിരിക്കും? അമ്മയുടേത് നല്ല ചുരുണ്ട ഇടതൂർന്ന മുടിയാണ്. അമ്മ ഇടയ്ക്കിടെ തലയിൽ കൈവയ്ക്കും. മുടി നന്നായി ഇരിക്കുന്നുണ്ടോ എന്നുനോക്കാനല്ല. ചീർപ്പ് കണ്ടിട്ടില്ലെങ്കിലും മുടിക്ക് കുഴപ്പമൊന്നുമില്ല. ആരോ അടുക്കിവെച്ചിരിക്കുന്ന കമ്പിച്ചുരുൾപോലെ അത് കാണപ്പെട്ടു. അമ്മ രണ്ട് കൈയും തലയിൽ വച്ച് അങ്ങനെ ഇരുന്നു. എത്രനേരം അങ്ങനെ ഇരുന്നെന്ന് പറയുവാൻ വയ്യ. ഒടുവിൽ ഒരു കൈ എടുത്ത് കണ്ണീർ തുടയ്ക്കുംവരെ.

തൊട്ടുമുന്നിലെ വീടിന്റെ ഇരുമ്പ് ഗേറ്റ് വിഷമത്തിൽ പുലമ്പി. വീട്ടുകാരൻ പുറത്തിറങ്ങിപ്പോയി. എന്നും പരപരാവെട്ടം വരുമ്പോൾ ആ വീട്ടുകാരൻ പോകുന്നതു കാണാം. രാത്രിയേ തിരികെ വരൂ. അയാൾ വല്യജോലിക്കാരനായിരിക്കും. അല്ലെങ്കിൽ കച്ചവടക്കാരനാണ്. കൈയിൽ കറുത്ത പെട്ടിയുമായിട്ടാണു പോകുന്നത്. ആ പെട്ടി സൂക്ഷിച്ച് പിടിച്ചുംകൊണ്ടാണു പോകുന്നത്. പെട്ടിയിൽ നിറച്ചും പൂത്ത കാശായിരിക്കും.

ഒന്നുരണ്ട് ബസും ലോറിയും പോകുന്നതു കണ്ടു. ടയർ ഉരയുന്ന ശബ്ദം എത്ര കഴിഞ്ഞിട്ടാ കേൾക്കാതാവുന്നത്. മുന്നിലെ വീടിന്റെ ഗെയ്റ്റ് അടഞ്ഞു. ആ പണക്കാരന്റെ ഭാര്യ വന്ന് ഗെറ്റ് അടച്ചു.

തുണിക്കെട്ടും താങ്ങി കടത്തിണ്ണയിൽ ഇരിക്കുന്ന അമ്മയെ നോക്കി ആ സ്ത്രീ വെറുതെ ഒന്നു ചിരിച്ചു. വെട്ടം വന്നതുകൊണ്ട് അവരുടെ ചിരി അമ്മ കണ്ടു.

"അയ്യോ, എന്തോരം മനുഷ്യപ്പറ്റുള്ള ഒരു പെണ്ണ്."

അമ്മ പറഞ്ഞു.

അമ്മ എഴുന്നേറ്റു ചെന്നു. തുണിക്കെട്ട് മാറ്റിവച്ചു. കുപ്പി കൈയിലെടുത്തു. കുപ്പിയിൽ സൂക്ഷിച്ച് അമർത്തിപ്പിടിച്ചതുകൊണ്ട് കൈ നന്നായി വിറച്ചു. വേദനിച്ചു. റോഡ് മുറിച്ചുകടന്നപ്പോൾ വേച്ചുപോയി. ഉറക്കം ശരിയായില്ല. പേടിച്ചുകിടന്നാൽ ഉറങ്ങാൻ പറ്റുമോ?

കൈയിലും കൈലിലും കൊതുകു കുത്തിക്കീറി മുറിച്ചിടം നീറുന്നു. മുറിവിൽ കാന്താരി അരച്ച് തേച്ചുപിടിപ്പിച്ചതുപോലെ.

അമ്മ ആ വീട്ടുമുറ്റത്തു ചെന്നു. തൊട്ടടുത്ത് തെങ്ങിൽ നിന്നും വെള്ളക്ക താഴേക്കു വീണു. അമ്മ അതുകണ്ടു. കേട്ടു. പുറത്തെ ലൈറ്റ് കത്തിക്കിടന്നു. വീട്ടുകാരി പുറത്തേക്കു വന്നു. എന്താ ഇത്ര നേരത്തെ എന്നു ചോദിച്ചു.

കണ്ടുകണ്ടുള്ള പരിചയമാ.

മിണ്ടിമിണ്ടിയുള്ള പരിചയമാ.

കുപ്പി നീട്ടിക്കാണിച്ചു:

"കാൽത്തൊടം മണ്ണെണ്ണേം കൂടെ വേണം. "

അമ്മ യാചിച്ചു.

എന്തിനാ ഇത്രേം മണ്ണണ്ണയെന്നായി വീട്ടുകാരി. വീട്ടീന്ന് ഇറങ്ങിപ്പോന്ന പോക്കിൽ ഒരു കൊച്ച് മണ്ണെണ്ണ വെളക്കുകൂടി എടുത്തു. കത്തിക്കാനാ. എഴജന്തുക്കളെ ഭയന്നാ കെടക്കുന്നെ. അവുത്തങ്ങക്ക് രാത്രീം പകലുമെന്നുമില്ലല്ലോ...

അമ്മയുടെ പറച്ചിൽ കുറിക്കുകൊണ്ടു. നേരത്തേം വന്നു വാങ്ങിയിട്ടുണ്ട് മണ്ണണ്ണ.

"നല്ല ഒരു പെങ്കൊച്ചാ. ദാനശീലമൊണ്ട്. അല്ലേൽ അറിയാത്തവർക്ക് മണ്ണെണ്ണ കൊടുക്കുമോ? അറിയാത്തവർക്ക് എന്തേലും കൊടുക്കുമോ? ആരേലും കൊടുക്കുമോ? ആ വീടും ചുറ്റുപാടും അമ്മക്ക് ഇഷ്ടപ്പെട്ടു. ഒരു മുരിങ്ങേം വേപ്പും നിന്ന് എല്ലാം കാണുന്നു. ഒരു പഴുതാര ഇഴഞ്ഞു പോയാൽ പോലും അവർക്ക് കാണാം. മുറ്റത്ത് അത്ര വൃത്തിയാ."

വീട്ടുകാരി മണ്ണണ്ണക്കുപ്പി അമ്മയ്ക്ക് തിരികെ കൊടുത്തു. അമ്മ അതു പൊന്നുപോലെ വാങ്ങി. കുപ്പിയുടെ വയർ നിറയാനിനി അധിക മൊന്നും വേണ്ട. അമ്മയ്ക്ക് തൃപ്തിയായി. മടങ്ങാൻ നോക്കിയപ്പോൾ അവർ വിലക്കി:

"അതേയ്. ഇച്ചിരെ കട്ടൻ തരാം. കുടിച്ചേംവച്ച് പോവാം."

അമ്മ അടുക്കളവശത്തെ പടിയിൽ കയറി ഇരിപ്പായി. അപ്പോഴുണ്ട് അകത്തെ മുറിയിൽ നിന്നും അലാറം കേൾക്കുന്നു. കഷ്ടം! ക്ലോക്കിന് തെറ്റിപ്പോയതാവും. വീട്ടുകാരന് സമയത്ത് ജോലിക്കിറങ്ങാൻ വേണ്ടി അലാറം വച്ചതായിരിക്കും. വീട്ടുകാരൻ പോയിട്ട് എത്ര കഴിഞ്ഞു. സമയം മനുഷ്യരുടെ പിറകെ ഓടുന്നു.

അകത്തുനിന്നും ചുമ കേട്ടു.

അമ്മ എഴുന്നേറ്റെന്നാ തോന്നുന്നെ.

ഇങ്ങനെ പറഞ്ഞ് വീട്ടുകാരി അകത്തേക്കോടി. അകത്തെ അമ്മ കാണാത്തവിധം ദൂരേക്ക് മാറിയിരിക്കാൻ ആ വീട്ടുകാരി പുറത്തെ അമ്മയോട് ആംഗ്യം കാട്ടുകയും ചെയ്തു.

"അമ്മ കണ്ടാൽപ്പിന്നെ ഇന്നത്തേക്കിതുമതി. "

വീട്ടുകാരി പുലമ്പിക്കൊണ്ട് പോയപോലെ തിരികെ വന്നു.

കട്ടൻ കുടിച്ചപ്പോൾ അമ്മയ്ക്ക് ജീവൻ വീണു. അമ്മയുടെ മുടിയിൽ

ഒളിച്ചുവസിക്കുകയായിരുന്ന കുഞ്ഞുരാത്രിജീവികൾ നേരം പുലർന്നെന്നു കണ്ട് തിരികെയിറങ്ങി. രാത്രിയിൽ വീണ്ടും തലയിൽ കയറിപ്പറ്റാനുള്ള ഉപായം തേടി അവ പോയി. അമ്മ തല കുടഞ്ഞു.

തലചൊറിഞ്ഞു.

മുഖവും കണ്ണും ഞെരുടി.

"മോന്റെ കേസെന്തൊക്കെയായി?"

വീട്ടുകാരി ലോഹ്യം കൂടി. ഉറങ്ങി എഴുന്നേറ്റ് വന്നിട്ടും അവരുടെ നെറ്റിയിലെ ചുവന്ന വലിയ പൊട്ടിന് കുഴപ്പമൊന്നും പറ്റിയിട്ടില്ലല്ലോ എന്നോർത്തു അമ്മ. രാവിലെ മുഖം കഴുകാനൊന്നും അവർക്ക് സമയം കിട്ടിക്കാണുകയില്ല. ഭർത്താവിന് വല്ലോം തിന്നാൻ കൊടുത്ത് വിടേണ്ട തെരക്കിൽ മുഖം കഴുകാൻ സമയം കിട്ടുമോ? അമ്മ മിണ്ടാതെയിരുന്നു.

"ഇപ്പോഴും പൊലീസുകാരുടെ ശല്യമൊണ്ടോ? "

ഉണ്ടെന്നോ ഇല്ലെന്നോ പറഞ്ഞില്ല. അമ്മ കട്ടൻ തൃപ്തിയോടെ കുടിച്ചു.

"ഇങ്ങനെ വല്ല കടത്തിണ്ണേലും നെരങ്ങാതെ, ചെറുതാണേലും വീടില്ലിയോ, അങ്ങോട്ടങ്ങ് തിരികെ പൊയ്ക്കൂടായോ? വയസ്സാൻകാലത്ത് ഇതേം തീ തിന്നണോ?"

അമ്മ കട്ടൻ പുറത്തേക്ക് തുപ്പി. തൊണ്ടയിൽ നിന്ന് താഴ്ന്നില്ല.

"കടത്തിണ്ണേൽ ഇങ്ങനെ വന്ന് ഈ പ്രായത്തിൽ കെടക്കുന്നതു കാണുമ്പോ മനസ്താപം ഒണ്ട്. പക്ഷേങ്കില് എന്തോ ചെയ്യാനാ. കേറ്റി കെടത്തണമെന്നൊണ്ടാരുന്നു."

അമ്മ തലകുനിച്ചിരുന്നു. സ്വന്തം വീടില്ലാഞ്ഞിട്ടല്ലല്ലോ ഈ ഗതി. അമ്മ തലകുനിച്ചിരുന്നോർത്തു.

"പത്രത്തീന്ന് ഓരോന്നു വായിച്ചതുകൊണ്ടാ കേറ്റികെടത്തണ്ടാന്ന് അദ്ദേഹം പറഞ്ഞത്. കേസോ വല്ലോം വന്നാലോന്ന്. അമ്മേടെ മോൻ മൂന്നുമാസമായിട്ടും അകത്തല്ലിയോ."

ഒരിക്കലും ബുദ്ധിമുട്ടിക്കാൻ വരത്തില്ലെന്നായി അമ്മ. കടേൽ ചെന്നു തിരക്കിയാൽ മണ്ണെണ്ണ കിട്ടാൻ പാടാ. മണ്ണെണ്ണയില്ലേൽ തിരി തെളിയിക്കാനക്കൊണ്ട് പറ്റത്തുമില്ല. മണ്ണെണ്ണക്കൊക്കെ ഇപ്പം എന്താ വെല ആരേയും വെറുതെ തരുമോ?

"പട്ടിയോ മരപ്പട്ടിയോ വല്ലോം വന്ന് ഉറക്കത്തിൽ കടിച്ചാലോ എന്നാ പേടി. ഇന്നലെ പട്ടികൊര കേട്ടപ്പം ലൈറ്റിട്ട് ജനലിലൂടെ നോക്കിയാരുന്നു."

വീട്ടുകാരി സഹതപിച്ചു. മണ്ണെണ്ണക്കുപ്പി മാറോടു ചേർത്തുപിടിച്ച് അമ്മ എല്ലാം കേട്ടിരുന്നു. എല്ലാം ഓർത്തിരുന്നു.

ഒറ്റ മുറിയേയുള്ളൂ കെടക്കാൻ വീട്ടിൽ. മോൻ പുറത്തും അമ്മ അകത്തുമായി കെടന്നുറങ്ങും. കൂലിപ്പണിക്കാരനാ മോൻ. ചിലപ്പോൾ പാറമടേൽ പണിക്കു പോകും. അങ്ങനെ പോകുന്നേന്റന്ന് രാത്രീൽ വൈകും. ഹോട്ടലീന്ന് ഒരു പൊതീം മേടിച്ചോണ്ട് വരും. അമ്മ കതകടച്ച് അകത്ത് കെടക്കും. പാട്ടും പാടിവന്ന് തകരക്കതകേൽ ഒന്നുമുട്ടും. അമ്മ കതകു തൊറക്കും. അതായിരുന്നു പതിവ്.

മോൻ പാറമടേൽ പണിക്കുപോയ ഒരു ദിവസം രാത്രീൽ പതിവുപോലെ കതകിൽ ചെറിയൊരു തട്ടു കേട്ടുവന്നു തുറന്നു. നാലഞ്ച് വണ്ടി പോലീസ്. അമ്മ തലകറങ്ങി കുത്തിയിരുന്നു. അടുത്ത വീട്ടുകാരെല്ലാം ഒറ്റശ്വാസത്തിൽ ലൈറ്റങ്ങ് കെടുത്തി. ആ പരിസരത്തെ പട്ടികൾ മുഴുക്കെ കൊരയോടു കൊര.

പോലീസുവണ്ടീന്നു മുഴുവൻ വല്ലാത്തവെട്ടം. ഏഴെട്ടുപേർ അകത്തുകേറി നോക്കി. മൺഭിത്തി അടർന്നു വീഴുമെന്നു ഭയന്നു. അത്ര വെപ്രാളവും തെരച്ചിലും.

പ്ലാസ്റ്റിക് കൊണ്ട് മറച്ച മൂത്രപ്പുര മറിഞ്ഞുവീണു. തെക്കേതിലെ പൂച്ച ഏഴുകരണം മറിഞ്ഞ് രക്ഷപ്പെട്ടു.

കുറച്ചുപേർ അമ്മേന്നും ചിലർ തള്ളന്നും വിളിച്ചു. മോൻ വരുന്ന സമയം പറയണം. വരേണ്ട സമയം കഴിഞ്ഞെന്നു പറഞ്ഞിട്ടും വിശ്വസിക്കുന്നില്ല. കുത്തികുത്തി ഓരോന്നു ചോദിക്കുവാ. കൂരേൽ വന്നുപോവുന്നവരുടെ പേരു പറയണമെന്നായി ഒരാൾ.

അയ്യോ ഈ വഴിക്ക് ആരും വന്നിട്ടേയില്ലെന്ന് അമ്മ കരഞ്ഞു.

വിശ്വസിക്കുന്നില്ല.

കുറേ ഫോട്ടോ എടുത്തു കാണിച്ചു. ഒരു ഭാര്യേടേം ഭർത്താവിന്റേം. ഇവിടെ വന്നു പോയവരല്ലേയെന്ന് ചോദ്യം. ആദ്യമായി കാണുവാ സാറേ എന്നായി അമ്മയുടെ കരച്ചിൽ. പേടികൊണ്ട് ശബ്ദം പൊന്തിയില്ല. നാക്ക് താണുകെടക്കുന്നു.

ഒച്ച പുറത്തേക്കു വരാത്തതിൽ പന്തികേടു തോന്നി അവർക്ക്. എന്തോ ഒളിക്കുന്നില്ലേന്ന് സംശയം.

കെഴവീ നിന്റെ മറ്റേടത്ത് കമ്പിപ്പാര കേറ്റുമെന്നായി ഒരുത്തൻ.

ശ്ശെ, ശ്ശെ എന്ന് ആംഗ്യം കാട്ടി മറ്റൊരുത്തൻ വെലക്കിയിട്ടും അവന്റെ കലി തീരുന്നില്ല. അവൻ തീപ്പെട്ടി നാലഞ്ച് തവണ ഒരച്ചു കാണിച്ചു.

മാടത്തിനാത്തിട്ട് തള്ളേം ചുടുമെന്ന്.

ചുട്ടുകൊന്നേക്ക് ഏമാനെന്നു പറഞ്ഞു കരഞ്ഞതും ഒരുത്തൻ വടി ഓങ്ങി ചീറ്റി.

പിന്നെ വേറൊരാൾ വന്നു. മര്യാദക്കാരൻ. ചുവന്ന മുഖം. അമ്മേന്നവൻ വിളിച്ചപ്പം അറിയാതെ വിളി കേട്ടു; വിളിക്ക് ഏഴുനാവാ.

മോൻ, വെടിമരുന്നുകൊണ്ട് ഒളിപ്പിക്കുന്ന കുഴി തൊട്ടുകാണിച്ചു കൊടുക്കണം.

അറിയാത്തത് എങ്ങനെ പറയും? കേൾക്കാത്തത് എങ്ങനെ ഓർക്കും?

ആ മര്യാദക്കാരനെ മറ്റുള്ളവർക്കു പേടിപോലെ. ഒച്ചയും ബഹളവും വയ്ക്കാത്തവനാരുന്നു. ആ രഹസ്യം പറയണം. പറഞ്ഞാൽ മോനും അമ്മയ്ക്കും ഒന്നും പറ്റുകയില്ല. സുഖമായി കഴിയാം. ആ കുഴി കാണിച്ചു കൊടുക്കണം.

ഏമാനേ, കുഴിയോ, വെടിമരുന്നോ... മരുന്നു മേടിക്കാൻ ഗതിയില്ലാത്തവരുടെ കൈയിൽ എവിടുന്നാ ഏമാനേ വെടിമരുന്ന്?

മര്യാദക്കാരൻ ദേഷ്യപ്പെട്ടില്ല. അയാൾ പത്തുവരെ എണ്ണും. അതിനെടയ്ക്ക് കുഴി കാണിക്കണം. വെടിമരുന്നിന്റെ കഥ പറയണം. മുറ്റത്തെ മണൽ അയാൾ ഷുകൊണ്ട് ഇളക്കി.

ഒന്ന്...

രണ്ട്...

രാവിലെ വണ്ടി കാത്തുനില്ക്കുന്ന അന്യഭാഷക്കാർ മലയാളം പറയും പോലെ അയാൾ എണ്ണിത്തുടങ്ങി. അമ്മയ്ക്ക് തലതല്ലിക്കരയാൻ തോന്നി.

ഒമ്പത്...

പത്ത്...

മര്യാദക്കാരന്റെ മുഖം കൂടുതൽ ചുവന്നു. നിലത്തിരുന്നോളാൻ പറഞ്ഞു. ആശ്വാസം. അമ്മയ്ക്ക് ഒന്നും കണ്ടുകൂടാ.

-അമ്മ ഒന്നും അനുസരിക്കുന്നില്ലല്ലോ.

മര്യാദക്കാരൻ വിഷമത്തോടെ ഇങ്ങനെ പറഞ്ഞതു കേട്ട് അമ്മ കൈ കൂപ്പി; കാലിൽ കെട്ടിപ്പിടിച്ചു.

-അമ്മ ഒരു കാര്യം ചെയ്യ്...

എല്ലാവരും അയാൾ പറയുന്നതു കേട്ടു നിശബ്ദരായി. ഒരു മിണ്ടാട്ടവുമില്ല.

സർ, സർ എന്നു പറഞ്ഞ് എല്ലാവരും രണ്ടടി മാറിനിന്നു. അയാൾ എന്തു പറയും എന്നാണ് മറ്റുള്ളവരുടെ ചിന്ത.

-അമ്മ വലത്തെ കൈ തറയിൽ അമർത്തിവെക്ക്.

ഉടൻ അമ്മ മണ്ണിൽ വിരലുകൾ പരത്തി അമർത്തിവച്ചു. മുറ്റത്ത് പകുതി നനഞ്ഞ മണലുണ്ട്.

-അമ്മയ്ക്ക് എഴുത്തും വായനയും പറ്റുമോ?

അയാൾ കൂടുതൽ മര്യാദയോടെ ചോദിച്ചു.

-പറ്റും ഏമാനേ.

-ഞാൻ കാണിക്കുന്നത് വായിക്കണം.

-ഓ, വായിക്കാമേ.

അയാൾ ഒരു കടലാസ് ഉയർത്തിക്കാണിച്ചു. അമ്മയ്ക്ക് അത് മനസ്സിലായില്ല. മാവ് എന്നാണ് ബോധ്യമായത്. അമ്മ പരുങ്ങി:

-മാവ്...

കണ്ടാ, കണ്ടോ തള്ള പരുങ്ങുന്നതെന്നായി മറ്റൊരു തൊപ്പിക്കാരൻ.

അവർ നിന്നു ചിരിച്ചു.

മാവല്ല, നോക്കി വായിക്ക് തള്ളേ. മറ്റൊരു തൊപ്പിക്കാരൻ ചൂടായി.

'മ' കഴിഞ്ഞു. ദീർഘം വന്നു. ഒരു പൊലീസുകാരൻ അമ്മ വായിക്കുന്നത് ക്യാമറ യിൽ ഒപ്പിയെടുത്തു.

മ യും ദീർഘവും കഴിഞ്ഞ് അമ്മ സംശയിച്ചു. 'മ'യും ദീർഘവും ക്യാമറയിൽ പതിഞ്ഞു. എത്ര വായിച്ചിട്ടും ശരിയാകുന്നില്ല. അവർ അമ്മയെ അക്ഷരം പഠിപ്പിച്ചു. കുഞ്ഞിനെപ്പോലെ അമ്മ അനുസരിച്ചു. പക്ഷേ തെറ്റുന്നു.

ഇനി എന്തെന്ന മട്ടിലിരുന്നു അമ്മ. പറഞ്ഞതു ചെയ്തല്ലോ. അതുകൊണ്ട് വെറുതെ വിടുമായിരിക്കും. അമ്മ കൈകൂപ്പാൻ തുടങ്ങിയപ്പോൾ ചുവന്ന ഓഫീസർ വിലക്കി. ആ ക്യാമറക്കാരൻ മാറിനിന്നു. വിരൽ പഴയ പടി മണ്ണിൽ വിടർത്തി വയ്ക്കാൻ പറഞ്ഞു.

അമ്മ കേട്ടു. ചുവന്ന മര്യാദക്കാരനായ ഓഫീസർ സ്നേഹത്തോടെ അമ്മയെ നോക്കി. അതുകണ്ട് അമ്മയുടെ ഉള്ള് നിറഞ്ഞു. അയാൾ ചിരിച്ചു. തിരികെ ചിരിക്കാൻ തോന്നിയെങ്കിലും അമ്മയ്ക്കതിനും പറ്റിയില്ല. അയാൾ അടുത്തേക്കു നിന്ന് ഒരു കാൽ ഉയർത്തി; അമ്മയുടെ കൈയ് മണലിൽ ചേർത്തുവച്ച് ചവുട്ടിപ്പിടിച്ചു.

- അമ്മ അനങ്ങിയില്ല.

അമ്മയുടെ ചങ്ക് പൊട്ടി.

ബോധം വന്നപ്പോൾ കൈ പൊക്കാൻ വയ്യ. തൊട്ടടുത്ത് വേറെ ഒരു കൂട്ടം, കൈയിൽ ചവുട്ടിപ്പിടിച്ചവൻ അവിടെ ഇല്ല.

പെട്ടെന്ന് വണ്ടികൾ സ്റ്റാർട്ടായി.

-അവനെ ദേ കിട്ടി.

ആരോ വിളിച്ചു കൂവി.

വണ്ടികൾ പുറപ്പെട്ടു. അടുത്ത വീടുകളിലെ ലൈറ്റ് വീണ്ടും തെളിഞ്ഞു.

കൈപ്പടം തകർന്ന് വിറച്ചും കൊണ്ട് അമ്മ മണ്ണിൽ തിരിഞ്ഞുകിടന്നു.

അമ്മ കുനിഞ്ഞിരിക്കുന്ന പടം പ്രതത്തിൽ വന്നത് സൂക്ഷിച്ചു വച്ചിട്ടുണ്ട് ആ വീട്ടുകാരി. പൊലീസിനു മുന്നിലും വൃദ്ധ കാണിച്ചധൈര്യത്തെക്കുറിച്ചുള്ള പ്രത്യേക വാർത്ത വായിച്ച കാര്യം വീട്ടുകാരി ഓർമ്മിപ്പിച്ചു.

ചില അമ്മമാർ ധൈര്യവതികളായിരിക്കും.

-അമ്മ എന്തിനാ കണ്ട ചൈനാക്കാരുടെ പേര് പറഞ്ഞ്? അതുകൊണ്ടല്ലിയോ ഇപ്പഴും വീട്ടിന്നു പൊലീസ് മാറാത്തെ.

അമ്മ പേര് മറന്നു. ഓർത്തിട്ടും കിട്ടിയില്ല.

-കേസു തീർന്നിട്ട് വീട്ടിൽ പോകാമെന്നു വിചാരിച്ചാ ഇനി നടക്കത്തില്ല. അതിനി തീരത്തില്ലെന്നാ അദ്ദേഹം പറേന്നെ. കായംകുളം സ്റ്റേഷ നിൽ ട്രെയിൻ കേറാൻ രാവിലെ നില്ക്കുമ്പം മറ്റുള്ളവർ പറേന്നതു കേക്കുന്നതാ. അമ്മയുടെ മോൻ എല്ലാം സമ്മതിച്ചെന്നും പത്രത്തിലൊണ്ട്.

മണ്ണെണ്ണ കുപ്പി നെഞ്ചിൽ ചേർത്തുപിടിച്ച് അമ്മ പുറത്തേക്കിറങ്ങി റോഡിൽ മറഞ്ഞു. റോഡിൽ തിരക്കുണ്ടായി വരുന്നു.

അമ്മ പഴന്തുണിക്കെട്ടുമായി കിടന്ന കടത്തിണ്ണയിൽ പാത്രങ്ങൾ നിരന്നു കഴിഞ്ഞു. അതൊരു മേൽത്തരം പാത്രക്കടയായിരുന്നു. ഗംഗാ സ്റ്റോഴ്സ്. തൊട്ടടുത്ത് യമുനാ ലക്കി സെന്റർ. അതിനടുത്ത് ഗാലക്സി ബേക്കറി. ഗംഗ പകൽ പാത്രക്കടയായും രാത്രിയിൽ അമ്മയുടെ വീടായും ഒഴുകുന്നു.

നാലഞ്ചു ദിവസമായി അമ്മയെ കാണാനില്ല. ആ കടത്തിണ്ണ ഒഴിഞ്ഞു കിടന്നു.

ഗംഗയുടെ തീരം ശൂന്യം. കായംകുളം സ്റ്റേഷനിൽ കേട്ട കാര്യമൊക്കെ പതിവുപോലെ ഭർത്താവ് വന്നു പറഞ്ഞു. ഭാര്യ അതുകേട്ട് മൂക്കത്ത് വിരൽ വച്ചു.

-ആ തള്ള പാവമാരിക്കും. പക്ഷേ, ചെറുക്കൻ പറേന്നപോലെ അത്ര ശുദ്ധനൊന്നുമല്ല. ഒളിവിൽ കഴിഞ്ഞുവരുമായൊക്കെ അവന് വേറെ ബന്ധം ഒണ്ടെന്നാ കേൾവി. പൊലീസുകാര് വെറുതെവിടുമോ. തത്ത

പറേന്നമാതിരി പറേപ്പിച്ചു.

അമ്മ വീട്ടിൽ വന്നുപോയ കാര്യം വീട്ടുകാരി മനഃപൂർവം മറച്ചു. രാവിലെ ഏഴിന് കായംകുളത്തുനിന്നും കേറുന്ന ആൾ രാത്രി ഏഴിനേ തിരികെ വരൂ. കണ്ടുപിടിക്കാനിടയില്ല.

-ആ തള്ളയ്ക്കും കാര്യം അറിയാമായിരിക്കും. അവരും കൊറെയൊക്കെ ഒളിക്കുന്നുണ്ട്. അത് നിരപരാധിയാണേൽ സ്വന്തം വീട്ടിൽ കെടക്കാനെന്താ പേടി?

ഭർത്താവ് പറഞ്ഞതുകേട്ട് വീട്ടുകാരിക്ക് പേടി തോന്നി. രാവിലെ എഴുന്നേൽക്കാനുള്ളതാന്നും പറഞ്ഞ് അവർ ലൈറ്റ് കെടുത്തി കിടന്നു.

ഒരാഴ്ച കഴിഞ്ഞ് വെളുപ്പിനെ അമ്മയെ വീടിനുമുന്നിൽ കണ്ടപ്പോൾ വീട്ടുകാരിക്ക് ഭയം തോന്നി. അമ്മയ്ക്ക് മാറ്റമൊന്നുമില്ല. പഴയ വേഷം. ഭാവവ്യത്യാസമില്ല. കൈയിൽ ഒരു സഞ്ചി. അതിൽ മണ്ണെണ്ണ കുപ്പി.

എവിടെയായിരുന്നു എന്ന ചോദ്യത്തിന് അമ്മ കൃത്യമായൊന്നും പറ ഞ്ഞില്ല. പടിഞ്ഞാറ്റ് പോയിരുന്നുവെന്നു മാത്രം പറഞ്ഞു. അമ്മ സൂക്ഷിക്കണമെന്നേ ആ വീട്ടുകാരിക്ക് ഉപദേശിക്കാനുണ്ടായിരുന്നുള്ളൂ. അമ്മ മൂളിക്കേട്ടു.

-ചെലപ്പം അമ്മേം പിടിച്ചകത്താക്കുമെന്നാ... ട്രെയിനിൽ പറേന്നതു കേട്ടതാ. അമ്മ ഇവിടെ വന്നു നിക്കുന്നതും അത്ര പന്തിയല്ല. അയൽക്കാരൊക്കെ എന്തേലും പറ്റാൻ വേണ്ടി നോക്കിയിരിക്കുന്നവരാ. മോനെ വേറെ എവിടോട്ടോ ചോദ്യംചെയ്യാൻ കൊണ്ടുപോവുവാന്നാ കേട്ടെ... അമ്മ തത്കാലം ഇവിടുന്നങ്ങ് മാറിനിന്നാട്ടെ. കലങ്ങിതെളീമ്പം വന്നേച്ചാ മതി.

അമ്മ ആലോചിച്ചുറപ്പിച്ചപോലെ സഞ്ചിയിൽ നിന്നും കുപ്പി എടുത്തു നീട്ടി കുറേക്കൂടി മണ്ണെണ്ണ ചോദിച്ചു.

-ഇന്നും കൂടി മതി. ഇന്നും കൂടിയേ ഞാനീ കടത്തിണ്ണേലൊള്ളൂ. ആ വീട്ടുകാരി കുപ്പി നിറച്ചുകൊടുത്തു. അമ്മയ്ക്ക് സന്തോഷമായി.

മുറ്റത്തെ മുരിങ്ങയും വേപ്പും പരസ്പരം തലകുനിച്ചുനിന്ന് രഹസ്യം പറയുകയാണെന്ന് തോന്നുകയുള്ളൂ. മരങ്ങളുടെ രഹസ്യം ആർക്കറിയാം?

ആ വീട്ടുകാരിക്ക് അമ്മയുടെ ബുദ്ധിമുട്ടുകൾ മനസ്സിലാകുന്നുണ്ട്. പക്ഷേ, വീട്ടിനുള്ളിൽ കയറ്റി ഇരുത്തുന്നത് അപകടമാണ്. വീട്ടിനുള്ളിലെ അമ്മയ്ക്കും ഈ അമ്മയെ ഇഷ്ടമല്ല. സൂക്ഷിക്കണമെന്നു പറഞ്ഞു.

അമ്മ ആ വീട്ടുകാരിയുടെ മുഖത്തേക്കു നോക്കി. ഇന്നും പതിവുപോലെ നെറ്റിയിലെ പൊട്ട് മാഞ്ഞിട്ടില്ല. തിരക്കിൽ മുഖം കഴുകാൻ മറ

ന്നതാകും. കറുത്തു മെലിഞ്ഞ സന്തോഷവതിയായ മിടുക്കി. പെട്ടെന്ന വർ അകത്തുപോയി നൂറുരൂപയുടെ ഒരു നോട്ടുകൊണ്ടുവന്ന് അമ്മയുടെ കൈയിൽ വച്ചു.

-എന്തെങ്കിലും മേടിച്ചു കഴിക്കണം. പട്ടിണി കിടക്കുന്നതു കാണുമ്പം ഒരു വെഷമം.

കണ്ണുതുടച്ചുംകൊണ്ട് ആ വീട്ടുകാരി പെട്ടെന്ന് പൊയ്ക്കളഞ്ഞു. അവർ അകത്തുകയറി കതകു കുറ്റിയിട്ടു.

-അമ്മ ദാ പോവുവാന്നേ...

മണ്ണെണ്ണക്കുപ്പി സഞ്ചിയിൽ തൂക്കി പടിയിറങ്ങുമ്പോൾ അമ്മ ആരോടെന്നില്ലാതെ വിളിച്ചു പറഞ്ഞു. ആ വീട്ടുകാരി കേട്ടോ എന്തോ? റോഡിലിറങ്ങി ഒരിക്കൽകൂടി തിരികെ നോക്കി, അമ്മ എവിടെയോ മറഞ്ഞു.

അന്ന് വൈകിയാണ് വീട്ടുകാരൻ എത്തിയത്. ലോക്കോ പൈലറ്റുമാരുടെ മിന്നൽ സമരം കാരണം ട്രെയിൻ വൈകി. ആറ് അമ്പതിന് കായംകുളത്തു വരേണ്ട വണ്ടി എത്തുമ്പോൾ ഒമ്പതര.

-മുന്നറിയിപ്പില്ലാത്ത ഓരോരുത്തന്റെ സമരം; ഇവിടെ ചോദിക്കാനും പറയാനുമൊന്നും ആരും ഇല്ലല്ലോ.

ആ വീട്ടുകാരൻ ഇങ്ങനെ മുരണ്ടുകൊണ്ട് ജനാലയും കതകുകളും അടച്ചു. വീട്ടുകാരി ജനൽ വഴി. എതിർവശത്തുള്ള കടത്തിണ്ണയിലേക്ക് പാളിനോക്കിയത് അയാൾ കണ്ടില്ല. പഴന്തുണിക്കെട്ടിൽ തലചായ്ച്ച് അമ്മ കിടക്കുന്നു.

ഗംഗയുടേയും യമുനയുടേയും തീരങ്ങളിൽ രാത്രി നിറഞ്ഞു. മുറ്റത്തെ മുരിങ്ങയും വേപ്പും രാത്രിയോട് രഹസ്യം പറഞ്ഞുകൊണ്ടിരിക്കെ ലൈറ്റുകൾ കെട്ടു. ആ പ്രദേശം പൂർണമായും ഇരുട്ടിലമർന്നു. അതിവേഗം പാഞ്ഞുപോയ വാഹനങ്ങളുടെ ടയറുകൾ പ്രാണവേദനയിൽ വിലപിക്കുന്നതു മാത്രം കേൾക്കായി.

രാത്രിയിൽ വല്ലാത്ത ശബ്ദം കേട്ടു.

വീട്ടിനകത്തും പുറത്തും. ആ വീട്ടുകാരനും ഭാര്യയും ഉണർന്നു.

ലൈറ്റിടാൻ നോക്കി, വൈദ്യുതി തിരികെ വന്നിട്ടില്ല.

പുറത്ത് ആരോ കരയുന്നത് കേട്ടെന്ന് വീട്ടുകാരി പറഞ്ഞു. അകത്ത് ആരോ കരയുന്നത് കേട്ടെന്ന് വീട്ടുകാരനും പറഞ്ഞു. വീട്ടുകാരൻ അയാളുടെ അമ്മയുടെ മുറിയിലേക്ക് പോയി നോക്കി. വീട്ടുകാരി ജനൽ തുറന്ന് കടത്തിണ്ണയിലെ അമ്മയെ നോക്കി.

ഇരുട്ടിൽ എവിടെയോ തീ അണഞ്ഞ് തീരുന്നു.

അമ്മ എന്തൊക്കെയോ വിളിച്ചുപറയുന്നെന്നായി വീട്ടുകാരൻ.

-ആരാണ്ട്, ദാ ജനലേൽ വന്നു നോക്കുന്നു.

അമ്മ മുരണ്ടു.

അമ്മ എന്തിനാ ഇത്ര വെപ്രാളപ്പെടുന്നതെന്ന് അയാൾ ചോദിച്ചു:

-ഓരോന്നു തോന്നിയതാ.

അയാൾ അമ്മയ്ക്കടുത്തിരുന്നു കൈയിൽ പിടിച്ചുനോക്കി. അമ്മ ഭയന്നതാകുമെന്ന് പറഞ്ഞുകൊണ്ടുതന്നെ ആ വീട്ടുകാരി ഭയപ്പെട്ടു.

അമ്മ കിതച്ചു.

വീട്ടുകാരിയും കിതച്ചു. അമ്മ പറഞ്ഞിടത്തേക്ക്. ജനലിനു പുറത്തേക്ക് വീട്ടുകാരി വീണ്ടും നോക്കി.

മണ്ണെണ്ണയുടെ ഗന്ധം.

മണ്ണെണ്ണ മുഴുവൻ തീർന്നു കാണുമോ?

കടത്തിണ്ണയിൽ അമ്മ തീകാഞ്ഞ് ഉറങ്ങുകയായിരിക്കും. അമ്മ സ്വസ്ഥമായി ഉറങ്ങട്ടെ. പുലരുംവരെ ഉറങ്ങട്ടെ.

വിഷമമുള്ള അമ്മമാർ ഉണരുവാൻ വൈകും; ചിലർക്ക് ഉണരുവാൻ കഴിയില്ല.

സൈക്കിൾ സഞ്ചാരി

സൈക്കിളിനു പിന്നിൽ വലിയ ചാക്ക് കെട്ടിവച്ചു. ഹാൻഡിൽബാറിന് ചേർന്ന് ഒരു സഞ്ചി തൂക്കിയിട്ടു. സഞ്ചിയിൽ എന്തുണ്ടെന്ന് പറയാം. ഒരു ടോർച്ച്, ഒരു കുപ്പി നിറച്ചും വെള്ളം, ഒരു പാക്കറ്റ് സിസേഴ്സ്, തീപ്പെട്ടി, തോർത്ത്... ചാക്കിൽ എന്തുണ്ടെന്ന് പിന്നെ പറയാം.

മലഞ്ചരുവിലെ റോഡാണെങ്കിലും ശബരിമല ഭാഗത്തേക്കുള്ളതായതു കൊണ്ട് മര്യാദയൊക്കെയുണ്ട്. റാന്നി വിട്ടുകഴിഞ്ഞപ്പംതൊട്ടേ കാറ്റുവരുന്നതറിഞ്ഞു. തടിയൻ മരങ്ങൾ നിന്നു വിഷമിക്കുന്നു. അടിക്കാടുകൾ അനങ്ങുന്നു. റോഡിൽ വിറകുകാരികളും പശുക്കളും. ടാർ ചെയ്ത നല്ല റോഡ്. കാടു നിറച്ചും പ്രകാശം. ഹാ, സൈക്കിളും ചവിട്ടി പോകുന്ന ആർക്കും സന്തോഷം തോന്നും. വെറുതെ ചിരിക്കാനും പാടാനും തോന്നും.

ചാക്കുകെട്ടിന് നല്ല കനമുണ്ട്. ചാക്കിനു മുകളിൽ നാലഞ്ചു വാഴ വിത്തും കാച്ചിലും വച്ച് മുറുക്കിയിട്ടുണ്ട്. കാണുന്നവർക്ക് ചാക്കുനിറയെ വിത്താണെന്നു തോന്നും. തോന്നട്ടെ, തോന്നൽ മാറാതിരിക്കട്ടെ.

ഈ ചാക്കുകെട്ട് കറക്ട് മുണ്ടക്കയത്ത് കൊണ്ടെത്തിച്ചാൽ അഞ്ഞൂറു രൂപ കിട്ടും. ഒറ്റയാത്ര. കഷ്ടിച്ച് നാല്പത്തിയഞ്ച് കിലോമീറ്റർ. സൈക്കിളേൽ പോകണമെന്നേയുള്ളൂ. എരുമേലിലോ, കാഞ്ഞിരപ്പള്ളീലോ ഇച്ചിരെ കാപ്പികുടിക്കാം.

കാശും മേടിച്ച് തിരികെ വരുമ്പം മുണ്ടക്കയത്തൂന്ന് ഇച്ചിരെ റമ്മും കഴിച്ചോണ്ട് ശാപ്പാടുകഴിക്കാം. ബസ്സേൽ ചാക്കുകെട്ട് കൊണ്ടുപോയാൽ തൊല്ലയാ. ചെക്കിംഗ് വല്ലോം വന്നാൽ പിന്നെ അതിന്റെ പൊറേ തൂങ്ങണം.

ഗോപാലൻ കൊല്ലന്റെ ആലേൽ പോയി തപസ്സിരുന്ന് സംഘടിപ്പിച്ച സാധനങ്ങളാ. എന്തൊരു മൂർച്ചയാന്ന് അറിയാമോ? പണിക്കൂലി ചോദിച്ചതത്രേം അവര് തന്നു. ഇപ്പോൾ കൊണ്ടുപോയി കൊടുക്കുന്നേനാ അഞ്ഞൂറ്. അയ്യോ, പറഞ്ഞുപറഞ്ഞ് ചാക്കിൽ എന്തുവായിരിക്കുമെന്ന് അറിയാതെ ഞാനങ്ങ് പറഞ്ഞുപോയേനേം.

ഒത്ത വനത്തിൽക്കൂടിയാ ഇപ്പോൾ പോകുന്നത്. സത്യം പറഞ്ഞാൽ

സ്പീഡിൽ ചവിട്ടിപ്പോകാൻ തോന്നുന്നില്ല. കാരണം അറിയാമോ? ഇ ത്രേം ഭംഗിയുള്ള വഴീം കാടും പെട്ടെന്ന് തീരുമോന്നാ പേടി. അതുകൊണ്ട് ദാ, എറങ്ങി സൈക്കിൾ തള്ളി നടന്നങ്ങ് പോകാം.

പിടികിട്ടാത്ത എന്തും വണ്ടി മരങ്ങളാ ദൈവമേ! കാണുന്നേന് കാശു തരണം. സൂക്ഷിച്ചുനോക്കിയപ്പം കാട്ടിനകത്തേക്ക് ഊളിയിട്ടുപോകുന്ന കൊച്ച് ഇടവഴികൾ കണ്ടു. വിറക് പെറുക്കാൻ പോകുന്നവരും കുറുക്ക ന്മാരും നടന്നുപോകുന്ന സ്ഥിരം വഴികളായിരിക്കും. കുറുക്കന്മാർ നമ്മളേക്കാൾ ബുദ്ധിമാന്മാരാണല്ലോ.

ചെറിയ തോട്.

അതിൽ വെള്ളം. മീനും കാണും. മീൻകൊതിയൻ പക്ഷികൾ മരത്തേൽ താണിരുന്ന് നോക്കുന്നു.

അയ്യോ, ഞാനിപ്പം എന്താ ചെയ്തെ? സൈക്കിൾ സ്റ്റാന്റിന്മേൽ വച്ചിട്ട് നോക്കിനില്ക്കുവാ. ഇങ്ങനെ കാട്ടിൽ ഒരു സൈക്കിള്കൊണ്ട് നിറുത്തിയേം വച്ച് കാഴ്ച്ചേം കണ്ട് നിക്കുന്നത് മര്യാദയാണോ? ആരേലും വന്ന് എന്തേലും ചോദിച്ചാ എന്നാ പറയും? ആരേലും വന്ന്, ചാക്കുകെട്ട് ഒന്നു പൊന്തിച്ചിട്ട് ഇതിനകത്ത് എന്തുവാ? ഭയങ്കര ഭാരമാണല്ലോ. ഇരുമ്പോ മറ്റോ ആന്നോ എന്നു ചോദിച്ചാരുന്നേൽ എന്നാ പറയുമാരുന്നു? അല്ലെങ്കിത്തന്നെ അങ്ങനെ കണ്ടുപിടിക്കാൻ പാടൊണ്ടോ? എന്തുവാന്നേലും ഇനി ഇങ്ങനെ സംഭവിക്കരുത്. സൈക്കിളും ചവിട്ടി ദാ, സ്ഥലം വിടുവാ.

എരുമേലി അടുക്കാറായപ്പം, ദാണ്ട് വനം തീരുന്നു. കൃഷിസ്ഥലം. കാണുന്നു. എന്തുംവേണ്ടി കൃഷിയാ. വാഴേം, പച്ചക്കറീം ഫലവൃക്ഷങ്ങളുമാ എവിടേം. മനുഷ്യർ മുഴുവൻ കൃഷിക്കാരാരുന്നേൽ തമ്മിൽ തല്ലാൻ പോവുമാരുന്നോ? വഴക്കടിക്കാൻ സമയം കിട്ടുമാരുന്നോ? വിത്തു മുളച്ചോ എന്നും വള്ളി തളിർത്തോ എന്നും നോക്കി ജീവിക്കുമായിരുന്നില്ലേ? കൃഷി വളരെ സമാധാനം തരുന്ന ഒരു ജോലിയാ. കൃഷിക്കാരൻ ഒരു സമാധാ നക്കാരനാ. അതുകൊണ്ടാരിക്കും സമാധാനത്തിന്റെ ചിഹ്നം ഒരു പ്രാവും അതിന്റെ ചുണ്ടിന്മേൽ ഒരിലയും! ഗോപാലൻകൊല്ലൻ അരിവാൾ കാച്ചി ക്കൊണ്ടിരുന്നപ്പം പറയുകയായിരുന്നു. എടാ, കതിരുകൊയ്യാനും കഴുത്തു കൊയ്യാനും ഇതുമതി. കൈവിട്ടാ പിന്നെ ഇതിനെന്തു പറ്റുമെന്ന് പറ യാൻ എനിക്ക് പറ്റത്തില്ലേ...

ഇപ്പം അതാലോചിക്കുമ്പം വെഷമം ഒണ്ട്. നാല് അരിവാക്കത്തികളും മൂന്നു വലിയ വെട്ടുകത്തികളും ഗോപാലൻ കൊല്ലൻ ഒരാഴ്ചകൊണ്ട് ഒണ്ടാക്കിത്തന്നു. അതാ ചാക്കിനകത്ത് പൊതിഞ്ഞുവച്ചേക്കുന്നത്.

പിന്നെ വേറേം സാധനങ്ങളും. അത് എന്തുവാന്ന് ഇപ്പം പറന്നില്ല. ഈ എരുമേലിക്കാര് മിടുക്കരാ, കൈപ്പുണ്യോം ഒണ്ട്. എന്തുംവേണ്ടി കൃഷിയാ പുരയിടത്തിൽ ഒള്ളത്. നല്ല മണ്ണാ സാക്ഷാൽ അയ്യപ്പന്റെ പ്ര ദേ ശമല്ലിയോ! എങ്ങനെ നല്ലമണ്ണ് കിട്ടാതിരിക്കും? എങ്ങനെ വെള്ളം കിട്ടാതിരിക്കും? എങ്ങനെ പച്ചപിടിക്കാതിരിക്കും? നല്ല നാട്ടുകാരുമായി രിക്കും.

അങ്ങനെ പിന്നേം നടന്നുപോയപ്പം ഒരപ്പനും രണ്ട് മക്കളും കൂടിനി ന്ന് കെളയ്ക്കുന്നു. വാഴയ്ക്ക് തടം എടുക്കുകയാണെന്നു തോന്നുന്നു. മൂന്നുപേരും വിയർത്തു നില്ക്കുകയായിരുന്നു. ഇവിടം മുതൽ ഇച്ചിരെ കേറ്റമാ. സൈക്കിൾ തള്ളിക്കേറ്റണം. അതിനുമുമ്പ് ഒരു സിഗരറ്റ് കത്തി ച്ചേംവച്ച് പോകാമെന്നു കരുതി നിന്നപ്പം പറമ്പീന്നു വിളിവന്നു.

“എങ്ങോട്ടാ? ’

“മുണ്ടക്കയത്തിനാ.”

“അവിടെ എന്തുവാ?”

“ഈ വിത്തുംകൊണ്ട് പോവുവാ.”

“എന്നാ വിത്താ.”

“വാഴവിത്താ.”

“എന്തോ ഇനമാ?”

“ചൊവ്വാഴയാ.”

“ചൊവ്വാഴയോ..?”

അപ്പൻ സംശയിച്ചു.

“ചൊവ്വാഴ ഇവിടങ്ങളിൽ ദീനം പിടിച്ചു നശിച്ചു. കൊള്ളാമോന്ന് നോ ക്കെടാ.” മകൻ ചിരിയോടെ അടുത്തുവന്നു.

“ചേട്ടാ, വാഴവിത്തൊന്ന് കാണിച്ചേ.”

ഇച്ചിരെ പേടിയായി. ചാക്കുകെട്ടെങ്ങാനും കണ്ടാൽ...?

സൈക്കിൾ സ്റ്റാന്റിൽ വച്ചിട്ട് ചാക്കിന്റെ മോളീന്ന് വിത്ത് പൊന്തിച്ച് കാണിച്ചു രണ്ടുമൂന്നു വാഴവിത്ത്. ഒന്ന് ചൊവ്വാഴ. മറ്റേത് രണ്ടും ഏ ത്തൻ.

അവൻ തിരിച്ചും മറിച്ചും നോക്കി.

“അപ്പാ, കൊള്ളാം.”

അവര് വില പറഞ്ഞു. വില പ്രശ്നമല്ലെന്ന് മറുപടി പറഞ്ഞു. ഇച്ചി രെ ആലോചിച്ചുനോക്കിയപ്പം ശരിയാ. പോവുന്നത് ഒരു വിത്ത്. പക്ഷേ, എപ്പം ഇതുവഴി പോയാലും ഒരു ചൊവ്വാഴ കാണാമല്ലോ. ഒരു ദേവസം ഇതുവഴി വരുമ്പോൾ കൊലച്ച് നില്ക്കുന്നതും കാണാമായിരിക്കും. അ

വരാണങ്കിൽ വാഴയ്ക്ക് തടമെടുത്ത് നട്ടോണ്ടിരിക്കുവാ. ഒന്നാന്തരം ചതുരക്കുഴികൾ.

"ഈ നാട്ടിലൊന്നും ഇപ്പം ചൊവ്വാഴ കിട്ടാനില്ല. ചന്തേന്ന് വരുത്തണമെന്ന് വിചാരിച്ചിരിക്കുവാരുന്നു." കുട്ടികളുടെ അപ്പൻ പറഞ്ഞു: "എന്നാ വെല വേണം?" "ഓ, കാശുവേണ്ട. ശരിക്കിതിനെ ഒന്നു നോക്കിയാ മതി.' അവര് പിന്നേം നിർബന്ധിച്ചെങ്കിലും ഒഴിഞ്ഞുകളഞ്ഞു. അന്നേരം അവര് പറയുവാ. "നിങ്ങള്തന്നെ ഇതിനെ നട്ടേര്. നിങ്ങടെ ഓർമ്മയ്ക്കായിട്ട്."

നട്ട് മണ്ണിട്ടു.

യാത്ര പറയാൻനേരം അവർ പറഞ്ഞു: "മുണ്ടക്കയത്തേക്കാന്നേ ഒരു കുറുക്കുവഴി പറഞ്ഞുതരാം. ഈ കാട്ടിലൂടെതന്നെ. കാട്ടുവഴിയായോണ്ട് തിരക്കുണ്ടാവുകയുമില്ല." പോകാൻ നേരം അവൻ പറഞ്ഞു:

"ഇച്ചിരെ മുമ്പും ഞാൻ ഒരു കൂട്ടർക്ക് ഇവിടെവരെ വന്ന് വഴി പറഞ്ഞു കൊടുത്താരുന്നു...'

"..അവരാ, സെമിത്തേരിയിലേക്ക് പോവുവാരുന്നു. ഇതിനും ഇതാ എളുപ്പവഴി."

"ആരാ മരിച്ചത്?"

അവൻ ഒരു അപകടത്തെപ്പറ്റി പറഞ്ഞു. ബസ് കൈവരി തകർത്ത് പുഴയിലേക്ക്. അവൻ വഴി കാണിച്ച് തിരികെപ്പോയി. സൈക്കിളുമായി മുന്നോട്ടുപോയി. സൈക്കിളിന് നല്ല ഭാരം തോന്നിയെങ്കിലും ചവിട്ടി. കുറേ ചെന്നപ്പോൾ നേരത്തെ പറഞ്ഞപോലെ ഒരു മരണയാത്ര കണ്ടു. സമയമാകുന്ന രഥത്തിൽ മൃതദേഹപ്പെട്ടി പോകുന്നതു കണ്ടു. അയാൾ സൈക്കിളിൽ ചവിട്ടി നീങ്ങി. ചാക്കുകെട്ട് മറന്നുപോയതുപോലെ തോന്നി. കാട്ടുവഴി നീണ്ടു പൊയ്ക്കൊണ്ടിരുന്നു. എങ്ങും വീടുകൾ ഉണ്ടായിരുന്നില്ല. വീടുകൾക്കു പകരം കൂറ്റൻ മരങ്ങൾ കാണായി. ജാഥ, മരങ്ങൾ കടന്നുപോയി. അന്നേരം, സൈക്കിൾസഞ്ചാരി വിചാരിച്ചു: ഇത്ര കൊച്ചു പ്രായത്തിലേ മരിച്ചല്ലോ. അപകടം വരുത്തുന്ന ഡ്രൈവർമാരെ സഞ്ചാരി ശപിച്ചു. ഗുണംപിടിക്കാത്തവർ എന്ന് വിളിക്കുകയും ചെയ്തു.

അടുത്തിടെ വന്ന ഒരു പത്രവാർത്ത മൃതദേഹത്തിന്റെ ഭാവിയെക്കുറിച്ചോർത്ത് ഉൽക്കണ്ഠപ്പെടാൻ സഞ്ചാരിയെ പ്രേരിപ്പിച്ചു. ചങ്ങനാശ്ശേരിയിൽ ഒരു സെമിത്തേരിയിൽ അടക്കപ്പെട്ട പെൺകുട്ടിയുടെ മൃതദേഹം രാത്രിയിൽ പുറത്തേക്കെടുക്കപ്പെട്ട സംഭവമായിരുന്നു അത്.

ഇങ്ങനെയുമുണ്ടോ മനുഷ്യർ!

സൈക്കിൾസഞ്ചാരി അതിശയിച്ചു.

കൊള്ളക്കാർ, കൊലപാതകികൾ, അസൂയക്കാർ, പൊലീസുകാർ, നേതാക്കന്മാർ, സ്വവർഗസംഭോഗികൾ, പുരുഷന്മാരിലും സ്ത്രീകളിലും പെട്ട വേശ്യകൾ, പത്രപ്രവർത്തകർ... അങ്ങനെ മനുഷ്യരെ പലവിധത്തിൽ തരംതിരിച്ച്, ഇത്തരക്കാർക്കുവേണ്ടി വാതോരാതെ സംസാരി ക്കുന്നവരേയും പക്ഷംപിടിക്കുന്നവരേയും സൈക്കിൾ സഞ്ചാരി കണ്ടിട്ടുണ്ടായിരുന്നു. എന്നാൽ ഒരിടത്തും ശവം തോണ്ടി എടുക്കുന്നവരെക്കുറിച്ച് സഞ്ചാരി കേട്ടിട്ടുണ്ടായിരുന്നില്ല. എന്നാൽ, ആ പ്രതികളെ ഇതേവരെ അറസ്റ്റുചെയ്തിട്ടില്ല.

സഞ്ചാരിക്ക് വിഷമം കൂടി. അങ്ങനെ വല്ലവരും ഇവിടെ? പെട്ടെന്ന് ശവഘോഷയാത്ര ഒരു കയറ്റത്തിൽ എത്തി. കയറ്റം കയറുംമുമ്പുതന്നെ ഒരിടത്തരം പള്ളിയുടെ കുരിശടയാളം സഞ്ചാരി കണ്ടു. താനും സൈക്കിളും ദുഃഖിതരായ ഒരുപിടി ആളുകൾക്കിടയിൽ അവർക്കൊപ്പം

ആണല്ലോ എന്ന ചിന്തയായിരുന്നു സഞ്ചാരിക്കുണ്ടായത്. ലോകം വെടിഞ്ഞ പെൺകുട്ടിയെപ്പറ്റി ഇതിനകം സൈക്കിൾസഞ്ചാരി അവിടെ കൂടെ നിന്നവരിൽനിന്ന് ചിലതൊക്കെ കേൾക്കുകയുണ്ടായി. എല്ലാം നല്ല വാക്കുകൾ. മാത്രവുമല്ല, ശവമഞ്ചത്തിൽ പരേതയുടെ വലിയ ചിത്രം വച്ചിരിക്കുന്നു. എത്ര വയസ്സ് കാണുമായിരിക്കും? ചിത്രം കണ്ട് വയസ്സ് നിശ്ചയിക്കാമോ?

പെട്ടെന്ന് സഞ്ചാരിക്ക് തന്റെ ജീവിതത്തെപ്പറ്റി ഒരു മിന്നൽ പോലെ ചില തോന്നലുകൾ അനുഭവപ്പെട്ടു. താൻ മരിച്ചാൽ ഇതുപോലെ എന്തെ ങ്കിലും? അല്ല. സഞ്ചാരി സ്വയം തിരുത്തി... ഇങ്ങനെയാവില്ല. അനേകം അനാഥജഡങ്ങൾക്കിടയിൽ... ഹേയ് മരിച്ചുകഴിഞ്ഞ് എന്തെങ്കിലുമാവട്ടെ. ഇപ്പോൾ ജീവിതത്തെക്കുറിച്ച് ആലോചിച്ചുകൂടേ? അറിയാതെ കൈവീശി പ്പോയി. കൈകൊണ്ട് സൈക്കിൾബെൽ ശബ്ദിച്ചു. ഒന്നുരണ്ടു പേർ തിരിഞ്ഞുനോക്കി. ഒരാൾ ചിരിച്ചു. തിരികെ ചിരിച്ചു. അപ്പോൾ ചോദ്യം.

“എന്താ സൈക്കിളേൽ ഒരു ചാക്കുകെട്ട്?”

“കുറേ വിത്താ.”

“ഓ, വിത്തിനൊക്കെ ഇപ്പം എന്നാ വെലയാ? മുണ്ടക്കയത്തേക്കാരിക്കും ?”

“മുണ്ടക്കയത്തേക്കാ.”

“ഞാനും അങ്ങോട്ടാ.”

“ഓ, ഞാനിപ്പഴേ അങ്ങോട്ടില്ല.” അയാൾ തലതിരിച്ചു. സൈക്കിൾ സഞ്ചാരി തന്റെ ലോകത്തേക്കും.

പെട്ടെന്ന് ചരമഗാനം നിലച്ചു. ഒരു ശബ്ദം ഇങ്ങനെ കേൾക്കായി: നോക്കുക, ഈ സഹോദരിയുടെ ജീവിതത്തെ ഓട്ടം തികച്ച ഒരു ഭാഗ്യ വതിയുടെ ജീവിതത്തോട് ഉപമിക്കാം. ആദ്യമേ ഇവൾ മുന്നിലെത്തിയി രിക്കുന്നു. അതിനാൽ വിജയികൾക്കുള്ള ഇരിപ്പിടത്തിലേക്ക് ഇവൾ കയറി നില്ക്കുകയാണ്. വിജയികൾക്കുള്ള ഇരിപ്പിടം ഭാഗ്യഹീനരായ നമുക്ക് അജ്ഞാതമത്രേ!

സഞ്ചാരി സൈക്കിളിൽ കൈ തട്ടാതെയിരിക്കാൻ ശ്രമിച്ചുകൊണ്ട് സെമിത്തേരിയിലേക്ക് നോക്കിനിന്നു. അവിടെ സിമന്റിന്റെ മണമുള്ള ഒരു കുഴി കാണപ്പെട്ടു. വിജയികൾക്കുള്ള ഇരിപ്പിടത്തിലേക്ക് യാത്രചെയ്ത ഭാഗ്യവതി അവിടെ കിടക്കുന്നു. ഈ സിമന്റിന്റെ കുഴിയായിരിക്കും വിജ യികളുടെ ഇരിപ്പിടം!

ഹോ, ദൈവനിന്ദ.

സഞ്ചാരി സ്വയം തിരുത്തി ഓട്ടം തികച്ച വിജയിയെ പെട്ടെന്ന് കുറേ പേർ ചുമന്ന് കുഴിയിലേക്ക് ഇറക്കിവെക്കുന്നത് സഞ്ചാരി കണ്ടു. സൈക്കിൾ സഞ്ചാരിക്ക് അന്നേരം തളർച്ച തോന്നി. പെട്ടെന്ന് സഞ്ചാരിയുടെ ഉള്ളിലെ ധൈര്യവാനായ ആത്മാവ് ഇങ്ങനെ പറഞ്ഞു:

ആർക്കെങ്കിലും കുഴിയിൽ ഇറങ്ങാതെയിരിക്കാൻ പറ്റുമോ? മാത്രവുമല്ല, ഇവിടെ ഇറക്കപ്പെട്ട ദേഹം നിന്റെ ആരുടേയും അല്ലല്ലോ. എങ്കിലും സഞ്ചാരിയുടെ തളർച്ച മാറിയില്ല. അയാൾ സൈക്കിളിനെപ്പോലും മറന്നു. എത്രനേരം അങ്ങനെ നിന്നുവെന്ന് സൈക്കിൾസഞ്ചാരിക്ക് ഓർമ്മയില്ല. വെളിച്ചം പോയതോ, വലിയ ശബ്ദത്തിൽ മണികൾ മുഴങ്ങിയതോ, ശവമടക്കുക്കാർ വിയർപ്പുതുടച്ച് കാപ്പിയും ബണ്ണും കഴിക്കുന്നതോ, വാഹന ങ്ങൾ മടങ്ങുന്നതോ സഞ്ചാരി അറിഞ്ഞില്ല.

ഒരു കാറ്റു വന്ന് തൊട്ടപ്പോൾ സഞ്ചാരി ഉണർന്നു. മുണ്ടക്കയത്തേക്കുള്ള വഴി പറഞ്ഞുതരാൻ ഇനി ആരുമില്ല. സഞ്ചാരി മനസ്സില്ലാമനസ്സോടെ ആ ശവക്കുഴിക്കരികിലൂടെ രണ്ടുതവണ സൈക്കിൾ ഓടിച്ചു. പുഷ്പചക്രങ്ങളുടെ ഗന്ധം ശ്വസിച്ച് വിയർപ്പുതുടച്ച് പുതുമണ്ണിലേക്കിട്ടു.

ഇന്നു രാത്രി അജ്ഞാതസ്നേഹിതർ വന്ന് ഈ ഹതഭാഗ്യയുടെ കുഴി തോണ്ടുമായിരിക്കും. സഞ്ചാരിയുടെ നിയന്ത്രണം വിട്ടു. വീണ്ടും ആ ശവക്കുഴിക്കരികിലൂടെ അയാൾ ചാക്കുകെട്ട് സൂക്ഷിച്ച് തന്റെ പഴയ സൈക്കിൾ ഓടിച്ചു. സഞ്ചാരിക്ക് മുണ്ടക്കയത്തേക്കുള്ള വഴി അറിയുമായിരുന്നില്ല. അത് മറന്നുപോയി. മനുഷ്യരെ കാണുന്നില്ലല്ലോ എന്നോർത്ത് സഞ്ചാരി വ്യാകുലപ്പെട്ടു. വഴി, ചതിക്കപ്പെട്ടു എന്നോർത്ത് ഭയപ്പെട്ടു. ഓട്ടം തികച്ച ആ ഭാഗ്യവതിയെപ്പറ്റി ഓർത്തുകൊണ്ട് ഇരുട്ടുമാത്രം അവ

ശേഷിച്ച ഒരു വഴിയിലേക്ക് സഞ്ചാരി സൈക്കിൾ ചവിട്ടി. മനസ്സില്ലാതെ ചവിട്ടി. സഞ്ചാരിയെ, ഈ സമയം ആത്മാവ് ശാസിക്കുവാൻ തുടങ്ങി. ഭാഗ്യവതി നിന്റെ ആരുമല്ലല്ലോ. പിന്നെ എന്തിന്?

സൈക്കിൾ സഞ്ചാരിക്ക് ക്രമേണ വഴി കാണുവാൻ കഴിഞ്ഞില്ല.

എവിടേയും ഇരുട്ട്.

സൈക്കിൾ സഞ്ചാരി ഓട്ടം തുടങ്ങി.

ഏതോ പൂമരങ്ങൾ

ഞാൻ അഞ്ചാംക്ലാസ്സിൽ പഠിക്കുന്നകാലം. സ്കൂൾ വീടിന് അടുത്തായിരുന്നില്ല. സുമാർ രണ്ട് മൈൽ നടക്കണം. രാവിലെയും വൈകിട്ടും സ്കൂളിലേക്കും, തിരിച്ചും നടക്കും. കൂടെ കുറെ കൂട്ടുകാർ ഉണ്ടാകും; ഓരോ വഴിയിൽനിന്ന് ഓരോരുത്തർ. ഒടുവിൽ അത് വലിയൊരു കൂട്ടമാവും. കളിച്ചും, ചിരിച്ചും, വഴക്കുണ്ടാക്കിയും, കരഞ്ഞും ഞങ്ങൾ പോയി വന്നു.

എല്ലാ കൂട്ടുകാരുടെയും പേര് ഇന്നെനിക്ക് ഓർമ്മയില്ല. എന്റെ പേരും പല കൂട്ടുകാരും ഇന്ന് മറന്നുകാണും. കാലം കഴിയുമ്പോൾ മറവിയായിരിക്കും നമ്മുടെ കൂട്ടുകാരൻ.

ഞങ്ങളുടെ സ്കൂൾ ഒരു മലയടിവാരത്തായിരുന്നു. സ്കൂളിന്റെ വരാന്തക്കും പടികൾക്കും കറുത്ത നിറമായിരുന്നു. കീൽ തേച്ച് ഉണക്കിയിട്ടുള്ളതായിരിക്കും. ഭിത്തിയിൽ വെള്ളനിറം പൂശിയിരുന്നു. എന്നാൽ ഞങ്ങൾ ഭിത്തിയിൽ സ്ഥിരം ചാരിയിരിക്കുന്നതുകൊണ്ട് അവിടിവിടെ ഞങ്ങളുടെ തലയിലെ എണ്ണയും അഴുക്കും പതിഞ്ഞ് വെള്ളഭിത്തിയിൽ മങ്ങിയ രൂപങ്ങൾ പതിഞ്ഞുകാണപ്പെട്ടു. മങ്ങിയ രൂപമല്ലേ, ആരും അത്ര കാര്യമാക്കിയില്ല.

ക്ലാസ്സിൽ എന്റെ അടുത്തകൂട്ടുകാരൻ അശോകനായിരുന്നു. കാക്കി നിക്കറും വെള്ളയുടുപ്പുമിട്ട് എപ്പോഴും ചിരിച്ചുകൊണ്ടു മിണ്ടുന്ന അശോകന്റെ മുഖം എനിക്കിന്നും നല്ല ഓർമ്മയുണ്ട്. അവൻ നന്നായി ചിരിക്കും. ചിരിക്കുമ്പോൾ പല്ലിനെ ഉറപ്പിച്ചുനിർത്തിയിട്ടുള്ള മോണ തെളിഞ്ഞുവരും. അശോകന് നല്ല കറുപ്പുനിറവും അവന്റെ മോണയ്ക്ക് ചുവന്ന നിറവും പല്ലുകൾക്ക് തൂവെള്ളനിറവുമായിരുന്നു.

അശോകനും ഞാനും അടുത്തടുത്താണ് ഇരിക്കുന്നത്. അശോകന് ചെരിപ്പുണ്ടായിരുന്നില്ല. എനിക്ക് മേൽത്തരം റബ്ബർ ചെരുപ്പ് സ്വന്തമായുണ്ടായിരുന്നു. എന്റെ അച്ഛൻ ചന്തയിൽപോയി വരുമ്പോഴാണ് ചെരുപ്പുവാങ്ങിക്കൊണ്ടുവരിക. അച്ഛൻ കൃഷിക്കാരനായിരുന്നു. കുല വില്ക്കാൻ എല്ലാ ആഴ്ചയും ചന്തയിൽ പോകും. തിരികെ വരുന്നവഴി വീട്ടുസാധനങ്ങളും മറ്റും കൊണ്ടുവരും. ചെരുപ്പ് മാത്രമല്ല, എന്റെ

ഉടുപ്പും പുസ്തകവും കുടയുമെല്ലാം അച്ഛൻ ചന്തയിൽ നിന്നും വരുന്ന വഴി വാങ്ങിവരുന്നതായിരുന്നു.

ഞാൻ സ്കൂളിൽ നിന്നും വന്നാലുടൻ റബ്ബർ ചെരുപ്പ് കഴുകി ഒരു കല്ലിൽ ചാരി ഉണക്കാൻ വയ്ക്കുമായിരുന്നു. വൃത്തിയുടെ കാര്യത്തിൽ അച്ഛൻ നിർബന്ധക്കാരനായിരുന്നു. അമ്മ അത്രയൊന്നും ശ്രദ്ധിക്കുമായിരുന്നില്ല. വീട്ടിൽ ഏകമകനായിരുന്നു ഞാൻ. ചെരുപ്പ് കഴുകാൻ മറന്നാൽ അച്ഛൻ വഴക്കുപറയും :

“ചൊട്ടയിലെ ശീലം ചൊടലവരെ; പോയി കഴുകി വയ്ക്ക്...”

അച്ഛൻ ശബ്ദമുയർത്തിയാൽ ഞാൻ ഭയക്കും. അമ്മയ്ക്കും അച്ഛനെ പേടിയുണ്ടായിരുന്നു. എന്നാൽ അച്ഛൻ ആരെയും പേടിപ്പിച്ചിട്ടില്ല.

ചെരിപ്പിടാത്തതെന്തെന്ന് ഒരിക്കൽ ഞാൻ അശോകനോട് ചോദിച്ചു. ചോദ്യം പ്രതീക്ഷിച്ചിരുന്നപോലെ ഒറ്റശ്വാസത്തിൽ ഇങ്ങനെ പറഞ്ഞു

“ചെരുപ്പിട്ടാൽ കാല് ചൊറിഞ്ഞു തടിക്കും; അതുകൊണ്ടാ...”

ചെരിപ്പിട്ടില്ലെങ്കിലും, എന്റെ കൂട്ടുകാരന്റെ കാൽ ചൊറിഞ്ഞുതടിക്കാതിരുന്നാൽ മതിയെന്നായി എന്റെ ആഗ്രഹം.

ചെരിപ്പിന്റെ കാര്യം പറഞ്ഞപ്പോഴും അശോകന്റെ ചുവന്ന മോണ കണ്ടു. ചുവന്ന മോണയിൽ ഒരിക്കൽ, ഉമിക്കരിയുടെ ഒരു തുണ്ട് പറ്റിപ്പിടിച്ചിരിക്കുന്നത് കണ്ട് ടൂത്ത് പേസ്റ്റ് ഉപയോഗിക്കാത്തതെന്തെന്ന് അശോകനോട് ഞാൻ ചോദിച്ചു.

“ഇന്നലെവരെ ഉണ്ടായിരുന്നു; രാവിലെ പേസ്റ്റങ്ങ് തീർന്നു...”

അശോകൻ പറഞ്ഞു.

വൈകിട്ട് സ്കൂൾ വിട്ടുചെന്നാലുടൻ പേസ്റ്റ് വാങ്ങാൻ അശോകന് കടയിൽ പോകേണ്ടിവരുമല്ലോ എന്ന് ഞാൻ ചിന്തിച്ചു. അശോകൻ അതൊന്നും കാര്യമാക്കുന്നില്ല. പോകണോ, പോകാം, വേണ്ടയോ വേണ്ട. അത്രയേ ഉള്ളൂ അവന്റെ കാര്യം.

ഞങ്ങളുടെ സ്കൂൾ ഒരു മലയടിവാരത്താണെന്നു നേരത്തെ പറഞ്ഞുവല്ലോ. സ്കൂളിനടുത്ത് ഏഴെട്ടു കുടുംബങ്ങൾ താമസിക്കുന്നു. ചെറിയ ചെറിയ വീടുകളാണ്. ഓരോ വീട്ടിലും ഒന്നോ രണ്ടോ പട്ടികളും പൂച്ചകളും ആടുകളുമൊക്കെയുണ്ട്; അത്ര തന്നെ കുട്ടികളും.

ക്ലാസ്സിൽ ഞങ്ങളിരിക്കുമ്പോൾ, ചിലപ്പോൾ ഉറക്കം തൂങ്ങിയോ, വിശന്നോ ആയിരിക്കും. അപ്പോഴതാ, സ്കൂൾ വരാന്തയിലൂടെ ഒരു കുഞ്ഞാട്; ഒന്നല്ല, ഒന്നിനു പിറകെ ഓരോന്നായി. വെള്ളയും തവിട്ടും നിറമുള്ള ആട്ടിൻകുട്ടികൾ. ചിലപ്പോൾ അതുങ്ങൾ വന്ന് ക്ലാസ്സുകളിലേക്ക് എത്തിനോക്കും. കുട്ടികൾ എങ്ങനെയുണ്ടെന്നറിയാനുള്ള

കൗതുകം കൊണ്ടായിരിക്കും. മറ്റു ചിലപ്പോൾ ഞങ്ങളെ നോക്കി തലയാട്ടിക്കൊണ്ട് ഒന്നും സംഭവിക്കാത്തമട്ടിൽ നിന്ന് മൂത്രമൊഴിക്കും. കുട്ടികളെല്ലാം ആടിന്റെ പിന്നാലെ പായുമോ എന്ന് പേടിച്ച് അധ്യാപകൻ ഒച്ചവയ്ക്കും. എങ്കിലും കുറെ വിരുതന്മാർ പോയി ആടിനെ തൊടും. ഒരിക്കൽ അശോകൻ ഓടിപ്പോയി ആട്ടിൻകുട്ടികളെ തൊട്ടു; തൊട്ടുവെന്നുമാത്രമല്ല, ഒന്നിനെ എടുത്തുപിടിച്ചുകൊണ്ട് വട്ടം കറക്കി ഞങ്ങളെ കാണിക്കുകയും ചെയ്തു. ആട്ടിൻകുട്ടി അവന്റെ നെഞ്ചിൽ പമ്മി ഇരുന്നു. മറ്റു ചില കുട്ടികൾ എടുത്തപ്പോൾ അതുങ്ങൾ കുതറി ചാടി. കുട്ടികളും ആട്ടിൻകുട്ടികളും ഒരുപോലെ താഴെവീണു. വൻ ബഹളവുമായി. അശോകന് ഇതെങ്ങനെ പറ്റുന്നു? ഞാൻ ചോദിച്ചു:

"ഓ, അതൊക്കെ പറ്റും; എന്റെ വീട്ടിൽ ആടും കുട്ടികളുമുണ്ട്."

"എത്രയെണ്ണം"

"പത്തുനൂറെണ്ണം കാണും"

"നൂറാടോ?"

"പിന്നേ, അതിനെന്താ... ഞങ്ങൾ അതിനെ പൊന്നുപോലാ നോക്കുന്നെ...."

അവൻ സാമട്ടിൽ പറഞ്ഞ് പിരിഞ്ഞു. എന്റെ അത്ഭുതം കൂടി. ഈ അശോകന് സ്വന്തമായി നൂറ് ആടുകൾ!

എന്റെ വീട്ടിൽ ആകെ ഒരു പശുവേ ഉണ്ടായിരുന്നുള്ളൂ. അമ്മയാണതിനെ കറക്കുന്നത്. അതുതന്നെ വളരെ പ്രയാസപ്പെട്ടിട്ടാ. ഒരിക്കൽ പശു ദേഷ്യപ്പെട്ട് അമ്മയെ തൊഴിച്ചു. പാൽപ്പാത്രം ദൂരെ നിന്നും ഞാൻ പോയി എടുത്തുകൊണ്ടുവന്നു. അമ്മക്കൊന്നും പറ്റിയില്ല. പറഞ്ഞവന്നത് ആട്ടിൻകുട്ടികളെപ്പറ്റി; പറഞ്ഞുതീർത്തതോ പശുവിനെപ്പറ്റിയും. ആടിൽ തുടങ്ങി പശുവിലെത്തി കാര്യങ്ങൾ. സ്കൂൾ ക്ലാസുകളിലേക്ക് ആട്ടിൻകുട്ടികൾ മാത്രമല്ല, മലയണ്ണാൻ, പച്ചിലപാമ്പ്, എല്ലാവരെയും നോക്കി പുച്ഛത്തോടെ ചിരിക്കുന്ന ഓന്തുകൾ, പഠിച്ചതെല്ലാം ഓർമ്മയുണ്ടോ എന്ന മട്ടിൽ മറവി പരിശോധിക്കാൻ വരുന്ന അരണകൾ, കാറ്റിൽ ചിന്നിച്ചിതറി വീഴുന്ന കാട്ടിലകൾ, അതിൽ ചിലപ്പോൾ ഉറുമ്പിൻകൂടുകൾ, അങ്ങനെ എന്തെല്ലാം....

ആട്ടിൻകുട്ടികൾ വന്നുകഴിഞ്ഞാൽ പിന്നാലെ അവയെ തിരികെ കൊണ്ടുപോകാൻ ചില അമ്മമാർ വരുന്നതുകാണാം.

ബാ, ബാ എന്നും പറഞ്ഞ് അവർ ആട്ടിൻകുട്ടികളുടെ കാതിൽ പിടിച്ച് വലിക്കും. അതുങ്ങൾ അനുസരിക്കും.

"അയ്യോ, സാറേ ക്ഷമിക്ക് കണ്ണുതപ്പിയാ ഇതുങ്ങൾ ക്ലാസ്സിൽ കേറി

വരും.''

അമ്മമാർ അധ്യാപകരോട് ക്ഷമ പറയും.

''ഇവിടിരിക്കുന്നവന്മാരെക്കാൾ പഠിക്കാൻ ഉത്സാഹികളായിരിക്കും.''

ആട്ടിൻകുട്ടികളാണ് ഞങ്ങളെക്കാൾ പഠിക്കാൻ ഉത്സാഹികളെന്നാണ് ചില അധ്യാപകരുടെ പക്ഷം. എന്നാൽ എല്ലാവരും അങ്ങനെയല്ല. ആട്ടിൻകുട്ടികൾ എപ്പോൾ വന്നുപോയാലും ഉടൻ ഞങ്ങളെ മലയാളം പഠിപ്പിച്ചിരുന്ന സത്യദേവൻ സാർ, പാത്തുമ്മയുടെ ആടിന്റെ കഥ പറഞ്ഞു കേൾപിക്കും. കഥ കേൾക്കാൻ ഞങ്ങൾക്കിഷ്ടമാണ്. പക്ഷേ ഇടയ്ക്കുള്ള ചോദ്യങ്ങൾ ഇഷ്ടമായിരുന്നില്ല.

''പാത്തുമ്മയുടെ ആട്, ആരാണെഴുതിയത്?''

കഥ പറച്ചിലിനിടയിൽ സത്യദേവൻ സാർ ചോദിക്കും. കറുത്ത് ചുരുണ്ട മുടിയും കുടവയറുമുള്ള സത്യദേവൻസാർ തൂവെള്ളവേഷമേ ധരിക്കൂ.

ആർക്കും അറിയില്ല എന്നു തോന്നിയിരിക്കുമ്പോൾ

അതാ

''ബഷീർ...''

അശോകനാണ് വിളിച്ചുപറഞ്ഞത്. അവനിതൊക്കെ എങ്ങനെ അറിയുന്നു?

വീട്ടിൽ നൂറ് ആടുള്ളതുകൊണ്ടായിരിക്കും.

''പൂർണ്ണമായും പറയൂ....''

ദൂരെ ആട്ടിൻകുട്ടികൾ കരയുന്നു. സ്കൂളിൽനിന്നും പിടിച്ചിറക്കിക്കൊണ്ടുപോയ ദേഷ്യത്തിലായിരിക്കും. ഉത്തരം ആർക്കും പിടിയില്ല. ഒടുവിൽ സത്യദേവൻസാർ ബോർഡിൽ പേരെഴുതി കാണിച്ചു.

– വൈക്കം മുഹമ്മദ് ബഷീർ.

''ഇദ്ദേഹം എവിടെ ജനിച്ചുവെന്നറിയാമോ?''

അടുത്ത ചോദ്യം.

ഞങ്ങൾ അതും പ്രതീക്ഷിച്ചിരുന്നു.

ഏക പ്രതീക്ഷ അശോകനിലാണ്.

ഇല്ല, അവനും അറിയില്ല.

അവൻ ചിരിക്കുന്നില്ല.

അവൻ ചിരിക്കുകയും അവന്റെ ചുവന്ന മോണ കാണപ്പെടുകയും ചെയ്താൽ ഉത്തരം ദാ, റെഡി എന്നതിന്റെ സൂചനയാണ്.

എന്റെ നേർക്ക് സത്യദേവൻസാറിന്റെ ചൂരൽ നീണ്ടു; ഞാൻ എഴുന്നേറ്റു.

"കൊല്ലം."

കൊല്ലത്തുനിന്നും ഏത്തക്കുല വാങ്ങാൻ വീട്ടിൽ വരുന്ന കച്ചവടക്കാരെ പെട്ടെന്നോർമ്മവന്നു.

"മണ്ടൻ"

"കരുനാഗപ്പള്ളി" - മറ്റൊരുകുട്ടി പറഞ്ഞു.

"ഫൂൾ" - സത്യദേവൻസാർ മുരണ്ടു.

"കൊട്ടാരക്കര"

"കിളിമാനൂർ"

"മണ്ടന്മാർ; ഇനി മിണ്ടേണ്ട."

ഉത്തരം ബോർഡിൽ നിറഞ്ഞു:

"തലയോലപ്പറമ്പ്"

പെട്ടെന്ന് ഞങ്ങളെ അത്ഭുതപ്പെടുത്തി അശോകന്റെ ശബ്ദം.

"സർ, കോഴിക്കോടാണോന്നും കേട്ടിട്ടുണ്ട്."

സത്യദേവൻസാർ ചൂരൽ താഴെവച്ചു.

"മിടുക്കൻ, ബഷീർ ഇപ്പോൾ കോഴിക്കോട് താമസിക്കുന്നുവെന്നേയുള്ളൂ."

ദൂരെ ഒരു കുഞ്ഞാടിന്റെ കരച്ചിൽ കേട്ടു. അശോകനെ നോക്കിയിരുന്നതുകൊണ്ട് പിന്നെ കുഞ്ഞാടിന്റെ ശബ്ദം കേൾക്കാൻ കഴിഞ്ഞില്ല. കാറ്റിൽ വന്നുവീണ ഇലക്കൂടിലെ ഉറുമ്പിൻകൂട്ടിൽനിന്നും ചിലത് ഇഴഞ്ഞു നടക്കുന്നു. സത്യദേവൻസാർ ഉണ്ടായതുകൊണ്ട് ഞങ്ങൾ ഉറുമ്പിനെ വെറുതെ വിട്ടു.

സ്കൂളിന്റെ അതിർ നിറയെ മരങ്ങളുണ്ട്. പ്ലാവും പുളിയും തെങ്ങും കാണാം. പേരറിയാത്ത കുറെ ചെറിയ മരങ്ങളുമുണ്ട്. നാട്ടിലെ തീരെ ചെറിയ കുട്ടികൾ അതിന്റെ ചുവട്ടിലിരുന്ന് കരയുന്നതു കാണാം. അവരുടെ കരച്ചിൽ ശ്രദ്ധിക്കാതെ കോഴികൾ അടുത്തുവന്ന് ചക്ക കൊത്തി തിന്നുന്നു. ചിലപ്പോൾ കുട്ടികളുടെ കൈയിലെ പലഹാരം വളർത്തു കോഴികൾ തട്ടിയെടുത്തതുകൊണ്ടായിരിക്കും കുട്ടികൾ ഉച്ചത്തിൽ കരയുന്നത്.

ചക്ക പഴുത്തുതുടങ്ങുമ്പോൾ സ്കൂളിൽ കാക്കകാലമായിരിക്കും. കാക്കകളും അണ്ണാറക്കണ്ണന്മാരും തമ്മിലാണ് മത്സരം. പഴുത്തചുള പകുതി നിലത്തും പകുതി പ്ലാവിലും കാണാം. കാറ്റടിക്കുമ്പോൾ ക്ലാസ്സുകളിലേക്ക് പഴുത്ത ചക്കയുടെ വാസന അടിച്ചുകയറിവരും. ഞങ്ങൾക്ക് കൊതിവരും. പ്ലാവിൻചോട്ടിൽ ചുള തട്ടിയെടുക്കാൻ മത്സരമുണ്ട്. എനിക്കും കിട്ടും ചിലപ്പോൾ.

അശോകൻ പറയും:

"എന്റെ വീട്ടിൽ ചക്ക ആർക്കും വേണ്ട; ഞങ്ങൾ പൈക്കൾക്കു കൊടുക്കും."

പഴുത്ത വരിക്ക ചക്ക പശുക്കൾക്ക് കൊടുക്കുകയോ?

എനിക്ക് വിശ്വസിക്കാൻ തോന്നിയില്ല. എങ്ങനെ വിശ്വസിക്കാതിരിക്കും.

അശോകൻ ചുവന്ന മോണ കാട്ടിനിന്ന് ചിരിക്കുന്നു.

"എത്ര പശുക്കളുണ്ട്?"

"പത്തുപന്ത്രണ്ടെണ്ണം."

"ആരു കറക്കും?"

"അതിനൊക്കെ ആളുണ്ട്."

"നെനക്കെപ്പഴും പാൽ കുടിക്കാമല്ലോ?"

അശോകന് അതിഷ്ടമായില്ല.

"കൊറെ കുടിച്ചാൽ ആർക്കായാലും മടുക്കും."

പക്ഷേ ഞാൻ ഇതേവരെ പാൽ കുടിച്ചു മടുത്തിട്ടില്ല. പശുവിന്റെ കറവ വറ്റിപ്പോയിരുന്നു. പാലുള്ളപ്പോൾ വില്ക്കുകയും ചെയ്യും.

ചക്കപ്പഴം കൊത്തി കാക്കപറക്കും. കാക്കയെപിടിക്കാൻ പട്ടി ഓടും. ഓടുന്ന പട്ടിയെ പിടിക്കാൻ ആണുങ്ങൾ ഓടും. ആണുങ്ങളുടെ പിന്നാലെ കരയുന്ന കുട്ടികൾ ഓടും. കുട്ടികൾക്കു പിന്നാലെ അമ്മമാർ ഓടും. അമ്മമാരെ തേടി ആടുകൾ കരയും....

അങ്ങനെ ചക്കക്കാലമായാൽ സ്കൂളും പരസിരവും ആകെ പഴുത്തു കുഴയും. ഹെഡ്മാസ്റ്റർ ജോസഫ് സാർ ഉണ്ടെങ്കിൽ സ്കൂളിൽ ഇത്രയും ബഹളം കാണുകയില്ല. അരക്കയ്യൻ ഷർട്ടും ഷർട്ടിന്റെ നിറത്തിനൊത്ത കരയും. കരയ്ക്കൊത്ത ചെരുപ്പും. ചെരുപ്പിനൊത്ത കർച്ചീഫും പിടിച്ചിട്ടുള്ള വെളുത്ത മനുഷ്യനാണ് ജോസഫ് സാർ. ഉച്ചക്കുള്ള ചോറും, വെള്ളവും വീട്ടിൽനിന്ന് കൊണ്ടുവരും. ഞങ്ങൾ നടന്നുവരുന്ന വഴിക്കഭിമുഖമായി വന്നുചേരുന്ന മറ്റൊരു പ്രദേശത്തു നിന്നുമാണ് ജോസഫ്സാർ വരുന്നത്. ആ വഴിയിലൂടെ തന്നെയാണ് അശോകനും വരുന്നത്. അശോകൻ മാത്രമല്ല മറ്റു പല കുട്ടികളും കൂട്ടത്തിലുണ്ട്. ഓ, ഞാൻ അവരുടെയൊക്കെ പേരങ്ങു മറന്നു. ആ കൂട്ടുകാരും ഇപ്പോൾ എന്നെ മറന്നുകാണും.

ഹെഡ്മാസ്റ്ററുടെ കൂടെവരുന്ന കുട്ടികളോട് ഞങ്ങൾക്ക് അസൂയയുണ്ട്. എന്തൊരു ഭാഗ്യമാ. ജോസഫ്സാർ ഒരിക്കലും അവരെ തല്ലുകയില്ല. മാത്രവുമല്ല, ജോസഫ് സാറിന് അശോകനോട് പ്രത്യേക വാത്സ

ല്യവും ഉണ്ട്. ഒരിക്കൽ ക്ലാസ്സിൽ വന്നപ്പോൾ ജോസഫ്സാർ അശോകനെ എഴുന്നേല്പിച്ചു നിർത്തി. മഞ്ഞ ഷർട്ടും മഞ്ഞക്കരയുള്ള മുണ്ടുമായിരുന്നു വേഷം. മഞ്ഞ കർച്ചീഫും പിടിച്ചിട്ടുണ്ടായിരുന്നു. അശോകൻ ചുവന്ന മോണ കാട്ടി. ജോസഫ് സാർ മഞ്ഞ കർച്ചീഫുകൊണ്ട് മുഖം തുടച്ചുകൊണ്ട് ഞങ്ങളോടായി ചോദിച്ചു.

"അശോകൻ എപ്പഴും ചിരിക്കുന്നതെന്തുകൊണ്ടെന്നറിയുമോ?"

ചോദ്യം കേട്ടതും അശോകൻ വായപൊത്തി. ജോസഫ്സാർ ഓരോരുത്തരോടും ഉത്തരം തേടി.

"എന്തുകൊണ്ടശോകൻ എപ്പഴും ചിരിക്കുന്നു?"

"ചിരി വരുന്നതുകൊണ്ട്."

എന്റെ എതിർവശത്തിരുന്ന ഉഷ വിളിച്ചുപറഞ്ഞു. അവൾ ആദ്യമായാണ് വായ തുറക്കുന്നത്. ബാക്കി സമയമെല്ലാം കുനിഞ്ഞ് ദേഷ്യപ്പെട്ടിരിക്കും. ഇവൾക്ക് ഇത്രയും ധൈര്യമോ? ഉഷയുടെ ഉത്തരം കേട്ട് ജോസഫ്സാർ ഉറക്കെ ചിരിച്ചു. ഞങ്ങളെല്ലാം ചിരിച്ചു. അശോകൻ വായ പൊത്തിപ്പിടിച്ചുകൊണ്ട് ചിരിച്ചു.

"വല്യ പണക്കാരൻ ആയതുകൊണ്ട്."

ഞാൻ വിഷമിച്ചു പറഞ്ഞു.

"ആര്...?" - ജോസഫ് സാറിനത്ഭുതം.

നൂറ് ആടും, പത്തുപശുവും ഉണ്ടെന്ന് അശോകൻ പറഞ്ഞു. "

ഞാൻ ഉറക്കെ പറഞ്ഞു.

ജോസഫ് സാറിന് അതിശയം തീരുന്നില്ല.

"ആർക്ക്; അശോകനോ?"

അശോകൻ തല കുനിച്ചു നിന്നു.

പറഞ്ഞതു തെറ്റായോ എന്തോ?

അശോകനിപ്പോൾ ചിരിക്കുന്നില്ല.

ജോസഫ്സാർ ഉറക്കെ ചിരിക്കുകയും ചെയ്യുന്നു. ദൈവമേ എന്തെങ്കിലും കുഴപ്പം പറ്റുമോ?

അശോകൻ ഇരിക്കൂ...

അവൻ ഇരുന്നു.

ഞങ്ങൾക്ക് ഇരിപ്പുറക്കുന്നില്ല.

"അശോകൻ എന്നാൽ, അ, ശോകൻ - ശോകമില്ലാത്തവൻ. ശോകം എന്നാൽ ദുഃഖം. മനസ്സിലായോ? ദുഃഖങ്ങളെയും പ്രയാസങ്ങളെയും സദാ ഓർക്കാതിരിക്കുന്നവർ സന്തോഷിക്കും."

ഞങ്ങൾക്ക് കാര്യം മനസ്സിലായി. അശോകൻ മാത്രം തലകുനിച്ചിരു

ന്നു. എന്തുപറ്റിയോ എന്തോ?

ഈ സമയം ഒരു കുഞ്ഞാടും അതിനെ പിടിക്കാൻ ഒരമ്മയും ബഹ ളവും ശബ്ദവുമുണ്ടാക്കി സ്കൂൾ വരാന്തയിൽ കയറി. ജോസഫ് സാറിന്റെ ഒച്ച കേട്ടയുടൻ കുഞ്ഞാട് നിശബ്ദയായി. പിടിക്കാൻ വന്ന അമ്മ സാറിനെ കണ്ട് പിന്തിരിഞ്ഞു. അടുക്കളയിൽ നിന്നും എഴുന്നേ റ്റുവരുന്നപോലെ ആ അമ്മ കാണപ്പെട്ടു. കയ്യിൽ നീണ്ട ഒരു തവി ഉണ്ടാ യിരുന്നു.

ഒരു ദിവസം ഞാൻ അശോകനോട് ചോദിച്ചു :

"നിന്റെ വീട് എന്നെ കാണിക്കുമോ?"

"എന്തോത്തിനാ...?"

അശോകൻ ചിരിച്ചില്ല; മോണ കാണുന്നില്ല.

"എനിക്ക് നൂറാടിനെ കാണണം, പശുക്കളെ കാണണം."

"ഓ, അതിനെന്താ?"

അവൻ തിന്നുകൊണ്ടിരുന്ന കപ്പലണ്ടി മിഠായിയിൽ പകുതി വായിൽ നിന്നെടുത്തുതന്നു. നല്ല രുചി. ഞങ്ങൾ ക്ലാസ്സിലേക്ക് നടന്നു.

സ്കൂളിലേക്കുള്ള വഴിയിൽ ആടിനെയും പശുവിനെയും കാണു മ്പോൾ എപ്പോഴും അശോകനെ ഓർക്കും. എന്തുംവേണ്ടി ആടും പശുവും?

ആരായിരിക്കും ഇത്രയെണ്ണത്തെ പോറ്റുന്നത്?

ഒരിക്കൽ അമ്മയോടും സംശയം ചോദിച്ചു. അമ്മ, കാടിയിൽ നിന്നും പിണ്ണാക്കു കഷണങ്ങൾ തപ്പിയെടുത്ത് പശുവിന് വായിൽ വയ്ക്കുക യായിരുന്നു. പശുവിന്റെ കാതിന്റെ അടിഭാഗം ചൊറിഞ്ഞ് ഞാൻ ഒരു മൂട്ടയെ പുറത്തെടുത്തു. കറുത്ത മുന്തിരിങ്ങപോലെ മൂട്ട വീർത്തു കിട ന്നു. മൂട്ടയെ പറിച്ചെടുത്തപ്പോൾ പശുവിന് നല്ല സുഖം; അത് ചെവി വിടർത്തി സ്വയം മറന്നുനിന്നു.

"നൂറു കാണത്തില്ല; നാലഞ്ചെണ്ണം കാണുമായിരിക്കും."

അശോകന്റെ ആടുകളെ ഉദ്ദേശിച്ച് അമ്മ പറഞ്ഞു.

"പിന്നെ ഇപ്പഴത്തെ കാലമാ, ആളുകളെ കണ്ടാൽ വീട്ടിലെ ആസ്തി പ്രവചിക്കാൻ പറ്റുകേല..."

അശോകൻ വലിയൊരു പണക്കാരന്റെ മകനായിരിക്കുമെന്ന് അമ്മയും പറഞ്ഞു. പക്ഷേ പണക്കാരനായിട്ടും അശോകൻ ചെരുപ്പിടു ന്നില്ല. ഉച്ചക്ക് സ്കൂളിൽ നിന്നും ഉപ്പുമാവാണ് കഴിക്കുന്നത്. പലപ്പോഴും വൈകിയാണ് ക്ലാസ്സിൽ വരുന്നത്.

വൈകിവരുന്നതുകൊണ്ട് എന്നും അടി കിട്ടാനാണ് അശോകന്റെ യോഗം. എന്താടാ താമസിച്ചതെന്നു ചോദിച്ചാവും അടി. ഒരക്ഷരം ഉരിയാടാതെ നിന്ന് അശോകൻ അടി വാങ്ങി നിക്കറിന്റെ പോക്കറ്റിലിടും. ഈ സമയത്തൊന്നും അശോകന്റെ മോണ പുറത്തു കാണുകയില്ല. അന്നേരം അതിന്റെ നിറം കറുപ്പോ ചുവപ്പോ ആർക്കറിയാം?

ഞാൻ നടന്നുപോകുന്ന വഴിയിൽ ധാരാളം കൂട്ടുകാരുണ്ടെങ്കിലും അശോകനെപ്പോലെ ആരുമില്ല. ഒന്നുപറഞ്ഞ് രണ്ടിന് പിണങ്ങുന്നവരാണ് ഇവരിൽ ഭൂരിപക്ഷവും. പക്ഷേ അശോകൻ അങ്ങനെയല്ല. അടി കിട്ടുമ്പോൾ മാത്രമേ അശോകന്റെ മുഖം കറുക്കുകയുള്ളൂ.

കഴിഞ്ഞ രണ്ടുമൂന്നു ദിവസമായി അശോകനെ കാണുന്നില്ല. ആരും അന്വേഷിക്കുന്നില്ല. ഞാൻ ഓർത്തു. അത്രതന്നെ. ജോസഫ്സാർ വന്ന് പുസ്തകം വായിപ്പിച്ചു. സ്കൂൾ വരാന്തയിലെ ഇലകളും ഉറുമ്പിൻകൂടുകളും മാറ്റിച്ചു. വരാന്തക്കടുത്തേക്ക് വന്ന് ഉച്ചഭക്ഷണസമയത്ത് സ്റ്റാഫ് റൂമിലേക്ക് എത്തിനോക്കിയ ഒരു കറുത്തപട്ടിയെ ചോക്ക് കഷ്ണമെടുത്തെറിഞ്ഞ് ഓടിച്ചു. അടുത്തവീട്ടിൽ നിന്നുയർന്ന റേഡിയോപ്പാട്ടിനെ തോല്പിക്കാൻ ഞങ്ങളെക്കൊണ്ട് ഉച്ചത്തിൽ 'തൂമ തൂകുന്ന തൂമരങ്ങൾ' എന്ന കവിത പാടിപ്പിച്ചു. ഏറ്റവും ഉറക്കെ ചൊല്ലിയ മാധവന് ഒരു പെൻസിൽ സമ്മാനമായി കൊടുത്തു.

പിറ്റേന്ന് അശോകനെ കണ്ടു. കൂടുതൽ കറുത്തിരിക്കുന്നു. ക്ഷീണവുമുണ്ട്. എന്നാൽ ചിരിച്ചപ്പോൾ മോണ ചുവന്നുതന്നെ കാണപ്പെട്ടു.

"നീ എന്താ മുടങ്ങിയെ?" ഞാൻ ചോദിച്ചു.

"ഓ, അതോ.... വീട്ടിൽ കുറെ ജോലി ഉണ്ടായിരുന്നു."

"ജോലിക്കാരില്ലെ...?"

അശോകൻ മിണ്ടിയില്ല.

"പിന്നേ, ഞങ്ങൾക്കൊരു പൂന്തോട്ടമുണ്ട്. അതിന്റെ കാര്യം നോക്കി."

"എന്തൊക്കെ പൂക്കൾ."

അശോകൻ നിസ്സാരമായി പറഞ്ഞു.

"ആമ്പലും താമരയും; ഇഷ്ടംപോലെയുണ്ട്. പിന്നെ അതിനിടയിൽ മീൻ വളർത്തുന്നുണ്ട്. തൊട്ടപ്പുറത്ത് നീന്തൽക്കുളവുമുണ്ട്."

ഞാൻ അതിശയിച്ചുനിന്നു. പൂന്തോട്ടം, നീന്തൽക്കുളം... എന്തെല്ലാം സൗഭാഗ്യങ്ങൾ. ഇത്രേം വല്യനിലയിൽനിന്നും വരുന്ന ഒരു കുട്ടി ഇതാ, ഇടിഞ്ഞുവീഴാറായ ഒരു കെട്ടിടത്തിൽ ഉറുമ്പിനും കാക്കക്കും ഒപ്പം ഇരുന്നു പഠിക്കുന്നു.

"പിന്നെ എന്തൊക്കെയുണ്ട് അശോകാ?"

“വീട്ടിൽ എല്ലാത്തരം പക്ഷികളും ഉണ്ട്. വീടിനോടു ചേർന്ന് നല്ല വെള്ളം കിട്ടാൻ ഒരു തോടു കുഴിച്ചിട്ടുണ്ട്. തോടിനു കുറുകെ പാലം പണിഞ്ഞിട്ടുണ്ട്. വൈകിട്ട് പൂന്തോട്ടത്തിനിടയിലൂടെ നടക്കാം. നല്ല പാട്ടു കേൾക്കാം...”

“നീ കെടക്കുന്നത് മെത്തയിലാണോ?”

അശോകൻ മോണകാട്ടി ഒറ്റച്ചിരി.

പെട്ടെന്ന് ചിരിനിന്നു.

“പിന്നേ, ഇഷ്ടംപോലെ മെത്തുയുണ്ട്.”

സത്യദേവൻസാർ കടന്നുവന്നപ്പോൾ ഞങ്ങളുടെ സംസാരം മുറിഞ്ഞു. കറുത്ത രൂപത്തിൽ വെള്ള ഉടുപ്പും മുണ്ടും പുളഞ്ഞു. പത്തു വാക്കുകൾ തെറ്റാതെ എഴുതുന്നത് പരീക്ഷിക്കാൻ സാർ, കേട്ടെഴുത്തു നടത്തി.

“ആലംബഹീനൻ...”

സത്യദേവൻസാർ വിളിച്ചുപറഞ്ഞു.

ആദ്യത്തെ വാക്കുതന്നെ തെറ്റി.

ഞാൻ അശോകന്റെ ബുക്കുനോക്കി ആലംബഹീനനെ ശരിയാക്കി.

“അനുതാപം..”

രണ്ടാമത്തെ വാക്ക് എനിക്കറിയാം. പറഞ്ഞതു രണ്ടും ശരി.

“ഞങ്ങളുടെ പൂന്തോട്ടത്തിൽ എന്നും കുളക്കോഴികൾ വരും; താറാവിൻ കൂട്ടങ്ങൾ നീന്താൻ വരും. പിന്നെ അന്യനാട്ടീന്നും കുറെ വരും. എല്ലാത്തിന്റേം പേര് എനിക്കറിയില്ല.” ഒരു ദിവസം അശോകൻ പറഞ്ഞു.

“നീ പൂന്തോട്ടത്തിൽ കളിക്കുന്നതുകൊണ്ടാണോ നിക്കറിൽ ചെളി...?”

“അതോ... ഇതൊക്കെ ആരു ശ്രദ്ധിക്കുന്നു.” അശോകൻ ഒഴിഞ്ഞു മാറി തുടർന്നു...

“മാവ്, സപ്പോട്ട, ചാമ്പ, പാഷൻഫ്രൂട്ട്, പേര, മാതളം, നാരകം..... ഞങ്ങളുടെ പറമ്പിൽ ഞങ്ങളുടെ പറമ്പിൽ എല്ലാ കൃഷിയുമുണ്ട്. കായെല്ലാം ഞാനാ പറിച്ചുകൂട്ടുന്നെ....”

എനിക്ക് നില്ക്കകെളിയില്ലാതായി. സങ്കടമാണോ, സന്തോഷമാണോ... ആ വീടും പൂന്തോട്ടവും പറമ്പും കാണാൻ കൊതികൂടി. അമ്മയോട് ഞാൻ ആവശ്യം പറഞ്ഞു. അമ്മ അച്ഛനോടും പറഞ്ഞു. അശോകൻ നടന്നുവരുന്ന വഴി ഞാൻ അച്ഛനെ പറഞ്ഞു കേൾപിച്ചു. അച്ഛന് സ്ഥലം മനസ്സിലായി.

“ഇത്രേമൊക്കെ കൃഷി ഉണ്ടെങ്കിൽ നമുക്ക് പോയി കാണാം.” അച്ഛൻ സമ്മതിച്ചു.

ഏഴാമത്തെ വിലാപം

ഭാരിച്ച ഉത്തരവാദിത്വമാണ് ഞാൻ ഏറ്റെടുത്തിരിക്കുന്നത് ഏറ്റെടുത്തു എന്നു പറയുന്നത് പൂർണമായും ശരിയല്ല; അസാധാരണവും അപ്രതീക്ഷിതവുമായ വഴിയിലൂടെ ഈ ഉത്തരവാദിത്വം എന്നിൽ നിക്ഷിപ്തമാകുകയായിരുന്നു. ഇനി ഇത് നിറവേറ്റുകയേ നിവൃത്തിയുള്ളൂ. ഉത്തരവാദിത്വത്തിൽ നിന്നും ഒഴിഞ്ഞുമാറുകയോ ഒളിച്ചോടുകയോ ചെയ്യുന്ന ശീലം എനിക്കില്ല. വെല്ലുവിളികളെ നേരിടാനാകാതെ പിന്തിരിയുക എന്നതിനെ ആണത്തമില്ലായ്മ, അതുമല്ലെങ്കിൽ പൗരുഷക്കുറവ് എന്നീ നിലകളിലാണ് ഞാൻ നോക്കിക്കാണുന്നത്.

ഉത്തരവാദിത്വങ്ങളിൽ നിന്ന് ഒളിച്ചോടുകയും ഇതേ തുടർന്ന് ജീവിതാ യോധനത്തിൽ പരാജിതരാകുകയും ചെയ്ത നിരവധി വ്യക്തികളെപ്പറ്റി ബാല്യത്തിൽ വേദപഠന ക്ലാസുകളിൽനിന്നും ഞാൻ പഠിച്ചിട്ടുള്ളതാകുന്നു. ഇങ്ങനെയുള്ളവർ ഉളുക്കിയ കാലുകളും ഇളകിയ പല്ലുകളുമായി ജീവിക്കുന്നവരാകുന്നുവെന്ന് അന്ന് ക്ലാസിൽ പറഞ്ഞത് ഓർക്കുന്നു.

തിരുവല്ലയ്ക്കു സമീപം ആഞ്ഞിലിത്താനം എന്ന സ്ഥലത്തേക്കാണ് ഭാരിച്ച ഉത്തരവാദിത്വവുമായി പോകുന്നത്. ഉത്തരവാദിത്വം നിറവേറ്റേണ്ട പ്രദേശമാണ് ആഞ്ഞിലിത്താനം. ആഞ്ഞിലി ഉൾപ്പെടെയുള്ള വൻമരങ്ങൾ ഒരു കാലത്ത് എവിടെയുമെന്നപോൽ ഈ സ്ഥലത്തും മഴയുടെ ഇരമ്പവും വേനലിന്റെ വിങ്ങലും പ്രകടിപ്പിച്ചിട്ടുണ്ടായിരിക്കണം. അതുകൊണ്ടാവണം അത്തരം വൻവൃക്ഷങ്ങളെ സ്തുതിച്ചുകൊണ്ടുള്ള സ്ഥലപ്പേർ അവിടെ സ്വീകരിക്കപ്പെട്ടത്. ഏതായാലും ഇന്ന് അവിടെ ആഞ്ഞിലി പോയിട്ട് കച്ചോലപോലും കാണുവാനില്ല. പോകട്ടെ, പേരിലെങ്കിലും ഒരു ആഞ്ഞിലി നിലനില്ക്കുന്നുണ്ടല്ലോ.

കിട്ടിയ കരാർപ്രകാരം അബുദാബിയിൽ നിന്നുള്ള മൃതദേഹം വെളുപ്പിന് മൂന്നിന് കൊച്ചിയിൽ ഇറങ്ങും; രണ്ടു മണിക്കൂർകൊണ്ട് അതായത് ഏതാണ്ട് രാവിലെ ആറു മണിയോടെ എഴുപത്തി ഏഴുകാരനായ ആഞ്ഞിലിത്താഴത്തുകാരൻ എംബാം ചെയ്യപ്പെട്ട നിലയിൽ ആഞ്ഞിലിത്താനത്ത് വന്നുകിടക്കും. ബാക്കിയൊക്കെ ഞങ്ങൾ നോക്കിക്കൊള്ളും.

ചരമചടങ്ങുകൾ കൂടിയ തുകയ്ക്ക് ഞങ്ങളുടെ ഇവന്റ് മാനേജുമെന്റ്

കമ്പനിക്ക് കൊടുത്തതിൽ പരേതന്റെ ബന്ധുക്കളിൽ ചിലർക്കെങ്കിലും എതിർപ്പുണ്ട്. എംബാം ചെയ്യപ്പെട്ട പരേതന്റെ അന്ത്യയാത്ര ഗംഭീരമാക്കുക എന്നതിൽ കവിഞ്ഞൊന്നും ചടങ്ങുകളെ മികവുറ്റതാക്കുക എന്നതിൽ കവിഞ്ഞൊന്നും ഞങ്ങളുടെ കമ്പനിക്കില്ലയെന്ന് അസൂയക്കാർക്കറി യില്ലല്ലോ.

എംബാം ചെയ്യപ്പെട്ട പരേതൻ സ്വന്തം വീട്ടിലെത്തിക്കഴിയുന്ന മുറയ്ക്കുള്ള കാര്യങ്ങളിലേ കമ്പനിക്ക് ഉത്തരവാദിത്വമുള്ളൂ. അബുദാബിയിലേക്ക് ഇരുപത്തിയഞ്ച് കൊല്ലംമുമ്പ് മക്കൾക്കൊപ്പം വിശ്രമജീവിതം നയിക്കാനുറപ്പിച്ച് ബിസിനസ് ക്ലാസിൽ കയറിപ്പോയ ആഞ്ഞിലിത്താനത്തുകാരൻ എംബാം ചെയ്യപ്പെട്ട നിലയിൽ ശീതീകരിച്ച കാബിനിൽ കടന്നുവരുന്നുവെന്നേ അർത്ഥമാക്കേണ്ടതുള്ളൂ. മറ്റർത്ഥങ്ങൾ ഗ്രഹിപ്പാൻ ഞാൻ അശക്തനാണ്. ഒരു ഇവന്റ് മാനേജ്മെന്റ് കമ്പനി നടത്തുന്ന വ്യക്തി സർവവ്യാപി ആകണമെന്നില്ലല്ലോ. എല്ലാം അറിയണമെന്നുമില്ല. ഗ്രഹിപ്പാൻ കഴിയാത്ത നാലുകാര്യങ്ങളെപ്പറ്റി വേദപഠന ക്ലാസിൽ പഠി ച്ചിട്ടുണ്ട്.

"ആകാശത്തിൽ കഴുകന്റെ വഴി,
പാറമേൽ സർപ്പത്തിന്റെ വഴി,
സമുദ്രമധ്യേ കപ്പലിന്റെ വഴി,
കന്യകയോടു കൂടെ പുരുഷന്റെ വഴി...'

കാൽനൂറ്റാണ്ട് അബുദാബിയിൽ ജീവിക്കേണ്ടി വന്നതിനാൽ നാട്ടുകാരാലും ബന്ധുക്കളാലും പൂർണമായും വിസ്മരിക്കപ്പെടുക എന്നത് ഗ്രഹിപ്പാൻ കഴിയാത്ത അഞ്ചാം മാർഗം. അതുകൊണ്ടു മാത്രമാണ് എംബാം ചെയ്യപ്പെട്ട കുടുംബനാഥൻ തിരികെ എത്തുമ്പോഴുള്ള ശൂന്യതയും ആൾഅനക്കക്കുറവും പരിഹരിക്കുന്നതിനും ആരും തിരിഞ്ഞു നോക്കാനില്ലാത്ത, ആഞ്ഞിലിത്താനത്തുകാർക്ക് അന്യമായ ആ വീട്ടിൽ മരണാനന്തര ചടങ്ങുകളുടെ പ്രൗഢി ഒട്ടുംചോർന്നു പോകരുതെന്ന ആഗ്രഹം പരേതന്റെ മക്കൾക്കുണ്ടായതുകൊണ്ടു മാത്രമാണ് ഞങ്ങളുടെ കമ്പനിയിലേക്ക് അബുദാബിയിൽ നിന്നും ഇമെയിൽ അന്വേഷണങ്ങൾ ഉണ്ടായത്. പരേതന്റെ മക്കളുടെ നിബന്ധനകൾ പൂർണമായും പാലിച്ചു കൊള്ളാമെന്ന് കമ്പനി ഉറപ്പു നല്കിയിരുന്നു. എഗ്രിമെന്റ് ലീഗൽ ഓഫീസർ അംഗീകരിച്ചശേഷം പരേതന്റെ അബുദാബിയിലെ മൂത്തമകൾ ടെലിഫോണിലൂടെ കുറഞ്ഞത് ആറു തവണയെങ്കിലും ദീർഘനേരം സംസാരിക്കുകയുണ്ടായി.

ഒരു തവണ ഏതാണ്ട് അരമണിക്കൂറോളം നീണ്ടുനിന്ന ടെലിഫോൺ സംഭാഷണത്തിനിടയിൽ എയർലൈൻസിലെ ഉന്നത ഉദ്യോഗസ്ഥയായ മകൾ തന്റെ പദവിക്കനുയോജ്യമായ വിധം രണ്ടുവട്ടം ഏങ്ങിക്കരയുകയുണ്ടായി. മരണം വിഷയമാകുമ്പോൾ കമ്പനിയുമായി ഹൃദയപരമായ ഒരുവിധം അടുപ്പം, അവർക്കു സംഭവിച്ചുവെന്നു തോന്നി. മരണവുമായി ബന്ധപ്പെട്ടതിനാൽ ഇത്തരം അടുപ്പങ്ങൾക്ക് പ്രവചനാതീതമായ ഒരുതരം ഈർപ്പം തോന്നുക സാധാരണവുമാണ്. ആ തണുപ്പ് അനുഭവിച്ചുകൊണ്ട് പരേതന്റെ മകൾ ചില കാര്യങ്ങൾകൂടി ഓർമ്മിപ്പിക്കുകയുണ്ടായി.

ആഞ്ഞിലിത്താനത്തുകാരുടെ നിസ്സംഗതയെപ്പറ്റിയും മനുഷ്യപ്പറ്റില്ലായ്മയെക്കുറിച്ചും പൊതുവെ അവരിൽ മുളച്ചുനില്ക്കുന്ന അസൂയയെപ്പറ്റിയും എയർലൈൻസ് ഉദ്യോഗസ്ഥ എടുത്തുപറയുകയുണ്ടായി. അതുകൊണ്ടുതന്നെ എംബാം ചെയ്ത് മൃതദേഹം വീട്ടിലെത്തുമ്പോൾ ആഞ്ഞിലിത്താനത്തുകാർ തിരിഞ്ഞുനോക്കണമെന്നില്ല. അടുക്കും ചിട്ടയോടുമായി ജീവിച്ച പരേതൻ ആഞ്ഞിലിത്താനത്തുകാരെ തിരിഞ്ഞുനോക്കിയിട്ടില്ല. എന്നായിരിക്കാം അവരുടെ ന്യായം. അതു ശരിയാവാം, ആഞ്ഞിലിത്താ നത്തുകാർ ആവശ്യങ്ങളുമായി വരുമ്പോഴോ, വെറുതെ ലോഹ്യം ചോദിക്കുമ്പോഴോ ചിട്ടയോടും അന്തസ്സോടും കഴിഞ്ഞ പരേതൻ വക വയ്ക്കാതെ ഒഴിഞ്ഞുമാറിയിട്ടുണ്ടായിരിക്കാം. വൃത്തിയും വെടിപ്പുമില്ലാത്ത വരെ പുച്ഛിച്ചിട്ടുണ്ടായിരിക്കാം. പക്ഷേ, വകതിരിവില്ലാത്ത ആഞ്ഞിലി ത്താനത്തുകാർ മൃത്യുവിനെ പകപോക്കാനുള്ള വേദിയാക്കി മാറ്റുമോ എന്ന സംശയമുണ്ടായി മകൾക്ക്. ഒന്നേ അവർക്ക് പറയുവാനുണ്ടായിരുന്നുള്ളു. ശവസംസ്കാര ചടങ്ങിന്റെ പ്രൗഢിയുടെ മാറ്റ് ആഞ്ഞിലിത്താന ത്തുകാർ അനുഭവിക്കണം. മൃതദേഹത്തെ അവഗണിച്ചവർക്ക്, 'അയ്യോ എന്തൊരു ആൾക്കൂട്ടം, ഇത്രയും ബന്ധം ഇങ്ങേർക്ക് ഈ നാട്ടുകാർക്കിടയിൽ ഉണ്ടെന്ന് ആരും ഓർത്തില്ലല്ലോ. എത്രയോ പേരാണു വന്നുനിന്നു കരയുന്നത്, തങ്കപ്പെട്ട ഒരു മനുഷ്യനായിരുന്നു' എന്നീവിധമുള്ള ബോധ്യവും നഷ്ടബോധവും ആഞ്ഞിലിത്താനത്തുകാർക്കുണ്ടാകണം. അല്ല ഉണ്ടാക്കണം. എഗ്രിമെന്റിൽ മറ്റൊരുവിധത്തിൽ ഈ ബോധ്യം ഉൾപ്പെടുത്തിയിട്ടുണ്ട്. പ്രൗഢിയുടെ കാര്യത്തിൽ കുറവുണ്ടാകില്ലെന്ന പൂർണ ഉറപ്പ് നല്കി ഒപ്പുവെച്ചു. അഡ്വാൻസ് കൈപ്പറ്റി.

വേദപാഠക്ലാസ് ഓർമ്മവന്നു. ഇതൊരു ശല്യംതന്നെ. വലിയ വലിയ ബിസിനസ് പ്രൊപ്പോസൽസ് ഡിസ്കസ് ചെയ്യുമ്പോൾ ഞാഞ്ഞൂൽപ്പോ

ലെ അഞ്ചാം ക്ലാസുകാരന്റെ വേദപഠനകാലം ഇഴഞ്ഞുകയറും.

'പ്രതാപവും പ്രൗഢിയുമുള്ള മൂന്നു കാര്യങ്ങളുണ്ട്.

ഒന്നിനും വഴിമാറാത്തവനായ സിംഹം,

നായാട്ടുനായ,

കോലാട്ടുകൊറ്റൻ

സൈന്യസമേതനായ രാജാവ്...'

ആഞ്ഞിലിത്താനത്തെ പരേതൻ ഈ മൂന്നിലും ഉൾപ്പെടുന്നില്ല; മകൾ പറഞ്ഞ രീതിവച്ചു വിശകലനം ചെയ്താൽ നാട്ടുകാരോടും മുഖം തിരിച്ചിരുന്നു. നാട്ടിൽ താമസിക്കാൻ ഇഷ്ടമില്ലായിരുന്നു. നിസ്സാരരായ നാട്ടുകാരോട് അമർഷം ഉണ്ടായിരുന്നു. വഴിമുടക്കികളായ നാട്ടുകാരുടെ വഴിമാറിപ്പോയിരുന്നു. പാറ്റയേയും എലിയേയും കറണ്ട് പോകുന്നതി നേയും അച്ചടക്കമില്ലായ്മയേയും സമയക്ലിപ്തതയില്ലായ്മയേയും ആവും വിധം ശപിച്ചിരുന്നു.

ഓ, നശിച്ച വേദപഠന ക്ലാസ് മുറി; ഇഴഞ്ഞെത്തി വീണ്ടും.

'നീ ഭോഷ്ക്ക് കാട്ടുകയോ സ്വയം നിഗളിക്കുകയോ ചെയ്തിട്ടുണ്ടെങ്കിൽ കൈകൊണ്ട് വായ പൊത്തിക്കൊൾക.'

ആഞ്ഞിലിത്താനത്ത് എംബാം ചെയ്യപ്പെട്ടുവെന്ന പരേതന്റെ വീട്ടുമുറ്റം പുരാതനമായ വസ്തുവകകളെക്കൊണ്ട് നിറഞ്ഞിരിക്കുന്നു.

നാട്ടുമാവിൽ പടർന്നു കയറി വേണ്ടാതീനം കാണിക്കുന്ന കാട്ടുചെടി കൾ, അതിൽ തന്നെ രണ്ട് പ്രാവിൻ കൂടുകൾ,

കിഴക്കൻ വെള്ളപ്പാച്ചിലിൽ കോന്നി ഭാഗത്തുനിന്നും മണിമലയാറ്റിൽ അകപ്പെട്ട് ഒഴുകി ഉഴറി വന്നാറെ, ആഞ്ഞിലിത്താനം ഭാഗത്തുവച്ച് കരയ്ക്കടിയപ്പെട്ട ഒരു മഞ്ഞച്ചേരയുടെ മൂന്നാം തലമുറയിൽപ്പെട്ട പടുകൂറ്റൻ മഞ്ഞച്ചേര, ഇരുമ്പു ഗെയ്റ്റിനുള്ളിൽ കാർസ്പർശം ഏറ്റിട്ടില്ലാത്ത കാർഷെഡ്.

വൈദ്യുതി ബന്ധം വിച്ഛേദിക്കപ്പെട്ടതിനെ തുടർന്ന് വിഷണ്ണമായ പോർട്ടിക്കോ, വഴിപോക്കരുടെ വിസർജ്യം പേറേണ്ടിവരുന്ന കിണറ്റിൻ കരയും കുളിമുറിയും.

മുറ്റത്ത് രണ്ടാൾ പൊക്കത്തിൽ കാപ്പിച്ചെടികൾ, തൊട്ടാൽ മുഖം കോട്ടുന്ന തൊട്ടാവാടികൾ,

തൊട്ടും തൊടാതെയും അരണകളും ഓന്തുകളും.

എഗ്രിമെന്റ് ഒപ്പിട്ടതിന്റെ അടുത്ത ദിവസം അവിടെ മുഴുവൻ വെടിപ്പാക്കി. നാട്ടുമാവ് വേണമെങ്കിൽ മുറിച്ചുകളഞ്ഞേക്ക് എന്നായി മകൾ. മുറ്റത്ത് നല്ല ആൾക്കൂട്ടമായിരിക്കുമല്ലോ. അവർക്ക് നിന്ന് തിരിയേണ്ടേ?

സ്നാക്സസും ബണ്ണും കോഫിയും കുടിച്ചശേഷം പരേതനെ അനുസ്മരിച്ച് രണ്ടുവാക്കുവീതം പറയേണ്ടിയും വരുമല്ലോ.

മാവുവെട്ടിയെങ്കിലേ മറ്റുള്ളവർ മനസ് തുറക്കൂ എന്നില്ലല്ലോ; വെട്ടാതെ നിർത്തി.

എല്ലാം ക്രമീകരിച്ചുകഴിഞ്ഞപ്പോഴാണ് പുതിയൊരു പ്രശ്നം രൂപം കൊണ്ടു. പ്രശ്നങ്ങളുടെ പൊതുനില അങ്ങനെയാണല്ലോ ഒന്നുമില്ലാതിരിക്കുമ്പോൾ ഒരു മേഘക്കീറുപോലെ പ്രശ്നങ്ങൾ വരവായി. മേൽത്തരം കോഫിൻ, അതും ചൈനീസ് നിർമ്മിത സ്വർഗപ്പെട്ടി എന്ന പേരിലുള്ള ശവപ്പെട്ടിയാണ് പരേതനുവേണ്ടി കമ്പനി വാങ്ങി ഒരുങ്ങിയത്. അബുദാബിയിൽ നിന്നുള്ള ഒരു പെട്ടിയിൽ കിടന്നുവന്ന എംബാം ചെയ്യപ്പെട്ട പരേതൻ സ്വർഗപ്പെട്ടിയിലേക്ക് പ്രവേശിക്കപ്പെട്ടു. വെള്ള റോസാപുഷ്പങ്ങൾ നിരനിരയായി അറേഞ്ച് ചെയ്തു. മരണ സർട്ടിഫിക്കേറ്റ് ഉൾപ്പെടെ മുനിസിപ്പാലിറ്റിയിലെ കടലാസ് പണികൾ കമ്പനി നേരത്തെ തീർത്തുവച്ചിട്ടുണ്ടായിരുന്നു. ചരമപ്രസംഗം നടത്താൻ നാല് വൈദികരേയും ഒരു ബിഷപ്പിനേയും ഏർപ്പാടാക്കി. എന്തു വില കൊടുത്തും ബിഷപ്പ് ഉണ്ടായിരിക്കണമെന്നായിരുന്നു മകളുടെ പ്രധാന ആവശ്യം. അത് നിറവേറ്റി.

അബുദാബിയിൽ പള്ളിപ്പിരിവിനായി ബിഷപ്പ് തിരുമേനി എഴുന്നള്ളി പാർത്തുവന്ന കാലത്ത് പരേതന്റെ മകൾ അവിടെ പരിചയപ്പെട്ടിരുന്നു. പള്ളിപ്പിരിവിൽ സഹകരിക്കുകയും ചെയ്തിരുന്നതാണ്. പ്രായക്കൂടുതൽ കാരണമാകാം, ബിഷപ്പിന് ഒന്നും ഓർമ്മവന്നില്ല; സാരമാക്കിയില്ല. മരണാ നന്തര ചടങ്ങുകൾക്ക് എത്തുന്നതിനായി നിശ്ചയിച്ച തുക ബിഷപ്പ് ഓർമ്മ യിൽനിന്നും എടുത്തുപറഞ്ഞു; കമ്പനി സമ്മതിച്ചു. ബിഷപ് തിരുമേനി യുടെ കാര്യത്തിൽ സംശയം വേണ്ട.

മൃതദേഹം, എംബാം ചെയ്യപ്പെട്ട നിലയിൽ വെള്ള റോസാപൂക്കളാൽ അലംകൃതമായി ആഞ്ഞിലിത്താനത്തെ പുരാതന തറവാട്ടിൽ അങ്ങനെ കിടക്കും. എത്രയോ നല്ല മനുഷ്യനായിരുന്നു, സഹജീവികളോട് എന്തോരം കരുണയായിരുന്നു എന്നൊക്കെ അടുത്തിരുന്ന് ഏഴുപേർ വിലപിക്കും. ഏഴും സ്ത്രീകൾ തന്നെ. സ്ത്രീകളുടെ വിലാപത്തിനല്ലേ വിലയുള്ളൂ.

കമ്പനി അതിന്റെ ചരിത്രത്തിൽ ഏറ്റവും വലിയ റിസ്കാണ് ഏറ്റെടുത്തത്. ഒരു ടാലന്റ് ഹണ്ട് തന്നെ നടത്തി. ശരിക്കും വേദനിച്ചു കരയുന്നു എന്നു തോന്നിപ്പിക്കുന്ന ഏഴുപേരെ കണ്ടെത്തേണ്ടി വരിക ചെറിയ കാര്യമല്ലല്ലോ. ഒടുവിൽ, ലക്ഷ്യം നിറവേറ്റി. തമിഴ്നാട്ടിൽ നിന്ന് മലയാ

ളത്തിൽ വിലപിക്കുവാൻ അറിയാവുന്ന നാലുപേരേയും വിവിധ സ്ഥാപനങ്ങളിൽ ആയമാരായി പ്രവർത്തിക്കുന്ന രണ്ടുപേരേയും ലഭിച്ചു. ഏഴാമതൊരാൾ കൂടി വേണമായിരുന്നു. കർത്താവിനെ കാത്തിരുന്ന ഏഴു മണവാട്ടിമാരുടെ കഥ വേദപഠനക്ലാസിൽ പഠിച്ചതോർത്തു.

ഏഴുവിളക്കുമായി കർത്താവിന്റെ വരവു കാത്തിരുന്നവർ. അതേ ഏഴി നൊരു സൗന്ദര്യമുണ്ട്. കമ്പനിയുടെ പി.ആർ.ഒ. ആ ദൗത്യം നിർവഹിച്ചു; ഏഴാമത്തെ ആളുമായി കരാറിലെത്തി. ആനയുടെ ചവിട്ടേറ്റു മരിച്ച ഭർത്താവ്, പട്ടിണി, രണ്ടു മക്കൾ...

കരാറിലേർപ്പെടാൻ ഒരു വിധവയ്ക്ക് ഇതിൽപ്പരം മെച്ചപ്പെട്ട അവസരം ലഭ്യമാകുകയില്ലല്ലോ. ഒരു മാസം മുമ്പായിരുന്നു ഭർത്താവിന്റെ മരണം.

എല്ലാം തൃപ്തികരം.

മതി, മതി എന്നു പറയാം.

അബുദാബിയിൽ നിന്നുള്ള പരേതന്റെ മകൾ.

എല്ലാം കണ്ട് തൃപ്തിപ്പെട്ട് മതി എന്നു പറഞ്ഞേക്കാം.

നാലു കാര്യങ്ങൾ ഒരിക്കലും 'മതി' എന്നു പറയുകയില്ല.

ഓ, വീണ്ടും വേദപഠനക്ലാസ്...

'പാതാളം, വന്ധ്യയുടെ ഗർഭപാത്രം,
വെള്ളം കുടിച്ച് തൃപ്തിവരാതെ ഭൂമി,
മതി എന്നു പറയാത്ത അഗ്നി'

ആഞ്ഞിലിത്താനത്തെത്തുമ്പോൾ സത്യം, ശരിക്കും ഒരു മരണവീടു തന്നെ. മൂന്നു മെൽ മുമ്പുതന്നെ 'നാടിന്റെ പൊന്നോമനയ്ക്ക് ആദരാഞ്ജലികൾ' എന്നു രേഖപ്പെടുത്തിയ ഒന്നാന്തരം ഫ്ളക്സ് ബോർഡു കളെ കരിങ്കൊടി അലങ്കരിച്ചു തുടങ്ങിയിരുന്നു; നാട്ടുകാർക്ക് ഭാവഭേദ മൊന്നും കണ്ടില്ല. മരിച്ച പൊന്നോമനയെ ശ്രദ്ധിക്കാൻ സമയമില്ലാതെ ജീവിച്ചിരിക്കുന്ന പൊന്നോമനകളുമായി അവർ ധൃതിപ്പെട്ടു.

അലങ്കരിച്ച ചരമമുറിയിൽനിന്നും വിശേഷപ്പെട്ട ചരമഗാനങ്ങൾ പ്ലേ ചെയ്തതുകൊണ്ടിരിക്കുന്നു. നിറയെ വിലാപഗാനങ്ങൾ അടങ്ങിയ രണ്ട് പെൻഡ്രൈവുകൾ പി.ആർ.ഒ. സൂക്ഷിച്ചിട്ടുണ്ടെന്നറിയിച്ചിരുന്നു.

തിരഞ്ഞെടുപ്പ് പ്രചരണം നടത്തി ക്ഷീണിതനും ദുർബലനുമായിത്തീർന്ന ഒരു സ്ഥാനാർത്ഥി പൊടുന്നനെ മരണവീട്ടിലേക്കു വന്നത് കമ്പനിയെ മാത്രമല്ല, പരേതന്റെ മക്കളേയും അത്യന്തികം ആഹ്ലാദിപ്പിക്കുകയുണ്ടായി. തുറന്ന ജീപ്പിൽ പോയപ്പോൾ തുറന്നുകിടന്ന വീട്ടിലേക്കു കയറുക മാത്രമാണു ചെയ്തത് എന്നല്ല പരേതന്റെ മക്കളോടു താൻ

പറയാൻ പോകുന്നതെന്നും ചരമചടങ്ങുകളുടെ പ്രൗഢി കൂട്ടാൻ കമ്പനി സ്ഥാനാർത്ഥിയെ പ്രത്യേകം ചട്ടം കെട്ടിക്കൊണ്ടു വരികയായിരുന്നു എന്നും പി.ആർ.ഒ. പറയുമെന്നറിയിച്ചു. പരേതനും താനും തമ്മിൽ കഴിഞ്ഞ കുറേ വർഷങ്ങളായുള്ള ആത്മബന്ധം സ്ഥാനാർത്ഥി അനുസ്മരിച്ചപ്പോൾ പരേതന്റെ മൂത്തമകൾ, പരേതൻ വർഷങ്ങളായി നാട്ടിലുണ്ടായിരുന്നില്ലല്ലോ എന്നോർത്ത് വിസ്മയിച്ചു. വലിയ വ്യക്തിത്വങ്ങൾ തമ്മിലുള്ള സംസർഗം നമ്മെപ്പോലുള്ള സാധാരണക്കാർക്ക് തിരിച്ചറിയാനാവില്ലല്ലോ എന്നായി പി.ആർ.ഒ.

എംബാം ചെയ്യപ്പെട്ട മൃതദേഹത്തിനു മുന്നിൽ സ്ഥാനാർത്ഥി വണങ്ങുകയുണ്ടായി. വീട്ടുപരിസരം പിന്നിടുന്നതുവരെ ക്ഷീണിതനായി കണ്ട സ്ഥാനാർത്ഥിയുടെ മുഖത്ത് ദുഃഖവും നിരാശയും എംബാം ചെയ്യപ്പെട്ടിരിക്കുന്നുവെന്നേ തോന്നുകയുള്ളു. പരേതനോടുള്ള ആദരസൂചകമായെത്തിയ സ്ഥാനാർത്ഥിയെ തുറന്ന ജീപ്പുവരെ പി.ആർ.ഒ. അനുധാവനം ചെയ്തു.

എന്തോ പറയാനായി അകത്തേക്ക് പി.ആർ.ഒ. ഓടിപ്പോകുന്നത് കണ്ടു. ഉടൻ ഏഴു സ്ത്രീകളും പ്രാണൻ പോകുന്ന മട്ടിൽ വാവിട്ടു കരഞ്ഞു. സ്കൂൾ കുട്ടികളിൽ ചിലർ ഗെയ്റ്റിൽ വന്നുനിന്ന് അകാരണമായി ഉയർന്ന കരച്ചിലിന്റെ ഹേതുവെന്തെന്നന്വേഷിക്കയുണ്ടായി. വഴിപോക്കരായ മുതിർന്നവരാകട്ടെ കരച്ചിലിൽ എന്തിരിക്കുന്നു ഒരു ദിവസം എത്രയോ കോടി ജനങ്ങൾ കരയുന്നു എത്രയോ പേർ ചിരിക്കുന്നു. എന്നീ വിധം ആത്മഗതം ചെയ്ത് ആഞ്ഞിലിത്താനത്തെ പരേതനെ അവഗണിച്ച് നടന്നുപോയി. കരയുവാൻ കൊണ്ടുവന്ന സ്ത്രീകളിൽ തമിഴർ ദൈവമേ എന്തു നല്ല മനുഷ്യനായിരുന്നു എന്ന് പഠിച്ച രീതിയിൽ കാണാപാഠം പറഞ്ഞപ്പോൾ രണ്ടുപേർ 'കടവുളേ' എന്ന് തെറ്റിച്ചതായി പി.ആർ.ഒ. റിപ്പോർട്ട് ചെയ്തു.

എത്ര ഒളിച്ചാലും വിലാപവേളയിൽ സ്വന്തം ഭാഷ മിഴിതുറക്കുമെന്ന് പി.ആർ.ഒ. രഹസ്യമായി പറഞ്ഞു. പരേതന്റെ മൂത്തമകൾക്ക് 'കടവുള' ഇഷ്ടമായിട്ടുണ്ടാവില്ലെന്നും പി.ആർ.ഒയ്ക്ക് ബോധ്യമായിട്ടുണ്ട്. ദൈവനാമം പ്രൊഫഷണലിസത്തിന് ഭീഷണിയാകുന്നെന്ന് പറഞ്ഞ് അയാൾ സ്ഥലംവിട്ടു. കമ്പനിയുടെ വീഡിയോഗ്രാഫർ എല്ലാം കാണുന്നുണ്ട്. പരേതനെക്കുറിച്ചുള്ള സ്ഥാനാർത്ഥിയുടെ തീവ്രവിഷാദസ്മരണ തിരക്കിനിടയ്ക്കും റിക്കാർഡ് ചെയ്ത് അയാൾ റിപ്ലേ ചെയ്ത് കുഴപ്പമില്ലെന്ന് ഉറപ്പ് വരുത്തീട്ടുമുണ്ട്.

മറ്റൊരു പോരായ്മയുമായി പി.ആർ.ഒ. ഓടിക്കിതച്ചെത്തി. അത് സ

മയമാം രഥത്തിൽ എന്ന ചരമഗാനം സംബന്ധിച്ചായിരുന്നു. പാട്ട് പ്ലേ ചെയ്യു മ്പോൾ ഏഴ് വിലാപസ്ത്രീകളും പാട്ടിനനുസരിച്ച് ചുണ്ടനക്കുന്നില്ല. ഏഴുപേരും ഏഴ് മട്ടിൽ. എത്ര സംഗീതബോധമില്ലാത്തവർക്കും പാടാൻ പറ്റിയ രാഗമാണല്ലോ സമയമാം രഥത്തിന്. ആരുടേയും ജീവിതത്തോട് ഏറ്റവും ഇണങ്ങിയും പൊരുത്തപ്പെട്ടും നില്ക്കുന്ന വരികളും. സമയമാകുമ്പോൾ രഥം വരുമെന്ന തോന്നലെങ്കിലും ആ നശിച്ച സ്ത്രീകൾക്കില്ലെന്നു പറഞ്ഞ് പി.ആർ.ഒ. പ്രാകി.

സമയം തീരുന്നു. ആംബുലൻസ് ഒച്ചവച്ചു. പരേതന്റെ മൂന്ന് മക്കളിൽ രണ്ടാൾ മാത്രമേ എത്തിയിട്ടുള്ളൂ. മൂന്നാമത്തെ മകൾ ഒരു മാസം മുമ്പ് വന്നുപോയ സ്ഥിതിക്ക് ഓടിയോടി വരാനാകുമോ എന്നായി മൂത്ത മകൾ.

പി.ആർ.ഒ. വീണ്ടും. എല്ലാം ഭംഗിയിൽ. ഏഴുപേരിൽ താൻ കൊണ്ടുവന്ന വിധവയുടെ കരച്ചിൽ ഒന്നു കേട്ടുനോക്കൂ എന്നായി പി.ആർ.ഒ.

ശ്രദ്ധിച്ചു. നെഞ്ചുപൊട്ടിക്കരയുന്നു.

നീണ്ടമുഖവും അകാലത്തിൽ നരച്ചമുടിയുമുള്ള സ്ത്രീ. എംബാം ചെയ്ത മൃതദേഹത്തിലേക്ക് നോക്കാൻ ശക്തിയില്ലാതെയാണ് കരച്ചിൽ. ഓർത്തോർത്തു കരയുകയാണവർ.

ദുഃഖത്തിന്റെ പടവുകൾ ആർക്ക് എണ്ണിത്തീർക്കാനാകും? ജ്ഞാനികൾക്ക് മാത്രമേ കഴിയൂ. ഭൂമിയിൽ ഏറ്റവും ചെറിയവയെങ്കിലും ജ്ഞാനമുള്ളത് നാലുണ്ട്.

'ശക്തിയില്ലാത്ത ജീവികളാണ് എറുമ്പുകൾ എങ്കിലും അവ വേനൽക്കാലത്തേക്ക് ഭക്ഷണം ശേഖരിച്ചുവെക്കുന്നു.

കുഴിമുയലുകൾ ശക്തിയില്ലാത്ത ജീവികൾ. അവ പരുക്കൻ പാറയിൽ പാർപ്പിടമുണ്ടാക്കുന്നു.

വെട്ടുക്കിളികൾക്ക് രാജാവില്ല. എങ്കിലും അവ നിരനിരയായി പുറപ്പെടുന്നു. പല്ലിയെ കൈകൊണ്ടു പിടിക്കാം എങ്കിലും അവ കൊട്ടാരങ്ങളിലുണ്ട്.'

ഹൃദയം പൊട്ടിക്കരയുന്ന വിധവയെ നോക്കി പരേതന്റെ മൂത്തമകൾ തൃപ്തയായി. തനിക്ക് കഴിയാതെ പോകുന്നത് മറ്റൊരാൾ കൂടുതൽ മെച്ചമായി ചെയ്യുന്നതുകണ്ടപ്പോഴുള്ള ആദരവ്. കൂലി വാങ്ങുന്നവരിലും ആത്മാർത്ഥതക്കാരുണ്ടെന്നായി പരേതന്റെ മൂത്തമകൾ. പി.ആർ.ഒ. അതു കേട്ട് കൂടുതൽ സംതൃപ്തനായി. താൻ കണ്ടെത്തിക്കൊണ്ടുവന്ന സ്ത്രീ വെറുതെ കരഞ്ഞ് ജോലി തീർക്കുക മാത്രമായിരുന്നതില്ലല്ലോ എന്ന അറിവിൽ പി.ആർ.ഒ. പറഞ്ഞു: ഞാൻ കണ്ടെത്തിയവരിലെല്ലാം

ഒന്നല്ലെങ്കിൽ മറ്റൊന്ന് എന്ന വിധത്തിൽ ആത്മാർത്ഥതയും സത്യസന്ധതയും ഉള്ളവരായിരിക്കും. കരയാൻ പറഞ്ഞാൽ മാറത്തലച്ച് കരയും. ചിരിക്കാൻ പറഞ്ഞാൽ മണ്ണുകപ്പി ചിരിക്കും. ഇതാണ് ആത്മാർത്ഥത.

നോക്കൂ, മാഡം. പി.ആർ.ഒ., പരേതന്റെ മൂത്തമകൾക്ക് നേർക്കു തിരിഞ്ഞു. അവിടെ മൃതദേഹത്തിനു സമീപം നന്നായി കരഞ്ഞ, മാറത്തടിച്ചു നിലവിളിച്ച ആ സ്ത്രീയില്ലേ ഒരു മാസം മുമ്പാണ് അവരുടെ ഭർത്താവ് മരിച്ചത്. ദുർമരണമായിരുന്നു. ആന അയാളെ ചവുട്ടിക്കൊല്ലുകയായിരുന്നു. എന്നിട്ടും ആ ദണ്ഡമൊന്നും പുറത്ത് കാണിക്കാതെ അവരിവിടെ വന്നു.

നന്നായി പണിയെടുത്തു.

ഭർത്താവിന്റെ അകാലമരണം എന്ന വേദന മാറ്റിവച്ചുകൊണ്ടാണ് തന്നെ വേദനിപ്പിക്കാത്ത മറ്റൊരു മരണത്തിൽ അവർ വേദനിച്ചത്. ഇതാണ് സത്യസന്ധത. യഥാർത്ഥത്തിൽ മാഡം, അവരുടെ ഒറ്റക്കരച്ചിൽ കൊണ്ട് മാത്രമാണ് പരേതൻ എത്രമാത്രം പ്രിയങ്കരനായിരുന്നുവെന്ന് നാട്ടുകാർക്ക് ബോധ്യപ്പെട്ടത്. ആ തരത്തിൽ ചിന്തിക്കുമ്പോൾ മാഡം ആ വിധവയുടേതായിരുന്നു ഏറ്റവും നല്ല പെർഫോമൻസ്. മാഡത്തിനിക്കാര്യം ബോധ്യമായല്ലോ. എങ്കിൽ നന്നായി പെർഫോം ചെയ്ത ഇവർക്ക് പ്രത്യേകം എന്തെങ്കിലും കൊടുത്താൽ ഉപകാരമാകും.

ഈ സമയം ആഞ്ഞിലിത്താനത്തെ കുടുംബവീട്ടിൽ നിന്നും എംബാം ചെയ്യപ്പെട്ട് പരേതന്റെ ദേഹം പുറത്തേക്കെടുത്തു. ആംബുലൻസിന്റെ വാതിലുകൾ അടയാൻ തുടങ്ങിയതും ഏഴു സ്ത്രീകളും ഒറ്റ ശ്വാസത്തിൽ കരഞ്ഞു; കരച്ചിൽ കുറേക്കൂടി ഉയർത്താൻ ഒരു വേള പി.ആർ.ഒ കൈ കാണിക്കുകയും ചെയ്തു.

പെട്ടെന്ന് കരയുന്നവർക്കിടയിൽ നിന്ന് ഇങ്ങനെ കേട്ടു: "എന്നേം രണ്ടു കുട്ടികളേം ഒറ്റക്കാക്കീട്ട്. ഇല്ല, നിങ്ങളെ ഞാൻ വിടത്തില്ല. മൃഗങ്ങളെ സ്നേഹിച്ചു നടന്നു. ഒടുവിൽ ഒറ്റ ചവുട്ടിന്, എല്ലാം തീർന്നില്ലേ; എന്നേം, രണ്ടു കുട്ടികളേം..."

ആ സ്ത്രീ എംബാം ചെയ്ത മൃതദേഹത്തിനു പിന്നാലെ ഓടി. പെട്ടെന്ന് ആംബുലൻസ് നീങ്ങി. ആഞ്ഞിലിത്താനത്തെ കുടുംബവീട്ടിൽ നിന്നും ആ സ്ത്രീ പുറത്തേക്കിറങ്ങി. അവർ കരഞ്ഞുകൊണ്ട് ഓടുന്നത് ദൂരെനിന്നു നോക്കുമ്പോൾ ഒരു പൊട്ടുപോലെ മാത്രമേ കാണുവാനുള്ളൂ.

ഇന്ദ്രിയനഗരം

ഇന്ദ്രിയനഗരത്തിലെ ജീവിതം അവസാനിപ്പിക്കണമെന്നു തോന്നി. മുപ്പതു വർഷമായി ഈ പട്ടണത്തിലാണു ജീവിക്കുന്നത്. ഇന്ദ്രിയനഗരം നിഗൂഢമായ ആത്മഹർഷങ്ങളാൽ എന്നെ പ്രീതിപ്പെടുത്തിവരികയായിരുന്നു.

ഇന്ദ്രിയനഗരത്തിലെ, ജനത്തിരക്ക് കുറഞ്ഞ പ്രദേശത്താണ് ഞാൻ ജനിച്ചത്. ബാല്യകൗമാരങ്ങൾ, ഓർക്കുന്നു പ്രാചീന വിസ്മയസ്മാരകങ്ങൾ. പരസ്പരം കൊത്തിത്തിന്നൽ, ഇന്ദ്രിയ വിസ്മയചാരുത, സാഹസ മേൽക്കോയ്മകൾ, കൂടൊഴിഞ്ഞ സമാധാനപ്രാക്കൾ ഉപേക്ഷിച്ച തൂവലുകൾ, അളവും തൂക്കവും പൊരുത്തമാകാത്ത പ്രണയകാമനകൾ...

അതേ, ഇന്ദ്രിയനഗരത്തിന്റെ കിഴക്ക് അലസസഞ്ചാരികളുടെ നിരവധി അപ്പാർട്ട്മെന്റുകൾക്കിടയിൽ അതേ ഛായയിൽ, അതേ വേഷത്തിൽ, അതേ നിറഗുണത്തിൽ, ശ്രദ്ധിക്കുകിൽ, എന്റെ വീടും കാണപ്പെടുന്നു.

ഇന്ദ്രിയനഗരം ഉപേക്ഷിച്ച് മറ്റെവിടേക്ക് എന്ന ചോദ്യത്തിനുത്തരം പെട്ടെന്നു പറഞ്ഞുതീർപ്പാക്കാവുന്നതല്ല. ജല്പന പൂമരങ്ങളിൽ കുരുങ്ങുന്ന ശരീരനീതിവസ്ത്രം ഉപേക്ഷിച്ചു പോകുവതെവിടേക്ക്? എവിടേക്ക്? എവിടേക്ക്?

ഇന്ദ്രിയനഗരത്തിലെ പ്രായമേറിയവരിൽ ഒരാളെന്ന നിലയ്ക്ക് കഴിഞ്ഞ് തുലാമാസത്തിൽ മുപ്പതു തികഞ്ഞ ഒരാളെന്ന നിലയിൽ, വാർധക്യഭീഷണമായ ജീവിതഗതിയെ മറ്റൊരു ദിക്കിൽ, മറ്റൊരു കോണിൽ, മറ്റൊരു നിലവറയിൽ ദീർഘകാലം സൂക്ഷിക്കാനായില്ലെന്നറിഞ്ഞുകൊണ്ടാണ് ഇന്ദ്രിയനഗരം വിടാനൊരുങ്ങുന്നത്.

ഇന്ദ്രിയനഗരം അതിന്റെ അനുഭൂതികളുടെ മഹാസമുച്ചയങ്ങളുമായി തിരികെ വിളിക്കുമെന്നറിയാം. ഇന്ദ്രിയനഗരം ഭോഗതൃഷ്ണകളുടെ മഹാ സ്ഥാപനമാകുന്നു. വേപഥു പൂണ്ടുവരുന്ന ഭോഗാത്മാക്കളുടെ തീർത്ഥാടന കേന്ദ്രം.

ഇന്ദ്രിയനഗരം വിട്ടുപോകാനുള്ള തീരുമാനം എടുത്ത ഉടൻ മക്കളോടു പറഞ്ഞു. മൂന്നുപേരും മൂന്നിടത്താണ്. മൂന്നു ജോലികൾ, മൂന്നുജീവിതം, മൂവായിരമോ മുപ്പതിനായിരമോ അനുഭവങ്ങൾ അനുദിനം, മൂന്നു

ലക്ഷമെങ്കിലും ശമ്പളം.

മൂത്തമകൻ ക്രിക്കറ്റിലാണ്. ഇന്ദ്രിയനഗരത്തിന്റെ ഔദ്യോഗിക ടീമിൽ മൂന്നുതവണ ഏകദിനം കളിച്ചിട്ടുണ്ട്. പതിനഞ്ചു വയസ്സുള്ള അവൻ പറഞ്ഞു. "അമ്മയ്ക്കു പോകണമെന്നു ശരിക്കും തോന്നുന്നുവെങ്കിൽ പൊയ്ക്കൊള്ളുക, ഞാൻ തടയുന്നില്ല. പക്ഷേ, ഇതുപോലെ എല്ലാ സൗകര്യങ്ങളുമുള്ള മറ്റൊരു ടൗൺ എവിടെയുണ്ട്? ഇവിടം വിട്ടാൽ അമ്മയ്ക്ക് എന്തു പ്രയോജനം കിട്ടും? എന്തു ലാഭം കിട്ടും? എന്തു മോക്ഷം കിട്ടും അമ്മേ?"

എനിക്ക് ആദ്യം മറുപടി ഉണ്ടായില്ല.

പതിനഞ്ചുകാരനായ അവൻ കല്യാണപ്രായമെത്തിയിട്ടും എന്തേ ആ വഴിക്ക് ചിന്തിക്കാത്തതെന്നോർത്തു പലതവണ. ഇനി അവൻ എന്നു സെറ്റിൽ ആകുവാനാണ്? കാലമോ പോകുകിൽ പോയി. ഈ പ്രായത്തിലാണല്ലോ എനിക്ക് ആദ്യ സന്താനം ഉണ്ടായത്.

"അമ്മേ ഇവിടെ എന്താണൊരു കുഴപ്പം. പ്രായമായെങ്കിലും അമ്മയ്ക്ക് വീട്ടിൽത്തന്നെ കഴിയാം. അമ്മ ഉള്ളിടത്തോളം ഞാൻ വീടിനുവേണ്ടി ക്ലെയിം ഉന്നയിക്കുകയില്ല. അമ്മയ്ക്കെന്താണൊരു പോരായ്മ. നാട്ടിൽ ക്രിക്കറ്റില്ലേ? സിനിമയില്ലേ? നേരംപോക്കിന്, ഇരുപത്തിനാല് മണിക്കൂറും ലൈവായ ക്രൈം ചാനലുകൾ ഇല്ലേ. പിന്നെ എന്താണമ്മേ ഒരു കുഴപ്പം?"

രണ്ടാമത്തെ മകളും ഇതേ ചോദ്യങ്ങളുമായി വന്നു. സിനിമയിൽ കൊറിയോഗ്രാഫറായശേഷം ഞങ്ങൾ തമ്മിൽ കാണുക അപൂർവമായിരുന്നു. സ്നേഹത്തിന്റെ അളവ് കൂടിക്കാഴ്ചയിൽ മാത്രമാകുന്നില്ല. അവളും വന്നപാടെ പറഞ്ഞുതുടങ്ങി. അതെ, പതിമൂന്നുകാരിയായ കൊറിയോഗ്രാഫർ ഇങ്ങനെ തുടർന്നു. "ഇന്ദ്രിയനഗരംപോലെ സ്വസ്ഥമായ ഒരിടം വേറെ ഏതുണ്ടമ്മേ? തൊട്ടടുത്തുള്ള ടൗണുകളുമായി നോക്കുമ്പോഴാണ് ഈ നാടിന്റെ മഹത്ത്വം ബോധ്യമാകുന്നത്. ഇവിടെ എന്താ കുഴപ്പം? സിനിമയില്ലേ, വേണ്ടുവോളവും ക്രിക്കറ്റില്ലേ? ക്രൈം ചാനലുകൾ ഇല്ലേ? മുപ്പതാം വയസ്സിലും അമ്മയ്ക്ക് കാര്യമായ ആരോഗ്യപ്രശ്നങ്ങൾ ഒന്നുമില്ലല്ലോ. മുടി പകുതിയും പോയി എന്നോ, സ്കിൻ മിക്കവാറും ചുളുങ്ങിക്കഴിഞ്ഞെന്നോ മാറ്റിവച്ച കണ്ണുകളാകയാൽ കാഴ്ച്ച പകുതിമാത്രമേ ഉള്ളുവെന്നതോ ഒരു മഹാവിഷയമാണോ? അമ്മ ഒരു കാര്യമോർക്കണം. അമ്മയുടെ പ്രായക്കാർ മിക്കവരും പരസഹായമില്ലാതെ നടക്കാൻ കഴിയാത്തവരാണ്. കണ്ണുതീരെ കാണാൻ കഴിയാത്തവരാണ്. അമ്മയ്ക്ക് വയസ്സ് മുപ്പതായിട്ടും എന്താ കുഴപ്പം? ഞങ്ങളൊക്കെ

ആ പ്രായമാകുമ്പോഴേക്കും..."

രണ്ടു വർഷം രണ്ടുപേർക്കൊപ്പം ജീവിച്ച് രണ്ടുപേരോടും പിണങ്ങി മാറിയതിന്റെ അനുഭവമാകാം മകളുടെ നിശ്ചയദാർഢ്യത്തിന്റെ പൊരുൾ എന്നോർത്തു. രണ്ടുകൈകളിലും വ്യത്യസ്ത നിറങ്ങളിൽ പച്ചകുത്തുകയും ഒന്നിൽ അവൾ ജോലി നോക്കുന്ന സ്ഥാപനത്തിന്റേയും മറ്റൊന്നിൽ തന്റേയും പേർ എഴുതിവച്ചിരിക്കുകയും ചെയ്യുന്നു മകൾ.

ഇന്ദ്രിയനഗരത്തിലെ ഏതൊരു പെൺകുട്ടിയേയുംപോലെ പൊക്കിളിലും നാവിലും അവൾ സ്റ്റോൺ കൊണ്ടുള്ള ആഭരണങ്ങൾ അണിഞ്ഞിരിക്കുന്നു. അമ്മ മകളോട് ഇങ്ങനെ പറഞ്ഞു:

"ഇവിടെ ജനിച്ചു ജീവിച്ചു; മരിക്കുന്നതും ഇവിടെത്തന്നെ ആകണമെന്നു കരുതിയിരുന്നു. പക്ഷേ, സാധിക്കുമെന്നു തോന്നുന്നില്ല. എന്റെ പ്രായത്തിലുള്ള കൂട്ടുകാരികളോ ചാർച്ചക്കാരോ ആരും ഈ ദേശത്ത് ഇന്നില്ല. രോഗം വന്നോ അപകടത്തിൽപെട്ടോ അവർ മരണപ്പെട്ടു. കൊള്ളാവുന്ന ഒരു നഗരത്തിൽ അനാഥമായി കഴിയുന്നതെന്തിന്? എന്തിന്?" മകൾ മിണ്ടാതെ നിന്നു.

"ശുഭാശുഭങ്ങൾ കർമ്മത്തിന്റെ വിളവുകളാണ്. പൂർവകർമ്മങ്ങളിൽ നിന്ന് ഈ ജീവിതമുണ്ടാകുന്നു. ഈ ജീവിതത്തിൽ നിന്ന് ഭാവികർമ്മങ്ങളും ഉണ്ടാകുന്നു. സർവജീവികളേയും വിധി ഇങ്ങനെ പ്രവർത്തിപ്പിക്കുന്നു. അതുകൊണ്ട് മനുഷ്യർ ഒന്നും ചെയ്യുന്നില്ല. ഈശ്വരൻ അവയെ പ്രവർത്തിപ്പിക്കുന്നു എന്നു മാത്രം." അമ്മ തുടർന്നു.

മകൾക്ക് തീരെ സമയമുണ്ടായിരുന്നില്ല.

കഴുത്തിൽ വലിയ ലോക്കറ്റുപോലെ കാണപ്പെട്ട ഒന്നെടുത്ത് മകൾ ബട്ടണമർത്തി മൂക്കിൽ വച്ചു. കണ്ണടച്ച് ധ്യാനനിമഗ്നയായി അല്പനേരം ശുദ്ധവായു ശ്വസിച്ചു.

"അമ്മയ്ക്കു വേണോ ഇത്?"

എയർടാബ്ലറ്റ് ശ്വസിക്കാനുള്ളത് ചൂണ്ടി മകൾ ചോദിച്ചു.

"എന്റെ കൈയിൽ വേറെയും ഉണ്ട്. ഇന്ന് റീചാർജ് ചെയ്തുകൊണ്ടു വന്നിട്ടുണ്ട്." മകൾ പറഞ്ഞപ്പോൾ അമ്മ വേണ്ടെന്നു കൈ കാണിച്ചു.

ദുഷിച്ച വായു ശ്വസിക്കാൻ വിധിക്കപ്പെട്ട ഒരുപാടു പേരുള്ളപ്പോൾ ആ ശീലം ഇനി മാറ്റേണ്ടെന്നു കരുതി അമ്മ. തന്റെ യൗവ്വനത്തിൽ എയർ ടാബ്ലറ്റുകൾ ഇല്ലാതിരുന്നതും ഓർത്തു.

ഇന്ദ്രിയനഗരം വിടരുതെന്ന മൂത്തമകന്റെ ആവശ്യം മകളും ആവർത്തിച്ചു.

"ഒടുവിൽ, എത്രയൊക്കെ കുറ്റം പറഞ്ഞാലും ഇന്ദ്രിയനഗരമേ കാണൂ, ഇന്ദ്രിയഗോചരമല്ലാത്ത മറ്റു പട്ടണങ്ങളെപ്പറ്റി ഓർക്കുകയും സ്വപ്നം കാണുകയും ചെയ്യുന്നുണ്ടാവും പലരും. പക്ഷേ, എന്തു കാര്യം? ഈ നഗരത്തിന് ആരെയും വെറുക്കാൻ കഴിയില്ലമ്മേ. ഇന്ദ്രിയങ്ങൾ സർവ്വഥാ താലോലിക്കപ്പെടുംപോലെ ഇന്ദ്രിയനഗരം താൻ പെറ്റ മക്കളെ സർവഥാ താലോലിച്ചുകൊണ്ടേയിരിക്കുന്നു."

അമ്മയ്ക്ക് ഇന്ദ്രിയനഗരവീഥികൾ ഓർമ്മവന്നു. നാലാം വയസ്സിൽ ഋതുമതിയും ഏഴാംവയസ്സിൽ തീക്ഷയൗവ്വനയുക്തയുമായി കഴിഞ്ഞ കാലം ഓർമ്മയിലെത്തി. സുഖദായികളായ, അവയവങ്ങളുടെ പ്ലാസ്റ്റിക് നിർമ്മിതികൾ നിരത്തിവച്ചിരിക്കുന്ന വാണിഭപ്രദേശങ്ങൾ, നഗ്നപാവകൾ, ഭോഗോന്മുഖ ഗെയിമുകൾ, പുരുഷന്മാർക്കായി തുന്നിയ സ്ത്രീകളുടെ അടിവസ്ത്രമാതൃകകൾ, സ്ത്രീകൾക്കായി പുരുഷന്മാരുടെ എക്സ്ക്യൂസീവ് ഫിറ്റിങ്ങ്സ്, വൈബ്രേറ്ററുകളുടെ എണ്ണമറ്റ വർണശേഖരം, ഇന്ദ്രിയങ്ങളെ പേർ വിളിച്ച് താലോലിച്ചുകാട്ടി വില്പന പെരുപ്പിക്കാൻ ശ്രമിക്കുന്ന വഴിവാണിഭക്കാർ, അതേ, ഇന്ദ്രിയനഗരവീഥികൾ വർണശോഭയിലായിരുന്നു.

പത്തു വയസ്സ് തികഞ്ഞ മൂന്നാമത്തെ മകളും ഇന്ദ്രിയനഗരം വിട്ടുപോകുന്നതിൽനിന്ന് അമ്മയെ വിലക്കി. നഗരത്തിൽ അതിപ്രസിദ്ധമായ ക്രൈംപാനലിന്റെ ലേഖികയായിരുന്നു അവൾ. വിദ്യാഭ്യാസം കഴിഞ്ഞ ഉടൻ അവൾ ക്രൈംചാനലിലേക്ക് ആകർഷിക്കപ്പെടുകയായിരുന്നു. സ്ഥിരം നിയമനം, നല്ല പേയ്മെന്റ്.

അമ്മ ഓർത്തു: താൻ എത്ര ഭാഗ്യവതിയായിത്തീർന്നിരിക്കുന്നു. മക്കൾ ഒരുമിച്ച് നഗരം വിട്ടുപോകരുതെന്ന് ഒരമ്മയോട് അപേക്ഷിച്ചിരിക്കുന്നു. ഇന്ദ്രിയനഗരത്തിലെ ഒരു കുടുംബത്തിലും ഇത്രമാത്രം തീവ്രബന്ധം നിലനില്ക്കുന്നുണ്ടാവില്ല. ഇന്ദ്രിയനഗരം അതിന്റെ സ്വകീയ മാതൃകയിലുള്ള കർമ്മപാശത്താൽ, മാതാവിനേയും മക്കളേയും ബന്ധിച്ചിരിക്കുന്നു.

അമ്മ പറഞ്ഞുതുടങ്ങി: "ഞാൻ കൃതാർത്ഥയാണ്. ഈ നഗരത്തിന്റെ സംസ്കാരത്തിനനുയോജ്യമായ മട്ടിലേ ഞാൻ ജീവിച്ചിട്ടുള്ളൂ. നിങ്ങളെ ജീവിക്കാൻ പ്രേരിപ്പിച്ചിട്ടുള്ളൂ. എനിക്ക് മൂന്നുമക്കളെ കിട്ടി. ഇന്ദ്രിയനഗരത്തിന്റെ സംസ്കാരത്തിന്റെ യഥാർത്ഥസത്ത ഉൾക്കൊണ്ടുകൊണ്ട് മൂന്നുപേർക്കും പേരിട്ടു. ഈ ചെറുനഗരം എന്തിനെയൊക്കെ പരിപോഷിപ്പിക്കുന്നുണ്ടോ കൃത്യമായും അതാതുമേഖലയിൽ മക്കളേ, നിങ്ങൾ മൂവരും എത്തി. ഇംഗ്ലീഷ് അക്ഷരമാലയിലെ 'സി' അക്ഷരമാണ്.

അതായത് മൂന്നു 'സി' അക്ഷരമാണ് ഇന്ദ്രിയനഗരത്തിന്റെ സാംസ്കാരികനാളം. 'സി' എന്ന അക്ഷരത്തിൽ തുടങ്ങുന്ന മൂന്നു വാക്കുകൾ എഴുതിവച്ചാൽ ഇന്ദ്രിയ നഗരത്തിന്റെ മൂല്യത്തിനു തുല്യമാകും.

ക്രിക്കറ്റ്

ക്രൈം

സിനിമ

കണ്ടില്ലേ, മൂന്നും 'സി'യിൽ തുടങ്ങുന്നു. ഭാഗ്യംകൊണ്ട് നിങ്ങൾ മൂവരും ഈ മൂന്നുമേഖലയിലും എത്തിച്ചേർന്നിരിക്കുന്നു. ഇതിൽപ്പരം തൃപ്തി അനുഭവിക്കുന്ന ഏതൊരമ്മയുണ്ട് ഈ ഇന്ദ്രിയനഗരത്തിൽ? ഇന്ദ്രിയനഗരം സംസ്കാരപുഷ്പത്തിന്റെ മൂന്നു ദളങ്ങളാണ് ക്രിക്കറ്റ്, സിനിമ, ക്രൈം...

എന്റെ യൗവ്വനത്തിൽ അതായത് പത്തുവയസ്സുള്ളപ്പോൾ പെൺകുട്ടികൾക്ക് ഇത്രയൊന്നും സ്വാതന്ത്ര്യം ഇന്ദ്രിയനഗരത്തിൽ ഉണ്ടായിരുന്നില്ല. പൊതുവേ പെൺകുട്ടികൾക്ക് അധിക സ്വാതന്ത്ര്യം നല്കിപ്പോന്ന പ്രദേശമായിരുന്നുവല്ലോ ഇന്ദ്രിയനഗരം.

മൂന്നാമത്തെ മകൾ ഈ സമയം ഇങ്ങനെ പറഞ്ഞുതുടങ്ങി:

"അമ്മേ, അധികനേരം അമ്മയക്കൊപ്പം സമയം ചെലവിടാൻ കഴിയില്ല. അറിയാമല്ലോ ഞങ്ങളുടെ ചാനലിന്റെ പല പ്രത്യേകതകളും. റോഡപകടങ്ങളും സ്ത്രീപീഡനങ്ങളും ഞങ്ങൾ പതിവായി ലൈവായി ടെലികാസ്റ്റു ചെയ്യുന്നുണ്ട്. പീഡിപ്പിക്കപ്പെടാൻ സാധ്യതയുള്ള പെൺകുട്ടികളുടെ അടിവസ്ത്രത്തിൽ ഞങ്ങൾ ഹിഡൻ ക്യാമറ വച്ചിട്ടുണ്ടാകും. എന്നിട്ട് ഇത്തരം പെൺകുട്ടികളെ രാത്രി ഒന്നിനും മൂന്നിനുമിടയിൽ റെയിൽവേ സ്റ്റേഷൻ. ആളൊഴിഞ്ഞ ഹൈവേകൾ എന്നിവിടങ്ങളിൽ ഇറക്കിനിർത്തും. പീഡനം സാധ്യമാണെന്നു കണ്ടാൽ അവൾ അടിവസ്ത്രത്തിലെ ക്യാമറാബട്ടണമർത്തും. അല്പമൊക്കെ സഹകരിച്ചു കൊണ്ട് പുരുഷ ഇരയെ ഏതാണ്ട് പത്തുമിനിറ്റ് പ്രവർത്തിക്കാൻ അനുവദിക്കും. ഈ സമയം ഒരു കിലോമീറ്റർ പരിധിക്കുള്ളിൽ തമ്പടിക്കുന്ന ഞങ്ങളുടെ ടെക്നിക്കൽ വാനിലെ മോണിട്ടറിൽ പീഡനദൃശ്യങ്ങൾ ലഭ്യമായിത്തുടങ്ങും. "അമ്മേ, കോർപ്പറേറ്റുകളും മൾട്ടിനാഷണലുകളും സ്പോൺസർ ചെയ്യാൻ മത്സരിക്കുന്ന പരിപാടിയാ ഇത്. പേര്, 'അൺ ഡ്രസ്സ് മീ ഈഫ് യു കാൻ.' എനിക്കാ ഈ പ്രോഗ്രാമിന്റെ പൂർണ ഉത്തരവാദിത്വം. ക്രൈം ചാനൽ എന്നുമാത്രം പേരു പറഞ്ഞാൽ പോരല്ലോ. കണ്ടന്റിലും അതിന്റെ ഗുണം കാണണ്ടേ? അതുകൊണ്ട് അമ്മേ ഇന്ദ്രിയനഗരം ഉപേക്ഷിക്കേണ്ടതില്ല. ഇവിടെത്തന്നെ തുടരണം."

മകൾ അല്പം മാറിനിന്ന് ധരിച്ചിരുന്ന ജീൻസ് ബർമുഡയുടെ സിബ്ബ് വലിച്ചുമാറ്റി ഒരു സിബ്ബ് ക്യാമറ പുറത്തെടുത്തു. ചെറുവണ്ടുപോലെ അത് സ്പന്ദിച്ചു.

"അമ്മേ, ഞാൻ തത്കാലം പോകുന്നു. ദാ, ഈ ഹിഡൻ ക്യാമറ, ബട്ടൺപോലെ തോന്നും അമ്മ ശരീരത്ത് ഇഷ്ടമുള്ളിടത്ത് ഫിറ്റ് ചെയ്യണം. മുപ്പതുകാരികളേം പീഡിപ്പിക്കുന്ന കാലമാ അമ്മേ ഇത്. അവർ തൊലി ചുളുങ്ങിയവരാണെന്നോ കാഴ്ച മങ്ങിയവരാണെന്നോ ആർക്കും ഒരു ബോധവുമില്ല. അതുകൊണ്ട് അമ്മ ഈ ക്യാമറ യൂസ് ചെയ്യണം. ഇതിന്റെ പിൻകോഡ് ഞാൻ എന്റെ ടെക്നിക്കൽ വാനിലിരുന്ന് ആക്ടീവാക്കിയാൽ അമ്മയുടെ ബോഡിയും തൊട്ടടുത്തുള്ള നൂറുമീറ്റർ സ്പെയ്സും എനിക്ക് മോണിട്ടർ ചെയ്യാം. അമ്മയുടെ സുരക്ഷ മാത്രം മുൻനിർത്തിയാ ഇത്. ഞങ്ങൾ മക്കളാരും അമ്മയുടെ കൂടെയില്ലെന്ന കുറവ് തീർക്കാൻ വേണ്ടിയാണമ്മേ. മക്കളുടെ അഭാവം ഒരു കുറവേ അല്ല എന്ന് അമ്മയ്ക്ക് ബോധ്യമാകണം. അതിനുവേണ്ടി മാത്രമാ അമ്മേ ഈ റിക്വസ്റ്റ്.'

ഇളയമകളോട്, അമ്മ നന്ദി അറിയിച്ചു. പറഞ്ഞ കാര്യങ്ങളൊക്കെ ശ്രമിച്ചുനോക്കാമെന്നും പറഞ്ഞു. മകൾ അമ്മയ്ക്ക് ഹിഡൻ ക്യാമറാ ബട്ടൺ നല്കി. പകരം മറ്റൊന്നെടുത്ത് സിബ്ബിനുള്ളിൽ ഘടിപ്പിക്കുകയും ചെയ്തു.

മകൾ ഇറങ്ങാൻ നേരം കുറെക്കൂടി നിന്നുകൂടെ എന്ന് അമ്മ ചോദിച്ചു. സമയമില്ലെന്നും ഇന്ന് ഏഴിടത്ത് റോഡ് ആക്സിഡന്റുകൾ ലൈവായി ഉദ്ദേശിച്ചിട്ടുണ്ടെന്നും മകൾ പറഞ്ഞു. "ലൈസൻസില്ലാത്ത അണ്ടർ ഏജായ ഡ്രൈവർമാർക്കും ഫിറ്റ്നസ് സർട്ടിഫിക്കറ്റ് ഇല്ലാത്ത വാഹനങ്ങളിലും ഞങ്ങൾ ഹിഡൻ ക്യാമറകൾ ഘടിപ്പിക്കും. സ്വാഭാവികമായും അപകടം ഉറപ്പാണ്. അത് ലൈവായി നല്കും. അതിന്റെ പൂർണചുമതല എനിക്കല്ലെങ്കിലും സൂപ്പർവിഷൻ ചെയ്യേണ്ടതുണ്ട്. അതിനാൽ അമ്മേ, തത്കാലം ഇറങ്ങുന്നു. അമ്മ ഇന്ദ്രിയനഗരം വിട്ടുപോകരുതെന്നു മാത്രമാണ് പറയുവാനുള്ളത്.

മകൾ പോയി. അമ്മ വീണ്ടും തനിച്ചായി.

പ്രായാധിക്യം വന്നവർ, രോഗികൾ, പരിക്കേറ്റവർ തുടങ്ങിയവർ ഓരോ കാലത്തും ഇന്ദ്രിയനഗരം വിട്ടുപോകാറുണ്ടെന്ന് അമ്മ ഓർത്തു. അവർ എങ്ങോട്ടാണ് പോകുന്നതെന്ന് അമ്മയ്ക്ക് അറിയില്ല. പോയവർ തിരികെ വരാറുണ്ടോ എന്നും നിശ്ചയമില്ല. അതൊന്നും അന്വേഷിക്കാൻ അമ്മയ്ക്ക് വേണ്ടത്ര സമയം കിട്ടിയിട്ടുണ്ടായിരുന്നില്ല.

കടന്നുപോയവരുടേയും കടന്നുപോകേണ്ടവരുടേയും ശാന്തവും ഭീതിദവുമായ ഓർമ്മകൾ എങ്ങനെ അടയ്ക്കും? എങ്ങനെ തുറക്കും? അമ്മ ഭീതിയിൽ ഉലഞ്ഞു.

അമ്മയിൽ പാപകോശങ്ങൾ വളർന്നു. വാർധക്യക്ലേശഭരിതയായ ഇവർ ഇന്ദ്രിയനഗര തിമിർപ്പുകളിലേക്ക് ഗതകാലവാതായനങ്ങൾ തുറന്നു.

ഭോഗമേൽവസ്ത്രങ്ങൾ എത്ര ഉണ്ടായിരുന്നിട്ടും ശമിക്കാത്ത തണുപ്പിന്റെ ദിക്കുകൾ, ഛിദ്രക്രിയകളാൽ നീക്കംചെയ്ത പിണ്ഡങ്ങളുടെ ചോരത്തിളക്കം, യാതൊന്നിനെ അറിയാതെയിരിക്കുന്നുവോ... യാതൊന്നിനെ കേൾക്കാതിരിക്കുന്നുവോ, യാതൊന്നിനെ ചിന്തിക്കാതിരിക്കുന്നുവോ അങ്ങനെയുള്ള ഇന്ദ്രിയനഗരമക്കളുടെ ശ്രേയസ്സിനെക്കുറിച്ചുള്ള കീർത്തനങ്ങൾ നിറതീഷ്ണ യൗവ്വനകാലത്ത് കേട്ടത് ഓർത്തുനോക്കി അമ്മ.

എല്ലാം ഇന്ദ്രിയങ്ങളിൽ തുടങ്ങി. ഇന്ദ്രിയങ്ങളിൽ വളർന്ന്, ഇന്ദ്രിയങ്ങളാൽ പരിലസിക്കപ്പെട്ട്, ഇന്ദ്രിയാനുഭൂതിയിൽ തിളങ്ങി, ഇന്ദ്രിയങ്ങളിൽ അവസാനിക്കുന്നു.

അമ്മ വാതിൽ അടച്ചു.

ശ്വാസം മുട്ടുന്നതുപോലെ.

കിതയ്ക്കുന്നതുപോലെ.

രണ്ടാമത്തെ മകൾ നല്കിയ എയർ ടാബ്‌ലറ്റ്സ് അമ്മ പുറത്തെടുത്തു കുറച്ചുനേരം ശ്വസിച്ചു; മാറ്റം കാണുന്നില്ല.

ആരോ വാതിൽക്കൽ ഒളിച്ചുനില്ക്കുംപോലെ. കാണുവാൻ വയ്യല്ലോ. വേച്ചുവേച്ച് ജനാലയ്ക്കലെത്തി കർട്ടൻ മാറ്റി തുറിച്ചുനോക്കി പുറത്തേക്ക്. മകൻ സൂക്ഷിച്ചിട്ടുള്ള പഴയ ക്രിക്കറ്റ് ബാറ്റുകളിൽ ഒന്നെടുത്ത് ധൈര്യ ത്തിന് വാതിൽക്കൽ ചാരിവച്ചു. ശ്വാസം തടസ്സപ്പെടുന്നു.

ക്രിക്കറ്റ് ബാറ്റിൽ ധൈര്യത്തിനുവേണ്ടി മുറുകെപ്പിടിച്ച് എയർ ടാബ്‌ലറ്റ് മൂക്കിൽ വച്ച് അകത്തേക്ക് ഊക്കോടെ വലിച്ചു. പുറത്ത് ആരോ നടക്കുന്നുണ്ടോ?

വൈദ്യുതിമരങ്ങളും മൊബൈൽ ടവർ മേടുകളും നിറഞ്ഞ പുറംലോകം കാണുവാൻ അമ്മയ്ക്ക് മോഹമുണ്ട്. കാണുവാൻ കഴിയുന്നില്ല.

ഇളയമകൾ കൊടുത്ത ഹിഡൻ ക്യാമറാ ബട്ടൺ അമ്മ ശരീരത്തിൽ ഒളിപ്പിക്കാൻ നോക്കി. എത്ര കിണഞ്ഞിട്ടും പറ്റുന്നില്ല.

ക്രിക്കറ്റ് ബാറ്റിൽ അമർത്തിപ്പിടിച്ച്, എയർടാബ്‌ലറ്റ് വലിച്ച്, ക്യാമറാ ബട്ടൺ ഘടിപ്പിക്കാൻ പരക്കംപായും നേരമാണ് അമ്മയ്ക്ക് മനസ്സിലായത്, വസ്ത്രമില്ല. ചുളുങ്ങിവരണ്ട തോലിൽ പറ്റിനില്ക്കാൻ മാത്രം ശേഷിയുണ്ടോ പഴയ വസ്ത്രങ്ങൾക്ക്? ഒടുവിൽ തീരാൻ അല്പംകൂടി ബാ

ക്കിയുള്ള മുടിയിൽ ക്യാമറാബട്ടൺ തിരുകിവച്ചു അമ്മ.

പുറത്ത് ആരോ ശബ്ദമുണ്ടാക്കുന്നു. മൈക്കിലൂടെ കേൾക്കുന്ന ശബ്ദംപോലെ. പതിവില്ലാത്ത, കേട്ടിട്ടില്ലാത്ത, അനുഭവിച്ചിട്ടില്ലാത്ത, അറിഞ്ഞിട്ടില്ലാത്ത, ശബ്ദത്തിനുവേണ്ടി കേൾവിക്കുറവുണ്ടെങ്കിലും അമ്മ കാതോർത്തു. ദൂരെനിന്നും ആ ശബ്ദം കാതിൽ വന്നുവീഴുന്നു.

"ശിവനേ, നിന്നിലിരുന്നി-
ച്ചെവിമിഴി മുതലായിറങ്ങി മേയുന്നു
ഇവനൊടുകൂടിവരുമ്മ-
റ്റവകളുമെല്ലാമിതെന്തു മറിമായം?"

ക്രിക്കറ്റ് ബാറ്റ് മാറിലമർത്തി അമ്മ ഭയം മറക്കാൻ ശ്രമിച്ചു. എയർ ടാബ്‌ലറ്റ് അകത്തേക്കു വലിച്ച് അമ്മ ശ്വാസം നേരെയാക്കാൻ പിടഞ്ഞു.

ക്യാമറാ ബട്ടൺ മുടിയിൽ തിരുകി അതിൽ തപ്പി അമ്മ വേവലാതിപ്പെട്ടു.

പുറത്തെ ശബ്ദം തുടർന്നു:

"ശിവനേ, നിന്നിൽനിന്ന് ഈ ചെവി, കണ്ണ് മുതലായവ ഇറങ്ങി മേയുന്നു. കൂടി മറ്റവകളും വരും. ഇതെല്ലാം എന്തു മറിമായം."

കേട്ടവ ആവർത്തിക്കാൻ നോക്കുകയാണ് അമ്മ.

ജാതിമരച്ചോട്ടിൽ

നാളെ ഞാൻ തിരിച്ചുപോവുവാ.

നെടുമ്പാശ്ശേരീന്ന് ഉച്ചയ്ക്ക് രണ്ടിനാ ഫ്ലൈറ്റ്.

ഒന്നൊന്നരമാസം അവധി ആഘോഷിച്ചു.

അടിച്ചുപൊളിച്ചു; കൊണ്ടുവന്ന കുപ്പിയെല്ലാം കാലിയാക്കുകേം ചെയ്തു.

ഇനി; ദാ രണ്ടുമൂന്നു വെള്ള കരീബിയൻ റം കുപ്പികള്.

ഇതുംകൂടങ്ങു തീർത്തേക്കാമെന്നു വിചാരിക്കുവാ.

എന്നാ രസമാ നാട്ടിൽ എന്നറിയാമോ?

തെരഞ്ഞെടുപ്പുകാലമായതുകൊണ്ട് സമയം പോയതറിഞ്ഞുമില്ല.

ഇനി ചിക്കാഗോയിൽ പോയിക്കിടന്നു നാലഞ്ചു ദെവസം ഒറങ്ങാം.

നാട്ടീന്നു തിരികെ പോവുമ്പം വെഷമം ഒണ്ടോന്നു ചോദിച്ചാ. ഇച്ചിരെ വെഷമം ഒക്കെ ഒണ്ട്. ഒന്നുമല്ലേലും നമ്മുടെ നാടല്ലിയോ, അന്യനാട്ടി ലോട്ടല്ലിയോ പോവുന്നെ.

വന്നേന്റന്നുമൊതൽ ഈ ടയോട്ടാ ക്വാലിസ് വണ്ടി എനിക്കുവേണ്ടി ഓടുവാരുന്നു. ഡ്രൈവർ മുരുകൻ ദാ, ജാതിമരച്ചോട്ടിൽ കുനിഞ്ഞിരുന്നൊറങ്ങുന്നു. നല്ല കാറ്റ് കിട്ടുന്നൊണ്ടാരിക്കും. ശല്യപ്പെടുത്തുന്നില്ല രാത്രീൽ എന്തുംവേണ്ടി ഓട്ടമാരുന്നെന്നറിമോ? കൂട്ടുകാരന്മാരുമായിട്ട് എല്ലാ ദെവസോം കരിമ്പുംകാലാ ഷാപ്പിൽ പോയി നന്നായിട്ടു കഴിക്കും. പോരായെങ്കിൽ വിൻസർകാസ്സിൽ കേറി ഇച്ചിരെ വിസ്കീംകുടെ മേടിക്കും. ഹോട്ടലുകാർക്കൊക്കെ വല്യ കാര്യമാ എന്നും പത്തും നാലായിരാം അല്ലിയോ ബിൽ, അതാർക്കേലും ഇഷ്ടമാവാതിരിക്കുമോന്നേ?

അമേരിക്കേലെ ടെൻഷൻ ഒക്കെ ഒന്നൊഴിച്ചുകിട്ടാൻ വേണ്ടിയ ഇവിടെ വന്നൊള്ള ഇത്തരം ചുറ്റിക്കളി. രാവിലെ മുരുകൻ ക്വാലിസ് സ്റ്റാർട്ടാക്കും. കേറി ഒറ്റ ഇരുപ്പാ. പിന്നെ ഒരു പോക്കാ. മാണിസാർ മത്സരിക്കുന്ന പാലായിലും സ്റ്റീഫൻ ജോർജ് കടുത്ത മത്സരം നേരിടുന്ന കടുത്തുരുത്തിയിലും വഴി പോയി ഒന്നു തലകാണിച്ചേംവച്ച് ഏറ്റുമാനൂര് വന്ന് ശരിക്കൊന്നു ഭക്ഷണം കഴിക്കും. ഇത്തിരെ നല്ല മീൻ കിട്ടുന്ന ഹോട്ടലിലേ കേറത്തൊള്ള്. കരീമിനാണേൽ ഉള്ളി ഇട്ടുവഴറ്റി പൊരിച്ചതേൽ ഒ

ന്ന്; നല്ല ടേസ്റ്റാ. മീൻ പരിഞ്ഞില് തോരൻവച്ചതു കിട്ടുന്ന ഒരു ഹോട്ട ലൊണ്ട്. എക്സ്ക്യൂസീവാ. അവിടേം ഒന്നു കേറി പരിഞ്ഞിൽ തോരൻ പാഴ്സലായിട്ട് മേടിക്കും.

അതാ രീതി.

ചിക്കാഗോയിൽ ഓഫീസ് സമയത്താണേൽ മാക്ഡൊണാൾസിൽ ഒന്നു കേറും. ചെലപ്പം യാത്രേൽ ആന്നേൽ കാറിലിരുന്നുതന്നെ കഴി ക്കുകേം ചെയ്യും.

ദാണ്ട്, മുരുകൻ ഇരുന്നൊറങ്ങുന്നു.

എടോ മുരുകാ, ഇന്നുംകൂടെ സഹിച്ചാ മതിയെടാ, നാളെ, എന്നെ നെടുമ്പാശ്ശേരീൽ വിട്ടേംവച്ച് നിന്റെ പോക്കിന് പോടോ. ഇന്നുതന്നെ കം പ്ലീറ്റ് അക്കൗണ്ട്സ് സെറ്റിൽ ചെയ്യാമെടോ. മുരുകാ, ഓ, നീ ഇങ്ങ് വ ന്നേടോ, മുരുകാ, ഗ്ലാസെടുത്ത് ഇച്ചിരെ റം ഒഴിച്ച് ഐസ് വാട്ടറും ചേർ ത്തു കൊണ്ടുവാടോ. എന്താടോ നോക്കിനിക്കുന്നെ?

ഫ്രിഡ്ജിൽ ബീഫ് കാണും. ഇച്ചിരെ എടുത്തു ചൂടാക്കെടാ കൊച്ച നെ. ഞാൻ പിരീന്നെന്റെ വെഷമം ആന്നോടോ? അതോ സത്യത്തിൽ നെനക്ക് ഒറക്കം വരുന്നൊണ്ടോ?

എടോ, ഇനി ഞാൻ അടുത്ത വർഷമേ വരത്തൊള്ള്. പള്ളിപ്പെരുന്നാ ളിന് അന്ന് കാണാമെടോ. മുരുകാ, എടാ കൊച്ചനേ, നീ ചാരി ഇരിക്കു ന്ന ഈ ജാതിമരം ഒണ്ടല്ലോ, ഇതാരാ വെച്ചേന്നറിയാമോടോ? അറിയാൻ പറ്റത്തില്ല. ആർക്കും ഇതിന്റെ ഗുട്ടൻസ് അറിയത്തില്ല. എങ്കി പറയാമെ ടോ മുരുകാ, നീ ആ എറച്ചി വഴറ്റിയതേൽ ഇച്ചിരെ ഇങ്ങ് കൊണ്ടുവാ. റം കിട്ടി. സന്തോഷം. മറ്റേത് വേഗം എടുക്കെടാ പൊന്നുമോനെ.

എടാ മുരുകാ, ഏലമ്മേം പിള്ളാരേം നീ എവിടെയാ ഷോപ്പിങ്ങിന് കൊണ്ടുവിട്ടേ? പാർത്ഥാസിലാണേൽ ഒത്തിരി കഴീം എറങ്ങാൻ. അങ്ങ നാണേൽ നീ ഒരു നാലുമണിയോടെ വണ്ടീം കൊണ്ട് അങ്ങോട്ട് പോ യാൽ മതിയെ. അപ്പഴത്തേക്കും അവര് എറങ്ങിവരുമായിരിക്കും. വന്നി ല്ലേൽത്തന്നെ അതിന്റെ മുന്നിൽ ഇച്ചിരെനേരം അങ്ങ് കെട.

ഞാൻ പറഞ്ഞാണ്ടുവന്നത് ജാതിമരത്തിന്റെ കാര്യം അല്ലിയോ. പറ യാം ...

മുരുകാ, നീ കേട്ടിട്ടൊണ്ടോ എന്നറിയത്തില്ല. കെ.എം. ജോർജ് സാ റിനെ അറിയാമോടേ? നീ നെയ്യാറ്റിൻകരക്കാരനായോണ്ട് അറിയാൻ വ ഴിയില്ല. എന്നാലും പറേവാ മുരുകാ, ഒരു വലിയ മനുഷ്യനാരുന്നു. സ് നേഹനിധിയാരുന്നു. നാട്ടുകാർക്കെല്ലാം ബഹുമാന്യനാരുന്നു. ട്രാൻസ് പോർട്ട് മന്ത്രിയാരുന്നു.

എന്റെ അപ്പന്റെ ആരാധ്യപുരുഷനായിരുന്നു.

ജോർസാറെന്നേ അപ്പൻ വിളിച്ചിട്ടൊള്ളാരുന്നു.

ഞങ്ങൾ പിള്ളാരും അങ്ങനെതന്നെ വിളിച്ചു പഠിച്ചു. ഞാൻ ആറിൽ പഠിക്കുമ്പം പിള്ളാരുടെ ബസ് സമരം ഒണ്ടാരുന്നു. അന്ന് കെ.എം. ജോർജായിരുന്നു ട്രാൻസ്പോർട്ട് മന്ത്രി. സ്കൂളിലെ പിള്ളാര് ജോർസാറിനെതിരെ മുദ്രാവാക്യം ഉയർത്തി. അത് കേട്ടപ്പം എനിക്ക് എന്തുംവേണ്ടി സങ്കടം വന്നെന്നറിയാമോടേ?

ഞാനന്ന് കരഞ്ഞോണ്ടോ സ്കൂളീന്നു വന്നെ.

ഇപ്പം എന്റെ മോൻ ലാലുവെങ്ങാനും ഈ കഥ കേട്ടാൽ അവൻ എന്നെ കളിയാക്കാതെ വിടുമോ മുരുകാ?

ജോർസാർ മന്ത്രിസ്ഥാനം രാജിവച്ച ദിവസം ഞങ്ങടെ വീട്ടിൽ കഞ്ഞി വച്ചില്ല. അപ്പൻ വെഷമം തിന്നതിനും ഞങ്ങൾ കാണാതെ കരഞ്ഞതിനും കണക്കില്ല.

രണ്ടു വർഷം കഴിഞ്ഞപ്പം ജോർസാർ മരിച്ചു. അന്ന് അപ്പൻ എന്നെക്കൊണ്ട് ഒരു തൈ നടിച്ചു. അതാ മുരുകാ നീ ചാരിയിരിക്കുന്ന ഈ ജാതി മരം കേട്ടോടോ?

ഇപ്പം എത്രയടി ഉയരമായെന്നറിയാമോ?

എന്തുംവേണ്ടി കനം ഒണ്ടെന്നറിയാമോ?

ഇതാ ഓർമ്മകൾക്കു പറ്റിയത് ഒരു മരമായിരിക്കും എന്നു പറേന്നത്. മനുഷ്യർ തല കുനിക്കേണ്ടത് മരങ്ങളുടെ കുനിഞ്ഞ ചില്ലകൾക്കു മുന്നിൽ മാത്രമായിരിക്കണമെന്നു ഞാൻ പറയും. ഈ തൈ നട്ടപ്പം ഇതിങ്ങനെ വളർന്നു വിടർന്നുനില്ക്കുമെന്നു ഞാൻ സങ്കല്പിച്ചിരുന്നില്ല. ഇപ്പം ദാ, വെയിലത്ത് വച്ചേക്കുന്ന ജാതിക്കായ... ഏലമ്മ കണ്ടപ്പം പറയുവാ – ഇച്ചി രെ, ഷിക്കാഗോയ്ക്ക് കൊണ്ടുപോണമെന്ന്. ശരി കൊണ്ടുപോയേക്കാം.

മുരുകാ, തിരികെ പോവാൻ തൊടങ്ങുമ്പം എന്തുവാന്നറിയത്തില്ല, ആകപ്പാടെ ഒരു വല്ലായ്മ. ഇവിടത്തെ രാഷ്ട്രീയം പറച്ചിലും കുടീം, തീറ്റീം ബന്ധുക്കളുടെ വീട്ടിൽ പോവുമ്പം കിട്ടുന്ന സുഖോം ഒക്കെ ഉപേക്ഷിച്ചിട്ട് നെടുമ്പാശ്ശേരീന്ന് പറക്കണമല്ലോന്ന് വിചാരിക്കുമ്പം ഒരു വെപ്രാളം. പിള്ളാർക്ക് ഒരു കുലുക്കോം ഇല്ല. അവർക്ക് ഇങ്ങോട്ട് വരാൻതന്നെ ഇഷ്ടമില്ലാരുന്നു.

മുരുകാ, ഞാനോർക്കുവാരുന്നേ, മൊതലാളിക്കുവേണ്ടി ജാതി മരത്തിന്റെ ചോട്ടിൽ കാത്തിരുന്നൊറങ്ങുന്ന ഒരു ഡ്രൈവറെ ചിക്കാഗോയിൽ സങ്കല്പിക്കാൻ പറ്റുമോന്നേ? മുരുകന്റെ നോട്ടം കണ്ടില്ലിയോ?

ഞാൻ റം തീർക്കുന്നൊണ്ടോന്നും നോക്കി കാത്തിരിക്കുവാ. എറച്ചി തീരുമ്പം മൂപ്പിച്ചോണ്ടു വന്ന് ഇട്ടുതരുന്നു. ഇനീം വേണോ എന്ന് തെക്കൻ മട്ടിൽ ചോദിക്കുന്നു.

നാട്ടിൽ വന്നെറങ്ങുമ്പം വേറേം ചെല വ്യത്യാസങ്ങൾ കാണാം. പെട്ടി എടുക്കണോ? പിടിക്കണോ? വണ്ടിയേൽ കേറ്റണോ? എത്ര ആളാ സഹായിക്കാനും മറ്റുമായി നിക്കുന്നേന്നറിയാമോ? മുരുകാ, നിന്റെ കാര്യം നോക്ക്. നീ കൂലി ഒന്നും ചോദിക്കത്തില്ല. ഞാൻ കൊറച്ചങ്ങോട്ട് തരും.

നീ എണ്ണാതെ പോക്കറ്റിലിടും. ഇതല്ലിയോ സംഭവിക്കുന്നെ?

മുരുകാ, ഞാൻ ന്യായം പറഞ്ഞ് സമയം പോക്കുവാന്നോ? ഏലമ്മേം പിള്ളാരും പാർത്ഥാസീന്ന് എറങ്ങാറായോ? നീ സമയം നോക്കിക്കോണേ.

ഞാൻ ഇങ്ങനെ വിഡ്ഢിത്തം പറഞ്ഞോണ്ടിരിക്കും.

അയ്യോ, ജാതിമരം നിന്നനങ്ങുന്നതു കണ്ടോ? എടോ മുരുകാ, രണ്ടാമത്തെ ജാതിമരം കണ്ടോടോ? ഇതിനെക്കുറിച്ചുമൊണ്ട് കൊറെ പറയാൻ. ഇതിന്റെ കഥ കേട്ടാൽ മുരുകാ, നെനക്ക് വെഷമം വരും. ഇക്കാര്യോം അധികം പേർക്ക് അറിയത്തില്ല.

ഒറ്റവാക്കിൽ പറയട്ടെ. എന്റെ അപ്പൻ കെ.എം.ജോർജിനെ ഓർമ്മിക്കാൻവേണ്ടി എന്തു ചെയ്തോ അതേപോലെ അപ്പനെ ഓർമ്മിക്കാനായി ഞാനും ചെയ്തു. മനസ്സിലായോ? കഥ പിടികിട്ടിയോ?

പഠിത്തമൊക്കെ കഴിഞ്ഞ് ഒരു ജോലീം കൂലീം ഇല്ലാതെ ഞാൻ നടക്കുന്നതിൽ വെഷമിച്ചാ അപ്പൻ മരിച്ചെ. അന്നെനിക്കൊരു ട്യൂട്ടോറിയൽ കോളേജിൽ ജോലിയുണ്ടായിരുന്നു. ശമ്പളം ഇരുന്നൂറ്. ഒരു ദെവസം രാവിലെ ഞാൻ ട്യൂട്ടോറിയലിലോട്ട് പോവാൻ നേരം അപ്പൻ പതിവില്ലാത്തോണം പൊറേന്നു വിളിച്ചു. ഞാൻ ദേഷ്യത്തിൽ തിരിഞ്ഞു.

"നീ വല്ലാതെ ചടച്ചുപോയല്ലോടാ." അപ്പൻ പറഞ്ഞു.

ഞാൻ മിണ്ടിയില്ല.

"നെനക്ക് ഒന്നിനും തെകയത്തില്ലാരിക്കും. അല്ലിയോ?"

ഞാൻ അതേന്നു പറഞ്ഞു.

അപ്പൻ വെഷമിച്ച് കുനീന്നതു കണ്ടു.

"ഞാൻ നെനക്ക് ഒന്നും സമ്പാദിച്ച് തന്നില്ല."

ഞാൻ ദേഷ്യപ്പെട്ട് എറങ്ങിനടന്നു; സമയംപോയാലോ.

തേർഡ് ഹവർ ക്ലാസി നിന്നപ്പഴാ വീട്ടീന്ന് ആളു വന്നത്. ചെന്നപ്പഴത്തേക്ക് അപ്പൻ പോയി. ഏഴാം ദെവസം പ്രാർത്ഥനേം കഴിഞ്ഞ് വെറു

തെ വെഷമിച്ചോണ്ട് ജാതിമരത്തിന്റെ ചൊവട്ടി പോയിരുന്നു. അതേൽ കാറ്റു പിടിച്ചപ്പം ജോർജ് സാർ അപ്പനെ അന്വേഷിക്കുകയും പേരു വിളിച്ച് വെഷമിക്കുകയും ചെയ്യുകയായിരിക്കുമെന്നു തോന്നി.

കാറ്റിൽ കൊറെ എലകൾ താഴോട്ടു വീണു.

മുരുകാ, അന്നേരം എനിക്കു തോന്നി, ഇതാ ജീവൻ ജീവനെ തിരിച്ചറിയുവാന്ന്. മരിച്ചവരും മൗനത്തിൽ അടങ്ങിയവരും തമ്മിൽ കണ്ടോ?

ജാതിമരം ഏതു ജാതിയിൽപ്പെട്ട മനുഷ്യരേക്കാളും എത്ര ഉയരത്തിലാന്ന് മനസ്സിലായോ? അന്നു വൈകീട്ട് കോടിമതവരെ നടന്നപ്പോഴും ഞാൻ ഇതുതന്നാ ആലോചിച്ചോണ്ട് നടന്നത്. കോടിമതേലെ നേഴ്സറീൽ കേറി ഒരു ജാതിത്തൈ മേടിച്ചു. കൊച്ച് പ്ലാസ്റ്റിക് കൂട്ടിൽ, കിളുന്തു വിരൽപോലെ ഒരു ജാതിത്തൈ. ഓട്ടോറിക്ഷ കേറി വിട്ടു. വന്നുകേറിയ ഒടൻ തൈ കുഴിച്ചുവച്ചു. മുരുകാ പതിനഞ്ചു വർഷം ആകുന്നു. പതിനഞ്ചാം വയസ്സിലോട്ടു കേറുന്ന ജാതിമരം കണ്ടാലോ?

പിന്നെ, റാന്നീന്ന് കല്യാണാലോചന വന്ന് ഞാൻ ഏലമ്മയെ കെട്ടി. അവൾ എന്നെ ഇട്ടേംവച്ച് ചിക്കാഗോയ്ക്കു പോയി. മൂന്നു വർഷം കഴിഞ്ഞ് ഞാനും ചെന്നുപറ്റി. ഞങ്ങൾക്ക് രണ്ടു പിള്ളാരൊണ്ടായി. ജോലി ഒറച്ചു. നാട്ടിൽ പൊരേടം മേടിച്ചു. മാണിസാർ ഉൾപ്പെടെ ഒള്ള നേതാക്കൾ ചിക്കാഗോയിൽ വന്നാൽ എന്റെ വീട് സ്വന്തം വീടായി. ഞാൻ അങ്ങനാ മുരുകാ. - സ്നേഹിച്ചാ, തിരിച്ച് മരിക്കുവോളം സ്നേഹിക്കും. സ്നേഹമില്ലിയോ, ഓ, എനിക്കൊന്നുമില്ല. ഞാൻ ആരോടും ഒന്നും മിണ്ടാനും പറയാനും പോവത്തില്ല. ഈ സ്നേഹോന്നു പറേന്നത് പിടിച്ചു മേടിക്കാൻ പറ്റുന്നത് വല്ലോമാണോ? കണക്കുപറഞ്ഞ് കിട്ടേണ്ടതുവല്ലോമാണോ? കിട്ടിയാ കിട്ടി. പോയാ പോയി. ഇപ്പം ഞങ്ങടെ ചിക്കാഗോയിൽ ആന്ത്രാക്സസും അടീം പിടീം ഒക്കെ യാടോ. എന്നാലും ഞങ്ങക്ക് പോവാതിരിക്കാൻ പറ്റുമോ? നാളെ നെടുമ്പാശ്ശേരീന്ന്. അതോർക്കുമ്പം മുരുകാ... എറച്ചീം റമ്മും തീർന്നെടോ.

നോക്കടേ, ഇനീം ഇച്ചിരീംകൂടെ കാണും. അയ്യോ, ഇതു കണ്ടോ? അതിശയം!

ഒന്നാമത്തെ ജാതിമരോം രണ്ടാമത്തേതും തമ്മിൽ നിന്ന് ദാ കുശുകുശുക്കുന്നു. ആത്മാക്കളുടെ സുഗന്ധമുള്ള ഓർമ്മകളുമായി ദാ, നിന്ന് വിതുമ്പുന്നു.

എന്റെ അപ്പനും ജോർസാറും തമ്മിലുള്ള ഹൃദയ ബന്ധം കണ്ടോന്നേ?

കഷ്ടപ്പാടീന്ന് മോൻ ഉയർത്തെഴുന്നേറ്റ് വലിയ മനുഷ്യനും ധനികനുമാവുന്നത് നേരിട്ടു കാണാൻ യോഗമില്ലാതെപോയെങ്കിലും ജോർസാറെ എന്റെ മുറ്റത്തെ ഐശ്വര്യം കണ്ടോന്ന്, അപ്പൻ ജോർസാറിനോടു പറയുവല്ലിയോടെ മുരുകാ? ഇതല്ലാതെ പിന്നെന്തുവാടേ പറയാൻ? ഒരു മരം വേരാഴ്ത്തുന്നത് നട്ടവന്റെ ഹൃദയത്തിലുമാണെടോ.

എന്റെ മൂത്ത മോന് പ്രന്തണ്ടു വയസ്സു കഴിഞ്ഞു. ഈ രണ്ടു ജാതി മരത്തിന്റേം തൊട്ടടുത്ത് മൂന്നാമതൊന്നു കുഴിച്ചിടാനക്കൊണ്ട് അവന് മനസ്സ് വരുമോ മുരുകാ? എന്നേലും കാലത്ത് ഞാനിനി അവധിക്കു വരുമ്പം ഇങ്ങനൊന്നാവശ്യപ്പെട്ടാൽ എന്റെ മോൻ കേക്കുമോ? ഞാൻ മരിച്ചാൽ എന്റെ മോൻ നാട്ടിൽ വന്ന് സ്വമേധയാ ഒരു ജാതിത്തൈ മേടിച്ച് കുഴിച്ചുവയ്ക്കുമെന്നു വിശ്വസിക്കുവാൻ പറ്റുന്നില്ല. എനിക്ക്, ജോർസാറിനും അപ്പനും അടുത്ത് ജീവിക്കണമെടോ? ഏലമ്മ, കേട്ടാൽ പ്രാന്താന്നു പറയും. പിള്ളാരു കേട്ടാലും ഇങ്ങനെ പറയും. പിന്നെ, ഞാൻ ആരോടു പറയും?

പരദേശികളുടെ അന്ത്യം എങ്ങനെ എവിടാന്ന് ആർക്ക് പ്രവചിക്കാൻ പറ്റും മുരുകാ?

എന്തുവാന്നേലും നീ ഞങ്ങളെ നാളെ നെടുമ്പാശ്ശേരീൽ വിട്ടിട്ട് പോവണേ. അത് എല്ലാം അവസാനിപ്പിച്ചോള്ള ഒരു പോക്കാവല്ലേ മുരുകാ.

ഈ റം തീരുന്നേനുംമുമ്പ് ഞാൻ വേറൊരു കാര്യംകൂടെ പറയാം. ഇതു കണ്ടോ? ഇവിടാ, ഇനി മൂന്നാമതൊരു ജാതിമരം വളർന്നുവരേണ്ടത്.

നീയിവിടെ ഒരു ജാതിമരം നടണം. പറഞ്ഞാ കേൾക്കുമോ മുരുകാ. ഞാൻ ലോകം വിടുന്നൂന്നറീന്ന ദേവസം നിശ്ചയമായും ഒരു ജാതി വാങ്ങി വരണേ മുരുകാ. സത്യം. എനിക്കു വിശ്വാസം വരുന്നില്ല. നീ കൈ നീട്ടി സത്യംചെയ്യ്. സത്യം ... മരിച്ചവർ ഇലകളായി അനങ്ങുമെന്നും മഴയായി കരയുമെന്നും അപ്പൻ പറഞ്ഞത് ഓർമ്മവരുന്നു. എപ്പഴും ഇതോർക്കും. നീയും എപ്പഴും ഇതോർക്കണം.

നീ വാക്കുതന്നല്ലോ. സത്യം ... മുരുകാ, വല്ലാത്ത ക്ഷീണം. ഞാൻ ഇച്ചിരെ കെടക്കട്ടെ. സമയം നീ നോക്കണം. സത്യമായും സമയം നീ നോക്കണം.

കൃഷിക്കാരൻ

കൃഷിക്കാരനെ തിരക്കി രണ്ടുപേർ വന്നു. കാർ, ദൂരെ നിർത്തി വയൽവരമ്പിലൂടെ നടന്നുവന്ന്ചിലരോടൊക്കെ വീടന്വേഷിച്ച് കണ്ടുപിടിക്കുകയായിരുന്നു. ഇറയത്ത് വാതിൽക്കലേക്ക് കാലുംനീട്ടി ഇരിക്കുമ്പോഴാണ് അവർ വന്നുകയറിയത്.

ടൗണിലെ സ്കൂളിൽ നിന്നും വന്ന അധ്യാപകരായിരുന്നു. 'അയ്യോ എഴുന്നേല്ക്കണ്ട'. അധ്യാപകർ പറഞ്ഞു.

പിടഞ്ഞ് എഴുന്നേല്ക്കാൻ തുടങ്ങി കൃഷിക്കാരൻ. കൃഷിക്കാരനെ അവർ താങ്ങി പഴയപോലെ ഇരുത്തി.

മുറ്റത്ത് ഒരു പശുനിന്ന് അമറി.

മൂന്നുനാല്തവണ കരച്ചിൽ കേട്ടപ്പോൾ കൃഷിക്കാരൻ തിരിഞ്ഞ് 'എന്തുവാ പയ്യേ?' എന്നുറക്കെ വിളിച്ചുചോദിച്ചു.

അധ്യാപകരും ചോദിച്ചു: 'കുഴപ്പം വല്ലോം...?'

'ഓ, കാടി തീർന്നുകാണുമായിരിക്കും'.

എന്നുംപറഞ്ഞ് കൃഷിക്കാരൻ അവരെ ശ്രദ്ധിച്ചിരുന്നു.

പച്ചക്കരയുള്ള ഒരു വെള്ളത്തോർത്തുമുണ്ട് മാത്രമായിരുന്നു കൃഷിക്കാരന്റെ വേഷം. കാലിൽ നഖങ്ങൾ നീണ്ടുവളർന്ന് വളർച്ച മുരടിച്ചശേഷം വിരലിലേക്ക് തല ചെരിച്ച് വളഞ്ഞ് കാണപ്പെട്ടു. മണ്ടയടച്ച ഒരു തെങ്ങും പശു പകുതിയും നക്കിതോർത്തിയ ഒരു ചെമ്പരത്തിയും മുറ്റത്തുണ്ടായിരുന്നു. വർഷങ്ങളായി ഓലമേഞ്ഞ വീടായിരുന്നു. അടുത്ത കാലത്തായി ഓട് മേഞ്ഞ് വൃത്തിയാക്കിയിട്ടുണ്ട്. കയറിച്ചെല്ലുന്നിടത്ത് ഒരു നീണ്ട മുറി. അകത്തേക്ക് തിരിയുന്നിടത്ത് അടുക്കള. പിന്നെ ഒരു കിടപ്പുമുറി, ഇത്രയുമായിരുന്നു സൗകര്യം.

കയറിച്ചെല്ലുമ്പോൾ നീണ്ട ഒരു ബെഞ്ചും കസേരയുമുണ്ടായിരുന്നു. അധ്യാപകർ ബെഞ്ചിലിരുന്ന് ഉറക്കെ സംസാരിച്ചു. കൃഷിക്കാരൻ കസേരയിലിരുന്ന് എല്ലാം കേട്ടു.

രണ്ട് അധ്യാപകർക്കും ഏതാണ്ട് ഒരേ വേഷമായിരുന്നു. ഇരുനിറം, കട്ടിമീശ, കറുത്ത ചെരുപ്പ്, മഞ്ഞ ചെക്ക് ഷർട്ട്, കറുത്ത പാന്റ്സ്, കറുത്ത എണ്ണമയമുള്ള സമൃദ്ധമായ ഭംഗിയായി ഒതുക്കിയ മുടി, രണ്ട് പേ

രുടേയും കൈയിൽ കറുത്തുണങ്ങിയ ചെറുമത്സ്യങ്ങളെപ്പോലെ രണ്ട് മൊബൈൽ ഫോണുകൾ കാണപ്പെട്ടു. ഇടയ്ക്കിടെ, പൂച്ച കൊതിയോടെ വറുത്ത മീൻ മണപ്പിക്കുംപോലെ അധ്യാപകർ തങ്ങളുടെ മൊബൈൽ ഫോണുകൾ ചുണ്ടിലും കാതിലും മാറി മാറി ഉരസിക്കൊണ്ടിരുന്നു.

കുറ്റിയിലെ കയറിൽ കറങ്ങിവലഞ്ഞ്, ചെമ്പരത്തി മുഴുവൻ നക്കിത്തോർത്തുന്ന പണി തീർത്ത്, പശു വീണ്ടും അമറി; മൂന്നോ നാലോ തവണ കൃഷിക്കാരൻ പുറത്തേക്ക് തലതിരിച്ച്.

“എന്നതാ പയ്യേ?” എന്ന് വീണ്ടും വിളിച്ചു ചോദിച്ചു. വെശന്നിട്ടായിരിക്കുമെന്ന് രണ്ട് അധ്യാപകരും ഒരേ ശബ്ദത്തിൽ പറഞ്ഞു. എന്തും ഒരേവിധം, ഒരേ ശബ്ദത്തിൽ തന്നെ പ്രതികരിക്കുന്നതുകൊണ്ടുണ്ടാകുന്ന സാമ്യം പരസ്പരം ഉൾക്കൊള്ളുന്നത് കൊണ്ടായിരിക്കും എല്ലാ അധ്യാപകരും പരസ്പരം ‘സാറേ’ എന്നു വിളിച്ചുപോരുന്നത്.

“ഓ വെശക്കുന്നേ അങ്ങോട്ട് വെശക്കട്ടെ, കൊടുക്കാൻ പോച്ചേം കച്ചീം ഒന്നും ഇല്ലല്ല്,” എന്നായി കൃഷിക്കാരൻ.

പശുവിന്റെ പ്രശ്നത്തിന് കാരണം അധ്യാപകർക്ക് പിടികിട്ടി. അതുകൊണ്ടവർ പിന്നീട് പലതവണ പശു അമറിയിട്ടും മിണ്ടുകയോ പുറത്തേക്ക് നോക്കുകയോ ചെയ്തില്ല.

ഉച്ച കഴിയുമ്പോൾ വീശാറുള്ള ഒരുതരം പരുപരുത്ത കാറ്റുവന്ന് പുറത്തെവിടെയോ ഉള്ള ഉണങ്ങിയ വാഴക്കയിൽ ഉരുമ്മി ശബ്ദം കേൾപ്പിച്ചു ഉടൻതന്നെ തിരികെപ്പോയി. അല്പം ദൂരെ കാടുമൂടിക്കിട ക്കുന്ന പഴയ പാടശേഖരത്തിൽ കാറ്റ് നേരെ ചെന്ന് ശൂന്യമായി. വിത്തിറക്കാനും കൊയ്യാനും മനുഷ്യർ വിസ്മരിച്ചതിനാൽ കാട്ടുപൊന്തകളും മുൾച്ചെടികളും അറിയാതെ വിരിഞ്ഞുപോയ ഭൂപ്രദേശമായിരുന്നു അത്.

കാറ്റുപോയ ദിക്കിലേക്ക് നോക്കി കൃഷിക്കാരൻ ചോദിച്ചു: “സാറേ, വീട് കണ്ടുപിടിക്കാൻ പാടുപെട്ടോ?” വീട് കണ്ടുപിടിക്കാൻ വല്ല പ്രയാസവു മുണ്ടായിരുന്നുവെങ്കിൽ ആ പൊന്തയിൽ തക്കംപാർത്ത് വിശ്രമിച്ചുവരുന്ന കാറ്റിനോട് ചോദിച്ചാൽ മതിയായിരുന്നുവല്ലോ എന്ന മട്ടിലായിരുന്നു കൃഷിക്കാരന്റെ ചോദ്യം.

“ഞങ്ങൾ ചോദിച്ചുപറഞ്ഞിങ്ങ് പോന്നു.” അധ്യാപകർ ഒരേ ശബ്ദത്തിൽ പറഞ്ഞു.

പെട്ടെന്ന് ഒരു നായ വീട്ടുവാതിൽക്കൽ പ്രത്യക്ഷമായി. വെളുപ്പും കറുപ്പുമായിരുന്നു നിറം. പക്ഷേ, ചേറിന്റെ നിറവും മണവുമായിരുന്നു അതിന്. കൃഷിക്കാരനെ നോക്കി അത് നിർലോഭം വാലാട്ടിയശേഷം മുൻ

കാൽ നിലത്ത് അമർത്തിപ്പിടിച്ച് കൊലുന്നനെയുള്ള ശരീരം പിന്നോട്ടെടുത്ത് മൂരിനിവർത്തി.

അധ്യാപകർ പകച്ചു.

മുൻകാലുകൾ ഉയർത്തി നായ കൃഷിക്കാരന്റെ മടിയിലേക്ക് നീട്ടി. ആത്മഗതം എന്നവണ്ണം നായ മുരണ്ടു. കൃഷിക്കാരന്റെ തോർത്തു മുണ്ടിൽ ചേറ്റിൽ മുക്കിയ വിചിത്ര പാദചിത്രങ്ങൾ.

വറുത്ത മീൻ കഷണങ്ങൾ പോലെയുള്ള മൊബൈൽ ഫോണുകൾ കൈയിൽ ഒതുക്കി സൂക്ഷിച്ചുകൊണ്ട് അധ്യാപകർ ഭയന്നു. കൃഷിക്കാരൻ പറഞ്ഞു: "എവൻ ഒന്നും ചെയ്യത്തില്ല. അല്ലിയോടാ, ടോമീ...?"

നായ സമ്മതിച്ചു.

ടോമി, കൈസർ, വില്യം...

നായ്ക്കൾ എല്ലാം ക്രൈസ്തവ നാമധാരികളായിരിക്കും. ആനകൾ തിരിച്ചും. ടോമി എന്ന പേരിൽ കേരളത്തിൽ ഒരു ആന ഉണ്ടാകില്ല; ഗുരുവായൂർ കേശവൻ എന്ന പേരിൽ ഒരു നായയും.

നായ കൃഷിക്കാരനെ തൊട്ടും തലോടിയും നിന്നു.

ഈ സമയം കൃഷിക്കാരൻ ഉലഞ്ഞു.

അയാൾ താഴെയെങ്ങാനും വീണാലോ എന്നായി അധ്യാപകരുടെ ആശങ്ക.

വൃദ്ധനായ കൃഷിക്കാരൻ അത്രകണ്ട് ക്ഷീണിതനായിരുന്നു. കൈക ളിൽ ഒരു കാലത്തുണ്ടായിരുന്ന ദൃഢതയ്ക്കുമേൽ ഞരമ്പുകളും അതി ന്മേൽ ചുളിവുകളും വള്ളിപ്പടർപ്പുകൾ പോലെ കാണപ്പെട്ടു.

എന്നാൽ എല്ലാം പറഞ്ഞപോലെ.

നാളെ കാണാം.

അധ്യാപകർ യാത്രപറഞ്ഞിറങ്ങാൻ നേരം കൃഷിക്കാരൻ നായയെ ചേർത്തുപിടിച്ചിരുന്ന് വഴി ഉണ്ടാക്കിക്കൊടുത്തു.

അധ്യാപകരെ നോക്കി നായ നെടുവീർപ്പിട്ടു. അവർ കൈയിൽ സൂക്ഷിച്ചിട്ടുള്ളത് വറുത്ത മീൻകഷണമാണെന്ന ധാരണയിലായിരിക്കും ടോമി നെടുവീർപ്പിട്ടത്. നായ്ക്കളുടെ നെടുവീർപ്പ് എല്ലാവർക്കും തിരിച്ചറിയണമെന്നില്ലല്ലോ.

മുറ്റം പിന്നിട്ട് അധ്യാപകർ വരമ്പിലേക്ക് ഇറങ്ങാൻ തുടങ്ങിയപ്പോഴേക്കും പശു വീണ്ടും അമറി. അധ്യാപകർ തിരിഞ്ഞുനോക്കാതെ നടന്നു.

കൃഷിക്കാരനും നായയും പശുവും വീട്ടിൽ തനിച്ചായി. ഇങ്ങനെ പറയുവാൻ പാടുള്ളതല്ല. ഒരു കൃഷിക്കാരന്റെ യഥാർത്ഥ കൂട്ടുകാർ ഇവര

ല്ലെങ്കിൽ പിന്നെ മറ്റാരായിരിക്കും?

അധ്യാപകരുടെ വരവ് കൃഷിക്കാരനെ ശരിക്കും ഉത്സാഹിയാക്കി. വയ്യായെങ്കിലും കൃഷിക്കാരൻ ഏന്തിവലിഞ്ഞ് മുറ്റത്ത് രണ്ട് തവണ നടന്നു. ടോമി കൂടെ നടന്നു. രാത്രി

"എടാ ടോമിയേ?"

കൃഷിക്കാരൻ നായയെ നീട്ടിവിളിച്ചു. എന്തോ എന്ന് വിളികേട്ടില്ലെന്നേയുള്ളൂ. നായ, സ്വന്തം നിലയ്ക്ക് ചില മറുപടികൾ മുരണ്ടു.

"എടീ കാർത്ത്യായനിയേ..." കൃഷിക്കാരൻ പശുവിനെ വിളിച്ചു.

പശു തലകുലുക്കിക്കൊണ്ട് വാൽ ഉയർത്തി മൂത്രം ഒഴിച്ചു; ഭൂമി പിളർന്നു.

മണ്ടപോയ തെങ്ങിന്റെ ചുവട്ടിൽ ചെന്നുനിന്ന് കൃഷിക്കാരൻ വയലിലേക്ക് നോക്കി. മടന്തക്കാടും കാട്ടുചെടികളും പായലും പോളയും വള്ളി പ്പടർപ്പുകളും ഒന്നായി കറുത്തുകിടക്കുന്നുവെന്നു തോന്നും. എന്നാലത് കറുപ്പാണോ? അതുമല്ല.

കൃഷിക്കാരൻ വീടിന്റെ പിന്നാമ്പുറത്തേക്കു ചെന്നു. ചേരിൽ വെട്ടുകത്തിയുണ്ടോ എന്ന് സംശയിച്ചു. കുറേ തപ്പിയപ്പോൾ കണ്ടു ബോധിച്ചു. വാത്തല പോരായെന്ന് ഉള്ളിൽ പറഞ്ഞുകൊണ്ട് മൂർച്ച വിരൽവെച്ചു നോക്കി.

വല്യ കുഴപ്പമില്ല.

പണ്ടിതുംകൊണ്ട് ഒറ്റ വെട്ടിന് ഒരു എരളിനെ നാലായി തുണ്ടിക്കാൻ പറ്റുമായിരുന്നു. ഇന്ന് ഒറ്റവെട്ടുകൊണ്ട് പറ്റത്തില്ല. അത്ര മൂർച്ചയില്ല. വെട്ടൊന്ന് തുണ്ടംരണ്ട് എന്നൊന്നും പറ്റുകേല.

വെട്ടുകത്തി മാത്രമല്ല, പോത്തിനെ തല്ലിയിരുന്ന വടിയും കണ്ടുപിടിച്ചു കൃഷിക്കാരൻ. നല്ല ഒന്നാന്തരം കാപ്പിക്കമ്പ്. ഉണങ്ങിദ്രവിച്ചു കിടക്കുന്നു.

പെട്ടെന്ന് ചേരിനു താഴെ കരിയില ഇളകി. ചുവന്നിളകുന്ന കണ്ണുകളുമായി ഒരു കീരി.

'എടാ ടോമിയേ, നീ ഇതു കണ്ടോടാ?'

കൃഷിക്കാരൻ കീരിക്ക് പിന്നാലെ ഓടി.

ടോമി കൃഷിക്കാരന് പിന്നാലെ ഓടി.

കീരി ഭയത്തിന് പിന്നാലെ ഓടി.

കൃഷിക്കാരൻ താഴെ വീണു.

കാലും കൈയുമിട്ട് നിലത്തടിച്ചു.

പശു അതുകണ്ട് അമറി.

സാരമില്ലെടി കാർത്ത്യായനീന്നും പറഞ്ഞ് കൃഷിക്കാരൻ പിടഞ്ഞെഴുന്നേറ്റു.

കീരിയെ, വയൽവരെ കൊണ്ടുവിട്ടശേഷം നായ തിരികെ വന്നു. അത് നാക്കുനീട്ടി കിതച്ചു. ചുവന്ന നാവിൽ പത തിളങ്ങി. കൃഷിക്കാരന് വീഴ്ചയിൽ ദെണ്ണം പറ്റിയിട്ടുണ്ട്. ഉരുണ്ട് പിടഞ്ഞ് ഉടൻ എഴുന്നേറ്റെങ്കിലും വീഴ്ച, വീഴ്ച തന്നെയാണല്ലോ.

വയലിൽ പണ്ട് ഇങ്ങനെ വീഴുന്നതൊന്നും ഓർത്തിട്ടേയില്ല. പത്തിരുപത് പറക്കണ്ടം ഒറ്റയടിക്ക് പൂട്ടി ശരിപ്പെടുത്തി, വെതച്ച്, വെള്ളച്ചാലും പണിഞ്ഞ്, മടായും ശരിപ്പെടുത്തി, തിരിച്ചുകേറിയിട്ടേ വിശ്രമം ഉണ്ടായിട്ടുള്ളൂ.

കേട്ടോടീ കാർത്ത്യായനീ, നിന്റെ അമ്മൂമ്മേടെ, അമ്മൂമ്മേടെ കാലമാരുന്നു അത്. അതുങ്ങളെ ഒക്കെ വയൽവരമ്പിലൂടെ സൂക്ഷിച്ച് കൊണ്ടു പോകുവാൻ പറ്റാത്തൊള്ളാരുന്നു. കണ്ണുതപ്പിയാ പശുക്കള് കതിർ കടിക്കുമാരുന്നു. പാലോടുന്ന നെൽക്കതിരു കണ്ടാ, കൊതിപിടിച്ചു നിർത്താൻ പറ്റുമോ പശൂന്? അന്ന് ഒന്നോ രണ്ടോ പശുക്കളൊരുന്നോ? തള്ളേം ക്ടാവും കൂമ്പനും കുഞ്ഞും എല്ലാം കൂടെ ഒരു ബഹളമാരുന്നു. എപ്പഴും അലേം, വിളീം, കൂവലും. എന്തൊരു കോലാഹലമാരുന്നു. നെല്ലല്ലാതൊരു വിളയില്ലാരുന്നു. വയൽ അല്ലാതൊരു കാഴ്ചയില്ലാരുന്നു.

തോട്ടുവരമ്പുവരെ തല ചെരിച്ചുകെടക്കും കതിര്. ചേറാടിയായിരുന്നു കൂടുതൽ. അയ്യാറെട്ടും ചിത്തിരയും പിന്നെപ്പിന്നെ വന്നു.

പളുങ്കുമണി പൊട്ടുന്നോണം ഇടത്തോടുകളിലൂടേം ചാലുകളിലൂടേം വെള്ളം ഒഴുകിക്കൊണ്ടിരിക്കും. മുഖാം കഴുകി, വെള്ളം കോരിക്കുടിക്കുകേം ചെയ്യാം. കാർത്ത്യായനീ, അറിവുള്ള മനുഷ്യരെപ്പോലാ വെളഞ്ഞ നെൽക്കതിര് പോലാ. ഫലം കൂടുമ്പോൾ, തല ചെരിക്കും.

വിളവ് നോക്കാനിറങ്ങുമ്പം, ഇടത്തോട് ചാടിക്കടക്കുമ്പം തോട്ടിൽ നെറച്ചും ഇളകിത്തെറിക്കുന്ന മീനും കുടുംബവും ആയിരിക്കും. തള്ളേം കൊച്ചുങ്ങളും പുളഞ്ഞുകളിക്കും. മുശീം ആരകനും കല്ലേൽ നക്കിയും വരാലും... ഇല്ലാത്ത വല്ലോം ഒണ്ടാരുന്നോ? ദാ, ഒറ്റ വെട്ടാ കുനിഞ്ഞിട്ട്. തല വേറെ, കഷണം വേറെ. കൃഷിക്കാരൻ വെട്ടുകത്തി വീശി. പശു അമറി.

ഒരു വെട്ടുവെട്ടി മീൻ പിടിക്കണമെന്നു തോന്നി കൃഷിക്കാരന്. അതിന് മീൻ വേണ്ടേ? വെള്ളം കഴുകാൻ ചാൽ വേണ്ടേ?

ചാൽ ഉണ്ടാക്കാൻ വയൽ വേണ്ടേ?

വയൽ ഉണ്ടാകാൻ നെല്ല് വേണമല്ലോ? അതുവേണ്ടേ?

മണ്ട അടച്ച തെങ്ങിൽ ഒരു ഓലേഞ്ഞാലിക്കിളി വന്നിരുന്നത് കൃഷിക്കാരൻ അറിഞ്ഞതേയില്ല. പട്ടി കുരയ്ക്കുന്നത് കേട്ടുനോക്കിയപ്പോൾ ഓലേഞ്ഞാലി. തല അനങ്ങിയപ്പോൾ വാലും അനങ്ങി.

കൃഷിക്കാരൻ വെട്ടുകത്തിയെടുത്ത് അലക്കുകല്ലിന്റെ അരികിലേക്ക് നീട്ടി രാകി മൂർച്ചകൂട്ടി. കൈയിൽ തോലും ഞരമ്പും ഉലഞ്ഞുകൊണ്ടിരുന്നു. നായ അതുനോക്കി നിന്നു മടുത്തു. മടുപ്പകറ്റാൻ അലക്കുകല്ലിന്റെ ഒരരി കിൽ കാലുപൊക്കിനിന്ന് നായ പെടുത്തു.

കൃഷിക്കാരൻ എന്തിനായിരിക്കും പഴയൊരു വെട്ടുകത്തിക്ക് മൂർച്ച കൂട്ടുന്നത്?

കൃഷിക്കാരൻ എന്തിനായിരിക്കും വയലിലേക്ക് ഉറ്റുനോക്കുന്നത്. മൂർച്ച കൂട്ടലും മൂർച്ചയേറിയ നോട്ടവും നല്ല കൃഷിക്കാരന്റെ ശീലമായിരിക്കും.

അടുത്ത ദിവസം രാവിലെ ഏതാണ്ട് പത്ത് പത്തരയായിക്കാണും. പട്ടണത്തിലെ സ്കൂളിൽ നിന്നൊരു സംഘം കൃഷിക്കാരന്റെ വീടിനു മുന്നിലെത്തി. ദൂരെ ബസ് നിർത്തിയിട്ടശേഷം നടന്നാണ് വന്നത്. പത്തമ്പത് കുട്ടികളും ഏഴെട്ട് അധ്യാപകരും; കൃഷിക്കാരനെ കാണാൻ നേരത്തെ എത്തിയ അധ്യാപകരായ രണ്ടുപേർ മുന്നിൽ നടന്നു. അവരാ യിരിക്കും നേതാക്കന്മാർ. മൂന്നുപേർ അധ്യാപികമാരാണ്. അവർ മൂന്നും ക്രീം നിറമുള്ള സാരിയും ബ്ലൗസും ധരിച്ചിരുന്നു. അവരുടെ ബാഗുകളിലും മൊബൈൽ ഫോൺ ഉണ്ടായിരുന്നു. ശബ്ദിച്ചപ്പോൾ ഒരു അധ്യാപിക ബാഗ് തിടുക്കത്തിൽ തുറന്ന് മൊബൈൽ കാതിൽ തിരുകി. മറ്റ് രണ്ട് അധ്യാപികമാർ തങ്ങളുടെ ഫോണുകൾ ബാഗിൽ സുരക്ഷിതമോയെന്ന് പൊടുന്നനെ തപ്പിനോക്കുകയും ചെയ്തു.

മുമ്പിൽ നടന്ന അധ്യാപകർ കൃഷിക്കാരനെ ചെന്നുകണ്ടു. കൃഷിക്കാരൻ എപ്പഴേ തയ്യാറായിരുന്നു. പച്ചക്കരയുള്ള പുതിയ മുണ്ടും പച്ചക്കരയുള്ള തോർത്തുകൊണ്ട് തലേക്കെട്ടുമായിരുന്നു കൃഷിക്കാരന്റെ വേഷം. കൈയിൽ ഒരു നീണ്ട കാപ്പിക്കമ്പും വെട്ടുകത്തിയും വേറെ ഉണ്ടായിരുന്നു.

അധ്യാപകരെ കണ്ടപ്പോൾ പരിചയം പുതുക്കാനെന്ന പേരിൽ പശു അമറി. അധ്യാപകർ രണ്ടും പശുവിനെ ശ്രദ്ധിക്കാൻ കൂട്ടാക്കിയില്ല. അവർക്ക് കൃഷിക്കാരനെ മാത്രമാണല്ലോ വേണ്ടത്. അധ്യാപകർ രണ്ടാളും കറുത്ത പാന്റ് സും വെള്ള ഷർട്ടും ധരിച്ചിരുന്നു. കൈയിൽ ഇത്തവണയും കറുത്ത മൊബൈൽ ഫോണുകൾ ഉണ്ടായിരുന്നു. അതവർ അതീവ ജാഗ്രതയോടെ ഉള്ളംകൈയിൽ സൂക്ഷിച്ചിരിക്കുകയാണ്.

കൃഷിക്കാരൻ അധ്യാപകർക്കൊപ്പം വരമ്പിലേക്കിറങ്ങി. കുട്ടികളെ വരമ്പിൽ നിരയാക്കി നിർത്തിയശേഷം അധ്യാപികമാർ മൊബൈലിൽ സംസാരിച്ച് നില്ക്കുകയായിരുന്നു. വന്നവഴിക്കുകണ്ട മീൻചന്തയിൽ ഒന്നാംതരം ആവോലി വില്പനയ്ക്ക് വെച്ചിരിക്കുന്നു. വളരെ ലാഭം. അതിശയിപ്പിക്കുന്ന ആ മത്സ്യക്കണക്ക് മൂന്ന് അധ്യാപികമാരും സ്വന്തം വീട്ടിലേക്ക് ഫോൺ ചെയ്ത് പറയുകയായിരുന്നു. തിരികെ പോകുന്ന വഴിക്ക് ആവോലി വാങ്ങുവാനും നിശ്ചയിച്ചിട്ടുണ്ട്. വരമ്പിലൂടെ സംഘം നടന്നു നീങ്ങി.

ഏറ്റവും മുന്നിൽ കർഷകൻ. തൊട്ടുപിന്നിൽ നേതാക്കളായ രണ്ട് അധ്യാപകർ. അവർക്ക് പിന്നിൽ അധ്യാപികമാർ, പിന്നെ കുട്ടികൾ. അവർക്കും പിന്നിൽ ബാക്കി അധ്യാപകർ. അവർ പക്ഷേ, ആരൊക്കെ യാണെന്ന് വ്യക്തമല്ല. നീണ്ടനിരയുടെ ഏറ്റവും പിന്നിലുള്ള അവരുടെ മുഖം ആർക്ക് ഊഹിച്ചെടുക്കുവാൻ കഴിയും? ഈ സമയം നീലയും നീലയിൽ ക്രീം കോളറുമുള്ള യൂണിഫോം ധരിച്ച ഒരു പെൺകുട്ടി മുന്നോട്ടുവന്ന് ചോദിച്ചു. "മാം ഈ റൈസ് പ്ലാന്റ് സ് എവിടെയാണ്?' അധ്യാപിക, ചുണ്ടിൽ വിരൽചേർത്ത് മിണ്ടരുത് എന്ന് ആംഗ്യം കാട്ടി.

'നോട്ട് റൈസ് പ്ലാന്റ് സ്, ബട്ട് പാഡി.'

പെട്ടെന്നൊരാൾ അവിടേക്ക് ഓടിയെത്തി. അധ്യാപകർ അല്പം ഭയന്നു. അത് മറ്റാരുമായിരുന്നില്ല.

കർഷകന്റെ ആത്മമിത്രം.

ടോമി

ടോമി ഇത്രനേരവും എവിടെയായിരുന്നു?

ടോമി ഇത്രനേരവും എവിടെയായിരുന്നുവെന്ന് കർഷകനുപോലും അറിയില്ല. പക്ഷേ, ദൂരെ എവിടെയോ ആയിരുന്നിരിക്കണം. മൈലുകൾ താണ്ടിയാകാം ടോമിയുടെ വരവ്. നായ മൂരിനിവർത്തിയശേഷം കൃഷിക്കാരന് വട്ടം ചുറ്റിനിന്നു.

നീ എവിടാരുന്നെടാ ടോമി?

കൃഷിക്കാരൻ ചോദിച്ചു. ടോമി മുരണ്ടില്ല. ഒരടി മുന്നോട്ടും ഒരടി പിന്നോട്ടും എന്ന കണക്കിന് ടോമി കൃഷിക്കാരനൊപ്പം നടന്നു.

നീലയൂണിഫോമിട്ട കുട്ടികളിൽ കൂടുതൽ പേരും പൊട്ടിച്ചിരിക്കുന്നുണ്ടായിരുന്നു. അധ്യാപകർക്ക് അത്രത ഇഷ്ടമായിരുന്നില്ല. ചിലർ കുട്ടികളെ തിരിഞ്ഞുനോക്കി ചുണ്ടത്ത് വിരൽവെച്ച് വേണ്ടെന്ന് ആംഗ്യം കാണിക്കുന്നുണ്ടായിരുന്നു.

ഒന്നുരണ്ടു പാടങ്ങൾ കഴിഞ്ഞു.

പാടങ്ങൾ എന്നു പറഞ്ഞുകൂട.

കാട്ടുപൊന്തകളാകുന്ന പാടങ്ങൾ.

ആ വഴിയിൽ വീടുകൾ നന്നേ കുറവായിരുന്നു. കൃഷി വിസ്മരിക്കപ്പെട്ട വയലുകൾക്കിരുപുറവും വൻമരങ്ങൾ കാണായി. മരങ്ങൾക്കിടയിൽ ഉയരം കുറഞ്ഞ പാറക്കൂട്ടങ്ങളും.

നെല്ലൊന്നും കാണുന്നില്ലല്ലോ ഇത്രേം നേരമായിട്ടെന്നും പറഞ്ഞ് ഒന്നുരണ്ട് അധ്യാപകർ അസ്വസ്ഥരായി. ഈ സമയം മുന്നിൽ നടന്ന രണ്ട് അധ്യാപകരും തിരിഞ്ഞുനിന്ന് മറ്റുള്ളവരോട് ചിലത് പറഞ്ഞു.

ഏറ്റവും കൂടുതൽ നെൽകൃഷി ഉണ്ടായിരുന്ന പ്രദേശമായിരുന്നു, ഇപ്പോൾ കൃഷി ഏതാണ്ട് അവസാനിച്ചു. പക്ഷേ, ഈ വയലുകൾ തീരുന്ന മുറയ്ക്ക് നെൽവയലുകൾ കാണാനാകും. നെല്ല് കാണാനാകും. നെല്ലിന്റെ ഗന്ധം അറിയാനാകും. നെല്ലിന്റെ ഗുണം ബോധ്യപ്പെടാനാകും. നെല്ല് കണ്ടിട്ടില്ലാത്ത ഈ കുട്ടികൾക്ക് തങ്ങളുടെ ജീവിതത്തിലെ ഏറ്റവും വലിയ സൗഭാഗ്യം കൈവരാൻ പോകുകയാണ്. മാത്രമല്ല, നമ്മുടെ നാട്ടിലെ ഏറ്റവും പ്രായംചെന്ന നെൽകർഷകൻതന്നെ വയലിലേക്ക് വന്ന് കുട്ടികൾക്ക് നെൽകൃഷിയെപ്പറ്റി വിശദീകരിക്കുകയും ചെയ്യും.

ഇതൊക്കെ കൃഷിക്കാരനും കേൾക്കുന്നുണ്ടായിരുന്നു. പക്ഷേ, അയാളുടെ ശ്രദ്ധ തന്റെ നായയിലായിരുന്നു. നായയാകട്ടെ, പൊന്തപ്പാടങ്ങളിൽ വട്ടമിട്ടു പറക്കുന്ന വെള്ള കൊക്കുകളെ അതീവശ്രദ്ധയോടെ നോട്ടമിട്ടുകൊണ്ടു നടന്നു.

കുറേനേരം കൂടി നടന്നിട്ടും നെൽവയൽ കണ്ടില്ല. കൃഷിക്കാരൻ കിതപ്പും ക്ഷീണവും മറന്നുപോയി. കൃഷിക്കാരന്റെ ഓർമയിൽ സ്വർണ്ണക്കതിരുകളുമായി നെൽച്ചെടികൾ ഭാരം താങ്ങാനാവാതെ കുനിഞ്ഞു. കൃഷിക്കാരന്റെ ഓർമയിൽ ഇടത്തോടുകളിൽ മീനുകൾ പുളഞ്ഞു.

ഒന്നിരിക്കാമെന്നായി അധ്യാപകർ.

കുട്ടികൾ വേണ്ടെന്നു പറഞ്ഞു.

കുട്ടികളെപ്പോലെ ആകാൻ കഴിയില്ലല്ലോ എന്നായി ചിലർ. കുട്ടികളെ പോലെയായെങ്കിലേ മനുഷ്യത്വം നിലനിൽക്കൂവെന്നായി മറ്റു ചിലർ.

ഇപ്പോൾ കൃഷിക്കാരനും നായയും ഏറ്റവും മുന്നിലായി. തൊട്ടുപിറകിൽ നേതാക്കളായ രണ്ടധ്യാപകർ. ഏറ്റവും പിന്നിൽ കുട്ടികൾ. അടുത്തൊരു തണലിൽ വിശ്രമിച്ച് പോകാമെന്നായി കൂടുതൽ പേരും. പലരും വിയർത്തു. ഒരധ്യാപികയുടെ മൊബൈൽ ഫോണിൽ അവരുടെ കഴുത്തിലെ വിയർപ്പുതുള്ളികൾ തിളങ്ങിനിന്നു.

പിറകിൽ നിന്നവർ കൃഷിക്കാരനോട് നില്ക്കണേയെന്ന് വിളിച്ചു പറഞ്ഞു. കൃഷിക്കാരൻ തിരിഞ്ഞുനിന്നു. എന്നാൽ കൃഷിക്കാരന്റെ നായ യാതൊന്നും അറിയാതെ മുന്നോട്ടുപോയി. "ടോമി' എന്ന് കൃഷിക്കാരൻ പലതവണ വിളിച്ചപ്പോൾ അതു തിരികെ വന്നു. കുട്ടികളുടെ ഭാഗത്തു നിന്നും 'ടോമി' വിളി ഉയർന്നു. പക്ഷേ, നായ കുട്ടികളെ ഗൗനിച്ചില്ല.

മൊബൈൽ ഫോൺ കറക്കിക്കൊണ്ട് ഒരധ്യാപിക ഇനി എത്രദൂരമെന്നും തിരക്കി. കൃഷിക്കാരൻ പറഞ്ഞു. "മുമ്പിവിടൊക്കെ ഏറ്റകൃഷിയായിരുന്നു. ഇപ്പോൾ നിന്നു. ഇവിടൊക്കെ നെല്ല് കാണുമെന്നായിരുന്നു എന്റേയും തോന്നൽ. വന്നപ്പോൾ കാണുന്നില്ല. സാരമില്ല.'

'കുറച്ചുകൂടി നടന്നാൽ, വേറൊരു പാടശേഖരത്തിൽ എത്താം. അവിടെ ഒന്നാന്തരം നെല്ലും വരമ്പും കാണും. അത് തീർച്ചയാ.'

കൃഷിക്കാരൻ ഇത്രയും പറഞ്ഞ് നെടുവീർപ്പിട്ടു.

നായയും കിതച്ചുകൊണ്ട് താൻ നെടുവീർപ്പിടുകയാണെന്ന് യജമാനനെ ബോധ്യപ്പെടുത്തുന്നുണ്ടായിരുന്നു.

പെട്ടെന്നൊരു ബഹളം. അധ്യാപികമാരിൽ ഒരാളുടെ മൊബൈൽ ഫോൺ വയലിലേക്ക് തെന്നിവീണു.

അധ്യാപിക ചൂണ്ടിക്കാണിച്ച ദിക്കിലേക്ക് എല്ലാവരും നോക്കി.

പൊന്തക്കാട്ടിൽ എങ്ങനെ കണ്ടെത്താൻ?

കൃഷിക്കാരൻ പൊന്ത വെട്ടിത്തീർത്തു. താഴത്തെ പോളകൾ വാരി പുറത്തെറിഞ്ഞു. ഒന്നും കാണാനില്ല.

അധ്യാപിക അവിടെ നിന്നും കരഞ്ഞു.

'പുതിയതായിരുന്നു.'

കുട്ടികൾ കരയുന്ന അധ്യാപികയെ സമാധാനിപ്പിച്ചു.

വെള്ളത്തിന് ഒഴുക്കുണ്ട്.

ഒഴുകിപ്പോയിക്കാണുമെന്ന് മറ്റു ചിലർ പറഞ്ഞു.

അധ്യാപിക അവിടെ തന്നെ നിന്നു.

കുട്ടികളും അവിടെതന്നെ നിന്നു.

അധ്യാപികമാരും അവിടെതന്നെ നിന്നു.

ആ പ്രതിസന്ധിയിൽ, കൃഷിക്കാരനും അയാളുടെ നായയും എന്തു ചെയ്യണമെന്നറിയാതെ വരമ്പിൽനിന്ന് വിഷമിച്ചു. പൊന്തക്കാടും കാട്ടുവള്ളികളും കണ്ണാടി വീണു ചിതറുമ്പോഴുള്ള ശബ്ദം കേൾപ്പിക്കുന്ന ഇടത്തോടും നോക്കി കൃഷിക്കാരനും നായയും ലക്ഷ്യമില്ലാതെ നിന്നു.

'ഇവിടേം നെല്ലുണ്ടായിരുന്നോ' എന്നാരോ കൃഷിക്കാരനോട് ചോ

ദിച്ചു.

'നെല്ലു മാത്രമല്ല ഇഷ്ടംപോലെ മീനും ഉണ്ടായിരുന്നുവെന്ന് കൃഷി ക്കാരൻ പറഞ്ഞു.

'കൊറേക്കൂടി നടന്നാ നെല്ല് കാണാം.' വെളഞ്ഞു കൊടുക്കുവാരി ക്കു' മെന്നായി കൃഷിക്കാരൻ.

പൊന്തക്കാട്ടിലും വെള്ളത്തിലും ഫോൺ തപ്പുന്നതിനിടയിൽ കൃഷി ക്കാരൻ പറഞ്ഞത് ആരും കേട്ടില്ല.

യജമാനൻ പറഞ്ഞത് നായ കേട്ടു. അത് തിരിച്ചറിവോടെ വാലാട്ടുക യും വായ തുറന്ന് സമ്മതം പ്രകടിപ്പിക്കുകയും ചെയ്തു.

പെട്ടെന്ന് നായ എന്തോ മണത്തറിഞ്ഞു. ഇടത്തോട്ടിലേക്ക് മുഖം താഴ്ത്തി അത് കുരച്ചു. കുരയുടെ ആവേശത്തിൽ നായയുടെ വാൽ ഉ യർന്നുനിന്നു. കൃഷിക്കാരനും കുനിഞ്ഞുനോക്കി.

ഒന്നാന്തരം ഒരു മുശി.

ചെറിയൊരു വെട്ടുകൊടുത്തു.

ചിറകുപിളർന്ന് മീൻ തുള്ളിച്ചാടി.

ചോരകക്കി. കൃഷിക്കാരൻ അതിനെ വിരൽ കോർത്തെടുത്തു.

നായയ്ക്ക് സന്തോഷം അടക്കാൻ കഴിഞ്ഞില്ല. അത് ഓരിയിടും പോ ലെ ശബ്ദിച്ചു.

ബഹളം കേട്ട് കുട്ടികളും അധ്യാപികമാരും തിരിഞ്ഞു. കൃഷിക്കാ രൻ പിടഞ്ഞുമരിക്കുന്ന മീനിനെ പുല്ലിൽ മലർത്തിക്കിടത്തി.

ഫോൺ കിട്ടിയോ എന്നായി അധ്യാപികമാർ.

അല്ല മീൻ കിട്ടിയെന്ന് കുട്ടികൾ വിളിച്ചുപറഞ്ഞു.

അത് കേട്ട് അധ്യാപികമാർ നിശ്ശബ്ദരായി.

ഓണത്തിന്റെടേലാ പൂട്ടുകച്ചോടമെന്ന് ആരോ പിറുപിറുത്തതും വ്യ ക്തമായി കേട്ടു.

ഒരു ചേമ്പില പറിച്ച് ചുരുട്ടി, പകുതി മരിച്ച മീനിനെ കൃഷിക്കാരൻ അതിൽ കിടത്തി. പെട്ടെന്ന് ചാവാതിരിക്കാൻ തോട്ടിൽനിന്ന് ചേമ്പില യിൽ വെള്ളം നിറച്ചു. മുശി കുമിളകൾ പുറപ്പെടുവിച്ച് ശ്വസിച്ചുപിടഞ്ഞു.

കുട്ടികൾക്കായി മീനിനെ വരമ്പിലേക്ക് നീക്കിവെച്ചു കൃഷിക്കാരൻ; ഫോൺ തിരയുന്നതിനിടയിൽ പിടിച്ചുവെച്ച മീനിനെ ആരും നോക്കി യില്ല. പൊന്തക്കാട്ടിൽ നീല ചിത്രശലഭങ്ങൾപോലെ കുട്ടികൾ തിരഞ്ഞു.

കുട്ടികൾ വിയർത്തു.

അധ്യാപികമാർ കയർത്തു.

ക്ഷീണിച്ചവർ വരമ്പിലിരുന്നു.

വടിയിടിച്ച് കൃഷിക്കാരൻ മുന്നോട്ടു നടന്നു.
മണം പിടിച്ച നായ പിന്നാലെ നടന്നു.
തിരിഞ്ഞുനോക്കാതെ നടന്നു.
കൃഷിക്കാരൻ നെല്ല് തേടി നടന്നു

ഓരോ പുഴയിലും

ഉത്രട്ടാതിയുടെ തലേന്ന് ജോൺസൺ ന്യൂജേഴ്സിയിൽനിന്നും വന്നു. കഴിഞ്ഞ തവണ ഉത്രാടത്തിനു വന്ന് ഉത്രട്ടാതി വള്ളംകളിയും കഴിഞ്ഞാണ് തിരികെ പോയത്. ഇത്തവണ തിരക്കു കൂടുതലുണ്ടായി. ഒന്നു രണ്ട് അപ്പാർട്ട്മെന്റുകളുടെ വില്പന അപ്രതീക്ഷിതമായി വന്നു. നാട്ടിലേക്ക് തിരിക്കാതെ നിന്നിരുന്നുവെങ്കിൽ ഒരെണ്ണം കൂടി വില്ക്കാമായിരുന്നു.

പ്രൊഫഷണൽ റിയൽട്ടർ എന്ന നിലയ്ക്കാണെങ്കിൽ നില്ക്കണമായിരുന്നു. നാട്ടിലേക്കുള്ള വരവ് നഷ്ടമാണ്.

ശെ, ലാഭനഷ്ടങ്ങളുടെ കണക്കു നോക്കിയാണോ ആറന്മുള വള്ളംകളിക്കു പോകുന്നത്?

എല്ലാവർഷവും അനുഷ്ഠാനംപോലെയുള്ള യാത്രയ്ക്ക് വീട്ടിൽ എതിർപ്പുണ്ട്. ഇത്തവണയും കേട്ടു.

"വൈ യു ആർ സോ മാഡ്?" ഭാര്യ ചൂടായി.

"ഇത് ഭ്രാന്തല്ല, പാഷനാണ്." ജോൺസൺ ചിരിച്ചുകൊണ്ട് നേരിട്ടു.

"കുഞ്ഞിനേംകൂടെ നിങ്ങൾ സ്പോയിൽ ചെയ്യും. അവന്റെ ക്ലാസ് മിസ് ചെയ്യുമെന്നറിയാമോ?"

"അതെ, ഞാൻ പറഞ്ഞല്ലോ, തലമുറ തലമുറ കൈമാറി വള്ളംകളി ഞങ്ങൾ കെടാതെ സൂക്ഷിക്കും."

എട്ടുവയസ്സു കഴിഞ്ഞതേയുള്ളൂ മകന്.

"തലമുറ തലമുറ കൈമാറി." അവന് മനസ്സിലായില്ല.

"തലമുറ മീൻസ് ജനറേഷൻ..."

"ഓ.കെ." മകൻ തലകുലുക്കി.

നാട്ടിൽ പോകാൻ ഇഷ്ടമുണ്ടവന്. വെള്ളത്തിൽ ചാടാം. വള്ളത്തിൽ കേറാം. വേഷം കെട്ടാം. തോന്നിയ പോലെ നടക്കാം.

കുടുംബവീടിനടുത്ത പറമ്പിൽ ഓണക്കളി നോക്കിനിൽക്കാം. വീട്ടിൽ അമ്മമ്മയുടെ കൂടെ പൂർണ സ്വാതന്ത്ര്യത്തിൽ.

ഒന്നും വായിക്കണ്ട, പഠിക്കണ്ട, സമയം നോക്കണ്ട.

അവന് സന്തോഷമുണ്ട്.

മൂന്ന് ടോയ്ക്കാറും കുഞ്ഞൻ ലാപ്ടോപ്പും അവൻ ബാഗിൽ തിരുകിക്കയറ്റിയിട്ടുണ്ട്, ആരും കാണാതെ.

കഴിഞ്ഞ് ഉത്രട്ടാതി വള്ളംകളിക്ക് കുടുംബസമേതം നാട്ടിലുണ്ടായിരുന്നു ജോൺസൺ.

സത്രക്കടവിലെ തിക്കിലും തിരക്കിലും നിന്ന് വെള്ളംകളി കണ്ടു ഭാര്യയും അമ്മയും. ഇടമല ചുണ്ടന്റെ അമരത്തിരുന്ന് അധ്വാനിക്കുക യായിരുന്നു ജോൺസൺ.

അമേരിക്കൻ ഫുഡ് കൊണ്ടാന്നും നൊയമ്പ് പിടിക്കാൻ സ്റ്റാമിന കിട്ടില്ലെന്നായി മാധവൻ. മാധവന് നാട്ടിൽ ചെറുകിട സൂപ്പർ മാർക്കറ്റുണ്ട്. ആരോഗ്യപ്രശ്നങ്ങളൊന്നുമില്ല. ജോൺസൺ ഒരു വള്ളപ്പാട് തുഴഞ്ഞപ്പോഴേക്കും കിതച്ചു. കിതപ്പ് മറയ്ക്കാൻ വേണ്ടി വള്ളപ്പാട്ടിൽ തലയറഞ്ഞു ചേർന്നു.

ഇങ്ങനെ പോയാൽ നാലഞ്ച് വർഷം കഴീമ്പം വള്ളത്തിൽ കേറാൻ പോലും പറ്റാത്ത സ്ഥിതിയാകുമെന്നായി മാധവൻ. പഴയ ഫുഡ് ഒന്നുമല്ലല്ലോ ഇപ്പോൾ. വിഷം കഴിച്ചുകഴിച്ച് കൂമ്പും കരളും വാടി. കാലും കൈയും ഒടിഞ്ഞു. പിന്നെ ഒരു ശീലത്തിനങ്ങ് നൊയമ്പു പിടിക്കുന്നുവെന്ന് മാധവന്റെ ആത്മഗതം; ജോൺസൺ ശരിവെച്ചു.

ന്യൂജേഴ്സിയിലെ എട്ടു വർഷത്തെ ജീവിതം തന്നെ മാറ്റിയിട്ടില്ലെന്ന് അഭിമാനിക്കും ജോൺസൺ. നേഴ്സിനെ കെട്ടി നാടുവിട്ടെന്നു കരുതി, മറുനാടിനെ സ്വന്തമാക്കിയിട്ടില്ലല്ലോ.

“വള്ളംകളി ഇവിടിരുന്ന് കണ്ടാപ്പോരായോ? ഇതിനായി ഓരോ വർഷവും ഉണ്ടാക്കുന്ന എക്സ്പെൻസോ...?”

നാട്ടിലേക്ക് തിരിക്കുന്നതിന് തലേന്ന് ഭാര്യ വീണ്ടും അതൃപ്തി അറിയിച്ചു.

“ഒരാഴ്ച നീയങ്ങ് ക്ഷമിക്കെടീ.. രണ്ടു ലക്ഷം രൂപ കളഞ്ഞുപോയെന്നു കൂട്ടിയാ മതി. എന്തുവാ, രണ്ടുലക്ഷം ഉലുവാ എനിക്ക് തിരിച്ചു പിടിക്കാൻ പറ്റത്തില്ലിയോ?”

“എന്തിനാ ഇത്രേം ബുദ്ധിമുട്ടുന്നെ..? പ്രായം നാല്പതായെന്നു മറക്കണ്ട... പണ്ടത്തെപ്പോലെ വള്ളത്തിലും വെള്ളത്തിലും ചാടിക്കേറാൻ പറ്റിയ പ്രായം...”

“എടീ കുട്ടിക്കാനത്തുകാർക്ക് വള്ളംകളിയെപ്പറ്റി എന്നാ കുന്തമറിയാം? ഞാൻ എട്ടാംക്ലാസിൽ പഠിക്കുമ്പം തൊട്ട് എടമല ചുണ്ടനേൽ കേറാൻ തുടങ്ങിയതാ. എടത്തേ കൈകൊണ്ട് ഏഴുവളവ് തൊഴയും ഇപ്പഴും.”

ജോൺസനും ഭാര്യയും തമ്മിൽ അന്നുരാത്രി തുടങ്ങിയ വഴക്ക് ഉറക്കം വരുവോളം നീണ്ടു. ഭാര്യ ഓരോന്നു പറഞ്ഞു; ജോൺസൺ ഓരോ പെഗ്ഗ് തീർത്തു. കുട്ടിക്കാനത്തു പോകുമ്പം കൊണ്ടുകൊടുക്കാനുള്ള സാധനങ്ങൾ പായ്ക്കുചെയ്യുന്ന തിരക്കിലാണ് ഭാര്യ. സാധനങ്ങൾ എടുത്തുവെക്കുമ്പോൾ ഒച്ചകൂട്ടുന്നുണ്ട് മനഃപൂർവ്വം.

"ഈ ചെറുക്കനെ അവിടേം ഇവിടേം കൊണ്ടിട്ടേച്ച് കൂട്ടുകാരുടെ കൂടെ ചുറ്റിയേക്കരുത്."

ഡ്യൂട്ടിക്ക് ആശുപത്രിയിലേക്ക് വോക്സ്‌വാഗൺ ഓടിച്ചുപോകുമ്പോഴേ, ഭാര്യ അമേരിക്കക്കാരിയാകുന്നുള്ളൂവെന്ന് ജോൺസൻ ഓർത്തു. വീട്ടിനുള്ളിൽ മൂശേട്ടയാ. അസ്സൽ കുട്ടിക്കാനത്തുകാരി. കുടിയേറ്റക്കാരിയുടെ കെട്ടും മട്ടും. ലോകത്തെ ഏറ്റവും വലിയ കുടിയേറ്റക്കാരാ അമേരിക്കക്കാര്; അതിനേം വെട്ടുന്ന കുടിയേറ്റക്കാരായ കുട്ടിക്കാനത്തുകാര്...

"ഓരോ പുഴയിലും വള്ളംകളിയുണ്ട് നാട്ടിൽ, പിന്നെന്തിനാ ഇതിനു വേണ്ടി ഇത്രം പെടക്കുന്നത്?"

"ഓരോ പുഴയിലും മത്സരം കാണും; ഇവിടെ അനുഷ്ഠാനമാ; അർത്ഥം കുട്ടിക്കാനത്തുകാർക്ക് പിടികിട്ടില്ല. എടീ, കഴിഞ്ഞ പ്രാവശ്യം കൊച്ചിനെ ഉണ്ണിക്കണ്ണന്റെ വേഷം കെട്ടിച്ച് വള്ളത്തേലിരുത്തിയ ഫോട്ടോ നീ തന്നല്ലിയോടി എഫ്ബിയിലിട്ട് ആയിരം ലൈക്കും അഞ്ഞൂറ് കമന്റും മേടിച്ചത്. അതാരാടീ ചെയ്തുതന്നെ? എന്റെ ആറന്മുളക്കാർ. അവിടെ ജാതീം മതോം ഒന്നുമില്ലെടീ... കുട്ടിക്കാനത്ത് അച്ചായനും ചോവനും നായരും തമ്മിൽ വ്യത്യാസം കാണും ഇവിടാപ്പണി നടക്കത്തില്ല."

"ഇത്തവണ കൊച്ചിനെ വേഷംകെട്ടിച്ച് ആരടേലും കൈയിലിട്ടു കൊടുത്താ ഞാനെങ്ങനറിയും? കഴിഞ്ഞ പ്രാവശ്യം ഞാനാണ്ടായോണ്ട് കൊച്ചിനെ തിരികെ കിട്ടി."

വെളുപ്പിനെ ഇറങ്ങണം; ന്യൂയോർക്കിൽ നിന്നാണ് ഫ്ളൈറ്റ്. ഒന്നര മണിക്കൂറുണ്ട് എയർപോർട്ടിലേക്ക്. ജോൺസൺ കൊട്ടുവായിട്ടു.

"പറഞ്ഞതങ്ങനെ
തന്നെ പാതിരായല്ലോ പത്നീ
കുറഞ്ഞൊന്നുറങ്ങട്ടെ ഞാൻ..."

ഭാര്യ കുടുതൽ ദ്വേഷിച്ച് ബെഡ്റൂമിൽ കയറി.

ജോൺസൺ നിർത്തിയില്ല.

"നിറഞ്ഞ കൃഷ്ണനെ കാണാൻ
പുലർകാലേ പുറപ്പെടാം

അറിഞ്ഞുവല്ലതും കൂടെ
തന്നയയ്ക്കണേ ..."

"ആറന്മുള ചെന്നു കുരച്ചാൽ മതി ഇതൊക്കെ..."

ബെഡ്റൂമിന്റെ കതക് ലോക്കായി.

ജോൺസൺ സോഫയിൽ ചുരുണ്ടുകിടന്നു. പാക്കിംങ് നേരത്തെ തീർത്തിരുന്നു. ടാക്സി വരാൻ ഏർപ്പാടാക്കിയിട്ടുണ്ട്. ഖത്തർ എയർവേസിൽ ദോഹ; പിന്നെ കൊച്ചി.

ന്യൂജേഴ്സിയിലെ റോവേയ്സ് അവന്യൂവിലെ എട്ടുനില അപ്പാർട്ടുമെന്റിൽ ഏഴ് ബിയിൽ ലൈറ്റുകൾ കെട്ടു. പുറത്തെ ഓക്ക് മരങ്ങളിൽ ചിലത് നെടുവീർപ്പിടുന്ന നേർത്ത ശബ്ദം. നീങ്ങിക്കിടക്കുന്ന വിൻഡോകർട്ടനിടയിലൂടെ വെളിച്ചത്തിന്റെ ആയിരം നിറഭേദങ്ങൾ ആ മുറിയിലേക്ക് അരിച്ചെത്തുന്നത് ജോൺസൺ അറിയുന്നില്ല. പുലർകാലേ പുറപ്പെടാനായി അയാൾ കൂർക്കംവലിച്ചുതുടങ്ങിയിരുന്നു.

കൊച്ചിയിൽനിന്ന് ആറന്മുളയിലേക്ക് മൂന്നുമണിക്കൂർ മതി; ആദ്യം മുപ്പത് മണിക്കൂറിന്റെ ചാർജ് ചോദിച്ചു ഡ്രൈവർ. ആഭിജാത്യം അനുവദിക്കാത്തതുകൊണ്ടാവാം പെട്ടികൾ കുനിഞ്ഞെടുക്കാൻ അയാൾക്ക് ബുദ്ധിമുട്ടുണ്ട്. സ്റ്റിയറിങ്ങിൽ ഒരു കൈ വിശ്രമിക്കുന്നു. ഇടതുകൈയിൽ ബഹുവർണച്ചരടുകൾ, വലതുകൈയിൽ ത്രിവർണത്തിൽ മൂന്നെണ്ണം. ബട്ടൺ പൊട്ടിച്ച് കഴുത്തിന് കാവലാകാൻ വെമ്പുന്ന ഷർട്ടിനുള്ളിൽ സ്വർണമാലയും പടുകൂറ്റൻ പളുങ്കുമാലയും. നെറ്റിയിൽ കുറി, ചന്ദനം. പണ്ട് മാധവനൊപ്പം കൃഷ്ണനാട്ടം കാണാൻ ആദ്യമായി പോയപ്പോൾ വേദിയിൽ കണ്ട അതേ രൂപം.

ഡ്രൈവർ രണ്ട് സ്മാർട്ട് ഫോണുകൾ ഒരേ സമയം ഉപയോഗിക്കുന്നുണ്ട്. ഡ്രൈവിംഗ് കാരണം ഒന്ന് തത്കാലം ഡാഷ്ബോർഡിൽ വിശ്രമിക്കുന്നു. മൂന്നാമത്തെ ഫോൺ എവിടെയായിരിക്കുമെന്നറിയാൻ ജോൺസന് കൗതുകം തോന്നി.

ഭക്ഷണത്തിന് വൃത്തിയുള്ള റസ്റ്റോറന്റ് നോക്കാമെന്നായി ഡ്രൈവർ. കാത്തിരുന്നു. മകന് ക്ഷീണം കൂടുതലുണ്ട്. ഫ്ളൈറ്റിൽ അവൻ കാര്യമായി ഉറങ്ങിയിട്ടില്ല.

കറുത്ത മുണ്ടും ഷർട്ടും കറുത്ത കൂളിംങ് ഗ്ലാസും കറുകറുത്ത താടിയുമുള്ള നാലഞ്ച് യുവാക്കൾ രണ്ടു ബൈക്കുകളിലൂടെ വന്ന് കാറിനെ മറികടന്നു. ഡ്രൈവർ പിന്നീടവരെ തോല്പിച്ച് ചിരിക്കുന്നതു കണ്ടു.

ഓണവെയിൽ പരന്നുകിടന്നു. മനുഷ്യർ എത്ര വെട്ടിമാറ്റിയിട്ടും പറ്റു

ന്നിടത്തൊക്കെ പച്ചപ്പ്; ഇടയ്ക്കൊരു വാഹനറാലിയും മറ്റൊരു തിരിവിൽ മൗനജാഥയും കടന്നുപോയി. വെള്ളവേഷത്തിൽ തൊപ്പിവെച്ച യുവാക്കളായിരുന്നു മൗനജാഥക്കാർ. ഡവർ തെല്ലിടമാറി ചവുട്ടി. അതിന്റെ ഫോട്ടോയെടുത്ത് വാട്ട്സ് ആപ്പിലൂടെ അയച്ചുകൊടുത്ത് ഒരു ചെറുചിരിയോടെ തിരിഞ്ഞുനോക്കി, എല്ലാത്തിനുംകൂടി കഷ്ടിച്ച് ഒരു മിനുട്ട്.

ഡ്രൈവർ റോഡിന്റെ സ്പന്ദനം മാത്രമല്ല കേരളത്തിന്റെ ഹൃദയ സ്പന്ദനവും അളന്നുനോക്കുന്നുണ്ട്. വഴിയരികിലെ ഇടുങ്ങിയ കടയ്ക്കുമുന്നിൽ കാർ നിന്നു. ഡോർ തുറന്നപ്പോഴേക്കും മീൻനാറ്റം. മകൻ മൂക്കുപൊത്തി.

കുട്ടികൾക്കിതൊന്നും പറ്റുന്നില്ലല്ലോ എന്നു സഹതപിച്ചു ഡ്രൈവർ.

കടയോടു ചേർന്ന് മൂന്ന് സ്ത്രീകൾ കുനിഞ്ഞിരുന്ന് പിടയ്ക്കുന്ന മീനുകളെ ചെത്തിയൊരുക്കുന്നു. ഒരു പതുങ്ങിപ്പൂച്ചയും നാലഞ്ച് കാക്കകളും സ്ത്രീകളെ വട്ടമിടുന്നു. ഒരുമാത്ര മീൻചട്ടിയിലെ വെള്ളം റോഡി ലേക്കുതന്നെ കമിഴ്ത്തിയപ്പോൾ ആ മിണ്ടാപ്പൂച്ച കലമുടയ്ക്കുംവിധം തിടുക്കംകാട്ടി.

'ഇച്ചിരെ നാറ്റം കാണും. പക്ഷേ, നല്ല ഫ്രഷ് പച്ചമീൻകറി കിട്ടും.'

മീൻ പഴുത്താലും നാറ്റം വേണ്ടെന്നായി. ഡ്രൈവർ തർക്കിച്ചില്ല. അകത്ത്, രണ്ടു ബെഞ്ചുകളിൽ അഭിമുഖമായിരുന്ന് ചവച്ചു മത്സരിക്കുന്നവരെ, വഴിയരികിൽ നിന്നുതന്നെ കണ്ടു; മേശയ്ക്കീഴിൽ മറ്റൊരു മിണ്ടാപൂച്ച. ആരും മിണ്ടുന്നില്ല. ഒരേസമയം നാവ് എങ്ങനെ രണ്ടു പണി ചെയ്യും?

പിന്നീടുള്ള യാത്രയിൽ റോഡിനിരുവശവും ബഹുവർണ ബോർഡുകൾ കാണായി. പത്തിൽ എ പ്ലസും ഒമ്പതിൽ ബി പ്ലസും നേടിയ രണ്ട് പെൺകുട്ടികളുടെ പൗരസ്വീകരണത്തിൽ പങ്കെടുക്കാനെത്തുന്ന മൂന്നു മന്ത്രിമാരുടെ ബഹുവർണ ചിത്രങ്ങളിലൊന്ന് സാമൂഹ്യവിരുദ്ധർ കുത്തിക്കീറിയിട്ടിരിക്കുന്നു. ഡ്രൈവർ അവിടെ ഒരു മിനുട്ട് തല കുനിച്ചേക്കുമോ എന്ന ആശങ്ക അസ്ഥാനത്തായി; ഡ്രൈവർ വേഗത കൂട്ടുകയാണ് ചെയ്തത്.

വിശപ്പുണ്ടെന്നായി മകൻ.

വീണ്ടും നിർത്തണമെന്നു പറയാൻ മടി.

ഡ്രൈവർക്ക് എന്തുതോന്നും? ഒരുപാട് ഉത്തരവാദിത്വങ്ങൾക്കിടയിൽ കാറോടിക്കുന്നുണ്ടെന്നു കരുതി ശല്യപ്പെടുത്തുന്നതിന് ഒരു മര്യാദയൊക്കെ....?

പക്ഷേ, ഈ ഡ്രൈവർ മനസ്സറിയുന്നുണ്ട്. റോഡരികിൽ തന്നെയു

ള്ള ഒരു ബേക്കറിക്കു മുന്നിൽ കാർ വേഗത മറന്നു. പക്ഷേ, പെട്ടെന്നു ഡോർ തുറക്കുക വയ്യ. ബൈക്കുകളുടെ നീണ്ടനിര ഒരുവശത്ത്. എണ്ണത്തിൽ ബൈക്കുകളെ തോല്പിച്ച് ഓട്ടോറിക്ഷകളുടെ രണ്ട് വ്യൂഹം. ശീലം കൊണ്ട് ഡ്രൈവർ പുറത്തായി. അത് നോക്കി പഠിച്ചതുകൊണ്ട് പുറത്തിറങ്ങാൻ പറ്റി.

കറുകറുത്ത താടിയും കറുകറുത്ത കൂളിംങ് ഗ്ലാസും കറുകറുത്ത് മുണ്ടും ഷർട്ടും ഷൂസും ധരിച്ച് ഒരു കൂട്ടം ബൈക്കുകളിലിരുന്ന് ചിരിച്ചു. ബേക്കറിയുടെ ക്യാഷ് കൗണ്ടറിലും കറുത്ത കൂളിംങ് ഗ്ലാസ് തിളങ്ങി.

ശബരിമല സീസൺ അല്ലാതിരുന്നിട്ടും...? ഭാഗ്യം, കേക്കിനും ചായയ്ക്കും കറുപ്പ് കണ്ടില്ല. കറുത്ത വേഷധാരിയായ ഒരു ഓട്ടോഡ്രൈവർ തന്റെ മഞ്ഞ വാഹനത്തിൽ ചാരിനിന്ന് സെൽഫി എടുക്കുന്നതു നോക്കി കറുത്ത സുഹൃത്തുക്കളിൽ ചിലർ ചിരിച്ചു. കറുപ്പിൽ മഞ്ഞച്ചിരി.

വെളുത്തുനീണ്ട കൊറ്റിക്കാലുകളും ഒട്ടിയ നെഞ്ചും ലക്ഷണം കെട്ട മുഖവുമായി രണ്ടു പെൺകുട്ടികൾ വന്ന് പരസ്പരം നാണം അഭിനയിച്ചു; ബേക്കറിയിലെ കറുത്ത കണ്ണട കാര്യം തിരക്കി. ആയിരത്തിന് ചില്ലറ. രണ്ട് അഞ്ഞൂറുമായി കൊറ്റിക്കാലുകൾ തിരിച്ചുപോകുമ്പോൾ നാണം കാണാനില്ല.

ഉത്രട്ടാതി ദിവസം രാവിലെ ന്യൂജഴ്സിയിൽ ജോൺസന്റെ ഭാര്യ അതിശയിച്ചു. രണ്ടു ദിവസത്തിനുള്ളിൽ ഭർത്താവും മകനും തിരിക്കുന്നുണ്ടെന്ന്; തിരിക്കുന്ന വിവരം മകൻ ആവർത്തിച്ചതോടെയാണ് അവർ വിശ്വസി ച്ചത്.

"എന്തുപറ്റി ഇത്ര പെട്ടെന്ന്?"

"നിന്നെ ഒറ്റയ്ക്കാക്കിയിട്ട് നാട്ടിൽ എങ്ങനെ നില്ക്കും?"

ജോൺസന്റെ തമാശ ആസ്വദിക്കാൻ അവർ മിനക്കെട്ടില്ല.

"വേല ഒന്നും വേണ്ട, എന്താ ഉണ്ടായേ...? നിങ്ങള് അമരത്തിരിക്കുന്നതും മോൻ മയിൽപ്പീലി കണ്ണനായി നിക്കുന്നതും ടീവിയിൽ കാണുമോ?"

കാണുമെന്നോ ഇല്ലെന്നോ ജോൺസൺ പറഞ്ഞില്ല.

"പമ്പേൽ ഇത്തവണ വെള്ളം വലിവായോണ്ട് ഞങ്ങടെ ചുണ്ടൻ ചെലപ്പഴേ കളിക്കൂ..."

"എന്താ, വള്ളംകളി ക്യാൻസൽ ആകുമോ?"

"അതേയ് ഞാനങ്ങ് വന്നിട്ട് എല്ലാം പറയാം; ഫോൺ മോന് കൊടുക്കാം." ജോൺസൻ അപകടത്തിൽ നിന്നും തലയൂരി.

സത്രക്കടവിൽ ആൾക്കൂട്ടത്തിനിടയിൽ നിന്ന് ജോൺസനും മകനും

വള്ളംകളി കണ്ടു; കാഴ്ചത്തോണിയിൽ ഒരുകൂട്ടം മയിൽപ്പീലിക്കണ്ണന്മാർ. മകൻ അവന്റെ തരക്കാരെ നോക്കി കൈവീശി. ചുണ്ടന്റെ അമരം പമ്പയിലെ സുവർണഗോപുരം.

ഇടമല ചുണ്ടൻ വെച്ചടി മുന്നേറുകയാണ്. ഏറ്റവും പുറകിലത്തേത് ഒരു വള്ളപ്പാട് പിന്നിലായി. തുഴയുയർത്തി, താഴ്ത്തി, മാധവൻ അമരത്തു തന്നെയുണ്ട്. തൊട്ടടുത്ത് പുതിയ തുഴക്കാരാവും ആരോ ശബ്ദമുയർത്തിപ്പാടി.

"ശ്രീപത്മനാഭ മുകുന്ദ
നാരായണ നിന്റെ മെയ് കാണുമാറാകണം."

ജോൺസൻ ഫോട്ടോകൾ എടുത്തു. ഇടമല ചുണ്ടനെയല്ലാതെ മറ്റൊന്നിനേയും നോക്കാൻ പോലും തോന്നിയില്ല. മാധവനെ ഫോക്കസ് ചെയ്തു. അമരത്തിരുന്ന് ചന്ദ്രശേഖരനും പാടുന്നുണ്ട്.

"പച്ചക്കല്ലൊത്ത തിരുമേനിയും
നിന്റെ പിച്ചക്കളികളും കാണുമാറാകേണം...
കാണുമാറാകട്ടെ..."

പുരാതനകാലം മുതൽ സംരക്ഷിക്കപ്പെടുന്ന ശുദ്ധജലതടാകംപോലെ പമ്പയിൽ വെള്ളം വെട്ടിത്തിളങ്ങി. തെങ്ങിൻതോപ്പും മാവിൻകൂട്ടവും നോക്കെത്താദൂരത്തോളം തീരം മുഴുവൻ ഒന്നാന്തരം കൃഷിയിടങ്ങൾ. ഇരുകരകളിലും ജനക്കൂട്ടം. കുഴലൂത്ത്, കൈയടി, ആർപ്പുവിളി.

ഉത്രാടത്തിന്റന്നു രാവിലെതന്നെ ജോൺസനും മകനും വള്ളപ്പുരയിലെത്തി. മാധവനും ചന്ദ്രശേഖരനും കാത്തുനിന്നു. വാരിയെടുത്ത് ഉമ്മ കൊടുത്തിട്ടാണ് മാധവൻ അവനെ താഴെനിർത്തിയത്.

"എടാ, നിന്റപ്പനും ഞങ്ങളും ഇതേ പ്രായത്തിൽ ഒരുമിച്ച് സ്കൂളിൽ പോയിവരാൻ തുടങ്ങിയതാ. കണ്ടോ മോനെ, ഇപ്പഴും അങ്ങനെത്തന്നെ." മൂന്നുപേരും തമ്മിൽ പിടികൂടുന്നത് ജോൺസന്റെ മകൻ കൗതുകത്തോടെ കണ്ടു.

സത്രക്കടവിൽ ചെരിഞ്ഞുകിടന്ന് കുളിക്കുന്ന കൊമ്പനെ നോക്കി നില്ക്കുകയായിരുന്നു അവൻ. കൊമ്പന്റെ കാലിൽ ചവുട്ടിനിന്ന് പാപ്പാൻ ആനയെ തേച്ചുകുളിപ്പിക്കുന്നു. കൊമ്പൻ ചെവി അനക്കുന്നു. കൊമ്പൻ കാതിട്ടടിക്കുമ്പോൾ പുഴയിൽ പുതിയ തിരകൾ വന്നുപോകുന്നു.

എണ്ണതേപ്പിച്ച്, ഒരുക്കി, പൂവും ചന്ദനവും ചൂടി ഇടമല ചുണ്ടൻ കുതിക്കാൻ തയ്യാറായി കിടപ്പാണ്. തുഴ കൈയിലെടുത്തപ്പോൾ ജോൺസന് ഉള്ളിൽ കുളിരുകോരി.

"മോനെ, പതിനഞ്ചു വയസ്സുള്ളപ്പഴാ, ഈ വള്ളത്തേൽ തൊഴയാൻ

കേറിയേ, അന്നു തൊട്ടിന്നുവരെ ഒറ്റവർഷവും മുടക്കീട്ടില്ല."

മാധവന്റെ വീട്ടിലേക്ക് കാപ്പി കുടിക്കാൻ നടന്നു. പഴക്കുലയും തോളിൽ വെച്ച് രണ്ടു കുട്ടികൾ എതിരെ വന്നു. ചന്ദ്രശേഖരൻ അവരെ പിടിച്ചുനിർത്തി കുല താഴെ വെപ്പിക്കാതെതന്നെ രണ്ടു കായ ഉരിഞ്ഞ് ജോൺസന്റെ മകനു കൊടുത്തു.

ചന്ദ്രശേഖരനാണ് കൂട്ടത്തിൽ വെളുമ്പൻ. പാലക്കാട്ട് ഫോറസ്റ്റ് ഗാർഡാണ്. കറുമ്പൻ മാധവനും. മാധവന് ഇടതൂർന്ന് മുടിയുണ്ട്. ഏറ്റവും മുടി കുറവ് ജോൺസനാണ്.

"എന്താടാ നീ ഇത്രേം മൊട്ടയാവുന്നേ...? അവള് സമേത്ത് ഒന്നും വച്ചു തരത്തില്ലിയോ?" ചന്ദ്രശേഖരൻ ചോദിച്ചു.

പട്ടിണിയാണെന്നു പറഞ്ഞ് ജോൺസൺ മുടിതപ്പിനോക്കി. മൂന്നു പേരും തോളിൽ കൈയിട്ടുകൊണ്ട് വീട്ടിലേക്ക് നടന്നു. മകൻ ഏറ്റവും മുന്നിൽ.

ജോൺസന്റേയും ചന്ദ്രശേഖരന്റേയും വീട് അടുത്താണ്. മാധവന്റേത് കുറച്ചകലെ. രാവിലത്തെ ഭക്ഷണം മാധവന്റെ വീട്ടിൽ നിന്നുതന്നെ.

"അമ്മ പുട്ടും കടലേം ഉണ്ടാക്കിയിട്ടുണ്ട്. പിന്നെ ഞാലിപ്പൂവൻ പഴുത്തു നിപ്പൊണ്ട്." മാധവൻ പറഞ്ഞു.

കസവുമുണ്ടും നേര്യതുമാണ് മൂന്നാളുടേയും വേഷം. വള്ളത്തിൽ കയറുമ്പോൾ ഉടുക്കാൻ മൂന്നുസെറ്റ് വേറെ മാധവൻ കൂട്ടുകാർക്കായി വാങ്ങിവെച്ചിട്ടുണ്ട്. കാഴ്ചത്തോണിയിലേക്ക്, മയിൽപ്പീലിക്കണ്ണനായി മകനെ വേഷമിടുവിക്കാൻ കുഞ്ഞുമുണ്ടും മയിൽപ്പീലിയും കടലാസ്‌കിരീടവും ചന്ദ്രശേഖരൻ കൊണ്ടുവന്നു. ചന്ദ്രശേഖരന്റെ മകനും ഒപ്പം വേഷം കെട്ടുന്നുണ്ട്.

"ആർപ്പോവിളിയോ' കേൾപ്പിച്ചുകൊണ്ട് അലങ്കരിച്ച നാലഞ്ച് ഓട്ടോറിക്ഷകൾ പാഞ്ഞുപോയി.

പമ്പ ചുണ്ടന്മാരെക്കൊണ്ട് നിറഞ്ഞു. ചന്ദ്രശേഖരൻ ജോൺസന്റെ മകനെ ചുമലിൽ ഉയർത്തി ആ കാഴ്ച കാണിച്ചു. ചന്ദ്രശേഖരൻ അറിയാതെ മൂളുന്നുണ്ടായിരുന്നു...

"ആറന്മുള ഭഗവാന്റെ പൊന്നുകെട്ടിയ ചുണ്ടൻവള്ളം."

കാപ്പി കുടിച്ചുകഴിഞ്ഞപ്പോൾ മാധവൻ അസ്വസ്ഥനായി നടക്കുന്നത് ജോൺസൻ ശ്രദ്ധിച്ചു.

"എന്നാ പറ്റിയെടാ?" ചന്ദ്രശേഖരൻ കേൾക്കാതെ മാധവൻ, ജോൺസനെ പുറത്തേക്കു കൂട്ടിക്കൊണ്ടുപോയി.

ചന്ദ്രശേഖരൻ കുട്ടികളെ ഉണ്ണിക്കണ്ണന്മാരാക്കിക്കൊണ്ടിരുന്നു. കുഞ്ഞു

മുണ്ട് അഴിഞ്ഞുവീഴാതിരിക്കാൻ ഇത്തവണ ചന്ദ്രശേഖരൻ കുഞ്ഞു ബെൽറ്റുകൾകൂടി കരുതിയിട്ടുണ്ട്. മുണ്ട് വയറിൽ അമർന്നപ്പോൾ ജോൺസന്റെ മകന്റെ വയർ ചുവന്നുതുടുത്തു. ചന്ദ്രശേഖരൻ അവിടെത്തൊട്ട് അവനെ കിക്കിളിയാക്കി ചിരിപ്പിച്ചു.

ജോൺസൻ തോളിലിട്ടിരുന്ന കസവുനേര്യതിൽ പിടിച്ചുകൊണ്ട് മാധവൻ വിങ്ങിപ്പൊട്ടി. കണ്ണുകൾ നിറഞ്ഞൊഴുകി. അയാളുടെ കട്ടിമീശ ചുണ്ടുകൾക്കൊപ്പം മോഹാലസ്യപ്പെട്ടു.

"ഇവിടെ ചെലര് വേറെ ഓരോന്നു പറയുന്നുണ്ട്. എന്നുവച്ചാ, ആറന്മുള എയർപോർട്ടിനു വേണ്ടി നീ ഒരു ഫെയ്സ്ബു ക്ക് പോസ്റ്റ് ഇട്ടിരുന്നോ?"

"ഉവ്വ്... ഞാൻ കാമ്പെയ്ൻ ചെയ്തിരുന്നു. അത് പ്രവാസികളുടെ ഒരു പോയിന്റ് ഓഫ് വ്യൂ മാത്രം."

"അതാ പ്രശ്നമാക്കിയത്. ആറന്മുളക്കാരനായിരുന്നിട്ടും ക്ഷേത്രക്കൊടിമരം പോകുമെന്നറിഞ്ഞിട്ടും നീ കാമ്പെയ്ൻ ചെയ്തത് വേറെ കാരണംകൊണ്ടാണെന്ന് പറച്ചിലുണ്ട്."

"അതിന് കൊടിമരത്തിന് ഒരു കുഴപ്പവും വരില്ലെന്ന് പ്രോജക്ട് റിപ്പോർട്ടുണ്ടായിരുന്നല്ലോ; അതാ ഞാൻ പോസ്റ്റ് ചെയ്തത്. എടാ, ക്ഷേത്രം എന്റേം കൂടിയാ. നമ്മൾ കണ്ടും കളിച്ചും വളർന്നതിവിടല്ലേ. കൊടിമരത്തിന് കുഴപ്പമുണ്ടാക്കുന്ന എന്തെങ്കിലും കാര്യത്തിന് ഞാൻ കൂട്ടുനില് ക്കുമോ മാധവാ?"

മാധവന് വാക്കുകൾ കിട്ടുന്നില്ല. അയാൾ വിങ്ങിപ്പൊട്ടി. ഇങ്ങനെയൊക്കെ പറയേണ്ടിവരുമെന്ന് ഒരിക്കൽപോലും അയാൾ ചിന്തിച്ചിരുന്നില്ല.

"ഞാൻ ചന്ദ്രശേഖരനോട് ഇക്കാര്യം മിണ്ടിയിട്ടില്ല. അവനതറിഞ്ഞാൽ ഇങ്ങനെ പറഞ്ഞവന്മാരുടെ കുത്തിനുപോയി പിടിക്കും."

ജോൺസന് കുഴഞ്ഞുവീഴുമോ എന്നായി സംശയം; നേര്യതെടുത്ത് ജോൺസൻ മാധവന്റെ മുഖം തുടച്ചുകൊണ്ട് പറഞ്ഞു:

"അവന്മാർക്കറിയുമോ, ആറന്മുള അമ്പലത്തിന്റെ ഫോട്ടോയാ ഫെയ്സ്ബുക്ക് പ്രൊഫൈലിൽ ഞാനിട്ടിരിക്കുന്നെ... അല്ലാതെ ഏതെങ്കിലും പള്ളിയുടേതല്ല. എടാ, കൊച്ചുവെളുപ്പാൻ കാലത്ത് തിരുവോണത്തോണി വരുമ്പം ഒറക്കെളച്ച് നമ്മൾ അമ്പലമുറ്റത്ത് വന്നിരുന്നതോർമയുണ്ടോ? ന്യൂജേഴ്സിൽ വെളുപ്പിനെ എഴുന്നേല്ക്കാൻ മടിച്ചുകിടക്കുമ്പം ഞാനിതേ ഓർക്കാറുള്ളു.'

മാധവൻ ജോൺസനെ കെട്ടിപ്പിടിച്ചുനിന്നു.

"പുതിയ തലമുറയാ ഇപ്പം, നമ്മുടേത് കഴിഞ്ഞെന്നു തോന്നുന്നു.

തൊഴയാൻ നീ വള്ളത്തേൽ കേറുന്നതിനോടെതിർപ്പുണ്ട് ചിലർക്ക്. കഴിഞ്ഞ തവണ നീ തുഴഞ്ഞപ്പോൾ കഴുത്തിലെ കുരിശുമാലയെക്കുറിച്ചുപോലും സംസാരമുണ്ടായി."

ചന്ദ്രശേഖരൻ തിരക്കിവന്നപ്പോൾ സംസാരം നിന്നു. വേഷം മാറി വള്ളത്തിലേക്ക് തിരിക്കാനായി മൂന്നു കൂട്ടുകാരും പിരിഞ്ഞു. ഉണ്ണിക്കണ്ണൻ വേഷത്തിൽ മെല്ലെ നടന്ന മകനെ തോളിലിരുത്തി ജോൺസൻ വേഗത്തിൽ വീട്ടിലേക്കു പോയി.

അമ്മ ഊണു കഴിക്കാൻ വിളിച്ചിട്ടും ജോൺസൻ എഴുന്നേറ്റില്ല. വെയിലിൽ മുറ്റത്ത് ഓടിനടന്ന ഉണ്ണിക്കണ്ണനും ക്ഷീണിച്ച് അതേവേഷത്തിൽ കിടന്ന് മയങ്ങിപ്പോയി.

ദൂരെ "ആർപ്പോ ഇർറോ' വിളി. മത്സരത്തിന്റെ റണ്ണിംങ് കമന്ററി മൈക്കിലൂടെ കാതടപ്പിക്കുന്നു.

തീരെ സുഖമില്ലാത്തതുകൊണ്ട് ഇത്തവണ തുഴയാൻ പോയില്ലെന്ന് ജോൺസൻ അമ്മയോട് കള്ളം പറഞ്ഞു.

അതിനിടയ്ക്ക് ന്യൂജേഴ്സിയിൽ നിന്ന് ഭാര്യയുടെ വിളി. ദേഷ്യം വന്നു. വന്നിട്ട് വിശേഷം പറയാമെന്നറിയിച്ച് ഫോൺ വെച്ചു. ഉണർന്നപ്പോൾ മകന് നിർബന്ധം, കരച്ചിൽ... വള്ളംകളി കാണാതെ പറ്റില്ല. എന്തിനു വെറുതെ വേഷംകെട്ടിയെന്ന ചോദ്യം, എന്തിന് നാട്ടിൽ വന്നെന്നും.

ജോൺസൻ മകനുമായി വള്ളംകളി കാണാൻ തിരിച്ചു. ഫിനിഷിങ് പായിന്റിനടുത്ത് ആൾക്കൂട്ടം. കയറിപ്പറ്റാനായില്ല. പന്തലിലും വൻതിരക്ക്.

ഇടമല അടിവച്ചടിവച്ച്...

മാധവനും ചന്ദ്രശേഖരനും അമരത്തുണ്ട്. അവർ പാടിത്തുഴയുന്നു.

വെള്ളത്തിൽ തുഴ എറിയുന്നു; നൂറു കൈകൾ ഒരേപോലെ.

നേര്യതെടുത്ത് തലയിൽ കെട്ടി കൈയടിച്ചു.

ഇടമല ഒന്നാമതെന്ന്...

വെടിപൊട്ടുംപോലെ ഫലപ്രഖ്യാപനം.

ഹൃദയം പൊട്ടുന്ന ആർപ്പുവിളി.

ആവേശം തീർന്ന് ഫലമറിഞ്ഞ് ആൾക്കൂട്ടം പിരിയാൻ തിരക്ക് കൂട്ടി. പരസ്പരം ആളുകൾ കാണുന്നതും അറിയുന്നതും ഇപ്പോഴാണ്. അടുത്തിരുന്നവർ കാണുന്നതും കേൾക്കുന്നതും ഇപ്പോൾ മാത്രം.

തുഴച്ചിൽക്കാരന്റെ വേഷത്തിൽ വന്നുനിന്ന് കൈയടിക്കുന്ന അപരിചിതനുനേരെ തുറിച്ചുനോട്ടം. തിരികെ നടക്കുമ്പോൾ തിരക്കിൽ മക

ന്റെ തലയിൽ നിന്ന് കടലാസ് കിരീടം തിടുക്കത്തിൽ താഴെവീണു. മയിൽപ്പീലിത്തുണ്ടുകൾ കൊഴിഞ്ഞ് മണ്ണിൽ കിടന്നു. ആരും ചവിട്ടാതിരിക്കാൻ വേൽപ്പീലി എടുത്ത് ജോൺസൻ കരുതലോടെ പിടിച്ചു.

പലരും തുറിച്ചുനോക്കുന്നുണ്ട്. അപരിചിതർ വീണ്ടും ശ്രദ്ധിക്കുന്നു. പമ്പയിൽ ആർപ്പുവിളി തീരുന്നില്ല. പെട്ടെന്നുണ്ടായ തിരിച്ചറിവിൽ, തോളിലെ നേര്യത് വിടർത്തിയിട്ട്, അയാൾ കുരിശുമാല മറച്ചുകൊണ്ട് നടന്നു.

ഒരു നാരകംപോലെ

നിന്നെ ഒരിക്കൽകൂടി കാണണമെന്നുണ്ട്; വളരെ കാലമായി ആഗ്ര ഹിക്കുന്നുണ്ട്. ഞാൻ പുറപ്പെടുന്നതേയുള്ളൂ.

ഞാൻ എത്തുന്നതുവരെ നീ അവിടെത്തന്നെ ഉണ്ടാകുമെന്ന് യാതൊരു ഉറപ്പുമില്ല. എങ്കിലും പുറപ്പെടുകയാണ്. പ്രതീക്ഷയാണല്ലോ ഏതു യാത്രയുടേയും വഴികാട്ടി. നേരം പുലർന്നു തുടങ്ങിയിട്ടേയുള്ളൂ. ഇത്ര ദൂരവും ഒറ്റയ്ക്കാവേണ്ട എന്നു കരുതി ഡ്രൈവറെ ഏർപ്പാടു ചെയ്തിരുന്നു. വഴി നിശ്ചയമുള്ള ആളാണ്. ഇക്കാലത്ത് ഡ്രൈവറെ കിട്ടുക എന്നുവച്ചാൽ എത്രയോ ഭാഗ്യമുള്ളവർക്ക് മാത്രം ലഭിക്കുന്ന ആനുകൂല്യമാണ്. അതേ, ആനുകൂല്യവും നേടി ഇവിടെനിന്നും യാത്ര തുടങ്ങുകയാണ്.

നാം തമ്മിൽ കാണുമായിരുന്ന കാലത്ത് എനിക്ക് ഡ്രൈവർ ഉണ്ടായിരുന്നില്ല. എത്ര മൈൽ വേണമെങ്കിലും ഒറ്റയ്ക്ക് ഓടിച്ചു പോകുമായിരുന്നു. മരങ്ങളും പുൽപ്പരപ്പുകളും പൂമരങ്ങളും എന്റെ കാറിനോട് മത്സരിച്ച് കുറേ ഓടി പിന്നെ പിൻവാങ്ങുമായിരുന്നു. ഞാൻ ധീരനായ

ഡ്രൈവറും സംതൃപ്തനായ മനുഷ്യനുമായിരുന്നല്ലോ.

നിന്നെ ഒരിക്കൽകൂടി കാണണമെന്നുണ്ട്. എത്രയോ കാലമായി ആഗ്രഹിക്കുന്നു ഒന്നു കാണണമെന്ന്.

നാം തമ്മിൽ കാണുമായിരുന്ന കാലത്ത് എനിക്ക് ഡ്രൈവർ മാത്രമല്ല, ആരും ഉണ്ടായിരുന്നില്ല. നിഗൂഢമായ സുഖം തരുന്ന ഏകാന്തതയായിരുന്നു എന്റെ സഹയാത്രികൻ. ആരുടേയും ഏകാന്തമായ ഓർമ്മകളുടെ വീഥിയിൽ ഞാൻ ഉണ്ടായിട്ടേയില്ല. അതൊരു മഹാഭാഗ്യം തന്നെ. വിഷച്ചെടികൾക്ക് വീണ്ടുമുളയ്ക്കാൻ കഴിയാതെ പോയ ഒരു ആമ്പൽക്കുളമായി വിഭാവനം ചെയ്തു ജീവിതത്തെ എന്തിന് മലിനമാക്കണം?

ഔദ്യോഗികയാത്രകളായിരുന്നു ആ വഴിയുള്ളവയിൽ ഏറിയ പങ്കും. ഓരോ ഋതുവും പിരിഞ്ഞുപോകാൻ വിഷമിച്ച് വേർപാടിന്റെ കണ്ണീർ തൂകുമായിരുന്ന പ്രദേശമായിരുന്നു അത്.

അനുരാഗദിനങ്ങളിലകപ്പെട്ട കൃഷിയിടങ്ങൾ. ആലസ്യമറിഞ്ഞുകൂടാ

ത്ത മനുഷ്യർ, കായലിന്റെ ഗതി തേടിപ്പോകുന്ന കൈത്തോടുകൾ.

കടുത്ത പച്ചപ്പിൽ തൂവെള്ള ശീല്ക്കാരങ്ങളുമായി കൊറ്റികൾ, നൂറ്റി ഇരുപതാം ദിനംതോറും സുവർണനാണ്യങ്ങളെത്തി തലകുനിപ്പിക്കുന്ന നെൽപ്പാടങ്ങൾ...

പൊലികൂമ്പാരങ്ങൾ

വൈക്കോൽ കൊത്തളങ്ങൾ,

കൊതുമ്പുവള്ളം തുഴഞ്ഞ് അങ്ങാടിയിലേക്ക് നിർഭയം പോകുന്ന ഗ്രാമീണകന്യക പരമ്പരയിലെ അവസാനത്തെ പെൺകുട്ടി...

ഒരു യാത്രയിൽ കാണാനിടവരുന്ന മുഖങ്ങളിൽ ഓർമ്മയിൽ എത്തി നില്ക്കുന്നത് അപൂർവം ചിലതുമാത്രമായിരിക്കുമല്ലോ. പശുക്കൾ, ആട്ടിൻകുട്ടികൾ, പന്നികൾ, തെരുവ് നായ്ക്കൾ, വഴിവാണിഭക്കാർ, വാഹനകൂടാരങ്ങളിലെ കുടികിടപ്പുകാർ...

എന്തിനോവേണ്ടി തിരക്കുകൂട്ടുന്ന മനുഷ്യർ...

അങ്ങനെ പോകുമ്പോഴുണ്ട് നീ ഒരിടത്ത്. കൃത്യമായും ഓർക്കുന്നു. അതൊരു ടോൾ ബൂത്തായിരുന്നു. ദുർബലമായ ഒരു മുളക്കൊമ്പിൽ കെട്ടിയ ചുവന്ന കൊടി താഴുകയും ഉയരുകയും ചെയ്യുന്നുണ്ടായിരുന്നു. കൊടിയിൽ അഭിമാനിച്ചുകൊണ്ടെന്നപോൽ. ചില്ലു താഴ്ത്തുന്ന ഡ്രൈവർമാർക്ക് മുന്നിലേക്ക് നീ സൗമ്യതയോടെ കൈ നീട്ടി. ചെറിയ തുകയേയുള്ളൂ. അതിനായി നീക്കിവെക്കുന്ന സമയമായിരുന്നു. പലരുടേയും വിഷമം. എനിക്കും തോന്നി.

ചില്ലറയായി അഞ്ചുരൂപയില്ലായിരുന്നു.

പണിപ്പെട്ട് പെറുക്കിക്കൊണ്ടുവന്ന് ബാക്കി ഏല്പ്പിച്ചപ്പോൾ എന്റെ മുഖം നിനക്ക് കൂടുതൽ ബോധ്യമായി.

തിരക്കിൽ ഒരു നിമിഷം നീ സംശയിച്ചു.

എവിടെയാ കണ്ടിട്ടുള്ള...?

അതേ നിന്റെ സംശയം ഞാൻ ശരിവെച്ചു.

ടെലിവിഷൻ ചാനൽ ജീവിതം കൊണ്ടുള്ള പരിചയം. വിവിധ പരിപാടികളിൽ ചിലതിന്റെ പേരുപറഞ്ഞുകൊണ്ട് സ്ഥിരം കാണുന്നുണ്ടെന്നറിയിച്ച് ചിരിച്ചു, അഞ്ചുരൂപ വേണ്ടായിരുന്നുവെന്നും; ടോൾ ബൂത്ത് കരാറുകാരന്റെ തൊഴിലാളി അഞ്ചുരൂപയുടെ നഷ്ടം സഹിക്കാൻ തയ്യാറായി നിന്ന് ചിരിച്ചു. പേര് ചോദിച്ചാലുടൻ പറയാൻ പാകത്തിലാ യിരിക്കുന്നു നിന്റെ ഉത്സാഹം.

സോളമൻ, പറ്റെ വെട്ടിയ മുടി, തടിച്ച ശരീരം, മായാത്ത ചിരി, സ്ഥി

രോത്സാഹത്തിന്റെ കരചലനങ്ങൾ, അക്ഷമയിൽ കിതച്ചുനില്ക്കുന്ന വാഹനനിരക്കു മുന്നിൽ നേതൃപാടവത്തിന്റെ ഭാവം. സോളമൻ നിന്നെ ആദ്യമായി കണ്ടത് ഓർത്തുപോകുന്നു.

പ്രഭാതമായിരുന്നു പുലരും മുമ്പ് രണ്ടുമണിക്കൂർ വേഗതയാർന്നപ്പോൾ പ്രഭാതത്തിൽ നിന്റെ ബൂത്തിൽ എത്തിച്ചേർന്നു. വഴിയോരക്കടകളിൽ സമോവർ വിറച്ചുകൊണ്ട് പുകഞ്ഞു. സോളമൻ, നിന്റെ ഗ്രാമത്തിന്റെ മോഹനമുദ്രയാണ്. സന്ധ്യ. പ്രഭാതത്തേക്കാൾ ഞാൻ സന്ധ്യയെ മോഹിക്കുന്നു. നിർജ്ജീവമായ സായാഹ്ന മൗനത്തിൽനിന്നും സന്ധ്യ ജന്മംകൊള്ളുന്നു.

ആഴ്ചയിൽ രണ്ടും മൂന്നും തവണ അതുവഴി കടന്നുപോയി. സോളമൻ പരിചയക്കാരൻ മാത്രമല്ല ഏറെ അടുപ്പമുള്ള ബന്ധുവിനെപ്പോലെയാണിപ്പോൾ. കൈ ഉയർത്തി, ചിരിച്ച്, വിശേഷം തിരക്കിക്കൊണ്ട് ഒരേ സമയം മറ്റ് വാഹനങ്ങളേയും സ്വന്തം നിയന്ത്രണത്തിലാക്കിക്കൊണ്ട്...

ഒരു നിമിഷത്തേക്ക്, അഞ്ചുരൂപ കണക്കിൽ ചെറുതും വലുതുമായ വാഹനങ്ങൾ, പുതിയതും പഴയതുമായ വാഹനങ്ങൾ സോളമനെ അനുസരിക്കുന്നു. ദിവസക്കൂലിക്കു പണിയെടുക്കുന്ന സോളമനു പിന്നിൽ വാഹനങ്ങൾ വർഗഭേദം മറന്നു നിന്നു. സോളമൻ, ഒരുപക്ഷേ, ഒന്നു നിർത്തി പിന്നീടു ചിതറിപ്പോകുന്ന, നിന്നിൽനിന്നും കൈനീട്ടം പോലെ ചില്ലറ തിരികെ വാങ്ങിപ്പോകുന്ന ഈ വാഹനങ്ങളുടെ ഉടമകൾ പിന്നീടെവിടെയെങ്കിലും വച്ച് നിന്നെ കണ്ടാൽ തിരിച്ചറിയുകയില്ല. നിസ്സാരരെ വെറുതെ വാഹനത്തിനുള്ളിലുള്ളവർ ഹൃദയത്തിൽ എന്തിന് രേഖപ്പെടു ത്തിവെക്കണം.

പക്ഷേ, എനിക്ക് വിസ്മരിക്കുവാനാകുന്ന മുഖമായിരുന്നില്ല നിന്റേത്. ജീവിതയാത്രയിലെ, അല്ല, വാഹനയാത്രയിലെ ചൈതന്യമുള്ള പങ്കാളിയായിരുന്നു നീ. എനിക്ക് സ്ഥിരമായി സഹയാത്രികരോ, ജീവിതയാത്രയിൽ പങ്കാളിയോ ഉണ്ടായിരുന്നില്ലല്ലോ. അതൊന്നും നിന്നെയും എന്നേയും സംബന്ധിക്കുന്ന കാര്യമായിരുന്നില്ല. അജ്ഞാതമായ ഒരു ദേശത്തെ, അപരിചിതമായ ഒരു പൊതുവഴിയിൽ, ജന്മാന്തര സൗഹൃദത്തിന്റെ ചുവന്ന കൊടി വീശിക്കൊണ്ടുനില്ക്കുന്നു സോളമൻ.

ഒരിക്കൽ യാദൃച്ഛികമായി വന്ന സ്നേഹിതൻ നിന്നെ ചൂണ്ടി പറഞ്ഞു. ഇയാളെ അറിയുമോ? ഒരുകാലത്ത് പാർട്ടിയുടെ വിദ്യാർത്ഥി പ്രസ്ഥാനത്തിന്റെ മുൻനിരയിൽ മറ്റാർക്കും പ്രവർത്തിക്കാവുന്നതിലുമപ്പുറത്ത്... പറഞ്ഞിട്ടെന്തു കാര്യം ഇപ്പോൾ ഈ പരുവത്തിലായിപ്പോയി.

പാവമെന്നും പറഞ്ഞു സ്നേഹിതൻ.

സോളമനൊപ്പം വളർന്ന നേതാക്കൾ അസംബ്ലിയിൽവരെ എത്തിയ കാര്യം ഓർമ്മിച്ചു സ്നേഹിതൻ. സോളമന്റെ വീട് സൗഹൃദ കൂട്ടായ്മ കളുടെ തറവാടായിരുന്ന കഥയും ഓർത്തെടുത്തു.

എന്നെങ്കിലും ചോദിക്കണമെന്നുണ്ടായിരുന്നു സോളമന്റെ യഥാർത്ഥ കഥ. കാണുന്നതെന്തും ശരാശരി കഥയുടെ പുറന്തോടു മാത്രമാണല്ലോ.

ഒരുപക്ഷേ സോളമൻ രാഷ്ട്രീയമൊക്കെ ഉപേക്ഷിച്ച് ജീവിതമാർഗം തേടി മറ്റു പലയിടത്തും പോയിരുന്നിരിക്കാം. ഒടുവിൽ തിരികെ സ്വന്തം നാട്ടിൽ വന്ന് വരുമാനമില്ലാതെ ഞെരുങ്ങുന്നതിനാൽ കിട്ടിയതു മതി എന്നു കരുതിയതുമാകാം - എന്തോ ഞാനൊരിക്കലും ഒന്നും സോളമ നോട് ചോദിച്ചിരുന്നില്ല. അതിനുള്ള സാവകാശം കിട്ടിയിരുന്നില്ല എന്ന താണു സത്യം.

നെല്ലും നാളികേരവും മീനും സമൃദ്ധമായി കാണുന്ന ആ ഗ്രാമപ്ര ദേശം അവസാനിക്കുന്നിടത്ത്, ഏതോ യുദ്ധമുന്നണിയിലെ അതിർത്തി കാവൽക്കാരനെപ്പോലെ അത്രമേൽ ശ്രദ്ധയോടും ഉത്സാഹത്തോടും സോ ളമൻ ചുവന്ന കൊടി ഉയർത്തുകയും താഴ്ത്തുകയും ചെയ്തു.

ദുർബലമായ ആ മുളങ്കൊമ്പിൽ കൂട്ടിക്കെട്ടിയ ചുവന്ന കൊടി, സോ ളമൻ, നീ എന്നും ഉയർത്തിക്കെട്ടുവാൻ മാത്രം ആഗ്രഹിച്ചിരിക്കുന്ന ജീ വിത ദർശനത്തിന്റെ കൊടി തന്നെയാണല്ലോ. മനുഷ്യരാശിയുടെ ഗതി നിയന്ത്രിക്കേണ്ട ആ പതാക ജീവിതത്തിൽ ഉയർത്താൻ, കഴിയാതെ പോയ ഖേദം വാഹനങ്ങളുടെ ഗതി മാറ്റുന്ന ചുവന്ന തുണിക്കഷ്ണ ത്തിലൂടെ നീ തീർക്കുകയായിരിക്കും.

എന്റെ യാത്രകളുടെ ഏകസാക്ഷിയായിരിക്കാം സോളമൻ, ഇനിയും ചുരുങ്ങിയത് മൂന്നുമണിക്കൂർ വേണ്ടിവരും നിന്റെ നാട്ടിലെത്തിച്ചേരാനെ ന്ന് സൈൻ ബോർഡുകൾ ഓർമ്മിപ്പിക്കുന്നു. പഴുത്ത നെല്ലിന്റെ സുഗ ന്ധമറിയാൻ, കതിർ മുറിയൻ പക്ഷികൾ പാടവരമ്പിൽ കാത്തിരിപ്പുണ്ടാ വും. കുരിയും പുളവനും മാറ്റുരയ്ക്കുന്ന മിഴിനീർത്തോടുകൾ എനിക്ക് ഓർത്തെടുക്കാനാവുന്നുണ്ട്.

ഒരിക്കൽ, അപ്രതീക്ഷിതമായി വന്നുവീണ് ഹർത്താൽ, പെട്ടുപോ യി. നിന്റെ ജില്ലയിൽ മാത്രം; അടഞ്ഞ കടകൾ കണ്ടാണ് തിരിച്ചറിഞ്ഞ ത്. മുന്നോട്ടും പിന്നോട്ടും പോകാനില്ല. ടോൾ ബൂത്തിലെത്തിയപ്പോൾ ചില്ലു താഴ്ത്താൻ പറഞ്ഞു നീ. ദൂരേക്ക് വണ്ടി മാറ്റിയിട്ടു; നീ വരുന്ന തും കാത്ത്. എവിടെ നിന്നുമോ, കെട്ടി പൊതിഞ്ഞുകൊണ്ടുവന്ന അട

യും ചായയും നിർബന്ധിച്ചു കഴിപ്പിച്ചു. ഹർത്താൽ ചൂട് തീർന്നുകഴിഞ്ഞ് തുടരാമെന്നായി നിന്റെ നിർദ്ദേശം. ചുരുങ്ങിയത് ഉച്ചകഴിയും വരെ കാത്തിരിക്കണം. മുന്നോട്ടു പോകരുതെന്നായി നീ. ഹർത്താലനുകൂലികളുടെ വൻപട ഒന്നു രണ്ടു വളവിനപ്പുറമുണ്ട്. അനുസരിച്ചു. കാത്തിരുന്ന് ഞാൻ മുഷിയുമെന്നു കരുതി അന്നത്തെ പിരിവിന് ഒരു താത്ക്കാലികക്കാരനെ ശട്ടംകെട്ടി നീ എന്നോടൊപ്പം ഇരുന്നു. ഒടുവിൽ ഉച്ചഭക്ഷണം അടുത്തൊരു വീട്ടിൽ തരപ്പെടുത്തി ക്ഷണിച്ചു. മനസ്സുണ്ടായിട്ടല്ല. വിശപ്പാണ് ഏറ്റവും മികച്ച കറി.

പിന്നീട് നാട്ടിൻപുറം കാണിക്കാമെന്നേറ്റു നീ കൂടെ നടന്നു. നാട്ടിൻപുറം പരാധീനതകളാൽ സമൃദ്ധമെന്നു തോന്നി. ഓരോ ഇടവഴികളും മായികലോകമായിരുന്നു.

സോളമൻ, നീ കണ്ടില്ലെന്നു നടിക്കാൻ ശ്രമിച്ചിട്ടും വഴിപോക്കർ നിന്റെ നേർക്ക് കൈവീശി. ആവശ്യത്തിലേറെ ചിരിച്ചു. ചിരി നീ പിശുക്കോടെ മടക്കി നല്കി.

ഞാൻ എന്തുകൊണ്ട് ഇവിടെ ഈ വയൽവരമ്പിലെന്നായി ചിലർ.

കണ്ടവർക്കൊക്കെ നിന്നോട് പറയാനുണ്ടായി. പരാതികൾ, നിവേദനങ്ങൾ, മറുകുറിപ്പുകൾ, പരാധീനതയുടെ പലതുള്ളിയെന്ന പെരുവെള്ളം, അതേ നാട്ടിൻപുറം പരാധീനതകളാൽ സമൃദ്ധം. പക്ഷേ എനിക്ക് ബോധ്യമായി കേവലം ഒരു ചുങ്കം പിരിവുകാരനായിരുന്നില്ല നീ. അങ്ങനെ മാത്രമുള്ള ആൾ എന്ന ചുരുങ്ങിയ ഭാവത്തിൽ ചുരുണ്ടുകൂടാൻ നീ ശ്രമിച്ചെങ്കിലും മറ്റുള്ളവർ നിന്നെ അനുവദിക്കുന്നില്ല.

നിന്റെ ജീവിതം എനിക്കു ബോധ്യമായി വന്നു. നാം രണ്ട് കൈതോടുകൾ ചാടിക്കടന്നു. ചൊവ്വാഴകൾ മാത്രം കുലച്ചുനിന്ന ഒരു വാഴത്താഴ്വര പിന്നിട്ടു. ഒരു സാധുവിന്റെ മുറ്റത്ത് ആട്ടിൻകുഞ്ഞുങ്ങൾ നിലവിളിക്കുന്നത് കാണായി; വേലിക്കലെ ചെമ്പരത്തി നിർഭയം താഴ്ത്തി നീ അവയെ തിന്നാൻ കൊതിപ്പിച്ചു.

കായൽ വന്ന് നെല്പാടങ്ങളെ പൊതിയുന്നിടം പിന്നീട് കണ്ടു. പുറം ബണ്ടുകൾ, അവിടെ പുരകളിൽനിന്ന് തല നീട്ടിയവർ പുറത്തേക്ക്. നീ എന്നെ വാനോളം പുകഴ്ത്തി. പരിചയപ്പെടുത്തിയപ്പോൾ അറിയാതെ തല കുനിഞ്ഞു. തെങ്ങുകൾക്കിടയിലൂടെ സ്നേഹത്തിന്റെ തണൽ പറ്റി നടന്നപ്പോൾ, അന്യനാട്ടിലെ തൊഴിൽ നഷ്ടമായതും, വർഷങ്ങളുടെ അകൽച്ച വന്നിട്ടും നാട്ടുകാർ പഴയ പൊതുപ്രവർത്തകനോട് ആദരം സൂക്ഷിക്കുന്നതോർത്ത് നിന്റെ കണ്ണുകൾ നിറഞ്ഞതും...

സോളമൻ, നീ പറയുകയായിരുന്നു. കുടുംബമായി; അതിനിടെ നിസ്സാരമായ അസുഖം. ചികിത്സിച്ച് ഭേദമാകുംവരെ അവധി എടുത്തുവെന്ന കുറ്റത്തിന് ജോലി നഷ്ടമായി. നാട്ടിലേക്ക് തിരികെ വന്നു; കിട്ടിയ ജോലി ചെയ്യുന്നു. എന്നും ഇങ്ങനെയാവണമെന്നില്ലല്ലോ. ഒരുപാടു നേതാക്കൾക്കും പ്രവർത്തകർക്കും വെച്ചുവിളമ്പിയ അമ്മയ്ക്കും വയ്യാതായി.

"രോഗം അമ്മയ്ക്കു മാത്രമല്ല സാർ, ലോകത്തിനും വയ്യാതായി. അതു കൊണ്ടാണല്ലോ നിങ്ങളെപ്പോലുള്ളവർ ചർച്ചകളിൽ രോഗാതുരമായ സമൂഹം എന്നൊക്കെ പറയാറുള്ളത്."

ഒന്നാന്തരം നിരീക്ഷണം; സോളമൻ ചിരിച്ചില്ല. കാട്ടുമരങ്ങൾ പോലെ എങ്ങനെയൊക്കെയോ ജീവിക്കുന്ന മനുഷ്യർ. സ്വന്തം ബുദ്ധിമുട്ടുകൾ അറിയിക്കാതെ അവർക്ക് സാന്ത്വനമായി സോളമൻ.

'കാട്ടുമരങ്ങൾക്കിടയിൽ ഒരു നാരകം പോലെ.'

സോളമൻ, നീ ഇപ്പോഴും ആ പഴയ മുളങ്കമ്പിൽ ചുവന്ന തുണിക്കഷണം ചേർത്തുകെട്ടി വച്ചിട്ടുണ്ടാവുമോ? ആ തുണിക്കഷണം ഇരമ്പുന്ന സ്മരണകൾക്കുമേൽ നീ വിരിച്ചു കഴിഞ്ഞ ചുവന്ന തിരശ്ശീലയായിരിക്കുമോ?

സോളമൻ നിന്നെ ഏറ്റവും ഒടുവിൽ കണ്ടത് യാദൃച്ഛികമായി നിവർത്തപ്പെട്ട ഒരു ദിനപത്രത്തിലെ പരസ്യത്താളിലായിരുന്നു. ഉദാരമതികളുടെ സഹായം പ്രതീക്ഷിക്കുന്നതായി പരസ്യവാചകം അറിയിച്ചു. മുണ്ഡനം ചെയ്ത നിന്റെ ചിത്രം ഉദാരമതികൾക്ക് ഓർത്തുവയ്ക്കാൻ പാകത്തിൽ പകർത്തപ്പെട്ടിരുന്നു.

സോളമൻ, അക്കാലത്തൊരിക്കൽ പോലും നീ കാവൽക്കാരനായ മുളക്കൊമ്പിലെ ചുവന്ന തുണിക്കഷണം അടയാളമായി തീരുന്ന ഒരു ഗ്രാമവീഥി തീരുന്നിടം വഴി ഞാൻ യാത്ര ചെയ്തിരുന്നില്ല. എന്റെ ജീവിത യാത്രയുടെ ഗതിതന്നെ, അജ്ഞാതമായിരുന്ന എത്രയോ ചുവന്ന തുണി ക്കഷണങ്ങളാൽ മാറ്റിമറിക്കപ്പെട്ടുപോയിരുന്നു. ആ പ്രതപരസ്യം മടക്കി വെച്ചിരുന്നതായി ഓർമ്മയുണ്ട്. പിന്നെ അശ്രദ്ധയുടെ വലിയ പുസ്തകത്തിൽ ഒരിടത്ത് അത് അവശേഷിച്ചിട്ടുണ്ടായിരിക്കാം.

സോളമൻ നിനക്കുവേണ്ടി ഞാൻ ഒന്നും ചെയ്തിട്ടില്ല. നിന്റെ യഥാർത്ഥ ജീവിതചിത്രം പോലും മനസ്സിലാക്കാൻ ശ്രമിച്ചിട്ടില്ല. പ്രത പരസ്യം പറഞ്ഞതനുസരിച്ചാണെങ്കിൽ മൂന്നു കുഞ്ഞുങ്ങൾ, രോഗിയായ വൃദ്ധ മാതാവ്. കിടക്കാനിടമില്ല.

സംതൃപ്തമായ ദുരന്തത്തിന് ഇതിലധികം എന്തുവേണം?

മറന്നുവെന്നു പറഞ്ഞുകൂടാ, പക്ഷേ, മറവി സംഭവിച്ചു എന്നത് സത്യം. ഓർക്കുമ്പോഴൊക്കെ സോളമനുവേണ്ടി എന്തെങ്കിലുമൊക്കെ ചെയ്യണമെന്നുണ്ട്, അതിനുള്ള സൗകര്യമുണ്ട്. പക്ഷേ, ഫോൺ നമ്പർ, വിലാസം... ആ പത്രത്തിന്റെ തുണ്ടുകടലാസ് നഷ്ടപ്പെട്ടിരുന്നു.

സോളമൻ, നിന്നെ ഓർക്കാൻ വേറെയും കാരണങ്ങളുണ്ടായിരുന്നു. തെങ്ങിൻതോപ്പുകളും വാഴകളുടെ താഴ്‌വാരങ്ങളുമായി ഒതുങ്ങി നില്ക്കുന്ന നിന്റെ നാട്ടിൻപുറം നന്മകളാൽ സമൃദ്ധമായിരുന്നു. ആ സമൃദ്ധിയിൽ ഒരു പങ്കാണ് സ്നേഹസാന്ദ്രമായ പെരുമാറ്റത്തിലൂടെ നീ അനുഭവിപ്പിച്ചത്.

സോളമൻ നീ സ്നേഹമാണ്.

തിരികെ ഒന്നും കൊതിക്കാത്ത സ്നേഹം.

രോഗത്തിൽ നീ പുഞ്ചിരിച്ചു.

ക്ലേശത്തിൽ നീ വിശ്രമിച്ചില്ല.

വിളഞ്ഞുവിളഞ്ഞ് സ്വർണ സ്പർശം പൂണ്ട്,

ഒടുവിൽ ശിരസ്സു നമിക്കുന്ന നെൽക്കതിർപോലെ സോളമൻ നീ സഹജീവികൾക്കു മുന്നിൽ നിറഞ്ഞ സാന്നിധ്യമായിരുന്നു.

മുളങ്കൊമ്പിലെ ചുവന്ന തുണി സ്വന്തം നെഞ്ചോട് ചേർത്തുകെട്ടിയപോലെ അഭിമാനിച്ചു നടന്ന സോളമൻ, നിന്റെ പേര് കേട്ടതു മുതൽ ചരിത്രത്തിലെ, യിസ്രയേലിലെ ഉത്തമഗീതകർത്താവായ സോളമനെ ഞാൻ ഓർക്കുമായിരുന്നു. സോളമന്റെ ഉത്തമഗീതം പിന്നീട് എന്റെ യാത്രകളിൽ സഹയാത്രികയായിരുന്നു. ഒരു ഗ്രാമീണനിരത്തിലെ സോളമൻ ചക്രവർത്തിയായിരുന്നു നീ.

സോളമൻ നിങ്ങൾ രണ്ടല്ല. ഒന്നുതന്നെയാണ്. സ്നേഹം അനുഭവിപ്പിച്ച് കാരുണ്യം ബോധ്യപ്പെടുത്തുന്ന ആരും ഒരിക്കൽ സോളമനായി തീരുന്നു.

ക്രമേണ നിന്റെ വഴി ഞാൻ മറന്നു. അതുവഴി പോകേണ്ട ആവശ്യം വന്നുമില്ല. ഒരുപക്ഷേ, വന്നിരുന്നുവെങ്കിൽ, എത്ര ക്ലേശകരമാണെങ്കിൽ പോലും നിന്നെ ഞാൻ തേടിയെത്തുമായിരുന്നു. അതിശയകരമായി തോന്നുന്നു. ഉത്തമഗീതാകാരനായ സോളമൻ എന്നിൽ നിറഞ്ഞുതുടങ്ങി.

സോളമൻ എഴുതിയതുപോലെ, 'കാട്ടുമരങ്ങൾക്കിടയിൽ ഒരു നാരകം പോലെയാണു നീ. അതിന്റെ നിഴലിൽ ഞാൻ അതിമോദത്തോടെ ഇരുന്നു. അതിന്റെ പഴം എന്റെ രുചിക്ക് മധുരമായിരുന്നു. എന്റെ മീതെ അവൻ പിടിച്ചിരുന്ന കൊടി സ്നേഹമായിരുന്നു...'

സോളമൻ, ഇനിയും അധികദൂരമില്ലെന്നു പറയുന്നു സൈൻ ബോർഡുകൾ. വർഷങ്ങൾക്കു ശേഷമായതുകൊണ്ടാകാം, പലവഴിയായി ചിതറുന്നു ഗ്രാമീണ റോഡുകൾ. വഴിയോരത്തെ വൻമരങ്ങളിൽ പലതും കാണ്മാനില്ല. കാലം കവർന്നെടുത്തതായിരിക്കും. വലിയൊരു മാറ്റം കൂടി കാണുന്നു ചുറ്റിലും, വിശാലമായ നെൽപ്പാടങ്ങൾ കരഭൂമിയായും കളിസ്ഥലമായും സൗധങ്ങൾക്കായി രൂപം കൊള്ളുന്ന നിർനപ്രദേശമായും മാറ്റപ്പെട്ടിരിക്കുന്നു. അക്കാലത്ത് വയലിൽ ട്രാക്ടറുകൾ, കാണ്മാനുണ്ടായിരുന്നു. ഇപ്പോൾ ദാ, ട്രാക്ടറുകളില്ല. മണ്ണുമാന്തികൾ മാത്രം.

ഇടത്തോടുകൾക്കുമേൽ പുത്തൻ കലുങ്കുകൾ.

ഓരോ വീട്ടുപടിക്കലേക്കും കോൺക്രീറ്റ് വീഥികൾ.

കേരളം വളരുന്നില്ലെന്നാരാണ് വിലപിച്ചത്?

സ്നേഹത്തിന്റെ കൊടിയുമായി സോളമൻ, നീ ടോൾബൂത്തിൽ ഉണ്ടാവില്ലെന്നെനിക്കറിയാം. ഒരുപക്ഷേ, നിനക്ക് എന്നെ കാണുമ്പോൾ തിരിച്ചറിയാനാകില്ല. നാം മാറിക്കഴിഞ്ഞുവല്ലോ. ഏകാകിയായ പഴയ ആ ദീർഘദൂരയാത്രികൻ, സംതൃപ്തനായ മനുഷ്യൻ, ധീരനായ ഡ്രൈവർ ഇന്ന് എങ്ങനെയായിക്കഴിഞ്ഞുവെന്ന് മുൻപരിചയമുള്ളവർക്കല്ലേ അറിയൂ. എല്ലാ മാറ്റങ്ങളും എത്രപെട്ടെന്ന് എന്ന് ചിന്തിക്കുന്നവരാണ് സാധാരണ മനുഷ്യർ, എന്നേയും നിന്നേയും പോലെ.

സോളമൻ ഞാൻ എത്രയോ പിന്നിട്ട വഴിത്താരകളിലൂടെ...

നമുക്കുണ്ടായ മാറ്റങ്ങളുടെ ചുവടുപിടിച്ചുകൊണ്ട് നിന്റെ നാടിനും എവിടേയും എന്നപോലെ മാറ്റങ്ങൾ, പണ്ടുണ്ടായിരുന്ന തണലുകൾ കാണുന്നില്ല. മഴു ഉയർത്തിയാണല്ലോ നാം എന്നും മാറ്റങ്ങൾക്കു തുടക്കം കുറിക്കുന്നത്. പരശുരാമൻ മഴുവെറിഞ്ഞുണ്ടാക്കിയെന്ന ഐതിഹ്യത്തിൽ നിന്നും നാം കടം വാങ്ങിയ മഴുവിന് ഒരിക്കലും വിശ്രമമില്ല.

കൊയ്ത്ത്തുകാലം കഴിഞ്ഞിരിക്കുന്നു. തെങ്ങിൻതലപ്പുകളുടെ നിഴൽചിത്രങ്ങൾ ഓളമില്ലാത്ത വയൽ വെള്ളത്തിൽ പമ്മികിടക്കുന്നു. ഒരു പുൽച്ചാടി തുള്ളിയാൽ മതി ഓളമുയർന്ന് ആ നിഴൽചിത്രങ്ങൾ ചിതറാൻ. ഇടത്തോടുകളിലൂടെ കൊതുമ്പുവള്ളം തുഴഞ്ഞുപോകുന്ന ഒരു ഗ്രാമീണകന്യകയുടെ അവസാനമോഹത്തെ എങ്ങും കാണുകയുണ്ടായില്ല. പാടം നികന്നുയർന്ന താത്കാലിക ഷെഡ്ഡിൽ കുപ്പികളെ മോഹിച്ച് ഗ്രാമീണയുവാക്കൾ; പഴയകാലത്തെ ലുങ്കിക്കുപകരം ത്രിഫോർത്തെന്ന അവരുടെ കൈലി നിക്കറിന്റെ പോക്കറ്റിൽ കുപ്പികൾ സുരക്ഷിതമാകുന്നു.

പിരിവുകാരനായി, നീ ഉണ്ടാകില്ലെന്ന് തീർച്ചയാണ്. നിന്റെ വീടു കണ്ടു പിടിക്കാനെളുപ്പമുണ്ട്. പിരിവിനായുള്ള പകരക്കാർക്ക് അത് പറഞ്ഞു തരാൻ കഴിയും. സോളമൻ, നീ കാട്ടുമരങ്ങൾക്കിടയിലെ നാരകമാകുന്നു വല്ലോ.

ദുർബലനായ ഹ്രസ്വദൂരയാത്രികൻ, ഇന്ന് ദീർഘദൂരയാത്രയ്ക്ക് വളരെ കാലത്തിനുശേഷം പുറപ്പെട്ടത് സ്വന്തം ബിസിനസ്സിനുവേണ്ടി മാത്രമല്ല, പഴയ ഫയലുകൾ തിരഞ്ഞപ്പോൾ അതിനേക്കാൾ പഴകിയ ഒരു കടലാസുകഷണം അതിൽ കണ്ടു.

ഭദ്രമായി മടക്കി വച്ചിരുന്നു. ഇങ്ങനെ വായിച്ചു. ഉദാരമതികളുടെ സഹായം തേടുന്നു.

ഈ യുവാവ്.

മൂന്നു കുഞ്ഞുങ്ങൾ, വൃദ്ധമാതാവ്, കിടക്കാനിടവുമില്ല.

അതേ, സംതൃപ്തമായ ദുരന്തം.

സോളമൻ, ഞാൻ മറന്നുവച്ച കടലാസു കഷണം മങ്ങാത്ത അക്ഷരങ്ങളുമായി വന്ന് മുറിവേല്പിച്ചു. പിന്നെ ഇരിക്കപ്പൊറുതി ഉണ്ടായില്ല.

വെള്ളം തുളുമ്പുന്ന അതേ വയലുകൾ, മരങ്ങൾ, പക്ഷികൾ, കൂടുതൽ വീടുകൾ, നടന്നുനീങ്ങുന്ന വൃദ്ധർ, അതേ സോളമൻ, നിന്റെ നാടിന്റെ ഗതിക്ക് അടിസ്ഥാനപരമായി മാറ്റമൊന്നുമില്ല. ഒരു വൃദ്ധൻ പിൻവാങ്ങുമ്പോൾ മറ്റൊരാൾക്കു കൂനുണ്ടാകുന്നു. അയാൾ മൊണ്ടി നടക്കുവാൻ ആരംഭിക്കുന്നു.

ഡ്രൈവറെ ബോധ്യപ്പെടുത്തി, മുമ്പ് അഞ്ചുരൂപയായിരുന്നു പോയി തിരികെ വരുന്നതിന്. ടോൾബൂത്തിൽ. ഇന്ന് അഞ്ചുരൂപ ആരെങ്കിലും കാര്യമായി കണക്കാക്കുന്നുണ്ടോ. വെറുതെ കൈയിലെത്തിയാൽ മുഷിച്ചിലുണ്ടാകുന്ന നാണയത്തിന് അഞ്ച് രൂപയെന്നും പേര്. ഡ്രൈവർ ഇരുപതുരൂപ നോട്ട് ശരിയാക്കുന്നതു കണ്ടു.

ഡ്രൈവർ പരുങ്ങിനില്ക്കുന്നു.

അങ്ങനെയൊരു ടോൾ ബൂത്ത് ഉണ്ടായിരുന്നുവോ എന്ന് നാട്ടുകാർക്കും സംശയം. വളരെ കാലമായെന്ന് പറഞ്ഞുകൊടുത്തു. പഴമക്കാരെ ആരെയും കണ്ടില്ല. ആരോടും പ്രത്യേകമായി ഒന്നും ചോദിക്കാനുമില്ല.

പഴയ ടോൾ ബൂത്തിന്റെ സ്ഥാനത്ത് ഒരു ഫാസ്റ്റ് ഫുഡ് സെന്റർ കണ്ടു. അതിനു മുന്നിൽ ഒരു ഡസൻ ബൈക്കുകളും. ഡ്രൈവർ പറയുകയായിരുന്നു. സോളമനെന്ന പേര് ഓർക്കുന്നില്ല. എത്ര ചോദിച്ചിട്ടും ചിലർ. ഒരുപക്ഷേ, അയാൾ ഈ പ്രദേശം വിട്ട് മറ്റെവിടെയെങ്കിലും?

അതുമല്ലെങ്കിൽ..?

ഡ്രൈവർ പകുതി പറഞ്ഞുനിർത്തി...

സോളമൻ, നിന്റെ വീടന്വേഷിച്ചിറങ്ങിയ ഡ്രൈവർ പൊടുന്നനെ തിരികെ കയറുന്നതു കണ്ടു. നിന്നെ പുതിയവർ മറന്നു എന്നുണ്ടോ എവിടെയുമെന്നപോൽ.

ഡ്രൈവർ തിരികെ കയറി ഇരുന്നു.

ഇനി എന്തുചെയ്യണം എന്നു ചോദിക്കുംപോലെ.

സോളമൻ എന്നൊരു പേരു മാത്രമേ എന്റെ കൈവശമുള്ളൂ. ആ മുളങ്കമ്പും ചുവന്ന തുണിക്കഷണവും എല്ലാം യാഥാർത്ഥ്യമായിരുന്നു.

സോളമൻ, നീ വീശുമായിരുന്ന കൊടി വെറും ഒരു ചുവന്ന തുണിക്കഷണവുമായിരുന്നില്ല. നീ പിടിച്ചിരുന്ന കൊടി സ്നേഹമായിരുന്നു.

പശുവും പുലിയും

വനത്തോടു ചേർന്ന് ഒരു തുണ്ട് സ്ഥലത്താണ് രാമഭദ്രന്റെ വീട്. വീടിന് അടുക്കള കൂടാതെ വേറെ ഒരു മുറികൂടിയുണ്ട്. രാമഭദ്രൻ കിടക്കുന്നത് ആ മുറിയിലാണ്. വീടിനോടു ചേർന്ന് ഏതാണ്ട് അത്രതന്നെ വലുപ്പത്തിൽ ഓലമേഞ്ഞ ഒരു ഷെഡ് കാണാം. രാമഭ്രദന്റെ പശു, അവിടെ താമസിക്കുന്നു.

വീടുചേർന്ന് ഒരു തോട് ഒഴുകിപ്പോകുന്നു. രാവിലെ കണ്ണു തുറന്നാൽ രാമഭദൻ വാതിൽ തുറക്കുന്നത് തോട്ടിലേക്കാണ്. കിഴക്കുനിന്നും തെക്കോട്ടുള്ള യാത്രാമധ്യേയാണ് തോട്, രാമഭദ്രന്റെ വീട് കടന്നുപോകുന്നത്.

തോടിനോടു ചേർന്ന്,

വീടിനോടു ചേർന്ന് ഒരു അലക്കുകല്ല് കാണാം. കല്ലിന്റെ ഒത്ത മുകളിൽ ഒരു സോപ്പുതുണ്ട് പറ്റിച്ചുവച്ചിട്ടുണ്ടായിരിക്കും. തുണി കഴുകുമ്പോഴുള്ള എളുപ്പത്തിനുവേണ്ടിയാണ് രാമഭദ്രൻ ഇങ്ങനെ പറ്റിച്ചുവച്ചിരിക്കുന്നത്. രാമഭദ്രന്റെ പശുവിന് പ്രത്യേക പേരൊന്നുമില്ല. സ്നേഹം വരുമ്പോൾ മോളെ എന്നും കലി വരുമ്പോൾ, കാലി എന്നും വിളിക്കും. ഈ പശുവിന്റെ അമ്മേടെ, അമ്മേടെ, അമ്മ ഉണ്ടായിരുന്ന കാലത്ത് രാമഭദ്രൻ തീരെ ചെറുപ്പമായിരുന്നു.

അക്കാലത്ത് രാമഭദ്രൻ ഒരു കാലിച്ചെറുക്കനായിരുന്നു. സമ്പന്നനായ ഒരു കൃഷിക്കാരന്റെ കന്നുകാലികളെ നോക്കി നടത്തിയിരുന്നു. കൃഷിക്കാരൻ, മക്കളുടെ അടുത്തേക്കു പോകാൻ, വട്ടംകൂട്ടിയപ്പോൾ ആദ്യം വീടും പറമ്പും വിറ്റു. പിന്നെ കന്നുകാലികളേയും. ആ സമയത്ത് രാമഭദ്രന് കൃഷിക്കാരൻ ഒരു പശുക്കിടാവിനെ വെറുതെ കൊടുത്തു.

-ഞാനങ്ങ് ബോംബെയ്ക്കു പോകുവാ. ഇത്രേംകാലം ഇതുങ്ങളെ നീ നോക്കി നടത്തിയ സ്ഥിതിക്ക് ഈ ക്ടാവിനെ നീ എടുത്തോ...

കർഷകൻ പറഞ്ഞു.

അയാൾക്ക് രാമഭദ്രനെ ജീവനായിരുന്നു. പശുക്കിടാവുമായി രാമഭദ്രൻ ആ വീടുവിട്ടു. വില ഉറപ്പിച്ചു നിർത്തിയിരുന്ന കാലിക്കൂട്ടത്തെ അവസാനമായൊന്നു നോക്കി രാമഭദ്രൻ, പശുക്കിടാവുമായി യാത്ര തിരിച്ചു.

തൊടിയിറങ്ങിയപ്പോൾ പിന്നിൽ വന്ന് തള്ളപ്പശു വലിയവായിൽ നിലവിളിച്ചു. ഉത്സാഹിയായി യാത്ര തുടങ്ങിയ പശുക്കിടാവ്, മുന്നോട്ട് നടക്കാതെ മൂന്നുതവണ പമ്മി നിന്നു. രാമഭദ്രൻ ആദ്യം അതിനെ തലോടി, മൂട്ടയിരുന്നിടം കണ്ടുപിടിച്ച് ചൊറിഞ്ഞുകൊടുത്തു. എന്നിട്ടും ഫലം കാണായ്കയാൽ, അതിനെ തള്ളി നീക്കി മുന്നോട്ടു നടന്നു.

നല്ല മഴ വരുന്നുണ്ടായിരുന്നു. കുറേശ്ശേ പെയ്യാനും തുടങ്ങി. തള്ളപ്പശുവിന്റെ കരച്ചിൽ മഴയിരമ്പത്തിൽ ഒതുങ്ങിപ്പോയി. മഴയേത്, കരച്ചിലേത്?

പശുക്കുട്ടിയുമായി നടന്നുനടന്ന് രാമഭദ്രൻ, ദാ, ഇപ്പോൾ കാണുന്ന വനത്തോടു കിടക്കുന്ന ഈ തുണ്ടുഭൂമിയിൽ എത്തിച്ചേർന്നു. കാട്ടുപൂച്ചകളുടേയും കീരികളുടേയും ഒന്നാന്തരം ഒളിത്താവളമായിരുന്നു അക്കാലത്തിവിടം.

ഇന്നത്തേതിനേക്കാൾ നല്ല മിനുക്കവും പുഷ്ടിയും ഈ തോടിന് അന്നുണ്ടായിരുന്നു. തോട്ടിലിറങ്ങി മുഖവും കാലും കഴുകി. തോട്ടരികിൽ വെറുതെയിരുന്നപ്പോൾ വഴിനോക്കിവന്ന ഒരു കീരി പൊന്തയിലേക്ക് മിന്നി മാഞ്ഞു. തത്സമയം, വഴി മണത്ത് ഒരു കാട്ടുപൂച്ചയും വന്നണഞ്ഞു.

തോടിനു ചേർന്നാണെങ്കിലും അല്പം ഉയർന്ന സ്ഥലമാണിത്. പണ്ട് ആരോ ഒരു വീടുവച്ച് താമസിച്ചതായിരിക്കും. രണ്ട് മൂന്ന് ചുടുകട്ടകളും, ഒരു പ്ലാവിന്റെ ഉണങ്ങിയ പകുതിയും ഇപ്പോഴും കാണാം. കിഴക്കോട്ട് ദർശനമുണ്ടായിരുന്ന ഒരു ചെറിയ വീടായിരുന്നിരിക്കാം.

ഇവിടെ വീടുവച്ച് താമസിച്ചിരുന്നവർ എത്ര ഭാഗ്യം ചെയ്തവരായിരിക്കുമെന്ന് രാമഭദ്രൻ വിചാരിച്ചു. വീട്ടുമുറ്റത്ത് അവർക്ക് ഒരു കിണർ കുത്തേണ്ട ആവശ്യമേയില്ല. ശുദ്ധഗതികൊണ്ട് തെളിവെള്ളവുമായി, പതഞ്ഞൊഴുകുന്ന തോടുള്ളപ്പോൾ, ഒരു നീണ്ട കുഴിക്കുള്ളിൽ കുറച്ചു വെള്ളം തടഞ്ഞുനിർത്തുന്നതുകൊണ്ട് എന്തു ഗുണം?

വേണമെങ്കിൽ, വേരിൽ പോലും കായ്ക്കാൻ കെല്പ്പുള്ള ഒരു പ്ലാവ് മുറ്റത്തുള്ളപ്പോൾ ഭക്ഷണത്തിന് മുട്ടുവരുന്നതെങ്ങനെ? കുറച്ച് മുയലുകളെ കൂടി ആ വീട്ടുകാർ വളർത്തിയിട്ടുണ്ടാകുമെങ്കിൽ എല്ലാം കുശാലായി. ഓരോ ചക്ക വീഴുമ്പോഴും മുയലുകൾ പ്ലാവിന്റെ ചോട്ടിൽത്തന്നെ നിന്നുകൊടുക്കുമായിരുന്നു.

മുയലിറച്ചിയുടേയും വേവിച്ച ചക്കയുടേയും ശുദ്ധജല ശേഖരത്തിന്റേയും സമൃദ്ധിയിൽ കൊതി തോന്നിയ രാമഭദ്രൻ, ആ ഒരു തുണ്ട് ഭൂമി യിൽ കേറിയങ്ങ് താമസിച്ചു. പശുക്കുട്ടിയെ ഒരു കുറ്റിയിൽ കെട്ടിയെന്നും വരുത്തി, കാട്ടുചെടികൾ പിഴുതുമാറ്റി, കാട്ടുകമ്പ് ചേർത്തുകെട്ടി

ചൂലു ണ്ടാക്കി തൂത്തുവാരി, രണ്ടരികിലും കരിയില കത്തിച്ച് തീയുണ്ടാക്കി, വഴിതെറ്റി വളർന്നുപോയ ഒരു മരച്ചീനി പിഴുതെടുത്ത് കിഴങ്ങ് തോൽ പൊളിക്കാതെ തീയിലിട്ട് ചുട്ടുതിന്ന്, തോട്ടിൽനിന്ന് വെള്ളവും കുടിച്ച്,

പശുക്കുട്ടിയോട് പരിഭവവും പറഞ്ഞ് രാമഭദ്രൻ ആ വനഭൂമിയിൽ കിടന്നു റങ്ങി. അന്നത്തെ ആ പശുക്കുട്ടിയാണ് ഇന്ന്. രാമഭദ്രന്റെ വീടിനോടു ചേർന്നുള്ള തൊഴുത്തിൽ താമസിക്കുന്ന പശുവിന്റെ അമ്മേടെ, അമ്മേടെ, അമ്മ. പശുവിന് ഇതൊന്നും ഓർമ്മ കാണുകയില്ല. എന്നാൽ രാമഭദ്രന് മറക്കാൻ പറ്റുമോ? എപ്പോഴെങ്കിലുമൊക്കെ അയാൾ പശുവിനെ ഇക്കാര്യം ഓർമ്മിപ്പിക്കാറുണ്ട്. അപ്പോഴത് തല നന്നായി കുലുക്കും. കാതുരണ്ടും കിടന്നാടും. മനസ്സിലാകുന്നു എന്നായിരിക്കും.

വർഷങ്ങൾക്കുമുമ്പ് താൻ വന്നുകയറിയത് ഒരു പുറമ്പോക്ക് ഭൂമിയിലാണെന്നോ, മുമ്പ് അവിടെ താമസിച്ചിരുന്ന കൂട്ടർ വീടിനു തീപിടിച്ചതിനാൽ സ്ഥലം വിട്ട് പോകുകയായിരുന്നുവെന്നോ ഒന്നും രാമഭദ്രൻ അറിഞ്ഞിരുന്നില്ല. വന്നു, കണ്ടു, കീഴടക്കി. അന്നത്തെ പശുക്കിടാവ് വളർന്നു. പെറ്റു. പെറ്റിട്ടത് വീണ്ടും പെറ്റു. പെറ്റിട്ടത്, പെറ്റത്, വീണ്ടും പെറ്റു. പെറ്റവ കാലക്രമത്തിൽ ചത്തു. പശുക്കൾക്ക് മനുഷ്യരേക്കാൾ നേരത്തെ പ്രായം കൂടും. ഇതിൽ അതിശയക്കാനില്ലെന്ന് രാമഭദ്രൻ പറയും. നന്മയുള്ളവരെയാണല്ലോ ഈശ്വരൻ നേരത്തെ വിളിക്കുന്നത്.

പശുക്കളുടെ കാലചക്രം മാത്രം മാറിക്കൊണ്ടിരുന്നാൽ പോരല്ലോ. മനുഷ്യർക്കും മാറ്റം വരണ്ടേ? രാമഭദ്രനും ചില മാറ്റങ്ങളും വന്നു. ചുരുണ്ട് മുടിയായിരുന്നുവല്ലോ രാമഭദ്രന്. ഇപ്പോഴതിന്റെ ഉള്ള് നന്നേ കുറഞ്ഞു. കൈയിൽ അച്ചുകുത്തിയ പാടുണ്ടായിരുന്നു. അത് നീണ്ടു. കാലിൽ, കുറ്റി കൊണ്ടുകീറിയ വ്രണപ്പാടുണ്ടായിരുന്നു. അത് വലുതായി. ശരീരത്തിലെ കറുപ്പ് കൂടുതൽ കറുത്തു. ഇടതുകാലിലെ വിരലിൽ ഒരു കുഴിനഖവും. വലതു കൈയിൽ കാട്ടുപൂച്ച മാന്തിയ അടയാളവും പഴയതിനേക്കാൾ വീതിയിൽ കാണപ്പെടുന്നുണ്ട്.

ഇതിനെല്ലാം ഉപരി, പശു വളർത്തി ജീവിച്ച് പോന്ന രാമഭദ്രന്, ഭൂമിക്ക് പട്ടയവും തൊട്ടടുത്ത വർഷം ഒരു കൂരവയ്ക്കാനുള്ള ധനസഹായവും കിട്ടി. രാമഭദ്രൻ പതിവായി പാൽ കൊണ്ടുകൊടുക്കുന്ന വീട്ടിലെ ധനികനായ മനുഷ്യസ്നേഹി ഒരു പഴയ കട്ടിലും രണ്ട് പുൽപ്പായകളും രാമഭദ്രനോടുള്ള ഇഷ്ടം കൊണ്ട് ദാനം നല്കുകയുണ്ടായി ഏറെക്കാലം വിദേശത്തായിരുന്നു അദ്ദേഹം. കട്ടിൽ എടുത്തുകൊണ്ട് പൊയ്ക്കൊള്ളാൻ അദ്ദേഹം രാമഭ്രദനോട് നിർദ്ദേശിച്ചു. -ചാരിറ്റി ഒക്കെ ചെയ്യണമെ

ന്ന് പണ്ടേ ഞാൻ വിചാരിച്ചിരുന്നു. ഇപ്പോഴാണ്, എനിക്കതിനുള്ള അവസരം ഒത്തത്... ഒരു കുടം പശുവിൻ പാൽ ഒറ്റയടിക്ക് കുടിക്കുന്ന ആരോഗ്യവാനായ അദ്ദേഹം പറഞ്ഞു.

കൂടാതെ, ആ ധനികൻ നന്നെ ചെറുപ്പത്തിൽ ഉപയോഗിച്ചിരുന്ന രണ്ട് പുൽപ്പായകളും രാമഭദ്രന് നല്കി. രാമഭദൻ തൃപ്തിയോടെ ആ കട്ടിൽ കൊണ്ടുപോയി. കട്ടിലിന്റെ രണ്ടു കാലുകൾക്ക് ബലക്ഷയം ഉണ്ടായി രുന്നു. നട്ട് ഇളകിപ്പോയിരുന്നു. കരിപ്പട്ടി കയർ കൊണ്ടുവന്ന് ആ ഭാഗം വരിഞ്ഞുമുറുക്കി പ്രശ്നം പരിഹരിച്ചു. എന്നാലും നേരിയ ആട്ടമുണ്ട്. കട്ടിലിൽ തിരിഞ്ഞും മറിഞ്ഞും കിടക്കുമ്പോഴാണ് ആട്ടം കൂടുതൽ. അതിനാൽ മര്യാദയ്ക്ക് കിടക്കാൻ രാമഭദൻ പഠിച്ചു. കട്ടിലിന്റെ രണ്ട് കാലുകൾക്കല്ലേ ആട്ടമുള്ളൂ. കട്ടിലിന് കാലുറയ്ക്കാത്ത പ്രായമാണെന്ന് രാമഭദ്രൻ പരിഹസിച്ചു. എത്രയൊക്കെയായാലും കട്ടിൽ കട്ടിൽ തന്നെയല്ലേ. ദാനം കിട്ടിയ പശുവിന്റെ പല്ലെണ്ണുന്നത് ശരിയുമല്ല.

രാമഭദ്രൻ താമസമാക്കിയ കാലത്ത് ആ ദേശത്ത് കീരികളും ഒന്നോ രണ്ടോ കാട്ടുപൂച്ചകളും മാത്രമേ ഉണ്ടായിരുന്നുള്ളൂ. കാലക്രമത്തിൽ, ദൂരെ വനത്തിൽ നിന്നും ഒരു പുലി നാട്ടുവിശേഷം തിരിക്കാൻ രാത്രികാലങ്ങളിൽ എത്തുക പതിവായി. തിരികെ അത് പോകുന്ന പോക്കിൽ, താൻ സന്ദർശിച്ച നാടിന്റെ ഓർമ്മയ്ക്ക് എന്നവണ്ണം, ആ നാട്ടിലെ പശു, ആട്, പോത്ത്, കോഴി, മനുഷ്യർ തുടങ്ങിയവകളെ എടുത്തുകൊണ്ടുപോകുക പതിവാണെന്ന് ഒരു പറച്ചിലുണ്ടായി. കാട്ടിനു പുറത്തേക്കുള്ള വഴി എന്ന നിലയിൽ, രാമഭ്രദന്റെ വീട്ടുപറമ്പ്, വന്യജീവികളുടെ സുരക്ഷാമാർഗമാണ്. പുലിയും മറ്റുള്ളവരെപ്പോലെ ഈ മാർഗത്തിൽ ലയിച്ചായിരിക്കും വന്നു പോകുന്നത്.

രാമഭദ്രനും പുലിയും ഇതിനോടകം മുഖാമുഖം കണ്ടില്ല. എന്നാൽ എപ്പോഴും തൊഴുത്തിലേക്ക് ഒരു കണ്ണുണ്ട്. പശു അകാരണമായി ശബ്ദമുണ്ടാക്കുകയോ കഴുത്തിലെ മണി കുലുങ്ങുകയോ ചെയ്താൽ, അപ്പോൾ തന്നെ രാമഭദ്രന്റെ കൈ, തലക്കീഴിൽ വച്ചിട്ടുള്ള വെട്ടുകത്തിയിലും ഏറുപടക്കത്തിലും അമരും.

-എരണം കെട്ട ശല്യം.

എന്നും പറഞ്ഞ് ചാടി എഴുന്നേല്ക്കും. ഒരിക്കൽ വെട്ടുകത്തിയുമായി പുറത്തുചാടി. പശു നിലവിട്ടു പെരുമാറുന്നു. പേടി സഹിക്കവയ്യാതെ അത് ചാണകമിടുകയും മൂത്രമൊഴിക്കുകയും ചെയ്തു. തലയാട്ടം പോലും നിർത്തി അത് രാമഭ്രദനെ തുറിച്ചുനോക്കി. ഓമത്തണ്ടിൽ മണ്ണെണ്ണ നിറച്ചു കത്തിച്ച വിളക്കെടുത്ത് മുഖത്തേക്ക് അടുപ്പിച്ചു. കണ്ണിൽ

നിന്നും നീരൊഴുകുന്നു.

-പോട്ടെടി...

എന്നും പുറത്ത് ദേഹത്തൊന്നുകൊട്ടി. പുറത്തിറങ്ങി തെക്കോട്ട് നടന്നപ്പോൾ രണ്ട് പുലിപ്പാടുകൾ, തറയിൽ പതിഞ്ഞുകണ്ടു. ദ്വേഷിച്ച് ഏറുപടക്കം വനത്തിലേക്കെറിഞ്ഞു. ഒച്ചയും പുകയും. പുലിയുടെ പൊടിയില്ല. ആ ഭാഗത്തൊരു മരത്തിൽ ഉറങ്ങുകയായിരുന്ന രണ്ട് പച്ചതത്തകൾ, വലിയ വായിൽ നിലവിളിച്ചുംകൊണ്ട് പുകയിലൂടെ പുറത്തു ചാടി പറന്നുപോയി. കുറച്ചകലെയുള്ള ഒന്നുരണ്ട് വീട്ടുകാരും ശബ്ദം കേട്ട് ഞെട്ടി.

-പുലിയിറങ്ങിയെന്നാ തോന്നുന്നെ.

പുലിയെ പഴിച്ചുകൊണ്ടവിടങ്ങളിൽ ലൈറ്റു തെളിഞ്ഞു.

-പശുവിനെ പിടിച്ചോ എന്തോ...?

-പിടിച്ചാരുന്നേൽ നെലവിളി കേൾക്കാമായിരുന്നല്ലോ.

നാട്ടുകാർ ഇരുട്ടിൽ നോക്കി പിറുപിറുത്തു.

ഒരു തൊഴുത്തിലും പശു സുരക്ഷിതയല്ലെന്ന് രാമഭദ്രനു തോന്നി. പണ്ടൊക്കെ എവിടെ കെട്ടിയിട്ടാലും പ്രശ്നം ഉണ്ടായിരുന്നില്ല. ഇന്നങ്ങനെയാണോ? പശു ഒന്നനങ്ങിയാൽ എന്തൊക്കെ തരത്തിലുള്ള സംസാരമാ. ഉടമസ്ഥനില്ലാത്ത, ദെണ്ണമാ നാട്ടുകാർക്ക്.

തൊഴുത്തുണ്ടാക്കുന്നതിനുമുമ്പ്, പശുവിനെ രാമഭദ്രൻ പുറത്തൊരു പ്ലാവിൻകുറ്റിയിൽ കെട്ടിയിരുന്നു. കെട്ടിയില്ലെങ്കിൽ പോലും പശു എങ്ങോട്ടും ഇറങ്ങിപ്പോകില്ല. ഇഷ്ടമുള്ളവരെ വിട്ട് ആരെങ്കിലും വനം കേറുമോ?

രാമഭദ്രൻ ഇറയത്ത് കിടക്കും. പശു പ്ലാവിൻകുറ്റിയിൽ നോക്കി കിടക്കും. രണ്ടു പേർക്കും ആകാശം കണ്ടുകിടക്കാം. എന്നാൽ നക്ഷത്രമെണ്ണുന്ന ശീലം പശുവിന് ഉണ്ടായിരുന്നില്ല. രാമഭദ്രൻ കിടന്ന് ഓരോന്നാലോചിച്ച് കൂട്ടും. പശു കിടന്ന് അയവിറക്കും.

പശുവിന് അയവിറക്കാൻ ഉള്ളതുപോലെ, രാമഭദ്രനും അയവിറക്കാറുണ്ട്. ഇപ്പോഴത്തെ പശുവിന്റെ അമ്മയുടെ കാലത്ത്, രാമഭദ്രന് ഭാര്യയുണ്ടായിരുന്നു. കല്യാണമൊക്കെ നടത്തി വന്നുകേറിയതായിരുന്നില്ല. അതൊക്കെ അങ്ങനൊക്കെ സംഭവിച്ചു.

ആദ്യഭർത്താവും രണ്ടാം ഭർത്താവും മരിച്ച ഒരു വിധവയായിരുന്നു അവർ. ദൂരെയുള്ള ഒരു വീട്ടിൽ പണിക്കുപോകാൻ ഇതുവഴി പോകും. അന്നേരം രാമഭദ്രൻ, പശുവിനെ കുളിപ്പിച്ചുകൊണ്ടോ, തുണി തിരുമ്പിക്കൊണ്ടോ തോട്ടിൽ നില്ക്കുകയായിരിക്കും. ആ സ്ത്രീക്ക് അല്പസ്വ

ല്പം കൂനുണ്ടെന്നു തോന്നും. ജീവിത പ്രാരാബ്ധംകൊണ്ട് വളഞ്ഞുപോയതായിരിക്കും. ആരോഗ്യമുള്ള ഒരു ഇരുനിറക്കാരിയായിരുന്നു. കൈലിയും ബ്ലൗസും മാറിലൂടെ ഒരു ചുട്ടിത്തോർത്തും വേഷം. ചിലപ്പോൾ കൈയിൽ രണ്ട് പഴുത്ത മാങ്ങയോ, വവ്വാൽ കടിച്ചിട്ടേം വച്ചുപോയ പേരക്കയോ കാണും. അത് തിന്നാതെ സൂക്ഷിച്ചുപിടിച്ചുകൊണ്ടായിരിക്കും നടന്നു വരിക.

ഒരു ദിവസം അവൾ നടന്നുവന്നപ്പോൾ രാമഭദ്രൻ തുണി കഴുകാൻ നോക്കുകയായിരുന്നു. നാലഞ്ചു പഴുത്ത പേരക്ക അവളുടെ കൈയിലിരിക്കുന്നു.

-നീ എന്താ ഇതൊന്നും തിന്നാത്തെ..?

രാമഭദ്രൻ ചോദിച്ചു.

-വെറും വയറ്റിലെങ്ങനെ തിന്നാനാ? വീട്ടിച്ചെന്നിട്ടേ ചായ കുടിക്കൂ...

ജോലിക്കാരി പറഞ്ഞു.

- ദാ രണ്ടെണ്ണം ഇവിടെ തിന്നാട്ടെ.. .

അവൾ രണ്ടെണ്ണം നീട്ടി.

രാമഭദ്രൻ വാങ്ങി.

ഒന്നു നന്നേ പഴുത്തതും, മറ്റൊന്നിന്റെ പകുതി വവ്വാൽ കടിച്ചതും. രണ്ടിനും നല്ല രുചി. തോട്ടിൽ നിന്നുതന്നെ തൊലിയോടെ തീർത്തു.

പിന്നൊരു ദിവസം ആ ജോലിക്കാരി മൂന്ന് പേരക്ക കൊടുത്തു. പിറ്റേദിവസം നാല്. പിന്നെ അഞ്ചും പത്തും.

-ഇത്രേം വഴിക്കെടന്നു കിട്ടുമോ?

-അണ്ണനുവേണ്ടി പറിച്ചോണ്ടു വരുന്നതാ.

ജോലിക്കാരി ഒരു ചേമ്പില നിറയെ പേരക്ക മുന്നിൽ കൊണ്ടു വച്ചുകൊണ്ട് പറഞ്ഞു. രാമഭദ്രൻ ചുട്ടിത്തോർത്തുമുടുത്ത് തോട്ടിൽ നില്ക്കുകയായിരുന്നു. ഇതെല്ലാം, ഒറ്റയ്ക്ക് ഞാനെങ്ങനെ തീർക്കുമെന്നായി അയാൾ. അതുകേട്ട് ചിരിച്ചുകൊണ്ട് ആ ജോലിക്കാരി ഓടിപ്പോയി.

ഒരു ദിവസം രാവിലെ രാമഭദ്രൻ കതകു തുറന്നപ്പോൾ ആ വീട്ടുജോലിക്കാരി തോട്ടിറമ്പിലിരുന്ന് കരയുന്നു. രാമഭദ്രൻ ഓടിച്ചെന്നു. കൈയിൽ പേരക്കയൊന്നുമില്ല. ഇനിമുതൽ ജോലിക്കു ചെല്ലേണ്ടെന്ന് ആ വീട്ടുകാർ പറഞ്ഞു. കാരണം പറഞ്ഞില്ല. വേറൊരാളിനെ കിട്ടിയതായിരിക്കും. ആ ജോലിക്കാരിയിരുന്ന് കരച്ചിലോടു കരച്ചിൽ. അതുകണ്ട് ആ പശുക്കുട്ടിയും കരച്ചിലോടു കരച്ചിൽ; രാമഭ്രദന്റെ ഉള്ളലിഞ്ഞു.

- ഇന്നുതൊട്ട് ഇവിടുത്തെ കാര്യം നോക്കിക്കോ.

രാമഭദ്രൻ വിളിച്ചുപറഞ്ഞു.

തോടിനു കുറുകെ പാലമില്ല. അവൾ വെള്ളത്തിലിറങ്ങി. വെള്ളക്കൂടുതലുണ്ട്. രാമഭദ്രൻ കൈ കൊടുത്തു. അവൾ കൈയിൽ മുറുകെ പിടിച്ചു.

പശുക്കുട്ടി കരച്ചിൽ നിർത്തി. കാടിപ്പാത്രത്തിൽ രണ്ട് പഴത്തൊലി ഇട്ട്, അവൾ പശുക്കുട്ടിക്ക് കുടിക്കാൻ കൊടുത്തു. വന്നു കയറിയപ്പോൾ മുതൽ അവൾ ചെയ്യുന്ന പണി കണ്ട് രാമഭദ്രന്റെ കണ്ണ് നിറഞ്ഞു. കാടി, കലക്കിക്കൊടുക്കുന്ന അവളുടെ സ്നേഹം അറിഞ്ഞ്, പശുക്കുട്ടിയുടെ ഉള്ളുനിറഞ്ഞു. അത് വാലാട്ടുകയും രണ്ടുമൂന്നുവട്ടം നാവ് നീട്ടുകയും ചെയ്തു. രണ്ടു വർഷമേ ഈ കാടികൊടുപ്പും പേരക്ക തീറ്റിയും നീണ്ടു നിന്നുള്ളൂ. അമ്മയെ ഒന്നു കണ്ടിട്ടുവരട്ടെന്നും പറഞ്ഞ് അവൾ ഒറ്റപോക്ക്. പിന്നെ തിരികെ വന്നിട്ടില്ല.

നാലഞ്ച് വർഷം കഴിഞ്ഞ് മൃഗാശുപത്രിയിൽ മരുന്നുവാങ്ങാൻ പോയപ്പോൾ, കൊച്ചിനെയുമെടുത്ത് അവൾ ദൂരേന്ന് വരുന്നു. കാർക്കിച്ച് ഒരു തുപ്പ് വച്ചുകൊടുത്തിട്ട് രാമഭദ്രൻ വേറൊരു വഴിയേ പോയി.

അവൾ വന്നുകേറുന്ന കാലത്ത് ഈ പശുക്കുട്ടിക്ക് ഒന്നൊന്നര വയസ്സേ ഉള്ളൂ. തള്ളപോയ വെഷമത്തിൽ നില്ക്കുന്ന സമയം. പശുക്കു ട്ടിക്ക് മറ്റൊരു തള്ള ആയിക്കോട്ടെ എന്നാണ് വിചാരിച്ചത്. ഇന്നിപ്പോ, ഇതും ഒരു തള്ളപ്പശു.

രാമഭദ്രൻ പശുവിന്റെ കാത് ചൊറിഞ്ഞുംകൊണ്ട് ഒരുപാട് സങ്കടം പറഞ്ഞു. ഇടയ്ക്കിടെ ബീഡി എടുത്തുവലിച്ചു. പുക പശുവിന് കിട്ടാതിരിക്കാൻ തലചെരിച്ച് പുറത്തേക്ക് ഊതി. അഞ്ചാറുവർഷം മറന്നുകിടന്ന കാര്യം, ഒറ്റ ദിവസം കൊണ്ട് പൊന്തിവന്നല്ലോ എന്നോർത്തപ്പോൾ രാമ ഭദ്രന്റെ മുഖം താണു.

-പോട്ടെ മോളെ ഇനി എനിക്ക്, ഇമ്മാതിരി തട്ടുകേട് പറ്റത്തില്ല.

രാമഭദ്രൻ കരഞ്ഞു.

പശു അലിവോടെ ആ കൈകളിൽ നക്കി. അയാൾക്ക് ആശ്വാസത്തിന്റെ കോരിത്തരിപ്പുണ്ടായി. പിണ്ണാക്ക് കഷണം കോരി ക്കൊടുത്ത് രാമഭദൻ പശുവിനെ തീറ്റിച്ചു.

പിന്നെയും കുറെക്കാലം കഴിഞ്ഞു. കഴിഞ്ഞതൊക്കെ രാമഭദ്രൻ മറന്നു. അന്നേരത്താണ് പുലിപ്പേടി. ആകെയുള്ള കൂട്ടാണ് പശു. അതിനു വല്ലതും പറ്റിയാലോ? അയാളുടെ കണ്ണ് നിറഞ്ഞു.

രാമഭദ്രനു മാത്രമല്ല, മറ്റു പല വീടുകളിലും കന്നുകാലികളുണ്ട് പേടിയുമുണ്ട്. വനത്തോടു ചേർന്നുള്ളത് രാമഭദ്രനാണ്. അതുകൊണ്ടാണ് ഇത്ര പേടി. രാമഭ്രദന്റെ പശു ജീവിച്ചിരിപ്പുണ്ടോ എന്നു പലരും വന്ന് ഒ

ളിഞ്ഞുനോക്കും. ഇവിടെ കുഴപ്പമില്ലെങ്കിൽ പേടിക്കാനില്ല. പുലി ഇറങ്ങിവരുന്നവഴി, ഇവിടാണല്ലോ.

എന്നും ഓരോരോ പുലിവാർത്തകൾ. ചിലേടത്ത് ആട് ചത്തു. ചിലേടത്ത് പശു. മറ്റു ചിലേടത്ത് മനുഷ്യരെ വിരട്ടി ഓടിച്ചു. രണ്ടുപേർ പുലി യുടെ വായിൽനിന്ന് രക്ഷപ്പെട്ടു. മേയാൻ വിട്ട ഒരു പശു ഇനിയും തിരികെ വന്നിട്ടില്ല. വനാതിർത്തിയിൽ കഴുത്തറ്റ ഒരു പെണ്ണാടിന്റെ ജഡം. ഇതൊക്കെ കണ്ടും കേട്ടും എങ്ങനെ ഉറങ്ങും? രാമഭദ്രൻ പലപ്പോഴും ഉറങ്ങാറില്ല.

–പുലിയുടെ കീഴിലായിട്ടും രാമഭദ്രനും പശൂനും കൊഴപ്പമൊന്നുമില്ല.

നാട്ടുകാർ പറഞ്ഞു.

–അതിനവൻ ഒറങ്ങീട്ടുവേണ്ടേ.

–പാട്ടേംകൊട്ടി ഏറുപടക്കോമായിട്ടിരുന്നാ പുലി വരുമോ?

മറ്റു ചിലർ പറഞ്ഞു.

–അവനെപോലിപ്പം എല്ലാവർക്കും പറ്റുമോ?

മറ്റൊരാൾ ദുഃഖിച്ചു.

അടുത്ത ദിവസം രാത്രിയിൽ പുലിശബ്ദം ശരിക്കും കേട്ടതുപോലെ. പൂച്ചയല്ല. കുറുക്കനല്ല. പശു ഒറ്റക്കരച്ചിൽ. നിർത്തുന്നില്ല. പുറത്തേക്കിറങ്ങി ഒറ്റയോട്ടം. കാല് എവിടെയോ തട്ടി. തലകുത്തി വീണു. തുടയെല്ലു പൊട്ടിപ്പോയി.

രാമഭദ്രനിപ്പോൾ പഴയതുപോലെ ഓടിനടക്കാൻ പറ്റില്ല. പ്രായവും പഴയതല്ലല്ലോ. പശുവിനും പ്രായം കൂടി. കഴിഞ്ഞ പ്രസവത്തിൽ കുട്ടി ചത്തുപോയിരുന്നു. വൈക്കോലും തുണിയും ചേർത്ത് ഒരു പശുക്കുട്ടി യുടെ കോലമുണ്ടാക്കിയാണ് ആദ്യദിവസങ്ങളിൽ മുല കുടിപ്പിച്ചത്. തൊഴുത്തിന്റെ ഇറയത്ത് ആ പശുക്കുട്ടിക്കോലം തിരുകിവച്ചിട്ടുണ്ട്. പശു അതി ലേക്കിപ്പോൾ തിരിഞ്ഞുനോക്കുന്നില്ല. തള്ളയെ ആർക്കേലും കബളിപ്പി ക്കാൻ പറ്റുമോ?

ഒരു രാത്രിയിൽ പഞ്ചായത്ത് മെമ്പറുടെ വീട്ടിലെ പോത്തിനെ പുലി പിടിച്ചു. തൊഴുത്തിൽ നിന്നുകൊണ്ടുതന്നെ പകുതി തിന്നിട്ടാണ് പുലി തിരികെപ്പോയത്. മെമ്പർ എഴുന്നേറ്റുവന്നപ്പോൾ തൊട്ടുമുന്നിൽ പോത്തിന്റെ തല. കാലൻ വന്നുപോയല്ലോയെന്നും പറഞ്ഞ് ഒറ്റ അലർച്ച. പോത്തിൻതല കാണാൻ ആയിരങ്ങൾകൂടി. രാമഭദ്രനും അവിടെ ചെന്നു. ഇനിയും തലകൾ ഉരുളാൻ സാധ്യതയുണ്ടെന്ന് മെമ്പർ പറഞ്ഞു. പോത്തിൻതലയിൽ രണ്ട് കണ്ണുകൾ മാത്രം തുറന്നിരുന്നു. ഒരു കണ്ണ് ഭ

യംകൊണ്ട് വിടർന്നു പൊട്ടിപ്പോയിരുന്നു. മറ്റെ കണ്ണിനു താഴെ, കരിഞ്ഞ കണ്ണീർപ്പാട്. മെമ്പർ, സ്വന്തം കണ്ണുകൾ ഒപ്പി.

-മെമ്പർക്ക് രക്ഷയില്ല.

പിന്നല്ലിയോ നമ്മക്ക്....

പോത്തിൻതല കണ്ടു മടങ്ങിയവർ പരിഭ്രമിച്ചു.

പലരും കന്നുകാലികളെ പിടിച്ചുവിറ്റു. ഹെഡ്മാസ്റ്റർ സത്യദേവൻ പാണ്ടിയിൽനിന്നും വാങ്ങിയ രണ്ടടങ്ങഴി വീതം കറക്കുന്ന മൂന്ന് എരുമകളെ കിട്ടിയ വിലയ്ക്ക് പാണ്ടിക്കു തന്നെ കൊടുത്തു.

അവധിക്കു വന്ന ഒരു പണക്കാരൻ, വീട്ടിലുണ്ടായ രണ്ട് ആട്ടിൻ കുഞ്ഞുങ്ങളെ പുലി പിടിക്കുമെന്ന് ഭയന്ന് രണ്ടുമൂന്നു ദിവസംകൊണ്ട് വീട്ടിൽ തന്നെ പാചകം ചെയ്ത് പുലിയോട് പകപോക്കി.

കുറച്ചുദിവസം കഴിഞ്ഞപ്പോൾ കുഴിച്ചിട്ട പോത്തിൻതല പുറത്തുകിടക്കുന്നു. അഴുകിയ തലയിൽ കൊമ്പില്ല. വാശിക്കാരനായ പുലി, രാത്രിയിൽ വന്ന് മാന്തിയതായിരിക്കുമെന്ന് പലരും പറഞ്ഞു. കാലനോട് കളിച്ചാൽ, ഇങ്ങനിരിക്കുമെന്ന് മറ്റു ചിലരും പറഞ്ഞു.

ചത്താൽപോലും രക്ഷയില്ലാത്ത കാലം. കൊല്ലൻ ഭാസ്കരന്റെ പണിയായിരിക്കുമെന്ന് സംശയം പരന്നു. കൊമ്പുകൊണ്ട് വെട്ടുകത്തിക്കും മറ്റും പിടി ഉണ്ടാക്കിക്കൊടുക്കുന്നതിൽ ഭാസ്കരൻ വിരുതനാണ്.

നേരെവന്ന് ചോദിച്ചിരുന്നെങ്കിൽ അവന് ഒരു കൊമ്പിനു പകരം ഒമ്പതെണ്ണം കൊടുക്കുമായിരുന്നല്ലോ എന്ന് മെമ്പർ പരിഭവം പറഞ്ഞു. കൊല്ലനെ അവിടെങ്ങും കാണാനുമില്ല. അങ്ങനെ ഒരു കൊല്ലം കടന്നു പോയി.

കശാപ്പുകാർ നാടുനീളെ നടന്നു വിലപറഞ്ഞു. പലരും വിറ്റു. ഒരാൾ വന്ന് രാമഭദ്രനെ കണ്ടു.

-ചോദിക്കുന്ന വിലയ്ക്ക് സമ്മതം.

അയാൾ പറഞ്ഞു.

വില പറച്ചിൽ കേട്ട് പശു ഒന്നിളകി. മണി മുഴങ്ങുന്ന ശബ്ദം കേട്ട് രാമഭദ്രൻ പുറത്തേക്കിറങ്ങി നോക്കി.

കുഴപ്പമൊന്നുമില്ല.

-എന്തായാലും ഇപ്പം വില്ക്കുന്നില്ല. ഈ ഒന്നേ ഒള്ള്.

രാമഭദ്രൻ പറഞ്ഞു.

കശാപ്പുകാർ മനസ്സില്ലാതെ മടങ്ങി.

പിന്നേയും വേറൊരു കൂട്ടർ വന്നു. കല്യാണ ആവശ്യത്തിനാണ്. ചെറുക്കൻ കൂട്ടരുടെ ആൾക്കാരാണ്. തോട്ടിൽ നില്ക്കുന്ന പശുവിനെ നേ

രത്തെ കണ്ടിട്ടുണ്ട്. ഇഷ്ടപ്പെട്ടു. അതാ തിരക്കി വന്നത്. അവർ മോഹവില പറഞ്ഞു.

മനസ്സു വരുന്നില്ലെന്ന് രാമഭദ്രൻ പറഞ്ഞു. മനസ്സു മാറുമ്പോൾ വരാമെന്ന് പറഞ്ഞ് അവർ മടങ്ങി. വെള്ളത്തിൽ നോക്കിനിന്ന പശു വാലു പൊക്കി വീശി. അവരുടെ വെള്ള ഉടുപ്പിൽ പാടുവീണു.

ഒരു ദിവസം കവലയിൽ മീൻ വാങ്ങാൻ ചെന്നപ്പോൾ നാലഞ്ചുപേർ ചുറ്റും കൂടി.

ഒരാൾ തോളിൽ തട്ടി.

മറ്റൊരാൾ ചിരിച്ചു.

-കാര്യം ഞങ്ങളറിഞ്ഞു.

ചിരിച്ച ആൾ പറഞ്ഞു.

രാമഭദ്രൻ ചിരിച്ചില്ല.

വിറയ്ക്കാൻ തോന്നി.

-തീരുമാനം മാറ്റണം.

ആ കശാപ്പുകാർക്ക് പശുവിനെ കൊടുക്കരുത്.

ഇത്രേം കാലം നിങ്ങളെ രക്ഷിച്ച അതിനെ ഇറച്ചിവിലയ്ക്കു കൊടുക്കാൻ എങ്ങനെ തോന്നിയെടോ?

ചിരിക്കാത്തവരിൽ ഒരാൾ പറഞ്ഞു.

-വേണ്ടാത്തതിന് നിക്കരുത്.

-ഓ...

രാമഭദ്രന് പറയാനുള്ളത് അവർ കേട്ടില്ല.

അവർ തിടുക്കത്തിൽ പോയി.

തിരികെ എത്തുമ്പോൾ, പശു കാത്തുനില്ക്കുന്നു. പഴത്തൊലി കൊണ്ടുവന്നിട്ടുണ്ടോ എന്നത് ചുഴിഞ്ഞുനോക്കി. പഴത്തൊലി കൂടാതെ രണ്ടു പഴവും തിന്നാൻ കൊടുത്തു. മുഖത്തോട് മുഖം ചേർത്ത് രാമഭദ്രൻ തേങ്ങിക്കരഞ്ഞു.

നടക്കാൻ ക്ഷീണം കിതപ്പുണ്ട്.

ഒടിഞ്ഞ കാൽ നേരെയായിട്ടില്ല.

പുലി പോയിട്ട് ഒരു പൂച്ചവന്നാൽ പോലും രാമഭദ്രന് പിറകെ ഓടാൻ കഴിയില്ല.

കഴിഞ്ഞ ദിവസം ഇറയത്തുനിന്നപ്പോൾ മൂന്ന് കീരികൾ ചേർന്ന് ഒരു ചേരയെ കടിച്ചുകൊണ്ടുപോകുന്നത് കണ്ടു. എന്നിട്ടും രാമഭദ്രൻ അനങ്ങിയില്ല.

കൊണ്ടുപോയി തിന്നട്ടെ.

പശു അതുനോക്കി തെല്ലിട നിന്നു.

അതിശയത്തിൽ അതിന്റെ വായിൽനിന്ന് ഒരു തരിപ്പുല്ല് താഴെ വീണു.

വേലിപ്പച്ചയും കയ്യോന്നിയും കീഴാർനെല്ലിയും കാട്ടുവള്ളികളും മുറ്റത്തുണ്ട്. വീടിനോടു ചേർന്നുള്ളതൊന്നും പശു തിന്നുകയില്ല. വീടും നാടും അതിനറിയാം.

പശുവിനെ തേച്ചുകുളിപ്പിക്കാൻ വയ്യ. തോട്ടിൽ ഇറക്കിനിർത്തും. അത് തന്നെ നിന്ന് കുളിക്കും. ഇടയ്ക്ക് കുടിക്കും. രാമഭദ്രനും അങ്ങനെതന്നെ.

കശാപ്പുകാരിൽ ഒരു കൂട്ടർ പിന്നെയും വന്നു.

-ഇത്രേം വയ്യാതായ സ്ഥിതിക്ക് കൊടുത്തുകള.

ഒരാൾ മോഹിപ്പിച്ചു. പേടി തോന്നി.

ഒന്നും പറയാത്തതുകൊണ്ട് അവർ തിരികെപ്പോയി.

പിറ്റേന്ന് മൂന്നുനാലുപേർ വീടുതിരക്കി വന്നു. കവലയിൽ വച്ച് കണ്ടവർ.

അവർ തൊഴുത്തിൽ വന്ന് പശുവിനെ നോക്കി. ചില വിവരങ്ങൾ ചോദിച്ച് കുറിച്ചെടുത്തു. ഒരാൾ ഫോണിൽ പശുവിന്റെ ഫോട്ടോയെടുത്തു.

-വിറ്റില്ലല്ലോ എന്നുറപ്പുവരുത്തിയതാ.

ചിരിക്കാത്തയാൾ പറഞ്ഞു.

-എന്താ ഈ പശുവിന്റെ പേര്?

വേറൊരാൾ തിരക്കി. -പേരിട്ടിട്ടില്ല.

രാമഭദ്രൻ വിറച്ചു.

-ഇത്രയും കാലമായിട്ടോ? ആവട്ടെ, കുട്ടിയെവിടെ?

-ചത്തുപോയി.

-എന്ന്?

-പെറ്റപ്പഴേ ചത്തു.

-അതോ തട്ടിയതാണോ?

വേറൊരാൾ സംശയിച്ചു.

-പേരുപോലും വിളിക്കാതെയാ, ഇത്രയും നാളും ഇതിനെ കഷ്ടപ്പെടുത്തിയേ...

ഒരാൾ പശുവിനെ തൊട്ടു.

അതൊന്നു ചീറി.

പശു മൂത്രം ഒഴിച്ചപ്പോൾ അവരുടെ ദേഹത്ത് തെറിച്ചു.

-കെട്ടിയിട്ടു വളർത്തിയാ, ഇണക്കം വരത്തില്ല.
ചിരിക്കാത്തയാൾ പശു ലക്ഷണം പറഞ്ഞു.
മറ്റുള്ളവർ ശരിവെച്ചു.
-എറച്ചിക്കാരുണ്ട്; സൂക്ഷിച്ചോണം. വിട്ടുകൊടുക്കരുത്.
രാമഭദ്രൻ സമ്മതിച്ചു.
പശു തലകുലുക്കി ചീറി.
അവർ തൊഴുത്തിൽ നിന്നിറങ്ങിപ്പോയി.
രാമഭദ്രന് തീരെ വയ്യ. ഇറയത്തുതന്നെ കിടന്നു. പണ്ട് കിടന്ന് നക്ഷത്രമെണ്ണുന്നതോർത്തു. പശു അയവിറക്കാതെ നോക്കികിടക്കുന്നു. രണ്ടു പേരും പരസ്പരം നോക്കി ഉറങ്ങാതെ കിടന്നു.
രാവിലെ, പശു തനിയെ തോട്ടിലിറങ്ങി വെള്ളം കുടിച്ചു.
പരിചയക്കാരല്ലാത്തവരെ കണ്ടപ്പോഴൊക്കെ തലകുലുക്കി പേടിപ്പിച്ചു.
വെള്ളം കുടിക്കാതെ കിടക്കുന്ന രാമഭദ്രനടുത്തുവന്നു നിന്നു.
പശു ഒറ്റ നില്പ്പുതന്നെ.
ഉച്ചയായപ്പോൾ രണ്ടാമത്തെ കൂട്ടർ വീണ്ടും വന്നു. ചെറുക്കൻ കൂട്ടർ. കല്യാണം അടുത്തു.
-അഡ്വാൻസ് ദാ പിടിച്ചോ? നിങ്ങൾ തരുവാണേ തരുമെന്നു പറ.
അവർ നിർബന്ധിച്ചു.
രാമഭദ്രൻ അവരെ തിരിച്ചയച്ചു.
അവർ പോയതും കവലയിൽ കണ്ടവർ മുറ്റത്ത്. അവർ തൊഴുത്തിലേക്ക് നോക്കി. പശു കുത്താനാഞ്ഞു.
ഒരുത്തൻ പുലിനഖമാല ഇട്ടിട്ടുണ്ട്. പശു അടുത്തേക്കു വരുന്നതുകണ്ട് അവർ ഇറങ്ങിപ്പോയി. കുത്താൻ പിന്നാലെ ഉണ്ടോയെന്ന് പുലിനഖ മാലക്കാരൻ തിരിഞ്ഞുനോക്കി.
-നാട്ടിലാ ഇപ്പം പുലികൾ കൂടുതൽ...
രാമഭദ്രൻ ആരോടെന്നില്ലാതെ പിറുപിറുത്തു.
ഇറയത്ത് കയറിക്കിടന്നു.
ആളുകൾ എന്തൊക്കെ പറഞ്ഞാലും കാട്ടിലെ പുലിയെ ഇതേവരെ കണ്ടിട്ടില്ലല്ലോ എന്നോർത്തു രാമഭദ്രൻ. ഒരിക്കൽ ഒരു കാൽപാട് കണ്ടു. അത് പുലിയുടേതാണെന്ന് ആരു പറഞ്ഞു?
പിശാചിന്റെ ആയിക്കൂടേ?
പിശാചിനെപ്പോലുള്ള മനുഷ്യരുടേത് ആയിക്കൂടേ?
പശു ഉള്ളിടത്ത് ഒരു പുലിയും ഉണ്ടാകുമെന്ന് ആളുകൾ വെറുതെ

വിചാരിക്കുന്നതായിരിക്കും. മനുഷ്യർ ചതിച്ചാലും കാട് പശുക്കളെ ചതിക്കില്ലെന്നോർത്ത് രാമഭദ്രൻ എഴുന്നേറ്റു.

- ഏന്തിവലിഞ്ഞുചെന്ന് രാമഭദ്രൻ പശുവിന്റെ കെട്ടഴിച്ചു. കയർ അഴിച്ചു മാറ്റി. പശുവിന്, വനത്തിലേക്കുള്ള വഴി കാണിച്ചുകൊടുത്തു. പശു കാട്ടിലേക്ക് പോകാൻ മടിച്ചുനിന്നു. രാമഭദ്രൻ അതിനെ കാട്ടിലേക്ക് തള്ളി വിട്ടു.

പോയിട്ടുവാ മോളെ എന്നു പറയാൻ തോന്നിയെങ്കിലും.

-പൊയ്ക്കോ മോളേ

എന്ന് അയാൾ അറിയാതെ പറഞ്ഞുപോയി.

പശു കാട്ടിലേക്ക് നടന്നു. കാട്ടുപൊന്തകളും മുൾപ്പടർപ്പുകളും പിന്നിട്ട് അത് അകത്തേക്കു നീങ്ങി.

പശു രണ്ടുവട്ടം തിരിഞ്ഞുനോക്കി. ഒരു തവണ കരഞ്ഞു. അതിന്റെ കറുപ്പ്, കാട്ടിലെ പച്ചയിൽ ഒന്നായി. കറുപ്പ് പച്ചയായി തീർന്നു.

രാമഭദ്രൻ കുറച്ചുനേരം കൂടി വനത്തിലേക്ക് നോക്കിനിന്നു. ചീവീടുകളുടെ ശബ്ദം. എവിടൊക്കെയോ അനക്കം. കേട്ടിട്ടില്ലാത്ത വേറെയും ശബ്ദങ്ങൾ.

പശു പോയതുപോലെ, രാമഭദ്രനും പുറത്തേക്കിറങ്ങി. തോട് ഇറങ്ങിച്ചെന്ന്, നടവരമ്പിൽ കയറി. എങ്ങോട്ട് പോകണമെന്ന് നിശ്ചയമില്ല. ഒരു ക്ഷണം ആലോചിച്ചു നിന്നു.

ഒരു പശുക്കുട്ടിയേയും പിടിച്ച്, പണ്ട് വന്നവഴി ഓർത്തുനോക്കി.

അങ്ങോട്ട് നടന്നു ചെന്നു. ആ വഴിയിൽ ആരുമില്ല. മറിഞ്ഞ് വീഴാറായ തെങ്ങുകൾ നില്പ്പുണ്ട്. വന്നവഴിയേ രാമഭദ്രൻ തിരികെ നടന്നു.

ഒരു പശുവിന്റെ നീണ്ട കരച്ചിൽ കേൾക്കുന്നുണ്ടോ എന്ന് സംശയം തോന്നിയതായിരിക്കും.

വെറുതെ തിരിഞ്ഞുനോക്കി.

വനം വളരെ ദൂരത്തായിരിക്കുന്നു.

കണ്ണ്, കാണുന്നില്ല. വഴി തീരുന്നില്ല.

കണ്ണ് തുടച്ചു നോക്കിയിട്ടും വഴി കാണുന്നില്ല.

സലിം, നീ വിളക്കാകുന്നു

സലിം, നേരിൽ കാണാതെ നിന്നോടു യാത്ര പറയുന്നു. കണ്ടാൽ യാത്ര ചോദിക്കാനാവുകയില്ല. യാത്ര ചോദിക്കുവാൻ മാത്രമല്ല, നിന്നെ നോക്കി ഒന്നും മിണ്ടാൻപോലും സാധിക്കുകയില്ല. അതുകൊണ്ട്, നിന്റെ വീടിനു മുന്നിലൂടെ കാറിൽ യാത്ര ചെയ്തിട്ടും, നീ ഒരുപക്ഷേ മുറ്റത്ത് ഉണ്ടായേക്കാമെന്ന് ഭയന്ന് മനഃപ്പൂർവം പുറത്തേക്ക് നോക്കാതെയിരിക്കുന്നു.

തെങ്ങുകളും കുടംവന്ന വാഴകളും പച്ചച്ചായം പൂശിയ വീടും ഞാൻ ദൂരെ വച്ചേ കണ്ടിരുന്നു. തലതാഴ്ത്തിയിരുന്നു; പരാജിതന്റെ ഒടിഞ്ഞ ശിരസ്സാണല്ലോ എന്റേത്. ഭീരുവിന്റെ കുനിഞ്ഞ് ചുമലായിരുന്നു എന്റേത്.

സലിം, പരാജിതനായ ഭീരുവാകുന്നു ഞാൻ.

സലിം, നീ ആരാകുന്നു?

നീ പറയും, ഞാനോ, അങ്ങാടിയിൽ പച്ചക്കറി വ്യാപാരം ചെയ്യുന്നു.

സലിം, ആരാണ് നിന്റെ സ്നേഹിതർ?

നീ പറയും, ഇതൊരു തീരെ ചെറിയ പ്രദേശമാണ്. ഇവിടുത്തുകാർ മുഴുവൻ, ഞാൻ കാണുന്നവരും എന്നെ കാണുന്നവരും എന്റെ സ്നേഹിതരാകുന്നു. നാട്ടുകാർ മുഴുവൻ വീട്ടുകാരാകുന്നു. വീട്ടുകാരെല്ലാം നാട്ടുകാരും.

നീ ഇങ്ങനെ മാത്രമേ പറയുകയുള്ളൂ. നിനക്ക് ഇങ്ങനെയേ പറയുവാൻ ആകൂ. ഇങ്ങനെയേ ശീലിച്ചിട്ടുള്ളൂ.

സലിം, മനുഷ്യർ പറയാൻ കൊതിക്കുന്നവയെ നീ പൂർത്തിയാക്കുന്നു. മനുഷ്യർ, ആഗ്രഹിക്കുന്നവയെ നീ സഫലീകരിക്കുന്നു. സലിം എന്ന പേരുതന്നെ സുരക്ഷിതത്വത്തെയാണല്ലോ ഉദ്ദേശിക്കുന്നത്. ആരുടേയും സുരക്ഷിതമായ മനുഷ്യജീവിതത്തെ, നീ കാംക്ഷിക്കുന്നതിനാൽ നിന്റെ പേരുപോലും അതിന് അനുയോജ്യമായി രൂപംകൊണ്ടു.

നാം ഒരേ നാട്ടിൽ ജനിച്ചു.

ഒരേ മണ്ണിൽ കളിച്ചു.

കൊയ്ത്തുതീർന്ന പാടത്തും, പിന്നീട് കൊയ്യാൻ ഒന്നും അവശേഷി

ക്ക പ്പെടാതെപോയ പാടത്തും, ആളൊഴിഞ്ഞ പീടികവരാന്തയിലും ആളുകൾ കൂടിയ തെരുവുകളിലും നാം കൗമാര കൗതുകങ്ങളെ പങ്കുവച്ചു. നമ്മൾ കാലത്തോടൊപ്പം കലപില കൂട്ടി. ഒരേവിധം, ഒരേസമയം, നാം കാറ്റും വെളിച്ചവുമായി തീർന്നു. വഴിയും വഴികാട്ടിയുമായിത്തീർന്നു. രൂപവും നിഴലുമായി തീർന്നു.

സ്കൂൾ ഫൈനൽവരെ നാം ഒന്നിച്ചുണ്ടായിരുന്നു. രണ്ട് ഫർലോംഗിനിടയിൽ രണ്ടു നിറങ്ങളിൽ കാണപ്പെട്ട നമ്മുടെ വീടുകളിൽ നീയും ഞാനും അന്യരായിരുന്നില്ല. നിന്റെ ഉമ്മയും എന്റെ അമ്മയും ഒരേ ശബ്ദത്തിൽ വാത്സല്യം വിളമ്പിത്തന്നു. നിന്റെ ഉപ്പയും എന്റെ അപ്പനും എങ്ങനെയോ അതേവിധം മക്കളും സ്നേഹത്തിന്റെ ഇഴപിരിക്കണമെന്ന് അവർ പറയാതെ പറഞ്ഞുതന്നു. അറിയിക്കാതെ അറിയിച്ചുതന്നു.

നീ ആരോടും ദേഷിച്ചില്ല. ആരും നിന്നോടും ദേഷിച്ചില്ല.

സലിം, നിന്റെ വാക്കുകൾക്ക് സാന്ത്വനം എന്നായിരുന്നു അർത്ഥം. ബധിരർ നിന്റെ ശബ്ദവും അന്ധർ നിന്റെ മന്ദഹാസവും തിരിച്ചറിഞ്ഞിരുന്നു.

മക്കളെക്കുറിച്ചുള്ള ബോധ്യങ്ങളായിരുന്നു. പച്ചക്കറി കച്ചവടക്കാരനായ നിന്റെ ഉപ്പയുടേയും അധ്യാപകനായിരുന്ന എന്റെ അപ്പന്റേയും സമ്പത്ത്.

ചില മക്കൾ, മാതാപിതാക്കളുടെ ജീവിതകാലത്ത്, നീതീകരണങ്ങളും ചിലർ വ്യാകുലചിന്തകളുമായിരിക്കുമെന്ന് നിന്റെ ഉപ്പ, ഏഴുമക്കളുള്ള, മദ്യപനായ, കടയിലെ ഒരു പതിവുകാരനോട് തമാശയിലെന്നപോൽ പറഞ്ഞുകൊടുക്കുന്നത്, ഞാൻ ഒരിക്കൽ കേട്ടു. ഉപ്പ, ഉരിഞ്ഞുതന്ന ഏത്തപ്പഴം തിന്നു തീർക്കാൻ മത്സരിച്ച് നമ്മൾ അന്നേരം കടയുടെ പിന്നാമ്പുറത്ത് നില്ക്കുകയായിരുന്നുവല്ലോ.

വേച്ചുവേച്ചുപോയ ആ പതിവുകാരൻ, ഉല്ലാസത്തിന്റെ നിറകുടങ്ങളായ നമ്മളെ നോക്കി, 'ചിലരുടെ കാര്യത്തിൽ മാത്രം ദൈവം സഹായിക്കുമെന്ന്? എന്തിനു പിറുപിറുത്തുകൊണ്ടുപോയെന്ന് നമുക്കു രണ്ടാൾക്കും മനസ്സിലായില്ലല്ലോ.

സലിം, നിന്നിലെ എന്നെയാണ്, ഞാൻ നിന്നിൽ കണ്ടത്. ഉമ്മ തന്ന മുട്ടയപ്പത്തിനു വേണ്ടി നമ്മൾ ഉന്തുകയും തള്ളുകയും മത്സരിക്കുകയും ചെയ്തു. അമ്മയുണ്ടാക്കുന്ന അവലോസ് ഉണ്ടയ്ക്കു മുന്നിലും ഇതേ കൂട്ടയടി നടന്നു. നമ്മുടെ സ്നേഹം കാൺകെ, ഉമ്മയും അമ്മയും പറഞ്ഞു തന്നു: മുതിർന്നവരെ ശാന്തശീലരാക്കാൻ, ദൈവം കുഞ്ഞുങ്ങളെ ഭൂമിയിലേക്കയച്ചിരിക്കുന്നു. നിങ്ങൾ ദൈവത്തിന്റെ ദാനമാണെ

ന്ന് ഓർത്തു കൊള്ളണം. അബ്രഹാമിന്റെ പിന്തുടർച്ചക്കാർ. യാക്കോബിന്റേയും ഇസ്മായിലിന്റേയും മക്കൾ. ഒരിടത്തുവച്ച് ആ സഹോദരങ്ങൾ വേർപിരിഞ്ഞു. ഒരാൾ ഇടത്തോട്ടും മറ്റെയാൾ വലത്തോട്ടും അത്രയേ സംഭവിച്ചിട്ടുള്ളൂ. മായാത്ത രക്തബന്ധമാണത്. രക്തം, വെള്ളം പോലെയല്ലല്ലോ മക്കളേ.

ഉമ്മ എന്നേയും അമ്മ നിന്നേയും ചുംബിച്ചു. എന്റെ പരാതികൾക്ക് ഉമ്മ നിന്നെയും നിന്റെ പരാതികൾക്ക് അമ്മ എന്നെയും ശിക്ഷിച്ചു. സ്കൂൾ വിട്ടുവന്നാൽ അപ്പൻ കൂന്താലി എടുത്തു പുറത്തിറങ്ങും. സന്ധ്യ കാഴ്ചയെ കുഴക്കുംവരെ അപ്പൻ പറമ്പിനെ പറുദീസയാക്കാൻ പണിയും. രാത്രിയെന്നോ പകലെന്നോ ഇല്ല, നിന്റെ ഉപ്പയ്ക്ക്. പച്ചക്കറിക്കടയ്ക്കടുത്ത് ഒരു ആടിനേയും പോറ്റുന്നുണ്ട്. കായ്ഫലങ്ങളുടെ പൊട്ടും പൊടിയും കൈവെള്ളയിൽ വച്ച് ഉപ്പ് ആടിനെ തീറ്റിക്കുന്നു. ഒന്നിച്ചുകൂടുമ്പോൾ, ആരോ പറഞ്ഞതുപോലെ എന്നനുസ്മരിച്ച്, അപ്പനും ഉപ്പയും, അധ്വാനമഹത്വത്തെക്കുറിച്ച് മക്കളെ കേൾപ്പിക്കും. 'നിഷ്ക്രിയമായ കൈകളേക്കാൾ ഒരു മുൾക്കിരീടം നിർമ്മിക്കുന്ന കൈകൾപോലും എത്രയും നല്ലത്.'

ഇന്നത് ഓർക്കുമ്പോൾ, അന്വേഷിക്കാൻ തോന്നുന്നു. ആരായിരുന്നിരി ക്കണം ആ നാട്ടിൻപുറത്തുകാരുടെ വഴികാട്ടി? മുൾക്കിരീടത്തിന്റെ ഉപമ പറഞ്ഞുകേൾപ്പിച്ചിട്ടുള്ളത് ആരായിരിക്കും?

മരണത്തിന്റെ മൗനത്തിലും പെരുന്നാളിന്റെ പെരുമയിലും മഴയുടെ മറുകരയിലും തൊടിയിലും തൊട്ടരികത്തും തൊട്ടറിഞ്ഞുംകൊണ്ട് മാതാപിതാക്കളും അവർക്കൊപ്പം രണ്ടുമക്കളായ നമ്മളും നാളെയിലേക്ക് യാത്ര ചെയ്തുകൊണ്ടിരിക്കുന്നു.

നാട്ടുകാരുടെ 'ഇരട്ടപെറ്റ' മക്കളായ നമുക്ക് പക്ഷേ കാഴ്ചയിൽ വ്യത്യാസങ്ങൾ പ്രത്യക്ഷപ്പെട്ടത് ഹൈസ്കൂളിൽ എത്തുമ്പോഴേക്കും ആയിരുന്നിരിക്കാം. അതിനും മുമ്പ് ഒരുപക്ഷേ നാം എങ്ങനെയായിരുന്നുവെന്നത് രണ്ടാളുടേയും ഓർമ്മയിൽ കാണുകയില്ല. നിനക്ക് ഉയരം കുറവുണ്ട്. എനിക്ക് നീളം കൂടുതലും. നീ വെളുത്തതും ഞാൻ ഇരുനിറക്കാ രനുമായിരുന്നു. എന്റേത് ചുരുണ്ടൊതുങ്ങിയ മുടിയും നിന്റേത് നീണ്ടു ചിതറിയ മുടിയുമായിരുന്നുവല്ലോ.

സലിം, ഹൃദയത്തിന്റെ അതേ നിറമായിരുന്നിരിക്കണം നിനക്ക്. നിന്റെ ഉപ്പ, കടയ്ക്കു സമീപം ആടിനെ പോറ്റിയതുപോലെ, ആടിന്റെ ആവശ്യങ്ങൾക്കായി ഒരു കൈ മാറ്റിവെച്ചതുപോലെ, നീയും നാട്ടുകാർക്കായ് നിന്റെ ഒരു കൈ മാറ്റിവച്ചു. സന്താപങ്ങൾക്കുമേൽ വിരിക്കപ്പെട്ട സാ

ന്ത്വനത്തിന്റെ പുതപ്പായിരുന്നു നീ.

നമ്മുടെ നാട്ടിൻപുറം ഞാൻ ഇതാ പിന്നിടുന്നു. കാർ വേഗതയാർന്നു പോകുന്നു. നഗരത്തിലേക്കിനി മൂന്നു മണിക്കൂർ നേരം. ഇനി മറ്റൊരു നാട്ടിൻപുറം, മറ്റൊരു ചെറുപട്ടണം. അതും കഴിഞ്ഞ് മറ്റൊന്ന്; മറ്റൊന്നു കഴിഞ്ഞ് വേറൊന്ന്...

സലിം, നിന്നെ നേരിൽ കാണുന്നതുപോലെ തോന്നുന്നു. ഓരോ തിരിവിലും തെരഞ്ഞെടുപ്പു പ്രചരണയുദ്ധത്തിലെ മുന്നണിപ്പോരാളിയായിരുന്ന നിന്റെ ബഹുവർണ പോസ്റ്ററുകൾ; മന്ദഹാസം കൈമുതലായുള്ള നീ പോസ്റ്ററുകളിൽ കൂടുതൽ മന്ദഹസിക്കുന്നു. നിന്റെ ചിഹ്നമായ റാന്തൽ പ്രകാശിക്കുംപോലെ.

വിലയേറിയ ഓരോ വോട്ടും...

ഗ്രാമത്തിന്റെ ആഗ്രഹം, അഭ്യർത്ഥനയായി പോസ്റ്ററുകളിൽ കാണുന്നു. ഒരു രാഷ്ട്രീയ കക്ഷിയും നിന്നെ പിന്താങ്ങുന്നില്ല. സമുദായങ്ങൾ പിന്നിലോ, മുന്നിലോ കാണപ്പെടുന്നില്ല. സംഘടനകൾ ഇടത്തേക്കും വലത്തേക്കും മധ്യത്തിലേക്കും ചാഞ്ഞുനിന്നുകൊണ്ട് നിന്നെ സ്പർശിക്കുന്നില്ല. സ്വയം വിശേഷിപ്പിക്കപ്പെടുന്ന ഒരു കണ്ണിലുണ്ണിയോ രക്ഷകനോ ആയി മാറുന്നില്ല നീ. സ്വതേ ചിരി മായാത്ത മുഖത്ത്, നീ തന്നെ രൂപ കല്പ്പന ചെയ്ത വരികൾ കാണുന്നു.

വിലയേറിയ ഓരോ വോട്ടും റാന്തൽ ചിഹ്നത്തിൽ.

സലിം, കൂരിരുട്ടിന്മേൽ, ഈശ്വരൻ പടർത്തുന്ന പ്രകാശവും പ്രകാശത്തിന്മേലുള്ള പ്രകാശവുമാകുന്നു നീ. അനേകർക്കായ് നീ തെളിച്ചുകൊണ്ടേയിരുന്ന പ്രകാശനാളം, ഒരു റാന്തലിന്റെ മാതൃകയിലേക്ക് പകർന്നുവയ്ക്കപ്പെട്ടിരിക്കുന്നുവെന്നുമാത്രം.

ഞാൻ കണ്ണുകൾ പിൻവലിക്കുന്നു. വീണ്ടും ദൂരെ, വഴിയരികിലുള്ള ഒരു പഴയ ഭിത്തിയിൽ നീയും റാന്തലും കാണപ്പെടുന്നു. വാഹനങ്ങൾ, വേഗത ചുരുക്കേണ്ട വളവിൽ. സലിം, സത്യമായും നീ എന്നെ കാണുന്നുണ്ട്. നേരിയ കഷണ്ടിയുള്ള നരച്ചമുടി. ദീപനാളംപോലെ നിന്റെ കണ്ണുകൾ, പോറലേൽക്കാത്ത മുഖം, ആത്മസൗരഭ്യത്താൽ, ഭിത്തികളിലെ പരസ്യത്തിൽ പോലും നീ പ്രകാശം ചൊരിയുന്നു.

നമ്മുടെ കണ്ണുകൾ ഒരു മാത്ര ഇടയുന്നു. ഞാൻ കണ്ണുകൾ പിൻവലിക്കുന്നു. നീ കണ്ണുകൾ പിൻവലിക്കുന്നതേയില്ല. ഏഴാം വാർഡിലെ സ്വതന്ത്ര സ്ഥാനാർത്ഥി മാത്രമല്ലല്ലോ നീ. എല്ലാ മനുഷ്യരും സ്വാതന്ത്ര്യം ആഗ്രഹിക്കുന്നുവെന്ന അറിവിൽ, നീ സ്വാതന്ത്ര്യം മോഹിക്കുന്ന മുഴുവൻ പേരുടേയും സ്ഥാനാർത്ഥിയായി മാറുന്നു. സ്വാതന്ത്ര്യം അമൃ

താ കുന്നുവല്ലോ.

സ്കൂൾ ഫൈനൽ കഴിഞ്ഞ കാലം.

നീ തുടർന്നു പഠിക്കുകയുണ്ടായില്ല.

നിന്നെ വീണ്ടും പഠിപ്പിക്കാൻ. കർമ്മനിരതനായ ഉപ്പ ജീവിച്ചിരുന്നില്ല. ആ പച്ചക്കറിക്കടയും തൊട്ടടുത്ത് മരക്കുറ്റിയിൽ ഒരു പെണ്ണാടും ബാക്കിയായി. അധ്വാനമേ മഹത്വം എന്ന് ആവോളം ബോധിപ്പിച്ചുപോന്ന ഉപ്പ അധ്വാനത്തിനുള്ള പ്രതിഫലം സ്വീകരിക്കാൻ സ്വർഗത്തിലേക്കാണ് യാത്ര പോയിരിക്കുന്നത്. നമുക്ക് മുമ്പേ അദ്ദേഹം പോയത് പിമ്പേ ഉള്ളവർക്ക് വഴി ഒരുക്കുവാൻ വേണ്ടി മാത്രമാവും.

നീ കച്ചവടത്തിലേക്കും ഞാൻ പട്ടണത്തിലേക്കും വേർപിരിഞ്ഞു. നീ ഇടത്തേക്കും ഞാൻ വലത്തേക്കും. അബ്രഹാമിന്റെ മക്കൾ വേർപിരിഞ്ഞ പോലെ; പിണങ്ങിയിട്ടല്ലെന്നു മാത്രം.

സലിം, നിന്റെ അനുഭവഗ്രന്ഥത്തിൽ ഒരിക്കലും കാണാനിടയില്ലാത്ത പദം, പിണക്കം എന്നായിരിക്കുമല്ലോ. അതേ, നീ ഇടത്തോട്ടും ഞാൻ വലത്തോട്ടും പിരിഞ്ഞു.

ഇടവേളകളിൽ നാം ഇരുമെയ്യും ഒരു മനസ്സുമായ് വീണ്ടും. ഹോസ്റ്റൽ കുസൃതികളും വ്യാപാരവിശേഷവും തുല്യഅളവിൽ നാം പങ്കുവെച്ചു കൊണ്ടേയിരുന്നു. പിന്നെ വർഷവും വിഷുവും വന്നുപോയി. പരാധീനതകളും പെരുന്നാളുകളും വന്നുപോയി. നമുക്കിടയിൽ പറഞ്ഞവയേക്കാൾ പറയാത്തവ കൂടിവന്നു. പറഞ്ഞവ, പറയപ്പെടാത്തവയ്ക്കു വേണ്ടിയുള്ള മുൻകരുതലുകളായി തീർന്നു. പക്ഷേ, സലിം നിനക്ക് യാതൊരു മാറ്റവും സംഭവിച്ചിരുന്നില്ല. സവാളയുടെ തീവില മുതൽ, സാഹോദര്യങ്ങളിലെ സംശയമുനകൾവരെ, നീ മുള്ളും മുനയും വയ്ക്കാതെ പറഞ്ഞുകേൾപ്പിച്ചുകൊണ്ടിരുന്നു. നീ കൂടുതൽ ഉയരം കുറഞ്ഞവനായി കാണപ്പെട്ടു. കൂടുതൽ വെളുത്തവനായും.

പച്ചക്കറിക്കടയോടു ചേർന്ന് ഒരു പെണ്ണാട് പഴത്തൊലി കാത്ത് നില്ക്കുന്നുണ്ടായിരുന്നില്ല. പതിനഞ്ച് ആടുകളെ പോറ്റാൻ വീട്ടുപറമ്പിൽ കൂടു പണിഞ്ഞതു കാട്ടാൻ, നീ എന്നേയും കൂട്ടിപ്പോയിരുന്നു. മര്യാദക്കാരനെന്നു തോന്നിച്ച ഒരു മുട്ടനാടിന് സ്നേഹിതന്റെ ഓർമ്മയ്ക്ക് എന്ന മട്ടിൽ നീ എന്റെ പേർ വിളിച്ചുപോന്നു. പേർവിളിക്കവെ, ആട്, നിന്നിലേക്ക് ചേർന്നു നില്ക്കുന്നതും കണ്ടു.

മുട്ടയപ്പവും അവലോസ് ഉണ്ടയുമായി ഞാൻ ബസ്സിറങ്ങുന്നു. നിന്റെ തീരെ ചെറിയ മകൾ കൈനീട്ടുന്നു. പിതാക്കന്മാരുടെ രുചി, തീരെ ചെറുതിനുപോലുമെന്ന് ഉമ്മ കളിയാക്കുന്നു. കുഞ്ഞിക്കൈകൾ എന്റെ ക

ണ്ണുകൾക്കുനേരെ നീളുന്നു. സലിം, നീ കൊളുത്തിയ തീരെ ചെറിയ ദീപനാളം.

തൊഴിൽരഹിതനെന്ന ദുഷ്പ്പേരിൽ ഉലഞ്ഞ്, നാട്ടിൻപുറത്തെ ഞാൻ കൈവിടുന്നു. നാട്ടിൻപുറം നന്മകളാൽ സമൃദ്ധമായിരിക്കാം. എപ്പോഴും സമൃദ്ധിയുണ്ടെങ്കിൽ മാത്രം. നാട്യപ്രധാനമായിക്കൊള്ളട്ടെ നഗരം; വേറെ വഴികൾ കണ്ടില്ല.

തലസ്ഥാനനഗരത്തിൽ, സ്വകാര്യ കമ്പനിയിൽ സ്വകാര്യദുഃഖവും പേറി ജീവിതം തുടങ്ങി. ഇന്നും കാര്യമായ മാറ്റങ്ങളില്ല. നമ്മുടെ കൂടിക്കാഴ്ചകൾ വിരളമായി. ഫോൺവിളികൾ മാത്രം മുടങ്ങിയില്ല. ഞാൻ മറന്നാലും നീ കൃത്യമായി വിളിച്ചുപോന്നു. കുടുംബം, പ്രാരാബ്ധം, കുട്ടി കൾ, പതിവുപോലെ ജീവിതം മുന്നേറിക്കൊണ്ടിരുന്നു.

സലിം, നീ നാട്ടിൻപുറത്തെ നന്മകളിൽ സമൃദ്ധി നേടിക്കൊണ്ടിരുന്നു. രോഗികൾക്കൊപ്പം ആശുപത്രിയിൽ, ദുരിതബാധിതരെക്കാത്ത് പെരു വഴിയിൽ മറ്റുള്ളവരുടെ സുരക്ഷയിൽ നീ കണ്ണുവച്ചു. പച്ചക്കറിക്കടയിൽ ഒരു ജോലിക്കാരനെവച്ച് തിരക്കിട്ട ജീവിതത്തിനു സമയപ്പട്ടിക നിശ്ചയിച്ചുവെന്ന് പിന്നീടറിഞ്ഞു.

സലിം, നീ ആവശ്യക്കാരുടെ ആവശ്യവും പരാതിക്കാരുടെ പരിഹാരവുമായി തീർന്നു. നിന്റെ പച്ചക്കറിക്കട, അപരിചിതരുടെ വേദികളായിരുന്നു. സലീമിന്റെ കട, സലീമിന്റെ കടയിലേക്കുള്ള ദൂരം, സലീമിന്റെ കടയ്ക്കടുത്ത്... എന്നിങ്ങനെ ക്രമേണ, സ്ഥലസൂചനകൾ രൂപപ്പെട്ടു. നിന്റെ കട മുന്നിൽക്കണ്ട് ജനങ്ങൾ, ദൂരം നിശ്ചയിച്ചു. സ്ഥലപ്പേരുകൾ കണ്ടെത്തി, വഴികൾ ചോദിച്ചറിഞ്ഞു.

വർഷത്തിൽ മൂന്നോ നാലോ തവണ മാത്രമേ നാം നേരിൽ കണ്ടുള്ളൂ. കുഞ്ഞുങ്ങൾ വലുതാവുന്നു. മാതാപിതാക്കൾ ചെറുതാവുന്നു. ആധി വലുതാവുന്നു. തൃപ്തി ചെറുതാവുന്നു.

പക്ഷേ, നിനക്കെന്നും ഒരേ ഭാവമായിരുന്നു. ഒരേവിധമായിരുന്നു നീ. കടയ്ക്കുള്ളിലും പുറത്തും ഒരേ ഉത്സാഹത്തിൽ നീ കാണപ്പെട്ടു. നാട്ടുകാരൊക്കെ വീട്ടുകാർ എന്നതുകൊണ്ടായിരിക്കണം.

വിഷം കലരാത്ത പച്ചക്കറി വില്പനയ്ക്കായി നീ പ്രത്യേകം ഷെൽഫുണ്ടാക്കി. നാട്ടിൻപുറത്തെ കായ്ഫലശേഖരത്തിന്റെ കലവറയായി നിന്റെ കട മാറുന്നുവെന്നായി സംസാരം. വന്നുകാണുവാൻ നീ വിളിച്ചപ്പോഴൊക്കെ കമ്പനിയുടെ കാര്യവും കുട്ടികളുടെ ട്യൂഷനും ചൂണ്ടിപ്പറയേണ്ടി വന്നു. ഒഴിഞ്ഞുമാറ്റങ്ങൾ അവസാനിക്കുന്നില്ല.

ഓണത്തിന് ഏത്തക്കുലയുടെ രൂപത്തിലും ക്രിസ്തുമസിന് നക്ഷ

ത്രവിളക്കിന്റെ രൂപത്തിലും നീ എന്റെ വീട്ടിൽ പ്രത്യക്ഷനായിരുന്നു.

ഞാനോ...

ഫോൺ മെസ്സേജുകളിൽ എന്റെ കാഴ്ചക്കുലകൾ നിവേദിച്ചു. പെരുന്നാളുകൾക്ക് മുമ്പ് സ്ഥിരം തട്ടിക്കൂട്ടുസന്ദേശങ്ങൾ. നിനക്ക് പരാതി ഉണ്ടായിരുന്നില്ല. ഞാനോർക്കുന്നു...

ലോണും വീടും കാറുമായി നടത്തിയ ധർമ്മയുദ്ധത്തിൽ നാല്പതുകാരൻ, എൺപതുകാരനായി നിലംപതിച്ചു. മുട്ടയപ്പവും അവലോസ് ഉണ്ടയും ഓർമ്മയിൽ നിന്ന് അലിഞ്ഞുപോയി.

നിന്റെ ഇന്നലെകൾ നിന്റെ മാത്രം ഇന്നലെകളായി, നിന്റെ ഉദ്യാനത്തിൽ പരിലസിക്കുന്നു. എന്റെ ഇന്നലെകൾ കരിഞ്ഞുപോയിടത്ത് ഒരു അടയാളവും കാണുന്നില്ല.

സലിം, ഞാൻ കടക്കാരനാണ്. വാഗ്ദാനങ്ങളുടെ കടക്കാരൻ, ബാധ്യതക്കാരനുമായിരിക്കുന്നു. നാളെകളിൽനിന്നും കടംകൊണ്ടുകൊണ്ട്, ഞാൻ ഇന്നുകളുടെ ദാഹം തീർക്കുന്നു.

ഓട്ടോറിക്ഷ സമുദ്രത്തിൽ ഒരു ബിന്ദു കണക്കെ, ഏകനായ് ഞാൻ നടക്കാനിറങ്ങുമ്പോൾ നീ കൃഷിയിടങ്ങളിലൂടെ ഓടിനടക്കുന്നത് കാണാവുന്നു. ഒരു കുഞ്ഞാടിനെ തോളിലിട്ട്. മറ്റൊന്നിന്റെ കാതിൽപിടിച്ച് സലിം, നീ ഒരു പുൽമൈതാനം പിന്നിടുന്നു. എക്സിക്യൂട്ടീവ് ചെക്കപ്പിന്റെ എക്സറേ രശ്മികളുടെ കൃപയിൽ ഞാൻ ട്രാഫിക് ബ്ലോക്ക് തീർന്ന വഴി പിന്നിടുന്നു....

ഞാൻ വേദന സംഹാരികളെ ഓർത്തിരിക്കുമ്പോൾ, വേദനിക്കുന്നവരിലെത്രയോ പേർ നിന്നെ തിരഞ്ഞ് വീട്ടിലെത്തുന്നുണ്ടായിരിക്കും. പരമകാരുണികന്റെ ദയാവായ്പുപോലെ നിന്റെ ചെറിയ വീട്. അത് ആർക്കുവേണ്ടിയും തുറക്കപ്പെട്ടുകിടക്കുന്നു. നിന്റെ മക്കൾ, ആഗതരെ സ്വീകരിക്കുന്നു. ഏട്ടനെന്ന്, എന്നെ അരുമയോടെ വിളിക്കുന്ന നിന്റെ ഭാര്യ, ആട്ടിൻ പാൽ കറന്ന് ചായയുണ്ടാക്കുന്നു. അപരിചിതരെ മുറ്റത്തു കാണുന്ന ഒരു ആട്ടിൻകുട്ടി, അതിമൃദു ശബ്ദത്തിൽ അമ്മേയെന്നു കരഞ്ഞുംകൊണ്ട്, നിന്റെ കുഞ്ഞുങ്ങളുടെ കരവലയത്തിൽ കിതയ്ക്കുന്നു.

സലിം, നഗരത്തിലേക്കിനി രണ്ടുമണിക്കൂറെന്ന് ചൂണ്ടുപലകകൾ. മറവി മോക്ഷമാണെങ്കിൽ ഞാൻ മോക്ഷമാർഗത്തിലേക്കു പോകാൻ ആഗ്രഹിക്കുന്നു. നിന്നിൽനിന്ന് ഒളിച്ചോടുക എന്നാൽ എന്നിൽ നിന്നു തന്നെ ഒളിച്ചോടുക എന്നാണല്ലോ. ഇനി ഒരിക്കൽ നിന്റെ മുന്നിൽ വന്നു നില്ക്കാനാകുമെന്നും തോന്നുന്നില്ല. ഭീരുവിന്റെ ശിരസ്സ് എന്നും കുനിഞ്ഞു തന്നെയായിരിക്കും.

സ്വതന്ത്രസ്ഥാനാർത്ഥിയായി മത്സരിക്കാനിറങ്ങുംമുമ്പ് നീ ഫോണിൽ അഭിപ്രായം തിരക്കിയപ്പോൾ ഞാൻ ഭാവുകം നേർന്നു. ജനസേവകൻ തന്നെയായ നിനക്ക് മത്സരം വെറും ഔപചാരികത മാത്രമായിരിക്കുമെന്ന് പറഞ്ഞതോർത്തുപോകുന്നു. നീ പറഞ്ഞു, സർവ്വതന്ത്ര സ്വതന്ത്രനാണ്. മൂന്നുകൂട്ടരും എതിരാണ്. ജനങ്ങൾ നിന്നെ പിന്തുണയ്ക്കുമെന്ന കാര്യ ത്തിൽ എനിക്കു സംശയമുണ്ടായിരുന്നില്ല.

നിന്റെ ചിഹ്നം വിളക്കായിരുന്നു. പലരും ഊതിക്കെടുത്താൻ ശ്രമിച്ചതിനെ നീ പരിപാലിക്കുകയാണെന്ന് തോന്നി. പ്രചരണത്തിന് ഞാൻ കൂടെ ഇറങ്ങാമെന്ന് വാക്കുതന്നിരുന്നുവെന്നത് ശരി. പക്ഷേ നിനക്കറിയാമല്ലോ എത്രകൂട്ടം കാര്യങ്ങൾ. അവധി എടുക്കണമെന്നുണ്ടായിരുന്നു പത്തു ദിവസത്തേക്ക്. പ്രചരണവും നടത്തി, വോട്ട് ചെയ്ത് ഫലമറിഞ്ഞശേഷം, തിരിച്ചുപോയാൽ മതിയെന്നായിരുന്നു. എല്ലാം കീഴ്മേൽ മറിഞ്ഞുവല്ലോ.

ദൈവം നിശ്ചയിക്കുന്നു. മനുഷ്യർ ദൈവത്തെ നിശ്ചയിക്കുന്നു. നോക്കൂ, വോട്ടെടുപ്പ് ദിവസം നാട്ടിൽ വന്ന് വോട്ടുചെയ്ത ഞാൻ ഫലം വന്ന ഇന്നു മാത്രമാണ് വീണ്ടും വന്നത്. ഒന്നും സാരമില്ലെന്ന് നീ പറഞ്ഞു കൊണ്ടേയിരുന്നു. ജോലിത്തിരക്കുള്ള ഞാൻ പ്രചരണത്തിന് ഒപ്പം കൂടാഞ്ഞതിൽ നിനക്ക് പരിഭവം ഏതും ഉണ്ടായിരുന്നില്ല. വിളക്കെടുത്ത് നിന്റെ പിന്നിൽ നടക്കാൻ എത്രയോ ചെറുപ്പക്കാരുണ്ടായിരുന്നു. സലിം, നാടിന്റെ വിളക്കെന്ന് അവർ വിളിച്ചുപറഞ്ഞു. സത്യം. നീ ദേശത്തിന്റെ വിളക്കാകുന്നു.

കൂടുതൽ ഓർക്കുമ്പോൾ ഞാൻ നിസ്സഹായനാകുന്നു. നാട്ടിലെ വോട്ടർപട്ടികയിൽ എന്റെ പേരു ചേർക്കാൻ നീ എത്രയോ ബുദ്ധിമുട്ടിയിട്ടുണ്ടാകും. കേവലം വോട്ടുകിട്ടാൻ വേണ്ടിയായിരുന്നിരിക്കില്ല, ആ അദ്ധ്വാനം. സ്വന്തം സഹോദരന് വോട്ട് ചെയ്യാനുള്ള ഒരവസരം ഒരുക്കുകയായിരുന്നു. നീ, സാഹോദര്യത്തിന്റെ കരുതലാണല്ലോ.

എന്റെ മനസ്സ് കലങ്ങിപ്പോയിരുന്നു. ഓഫീസിലെ സുഹൃത്തുക്കൾ, രാഷ്ട്രീയം പങ്കുവെക്കുമ്പോഴൊക്കെ പറയാറുണ്ട്, ആ സമുദായത്തെക്കുറിച്ച്... സമ്പത്തും, ശക്തിയും കൂടുതൽ ആർജ്ജിക്കുകയാണെന്ന് കണക്കുകൾ ഉണ്ട്. സ്നേഹിതർ, ആ സമുദായത്തെക്കുറിച്ചു പറഞ്ഞപ്പോഴൊക്കെ, നിന്റെ മുഖം മാത്രമാണ് തെളിഞ്ഞുവന്നത്. ഞാൻ കേട്ട ജാതിക്കഥകളിലെ മുഖം ഞാനറിയുന്ന നീയായി മാറിക്കൊണ്ടിരുന്നു. എന്നിലെ നീ, അല്ല, നിന്നിലെ ഞാൻ, ഏത് ദുർബല മുഹൂർത്തത്തിലായിരിക്കും ആ ജാതിക്കഥകളുടെ ദൃശ്യങ്ങളിൽ ഇടം നേടിയത്?

ഭീകരാക്രമണത്തിന്റെ ചോരമണമുള്ള സചിത്ര റിപ്പോർട്ടുകൾ വായിച്ച് ഓഫീസ് സ്നേഹിതർ ആത്മഗതം കൊള്ളുന്നു. ഇന്നവിടെ നാളെയിവിടെ... ആരും സംശയത്തിന്റെ നിഴലിലേക്ക് നീക്കി നിർത്തപ്പെടുന്നു.

സഹോദരൻ, ചതിക്കുന്നുവെന്നായി മറ്റൊരാൾ. സ്നേഹിതർ ദുരന്തം പ്രവചിക്കുമ്പോഴൊക്കെ സലീം, നിന്റെ മന്ദഹാസം അറിയാതെ ഓർത്തു പോയി. ഓഫീസ് നേഹിതർക്കു മുന്നിൽ ഒരമ്മപെറ്റ മക്കളായി. നിന്നെയും എന്നെയും ഞാൻ അഭിമാനപൂർവം അവതരിപ്പിച്ചു. ഇനിയുള്ള കാലം അത്രയൊന്നും അഭിമാനിക്കാനില്ലെന്നായി മറ്റൊരാൾ. ഓരോന്നിനും ഓരോ സമയമുണ്ടത്രേ; സമയം വരുമ്പോൾ ജാതി ജാതിയോടേറ്റുമുട്ടാതിരിക്കില്ല. അനുഭവങ്ങളെ മുൻനിർത്തി, വേറൊരാൾ പുതിയ കഥ തിരഞ്ഞു.

ഒരു സ്നേഹിതൻ പറഞ്ഞു, ഈ പണമൊക്കെ എങ്ങനെയുണ്ടാകുന്നു, ചിലർക്കു മാത്രം? സംശയത്തിന്റെ മുള്ളുകൾ കണ്ടു എല്ലായിടത്തും; സലിം, അറിയാതെയെങ്കിലും വിപുലീകരിക്കപ്പെട്ട നിന്റെ പച്ചക്കറിക്കടയെ ഞാൻ ഓർത്തു. നൂറും ഇരുന്നൂറുമായി വർധിച്ച നിന്റെ ആട്ടിൻപറ്റങ്ങളെ ഓർത്തു. സ്വന്തം ലോറിയിൽ പച്ചക്കറി കൊണ്ടുവരാൻ തീരുമാനിച്ച സാഹസികത, നീ പങ്കുവെച്ച കാര്യം മറവിയിൽ നിന്നും ഞാൻ തിരികെയെടുത്തു. സലിം, പെട്ടെന്ന് മറവി ബാധിച്ചതുപോലെ. നീ തലച്ചുമടായി കൊണ്ടു നടന്ന കുലകളുടെ ഭാരവും വലിപ്പവും, വിയർത്തവശനായ നീ വയലേലകൾ ചാടിക്കടന്നുപോകുന്നതും ഒന്നിൽ നിന്ന് ഒമ്പതിലേക്കും ഒമ്പതിൽ നിന്ന് ഒമ്പതിനായിരത്തിലേക്കും നിന്റെ ക്ലേശവും ഫലങ്ങളും ഒരേവിധം വിളയുന്നതും ഞാൻ മറന്നുപോയി.

ലോറിയും ആട്ടിൻപറ്റവും വിപുലമാക്കപ്പെട്ട കടയും മാത്രമേ എനിക്കോർമ്മയിലുള്ളൂ. അതാണ് പച്ചപിടിച്ചു നില്ക്കുന്നത്.

പ്രചരണത്തിന്റെ മൂർധന്യത്തിൽ, സലിം, നാം തമ്മിൽ സംസാരിച്ചിരുന്നില്ല. നിന്റെ സമയം അപഹരിക്കേണ്ടെന്ന് ഞാനും എന്നെ ബുദ്ധിമുട്ടിക്കേണ്ടെന്ന് നീയും ചിന്തിച്ചിട്ടുണ്ടായിരിക്കാം. രണ്ടോ മൂന്നോ ആഴ്ച നാം തമ്മിൽ മിണ്ടാതെയായി. പരസ്പരം അറിയാതെയായി. വോട്ടെടുപ്പ് ദിനത്തിൽ ഞാൻ ഓടിക്കിതച്ചെത്തുമ്പോൾ നീ പരിസരത്തുണ്ടായിരുന്നില്ല. ആരോ പറഞ്ഞു സ്ഥാനാർത്ഥി ഇവിടെ ഉണ്ടായിരുന്നു. ഇപ്പോൾ മാറിപ്പോയിരിക്കുന്നുവെന്ന്. സത്യം, നിന്നെ കൂടുതലന്വേഷിക്കാതെ ഞാൻ വോട്ട് ചെയ്ത് തിരികെപ്പോന്നു.

സലിം, വേദനയോടെ ഞാൻ ഏറ്റുപറയുന്നു, നീ ക്ഷമിക്കുമോ എ

ന്നറിയുന്നില്ല. വോട്ടുചെയ്യാൻ നിന്നപ്പോൾ നിന്റെ വിളക്കിന്റെ പ്രകാശം ഞാൻ കണ്ടില്ല. മൂന്നാംനിരയിലായിരുന്നു റാന്തൽ; ഒരു നിമിഷം, ആ വിളക്ക് കെട്ടുപോയതായി തോന്നി. ഒരു നിമിഷാർദ്ധത്തിൽ ഞാൻ അന്ധനായി; അന്ധൻ, വിളക്കന്വേഷിക്കുന്നതെന്തിന്?

ഫലം വന്ന ദിനമാണല്ലോ ഇന്ന്. അല്പം മുമ്പ്, ഹൃദയം പൊട്ടുമാറുച്ചത്തിൽ, ഒരേ ഒരു വോട്ടിന്റെ വ്യത്യാസത്തിൽ സലിം, നിന്റെ വിളക്കു കെട്ടുപോയെന്ന് എതിർവാഹനങ്ങളിൽ നിന്ന് വെടിപൊട്ടുംവിധം അറിയിപ്പുണ്ടായപ്പോൾ, ഞാൻ വീട്ടിനുള്ളിലായിരുന്നു. ഞാൻ പുറത്തേക്ക് ഓടിപ്പോയി. വീണ്ടും വീണ്ടും അത് കേട്ടപ്പോൾ മരവിക്കുവാൻ മാത്രമേ കഴിഞ്ഞുള്ളൂ.

സലിം, പ്രിയ സഹോദരാ എന്ന്, ഇനി മേലിൽ, ഞാൻ വിളിക്കുകയില്ല. മിത്രമേ എന്ന് മാറ്റിപ്പറയുന്നു. സലിം, നീ സ്വയം എരിയുന്ന വിളക്കാകുന്നു. ഞാൻ കാണുന്നില്ലെങ്കിലും നിന്റെ വിളക്ക് പ്രകാശിക്കുന്നു. പരമകാരുണികനായ ദൈവം, കെട്ടുപോകാത്ത വെളിച്ചവുമായാണല്ലോ നിന്നെ ഭൂമിയിലേക്കയച്ചത്. നിന്റെ കണ്ണുകൾ രണ്ട് ദീപനാളങ്ങളാകുന്നു.

കൊടുങ്കാറ്റിലും അത് കെട്ടുപോകുകയില്ല; സ്വന്തം സഹോദരൻ അത് ഊതിക്കെടുത്തുംവരെ.

ശരീരം പറഞ്ഞത്

ശരീരം എന്നോടു സംസാരിക്കുവാൻ തുടങ്ങി. അതു വളരെ ആയാസപ്പെട്ട് ഞരങ്ങി. നനഞ്ഞ മണ്ണിന്റെ ഉള്ള് മറ്റുള്ളവർ ഉപേക്ഷിച്ചു പൊയ്ക്ക ളഞ്ഞ തന്റെ ദേഹത്തിൽ പറ്റാതെയിരിക്കാൻ ശ്രദ്ധിച്ചുകൊണ്ട് ദേഹം സംസാരിക്കുവാൻ തുടങ്ങി.

ശരീരം അദ്ഭുതപ്പെടുത്താനോ കരളലിയിക്കുവാനോ വേണ്ടി ഒന്നും പറയുന്നില്ല. വളരെ അടുപ്പമുള്ള ഒരു വ്യക്തി എന്തൊക്കെ വിശേഷം പറയുമോ, അതും കിടന്നുകൊണ്ട്. അല്പം ബുദ്ധിമുട്ടി... അത്ര മാത്രമേ ദേഹവും പറയുന്നുള്ളൂ. അതു ദേഹത്തിന്റെ മര്യാദ, മാന്യത.

ശരീരത്തിൽനിന്നും വന്ന ഓരോ ഞരക്കത്തിനും ആത്മാർത്ഥതയുടെ ആരും ഇഷ്ടപ്പെടാനിടയില്ലാത്ത താളമുണ്ടായിരുന്നു. ശരീരം അത്യന്തം ക്ഷീണിതമായിരുന്നു. കാട്ടുചെടികൾ വകഞ്ഞുമാറ്റിവരുമ്പോൾ നമ്മുടെ വസ്ത്രത്തിൽ ലയിച്ചേക്കാവുന്ന സ്നേഹപ്പുല്ലുകളെ കുടഞ്ഞുകളഞ്ഞു വേണം നടവഴിയിലൂടെ വന്ന് ഈ ശരീരം കിടക്കുന്നിടത്തെത്തുവാൻ ശരീരം ആരേയും കാത്തിരിക്കുകയല്ല എന്നു മനസ്സിലാക്കിയാലും.

ശരീരം അതിന്റെ സമസ്ത അപരാധങ്ങളോടുംകൂടിയാണ് ആരെയും സ്വീകരിക്കുന്നത്. നമ്മെ പിരിഞ്ഞുവെന്നാകിലും ദേഹം ദേഹമല്ലാതാകുന്നില്ലല്ലോ? ദേഹം അടയ്ക്കപ്പെട്ടിരിക്കുന്നിടത്തുനിന്നും സെന്റ് മേരീസ് ഫൊറോന പള്ളിയിലേക്കു നടക്കാവുന്ന ദൂരം മാത്രം. നടക്കേണ്ടുന്ന അകലമെന്നു പറയാം. ഈ ദേഹം അതിന്റെ നല്ല നാളുകളിൽ, സൗന്ദര്യത്തിന്റേയും ആരാധനയുടേയും നല്ല നാളുകളിൽ ഇതുവഴി നടന്നിട്ടുണ്ട്. നല്ല വെയിലുണ്ടാകും ചിലപ്പോൾ; കുടയും. ദേഹം അതിന്റെ എല്ലാ സൗഭാഗ്യങ്ങളോടുംകൂടി അന്നു നടന്നുപൊയ്ക്കൊണ്ടിരിക്കുന്നു.

ശരീരം ഇപ്രകാരം തുടർന്നു: കേട്ടോ, വെള്ളിയാഴ്ച വൈകീട്ട് കോളേജ് വിട്ടുവരുമ്പോൾ എനിക്ക് ഒരസുഖോം ഇല്ലാരുന്നേ. ഞാൻ, ടീനു, മുംതാസ് ഞങ്ങൾ മൂന്നും ഒരു കൈയ്യായിരുന്നു. ഞങ്ങൾ നടന്നാണ് വന്നത്. ആദ്യം മുംതാസ് പിരിഞ്ഞു. പിന്നെ ഞാൻ. ടീനുവിനു കുറേക്കൂ

ടി നടക്കുവാനുണ്ട്. അവൾ അങ്ങനങ്ങു പൊയ്ക്കോളും.

വീട്ടിൽ വന്നുകയറുംവരെ എനിക്ക് ഒരു കുഴപ്പവുമില്ലായിരുന്നു. സന്തോഷത്തിനും കുറവില്ലായിരുന്നു. എന്തിന്, സന്തോഷിക്കാതിരിക്കണം?

നല്ല കാറ്റ്, നല്ല കാലാവസ്ഥ, ഒന്നാന്തരം മരങ്ങൾ, ചെറിയ ഇടവഴി, നടക്കുന്നതൊന്നും അറിയുന്നതേയില്ല. പഠിച്ചു പഠിച്ച്..

ഓ, ഇങ്ങനെയൊന്നും ഒരു ചിന്തയും വന്ന് എന്നെ അലങ്കോലപ്പെടുത്തുകയില്ല. എന്നെങ്കിലും എവിടെയെങ്കിലും... ഒരു ജോലി എവിടെയെങ്കിലും കിട്ടുമായിരിക്കും. അതു മതി. അങ്ങനെയൊക്കെ ചിന്തിച്ചുകൊണ്ടാണു വന്നത്.

ദേഹം സുഖകരമായ ഒരു ശ്വാസം വിടീലുമായി നീണ്ടുകിടന്നു. ദേഹത്തു വാടിയ പൂക്കളുടെ ഇതളുകൾ കാണുന്നു. ചിലവ ചുരുണ്ടു കിടക്കുന്നു. ദേഹം ഒന്നാന്തരം ഒരു ദേഹമായിരുന്നു. ദേഹത്തു പലവിധ സുഗന്ധദ്രവ്യങ്ങളുടെ ഗുണവും തണുപ്പും കാണപ്പെടുന്നു. പൊതുവെ തണുത്തുപോയിരിക്കുന്നു ഈ ദേഹം. തണുത്തുറഞ്ഞുപോയിരിക്കുന്നു.

ഈ ശരീരം എന്നോട്, എന്റെ ഭാഷയിൽ എനിക്കു മാത്രം കൃത്യമായി, വേർതിരിച്ചെടുക്കാവുന്ന അർത്ഥത്തിന്റെ സമ്പാദ്യങ്ങളുമായി, സൂചനകളുടെ ശേഖരവുമായി എന്നോടിതൊക്കെ പറയുമ്പോൾ എല്ലാം കേട്ടിരിക്കാമെന്നല്ലാതെ... ദേഹം സമ്പദ് സമൃദ്ധമായ ഒന്നാണ്. അതു തുടർന്നു:

-വെള്ളിയാഴ്ച രാത്രിയായിക്കാണും. അന്നേരമാണ് എനിക്കു വല്ലായ്മ തോന്നിയത്. ഇടയ്ക്കിടെ വരുമായിരുന്ന ചെറിയ തലവേദന ഒരു വലിയ, എന്നുവച്ചാൽ ഭീകരമായ തലവേദനയായി മാറി. കട്ടിലിൽ കയറിക്കിടന്നു.

ഇത്രയേയുള്ളൂ എന്റെ ഓർമ്മയുടെ ശക്തി. ചരിഞ്ഞങ്ങു കിടന്നു.

ഇനീം നടന്നതൊന്നും വിസ്മരിക്കുന്നില്ല. അതുകൊണ്ട് എന്നതാ പ്രയോജനം? ദൈവം വിളിക്കുമ്പോൾ കൂടെ ചെല്ലാതെയിരിക്കാൻ പറ്റുമോ? തിരിഞ്ഞുനില്ക്കാൻ പറ്റുമോ? സാവകാശം വേണം എന്നു പറയുവാൻ പറ്റുമോ? ഒരു ദേഹത്തിന് എന്തും വേണ്ടി പരിമിതികൾ ഉണ്ടെന്നു പറയാതെ അറിയാമല്ലോ.

-മണൽതരിയോ, സിമന്റ് പൊടിയോ? ദേഹം അതിന്റെ കണ്ണുകളിൽ ചുവപ്പു പടരുന്നതിനെ നിസ്സാരമാക്കുവാൻ പരിശ്രമിക്കുന്നതു കണ്ടു ഞാൻ ചോദിച്ചു.

-ഒന്നും സാരമില്ല.

ദേഹം പറഞ്ഞു.

മണ്ണോ സിമന്റോ തന്നെയായിരിക്കും. ദേഹത്തെ അവ പൊതിഞ്ഞു സൂക്ഷിക്കുന്നു.

ദേഹം തുടരുകയാണ്:

വിളിച്ചതുകൊണ്ട് മാത്രമാണല്ലോ നിങ്ങളെ വിട്ടു ഞാൻ പോയത്. അല്ലായിരുന്നെങ്കിൽ പോകുകയില്ലായിരുന്നു. എല്ലാ ദേഹങ്ങൾക്കും അത്യാർത്തിയുണ്ടെന്നു വിചാരിക്കരുത്.

ദേഹം പറയുവാൻ തുടങ്ങി.

നിന്നെ എനിക്കു ശരിക്കും അറിയാമേ. എന്നെ എത്ര ഇഷ്ടപ്പെട്ടും മോഹിച്ചും ജീവിച്ച ആൾ. ഒരിക്കൽ അടുക്കളയിൽ വെച്ച് ആദ്യമായി എന്നെ തൊടാൻ തുടങ്ങിയപ്പോൾ ഞാൻ നിലവിളിച്ച കാര്യം ഓർക്കുന്നുണ്ടോ ഇപ്പഴും?

അല്ലെങ്കിൽ ഒന്ന് ഓർത്താട്ടെ...

ക്ഷാമമില്ലാത്ത ഒരു വസ്തുവല്ലേ ഓർമ്മ.

ഒരു കാര്യം കൂടി... ദേഹം മരവിച്ചുകൊണ്ട് ഉല്ലാസവതിയായി. അതു തുടർന്നു: നിന്റെ ഇഷ്ടങ്ങൾ ഒക്കെത്തന്നെയായിരുന്നു എപ്പോഴും എന്റെയും ഇഷ്ടങ്ങൾ.

നീ ജനാലയ്ക്കരികിൽ വന്നുനിന്ന് അതീവ വിഷാദത്തോടെ സംസാരിക്കുമായിരുന്നത് ഞാൻ ഓർക്കുന്നു. നിന്റെ വിഷാദം. എന്റെ ഇഷ്ടമായി രുന്നു.

ശരി, ശരി... കാടുകയറുകയാണു ഞാൻ.

കാട്ടിൽ കിടക്കുന്നതുകൊണ്ടാവും. ദേഹം പഴയ കാര്യങ്ങൾ ഓർമ്മിപ്പിക്കുവാൻ തുടങ്ങിയപ്പോൾ ഞാനും വല്ലാതെയായി.

ദേഹമേ, നീ ഇപ്പോൾ ഇങ്ങനെ സംസാരിക്കുന്നതിന്റെ പൊരുളെന്ത്? ഇപ്പോഴാണോ, പ്രാണൻ പോയ ഇക്കാലത്താണോ വളരെ റൊമാന്റിക്കായി നീ സംസാരിക്കുവാൻ തയ്യാറാകുന്നത്? ശരീരം അതിനു മറുപടിയായി ഇപ്രകാരം പറഞ്ഞു:

-എനിക്കങ്ങനെ സമയം വല്ലതുമുണ്ടോ പ്രത്യേകിച്ച്?

മഴയും വരൾച്ചയും മഞ്ഞും മകരത്തിന്റെ ഊക്കും ചന്തവുമൊക്കെ എനിക്കു പണ്ട് ഒട്ടുമേ അറിഞ്ഞുകൂടായിരുന്നു. ഇപ്പോൾ ഏറെക്കുറെ അറിയാം. കാണാം. തൊടാൻ പറ്റുന്നില്ലല്ലോ എന്നു ഖേദം.

ഇങ്ങനെ ഞങ്ങൾ സംസാരിച്ചു നില്ക്കുന്നതിനിടയിൽ വലിയൊരു മഴ പെയ്തു. കറുത്ത തുമ്പികളെപ്പോലെ തുള്ളികൾ പിടച്ചുവീണു. ദേഹത്തിന്റെ നാനാവശങ്ങളിലേക്കും വെള്ളത്തുള്ളികൾ ഇറങ്ങിച്ചെന്നു.

പാവം ശരീരം അതെല്ലാം സഹിച്ചു. ഞാനോ, വെള്ളം മുഴുവൻ കുട ഞ്ഞു കളഞ്ഞു.

-ഈ സെന്റ് മേരീസ് ഫൊറോനപ്പള്ളി പ്രദേശത്ത് ശരീരം എന്ന നി ലയിൽ, എനിക്കാണ് അധികം പഴക്കമില്ലാത്തത്. പക്ഷേ, അതൊരു പ്ര ശ്നം തന്നെയാണ്.

നനയുന്നതിൽ അസഹ്യതയേയും കാണിക്കാതെ ദേഹം പറഞ്ഞു. സന്ധ്യയാകുവാൻ തുടങ്ങി. ദേഹത്തിന്റെ തിരുമ്മിയടയ്ക്കപ്പെട്ട കണ്ണു കൾ ഉയരങ്ങളിലേക്കു നോക്കി ആകാശം തിട്ടപ്പെടുത്തി. അത് നക്ഷത്ര ങ്ങളെ എണ്ണി. ഈ ശരീരത്തിന്റെ സ്ഥാനം ഇനി അരൂപിയായോ മറ്റോ അവിടെ ഉയരത്തിലെ നക്ഷത്രമണ്ഡലത്തിൽ ആയിരിക്കുമല്ലോ.

ശരീരത്തിനും സന്ധ്യയുടെ രോഗം ബാധിച്ചുവെന്നു തോന്നി. സ ന്ധ്യ വേണ്ടാത്ത വിഷാദം നിറയ്ക്കുകയും സങ്കടം കുത്തിവെക്കുകയും ചെയ്യുന്ന ഒരു സമയമാണല്ലോ. ശരീരം ഭയങ്കര സങ്കടങ്ങളെ വഹിക്കു ന്നുണ്ടെന്നു തോന്നി. അതു പറയുകയാണ്:

-കേട്ടോന്നേ, എന്തൊരു മഴ. പിന്നെ ദാ, ഇരുട്ടും. നക്ഷത്രങ്ങൾക്കും രക്ഷയില്ലെന്നാണു തോന്നുന്നത്. ഇന്നു രാത്രി എങ്ങനെ കഴിച്ചുകൂട്ടു മോ എന്തോ? ഇവിടെ എല്ലും വളവുമായിക്കഴിഞ്ഞ പഴകിയ ശരീരങ്ങ ളാ ണല്ലോ എന്റെ അയൽവാസികൾ. ഒന്നു വിളിച്ചാൽ. മറുവിളി കേൾ ക്കാൻ കൂടി ആരുമില്ല.

ദേഹം കിതയ്ക്കുമ്പോലെ തോന്നി. നെഞ്ചത്തു കോൺക്രീറ്റ് വളയ ങ്ങളായി റീത്തുകൾ. അതിൽനിന്നു പൂക്കൾ വാടിവീണിരുന്നു. തളർന്ന പൂച്ചെണ്ടുകൾ ദേഹത്തെപ്പോലെ ഒരരികിൽ പമ്മിക്കിടന്നു. പാവം ശരീ രത്തിന് ഒരാശ്വാസമാകട്ടെ എന്നു കരുതി ഒന്നുരണ്ടു റീത്തുകൾ ഞാൻ എടുത്തുമാറ്റി. വളരെ വിലകുറഞ്ഞ പൂക്കളാണ്. ഒന്നുകിൽ തമിഴ്നാട്ടു കാരനായ പൂക്കച്ചവടക്കാരൻ പറ്റിച്ചതാകും. അല്ലെങ്കിൽ റീത്തുവാങ്ങാൻ പോയവർ പണം ലാഭിച്ചിരിക്കാം.

റീത്തിന്റെ ഭാരം പിൻവാങ്ങിയതിൽ സന്തുഷ്ടിയോടെ ശരീരം നന്ദി പറഞ്ഞു. എന്നിട്ടു കൂട്ടിച്ചേർക്കുകയാണ്. നല്ലകാലത്ത് നിന്നോടു ഞാൻ ഒട്ടും അലിവോടെ പെരുമാറിയിട്ടേയില്ല. നീ എത്ര തവണ സ്നേഹം യാചിച്ച് എന്റെ മുന്നിൽ വന്നിരുന്നു...

ഞാൻ പറഞ്ഞു: ഇനി പഴയതൊന്നും പറയേണ്ട.

അതുകൊണ്ട് എന്താണു പ്രയോജനം?

നീ പോയവൾ. ഞാൻ പോകാൻ അവസരം കിട്ടാത്തതിനാൽ അവ ശേഷിക്കുന്നവൻ. പിന്നെ നേരം മങ്ങുന്നു. ഭാര്യയും കുട്ടിയും ഒറ്റയ്ക്കും

. ഞാൻ പോകട്ടെ. നിനക്ക് കൂട്ടിന്...? ഏതായാലും എനിക്കു പറ്റുകയില്ലല്ലോ?

ദേഹം പറഞ്ഞു. പോകരുതേയെന്നു പറയുന്നില്ല. ഈ മണ്ണും റീത്തിന്റെ ചീഞ്ഞ കണ്ണുകളും ഇവിടത്തെ വേണ്ടാത്ത ഗന്ധങ്ങളും സാക്ഷിയായി ഞാൻ പറയുന്നു. നിനക്കു നല്ലതേ വരിക യുള്ളൂ. നല്ല തല്ലാത്തതൊന്നും നീ ആഗ്രഹിക്കുകയോ പ്രതീക്ഷിക്കുകയോ ചെയ്തിട്ടില്ലല്ലോ? പക്ഷേ, എന്റെ പൊന്നു സഹോദരാ, നിന്റെ ആഗ്രഹങ്ങൾക്കു വിരുദ്ധമായിട്ടുള്ളതാണല്ലോ സംഭവിക്കുന്നതെല്ലാം.

പുതുമണ്ണിന്റെ വിശേഷപ്പെട്ട വിശേഷപ്പെട്ട് ഗന്ധവും ഒരുതരം പേടിയും. റീത്തുകളിൽ രേഖപ്പെടുത്തിയിരിക്കുന്ന വ്യക്തികളുടേയും സംഘടനകളുടേയും പേരുകൾ ദാ, വെള്ളം വീണു മായുവാൻ തുടങ്ങിയിരിക്കുന്നു. ഒരു മാതിരിപ്പെട്ടവരൊന്നും തന്നെ ഈ സമയത്ത് ഇവിടെ നില്ക്കുകയില്ല.

ശരീരവും അതുതന്നെയാണ് പറഞ്ഞുവന്നത്. അതിന്റെ സ്വസ്ഥമായ ദേഹത്തിലേക്ക് രണ്ടു മണ്ണിരകൾ ഒരേ സമയത്ത് ഉരുണ്ടുവീണു. രണ്ടിനും രണ്ടുനിറം - കറുപ്പും തവിട്ടും. പക്ഷേ, രണ്ടു ജന്മങ്ങളും പിടിച്ചതും വെപ്രാളം കാണിച്ചതും ഒരേപോലെ. ശരീരത്തിനത് ഇഷ്ടമായില്ല.

എത്രയായാലും അതു മണ്ണിരകൾ ആണല്ലോ.

ഞാൻ പറഞ്ഞു:

എന്റെ പ്രിയപ്പെട്ട...

എന്നാൽ, ഞാൻ പൊയ്ക്കൊള്ളട്ടെ. ഇനി എന്നെങ്കിലും ഒരിക്കൽ... സോറി, ഇങ്ങനെ പറയുന്നതിൽ ഒരു ഔചിത്യവുമില്ല. എന്നെങ്കിലും എന്നെങ്കിലും നമുക്കു കാണാമേ. എനിക്കിതേ പറയുവാൻ പറ്റുന്നുള്ളൂ. അന്നേരത്താണ് ശരീരത്തിന്റെ ശരിക്കുമുള്ള മുഖം, കട്ടിയിൽ പൗഡർ തിരുമ്മിപ്പിടിച്ചിരുന്ന മുഖം ശ്രദ്ധിച്ചത്.

ദേഹത്തിന്റെ ശരിക്കുമുള്ള മുഖം.

ശരിക്കും ആ പഴയ മുഖം.

മഴവെള്ളം പൗഡർ ഒഴുക്കിക്കളയുന്നു.

ശരീരം പറഞ്ഞു:

-ഏഴടിത്താഴ്ചയിലാണു ഞാൻ. അതുകൊണ്ട് ഉടനെയെങ്ങും വെള്ളം കൊണ്ടുപോകുകയില്ല. നീ ഭയക്കുകയൊന്നും വേണ്ട.

ദേഹം എന്നെ ആശ്വസിപ്പിച്ചു.

ഒറ്റശ്വാസത്തിൽ അതു തുടർന്നു:

ഞാൻ വിചാരിച്ചിരുന്നതു മനുഷ്യർക്കെല്ലാം സെമിത്തേരിയോടു ഭയം കാണുമെന്നായിരുന്നു. എന്നാൽ അതൊട്ടും ശരിയല്ല. എന്നെ ഇവിടെ വിട്ടേച്ച് പൂക്കളും കരച്ചിലും തന്നിട്ട്, ദുഷ്ടന്മാരെ നീയൊക്കെ പൊയ്ക്കളഞ്ഞില്ലേ? പിന്നെ മണ്ണിൽക്കിടന്നു ഞാനല്ലേ ഓരോന്നനുഭവിക്കേണ്ടത്...

ദേഹം അതിന്റെ പ്രഭവകാലത്ത് പലതവണ ഉടുക്കുകയും വളരെ നന്നായിട്ടുണ്ടെന്ന അഭിപ്രായം കേൾപ്പിക്കുകയും ചെയ്തുപോന്ന ഒന്നാന്തരം ഒരു കോട്ടൺ സാരി തന്നെയാണ് ഇപ്പോൾ പുതച്ചിരിക്കുന്നത്. പുതപ്പിച്ചിരിക്കുന്നത്.

-ഞാൻ പറയുന്നതിന്റെ അർത്ഥം മനസ്സിലാകുന്നുണ്ടോ? ഇതൊരു ഫൊറോന പള്ളിയല്ലേ, വളരെ പഴയതല്ലേ എന്നൊക്കെ വിചാരിച്ച് നിങ്ങളൊക്കെ എന്നോടു യാത്രപറഞ്ഞശേഷം പോയി. കോൺക്രീറ്റ് സ്ലാബ് കെട്ടിയിറക്കിയവർ വലിച്ചിട്ട ബീഡിക്കുറ്റികൾ പുകഞ്ഞു തീരുന്നതും കണ്ടുകൊണ്ടു കിടക്കുകയായിരുന്നു ഞാൻ. പിന്നെ രാത്രിവന്നു.

രാത്രീന്നു പറഞ്ഞാൽ ഇങ്ങനത്തെ ഒരു രാത്രി എന്റെ ജീവിതത്തിൽ കണ്ടിട്ടേയില്ല.

എന്തു ശക്തിയുള്ള രാത്രി.

അന്നേരം നിങ്ങളൊക്കെ തിരുമ്മിയടപ്പിച്ചു തന്നപോലെ ഞാനും കണ്ണങ്ങു തിരുമ്മിയടച്ചു. അപ്പോഴുണ്ട്, ആരോ ഒരു വടീം കൊണ്ട് ഈ കല്ലറയ്ക്കുമേളിലിട്ടു കുത്തുന്നു. ഞാൻ പേടിച്ചു കള്ളന്മാരായിരിക്കുമെന്നും കരുതി ഞാനങ്ങു ഞെട്ടി.

എന്താ കാര്യമെന്നുവച്ചാൽ, എന്റെ ദേഹത്ത് ആഭരണമൊന്നും ഉണ്ടായിരുന്നില്ല. എനിക്കു ഭയങ്കര ഇഷ്ടമായിരുന്ന ഒരു ബ്രേസ്‌ലെറ്റ് ഉണ്ടായിരുന്നു. പക്ഷേ, അതും തന്നയച്ചില്ല. ആങ്ങളമാരു പറഞ്ഞതു കേട്ടാരുന്നു. നമ്മളെ സങ്കടപ്പെടുത്തിയേച്ച് ഇവളങ്ങു പോവുകയല്ലിയോ. ആരു പറഞ്ഞു ഇവളോടു പെട്ടെന്നങ്ങു പോവാൻ? ഇതെന്തൊരു ദൈവമാ നമ്മുടെ കുഞ്ഞുപെങ്ങളെ...? അതുകൊണ്ടു മനസ്സില്ലാതെ നമ്മൾ ഇവളെ വിടുകയായോണ്ട് ഇവൾക്ക് ഒന്നും കൊടുത്തുവിടേണ്ട. ഒന്നും.

ദേഹം വിറയലോടെ തുടർന്നു:

കേട്ടോ, സ്വർണമൊന്നും അതുകൊണ്ടവർ എന്നെ അണിയിച്ചില്ല. എല്ലാവരും കരഞ്ഞു ബഹളം വയ്ക്കുന്ന സമയമായോണ്ട് ഞാനും ചോദിച്ചില്ല ഒന്നും. ആൾക്കൂട്ടത്തിൽ, മുറ്റത്തു കെട്ടിനിറുത്തിയ ടാർപോളിന്റെ കീഴിൽ നിന്നു നീയും വിങ്ങുന്നതു ഞാൻ കണ്ടിരുന്നു.

ശരി, ശരി. പറഞ്ഞുവന്നതു തീർക്കട്ടെ.

സെമിത്തേരിയിൽ ഒരു കള്ളൻ? ഇവന്മാർക്ക് ഒരു ഭയവുമില്ല. മിന്നാമിനുങ്ങുപോലും ഇല്ല. ഒരു പുള്ള് കൂവിയപ്പം അവൻ, എന്റെ തലയ്ക്കുമേൽ നിന്നും കൊണ്ട് ഒരു മറു കൂവൽ.

മഴവെള്ളമോ, കണ്ണുനീരോ?

ദാ, ശരീരത്തിന്റെ മുഖം നനയുന്നു. അതു നിറുത്താതെ പറഞ്ഞു:

അവൻ കള്ളനെപ്പോലെ വന്ന് ആയാസപ്പെട്ട് സ്ലാബുയർത്തി. ഏഴടിത്താഴ്ചയിൽനിന്ന് എന്നെ പൊക്കിയെടുത്തു. എന്നെ രക്ഷിക്കാൻ, ഓർക്കാൻ നിങ്ങളാരും ഇല്ലാതായിപ്പോയല്ലോ.

പ്രിയ സഹോദരാ, സത്യം. അവൻ ഒരു മോഷ്ടാവായിരുന്നില്ല. മഴവെള്ളവും കണ്ണുനീരും ആ കന്യകയുടെ ദേഹത്തെ മൂടുവാൻ തുടങ്ങി.

വെള്ളം

ആ കിണറിന് പത്തുപതിനെട്ടടി താഴ്ചയുണ്ട്. വെള്ളം വറ്റിപ്പോയി.

ഏതു വേനലിലും വെള്ളം തീർന്നിട്ടില്ല. ഇത്തവണ വേനൽ കടക്കും മുമ്പേ കിണറിന്റെ ഉള്ള് കരിഞ്ഞുപോയി.

ഏതാണ്ട് ഇരുപതിൽ ചില്വാനം തൊടികളുണ്ട്. വെള്ളം വറ്റിപ്പോയ സ്ഥിതിക്ക് കുനിഞ്ഞ് സൂക്ഷിച്ചുനോക്കിയാൽ ഏറ്റവും താഴെ കുഴഞ്ഞ ചെമ്മണ്ണ് കരിഞ്ഞുകിടക്കുന്നത് കാണാം.

വീട്ടുകാർ പലവട്ടം വന്ന് കിണറിന്റെ ആഴത്തിലേക്ക് കുനിഞ്ഞു നോക്കും. എന്തു കാണുവാനാണ്? പല്ലുകൾ നഷ്ടമായ ഭീമാകാരമായ വായപോലെ കിണർ കാണപ്പെട്ടു.

ആ വീട്ടിലെ ഏറ്റവും പ്രായം കൂടിയ ആൾ ഒറ്റത്തോർത്തുടുത്ത നരച്ചു കുറുകിയ മനുഷ്യൻ-കിണറിന്റെ അരികിൽ വന്നുനിന്നു. ഒരു കൈയ് മടക്കിവെച്ച് തലുയയർത്തി, അഗ്നികുണ്ഡംപോലെ തോന്നിപ്പി ക്കുന്ന ആകാശത്തേക്ക് ഒരുവേള കണ്ണുകൾ തുറന്നുപിടിച്ച് വെറുതെ നോക്കി. അപ്പോഴേക്കും അയാളുടെ കണ്ണുകൾ പുളിച്ചു. പോളകൾ വിങ്ങി പ്പൊട്ടി. അയാൾ കൈ താഴെയിട്ടു. ഹോ, ഹോ എന്നു പിറുപിറുത്ത് കിണറിനു രണ്ടുതവണ വലംവെച്ചു. ആർക്കും വേണ്ടാതായ ഒരു തൊട്ടിയും കയറും കിണറ്റുകരയിൽ പരസ്പരം കുരുങ്ങിക്കിടന്നു.

മേടം കഴിഞ്ഞ തുള്ളി പെയ്യത്തുള്ളൂ എന്നായി അയാൾ. കൊടുംചൂടിനെ ഉള്ളംകൈകൊണ്ട് തടുത്തുപിടിച്ചുകൊണ്ട് വീടിന്റെ വരാന്തയിൽ പോയി ഇരുന്നു. കവുങ്ങിൻപാളകൊണ്ട് അയാൾ ഒരു വിശറി ഉണ്ടാക്കുകയാണ്. പാളയുടെ അരികൊക്കെ ചെത്തി മിനുസപ്പെടുത്തി, ഞാത്തും കുണുക്കും ഒക്കെ കൊത്തിയുണ്ടാക്കി പാളകൊണ്ട് ഒന്നാന്തരം വിശറി ഉണ്ടാക്കാൻ അയാൾ തുടങ്ങിയിട്ട് കുറെക്കാലമായി. ഈ പോക്കുപോ യാൽ മഴ വന്നിട്ടേ വിശറി ആവുകയുള്ളാ എന്ന് അയാളുടെ ചെറുമക്കളിൽ മൂത്ത പെൺകുട്ടി ഒരു വേള ചോദിക്കുകയും ചെയ്തു.

വീട്ടുവരാന്തയിലിരുന്ന് വിശറി ഉണ്ടാക്കുന്നതിനിടയിൽ ഇരുകവിളി ലൂടെയും ഒലിച്ചിറങ്ങുന്ന വിയർപ്പ് അയാളുടെ ഏകാഗ്രത കളയുന്നുണ്ട്.

ചുട്ടിത്തോർത്തുകൊണ്ട് വിയർപ്പു തുടച്ച്, ഇടയ്ക്കിടെ കൊച്ചുകുട്ടികൾ ആകാശത്തേക്ക് വിമാനം നോക്കുന്നതുപോലെ തല ഉയർത്തി പിച്ചാത്തി കൊണ്ട് പാളയിൽ പലവിധ പരീക്ഷണങ്ങൾ തുടർന്നു.

ഈ സമയം അയാളുടെ മൂത്തമകൻ കുടുംബനാഥനെന്നു തോന്നിപ്പിക്കുന്ന മധ്യവയസ്കൻ തിടുക്കത്തിൽ കിണറിനടുത്തു വന്നു. വന്നതിനേക്കാൾ തിടുക്കത്തിൽ കിണറിനുള്ളിലേക്ക് എത്തിവലിഞ്ഞു നോക്കിയ ശേഷം അയാൾ പിൻവലിഞ്ഞു. "എന്തുവാ മീൻ ചത്തോന്നു നോക്കിയതാന്നോടോ; ചത്തു; മുള്ളുവരെ ഉണങ്ങിപ്പോയി." വയസ്സൻ വിളിച്ചു പറഞ്ഞു. മകനത് കേട്ടതായി ഭാവിച്ചില്ല. മകനത് ഇഷ്ടപ്പെട്ടുകാണില്ല. മുള്ളുപോലും ഉണങ്ങിപ്പോയെന്നായി വീണ്ടും വയസ്സൻ. "ഒന്നു മിണ്ടാതിരി; ഓണത്തിന്റേടേലാ പൂട്ടുകച്ചോടം." മകൻ ദേഷ്യപ്പെട്ടു; അവൻ സിഗരറ്റുകുറ്റി വലിച്ചെറിഞ്ഞത് അറിയാതെ കിണറിനുള്ളിലേക്ക് വീണു. ഭൂമിക്കുള്ളിലെ ചൂടിൽ ആ സിഗരറ്റു കുറ്റി വീണ മാത്രയിൽ കരിഞ്ഞു.

ആ കിണറ്റിൽ കുറച്ചുകാലം മുമ്പുവരെ സർവത്ര ചാഞ്ചാടി രസിച്ചു പോന്ന രണ്ട് മുഷികളും അവയുടെ കുഞ്ഞുങ്ങളും പരമാനന്ദത്തോടെ നീന്തിയിരുന്നു. മുകളിൽ നിന്നും വെള്ളം കോരി മടങ്ങാൻ അലുമിനിയം തൊട്ടി കയറിൽ കോർക്കപ്പെട്ട് താഴേക്കു താഴുമ്പോൾ അത് നെറ്റിയിൽ വന്നു തട്ടാതിരിക്കാൻ, ഓളത്തിൽ ഒളിക്കാൻ, തള്ള മുഷി കുഞ്ഞുങ്ങൾക്ക് രഹസ്യപാഠങ്ങൾ പറഞ്ഞുകൊടുത്തിട്ടുണ്ട്. വെള്ളം നിറച്ച് അലുമിനിയം തൊട്ടി അന്തരീക്ഷത്തിലേക്ക് മടങ്ങുമ്പോൾ മുഷിക്കൂട്ടം ജലപ്പരപ്പിലേക്ക് ഒന്നാകെ ഉയർന്നുവന്ന്, ഞങ്ങളോടു കളിച്ചാൽ ഇങ്ങനെയിരിക്കും എന്ന സന്ദേശം നല്കി പുളഞ്ഞ് രസിക്കും. ഈ സമയം അപ്രതീക്ഷിതമായി ഉയർന്നുപോയ അലുമിനിയം തൊട്ടി തിരികെ കയറിൽ വീണ്ടും വന്നാൽ വെള്ളം കോരാൻ കിണറ്റുകരയിൽ നിൽക്കുന്നവർക്കും പ്ലം... എന്നൊരു ശബ്ദം കേൾക്കാം. പിന്നെയെല്ലാം നിശബ്ദം.

ആ കിണറ്റിനോട് ചേർന്ന് പഴയൊരു ആഞ്ഞിലിമരം നില്പ്പുണ്ട്. നാലഞ്ച് വാഴകൾ അതിനപ്പുറത്തുണ്ടായിരുന്നു. കുഴഞ്ഞ് വീണ് കിടപ്പാണ്. തന്റേടിയായ ഒരു കാരണവർ പട്ടിണി കിടന്നാൽ എങ്ങനെ യാകുമോ ആ പരുവത്തിലാണ് ആഞ്ഞിലിയുടെ നില്പ്. ചൂടിൽ പകച്ചു പോയ അതിന്റെ ശിഖരങ്ങളിലൊരിടത്തും ചക്ക കാണുന്നില്ല. പണ്ട് ഉണ്ടായിരുന്നിരിക്കണം കരിഞ്ഞ് കരുവാളിച്ച് അതിന്റെ ചില്ലകൾ ഏതു നിമിഷവും അടർന്നുവീഴാം; ഊക്കോടെ ഒരു കാറ്റ് അടിക്കുകയേ വേണ്ടൂ.

വീട്ടുകാരണവർ ആഞ്ഞിലിച്ചോട്ടിൽ വന്നുനിന്ന് നീണ്ട ഒരു തോട്ടി കൊണ്ട് ഇലകൾ പറിച്ച് താഴെയിടാൻ നോക്കി. തോട്ടിക്കും എത്താവുന്നതിനപ്പുറത്താണ് ഒരുവിധം പച്ചപ്പുള്ള ഇലകൾ. അതിൽ തോട്ടി പിടിക്കുന്നില്ല. കണ്ണും പിടിക്കുന്നില്ല. എന്നിട്ടും അയാൾ പിൻവാങ്ങിയില്ല. ആഞ്ഞിലിക്കൊമ്പുകളിലൊന്നിൽ തൂങ്ങി വിശ്രമിക്കുകയായിരുന്ന വവ്വാലുകൾ, തോട്ടി ഉയർന്നുചെല്ലുന്നതുകണ്ട് ഭയന്ന് കാഷ്ഠിച്ചു. അന്ധരായ അവർ ഉടൻ കിഴക്കേ ദിക്കിലേക്ക് തപ്പിയും തടഞ്ഞും പുറപ്പെട്ടു.

എങ്ങനെയോ നാലഞ്ച് ആഞ്ഞിലി ഇലകൾ താഴെവീണു. കാരണവർ അതു കുനിഞ്ഞെടുക്കാൻ നേരം തോളിൽ നിന്നും ഒറ്റത്തോർത്ത് താഴേക്കു വീണു. അതിൽ പിടിച്ചപ്പോഴുണ്ട് തോർത്തും ആഞ്ഞിലി ഇലയും ചേർത്തു കടിച്ചുപിടിച്ചുംകൊണ്ട് ആട്ടിൻകുട്ടി നില്ക്കുന്നു! നെറ്റിയും വാലും മുഴുക്കെ കറുപ്പ്. ബാക്കി എല്ലാം വെളുപ്പ്. കാരണവരെ ഞാണ്ടിയും മണത്തും നിന്ന് ഒരു ക്ഷണംകൊണ്ട് അത് നിലത്തുവീണ ആഞ്ഞിലി ഇല മുഴുവൻ തീർത്തു. അടുത്തത് വീഴുന്നതിന് ഊഴം കാത്ത് മൂക്ക് വിടർത്തി ചെവിയാട്ടി ആട്ടിൻകുട്ടി കാരണവരെ നക്കി. കാരണവരും ആട്ടിൻകുട്ടിയും കിണറ്റുവക്കിൽ വന്നുനിന്ന് താഴേക്കു നോക്കി. വിസ്താരമുള്ള ഉണങ്ങിയ ഒരു ദ്വാരം. വെളിച്ചം ആ ദ്വാരത്തിലേക്ക് ചൂട്ടുകറ്റ വീശി ചെല്ലുന്നതു കാരണം ആ ദ്വാരത്തിന്റെ അടിഭാഗം വരെ കാണാം. കാരണവരും ആട്ടിൻകുട്ടിയും നോക്കിനിന്നു.

നമ്മൾ വിചാരിച്ചാലൊന്നും കിണർ നിറയില്ലെന്നായി അയാൾ. അതിന് ദൈവം കനിയണം. അതിനിനി എത്രകാലം കാത്തിരിക്കണമോ എന്തോ? ഒരു നിശ്ചയവുമില്ല. അയാൾക്കറിയാൻ കഴിയാത്തത് തനിക്കും അറിയില്ല എന്ന ബോധ്യത്തിൽ ആട്ടിൻകുട്ടി തലതാഴ്ത്തി നിന്നു. അയാൾ അതിന്റെ തല ചൊറിഞ്ഞുകൊടുത്തു. ഇടത്തെ കാതിന്റെ ചോട്ടിൽ നിന്നും ചൊറിഞ്ഞുചൊറിഞ്ഞ് ഒരു മുട്ടയെ പുറത്തെടുത്ത് ഞെക്കി പൊട്ടിക്കാതെ വെറുതെവിട്ടു.

കിണർ അതിന്റെ വംശനാശഭീഷണിയാൽ ഭൂമിയോളം ക്ഷമിച്ചു കാണപ്പെട്ടു. താപത്തിന്റെ മുറിപ്പാടുകളുമായി കിണർ മോഹാലസ്യപ്പെട്ടു. മണ്ണിന്റെ ആനുകൂല്യത്തിൽ തുറന്നുവയ്ക്കാൻ വിധിക്കപ്പെട്ട അതിന്റെ വായയുടെ അടിത്തട്ട് ഉമിനീരില്ലാതെ ഉണങ്ങി ഉറച്ചു.

വല്ലപ്പോഴും ആഞ്ഞിലിയിൽ നിന്നും കരിഞ്ഞു പിൻവാങ്ങുന്ന ഓരോ ഇലകൾ കിണറിന്റെ വരണ്ട തൊണ്ടയിലേക്ക് വീണുകൊണ്ടിരുന്നു. നേരത്തെ ഉണ്ടായിരുന്ന നീർത്തട പ്രതലങ്ങളിൽ തവളകൾ ഉപേക്ഷിച്ചു

പോയെ ചെറുസുഷിരങ്ങൾ കാണാവുന്നു. കരിഞ്ഞ ആഞ്ഞിലി ഇല്കൾ ആ ചെറുസുഷിരങ്ങൾ പൂർണമായും മൂടിക്കഴിഞ്ഞു. ഉച്ചകഴിഞ്ഞപ്പോൾ കിണറ്റിൻ കരയിലേക്ക് നാലഞ്ചാളുകൾ വന്നു. ക്ഷീണംകൊണ്ട് വരാന്തയിൽ കിടന്ന് ഒന്നു കണ്ണടച്ചതേയുള്ളൂ അതിനിടയ്ക്കായിരുന്നു അവരുടെ വരവ്.

"എന്തുവാടാ കാര്യം?" അയാൾ മകനോട് തിരക്കി. മകൻ കൂടെ വന്നവർക്ക് കിണറിന്റെ ഉള്ള് കാണിച്ചുകൊടുക്കുകയായിരുന്നു. "എന്തുവാടാ കെണറ്റീ വല്ലോം കണ്ടോടാ?" അയാൾ പിന്നെയും ചോദിച്ചു. വന്നവർക്കൊന്നും ആ ചോദ്യം കേൾക്കാൻ തന്നെ സാവകാശമുണ്ടായില്ല. അവർ കിണറിന്റെ അളവെടുക്കുകയായിരുന്നു. വലിയൊരു കോൽ താഴ്ത്തി രണ്ടുപേർ കിണറിന്റെ ആഴം അളന്നു. മറ്റൊരാൾ ഒരു കല്ലു വലിച്ച് താഴേക്കെറിഞ്ഞു. നിറഞ്ഞ വയറിൽ ഊക്കോടെ തട്ടിനോക്കുമ്പോൾ ഉയരുന്ന ഒരുതരം ശബ്ദം കേട്ടു. ആഞ്ഞിലിയിൽ നിന്നും അടർന്ന ഒരു കരിയില കൂടിനിന്നവരിൽ ഒരുവന്റെ മുതുകത്ത് പതിച്ചു. മറ്റൊരാൾ അത് തട്ടിക്കളഞ്ഞു.

"എന്തുവാ നിങ്ങടെ പ്ലാൻ..?" അയാൾ വീണ്ടും ചോദിച്ചു. ആരും മിണ്ടുന്നില്ല. ആൾക്കൂട്ടം കണ്ടതുകൊണ്ടാകാം ആട്ടിൻകുട്ടി മാത്രം കരഞ്ഞു. വന്നവർ പിരിഞ്ഞപ്പോൾ മകൻ പറഞ്ഞു.

"കിണർ ഇച്ചിരെ ആഴം കൂട്ടണം. അടീൽ നറച്ചും പാറയാ; തമരു വച്ച് പൊട്ടിക്കണം." മകൻ പറഞ്ഞത് അച്ഛന് ഇഷ്ടമായോ എന്ന് സംശയം. വലിയ പണച്ചെലവാകുമെന്നായി അച്ഛൻ. മാത്രവുമല്ല അല്പംകൂടി ക്ഷമ കാണിച്ചാൽ മഴ കിട്ടുമെന്നും പറഞ്ഞു. ക്ഷമിച്ചു ക്ഷമിച്ച് മാസം രണ്ടു കഴിയുന്നുവെന്നായി മകൻ. മകനും അച്ഛനും തമ്മിൽ തർക്കിച്ചു. മുറ്റത്ത് തമര് വച്ച് കുഴിച്ചാൽ വീടിന്റെ അടിത്തറയല്ലേ കുലുങ്ങുക എന്നായി അച്ഛൻ. നികത്താവുന്നിടമെല്ലാം നികത്തിയിട്ട് ഇനി വെള്ളം വേണമെന്ന് പറഞ്ഞ് കരയുന്നതിൽ എന്തു ന്യായം? ദാ, ഈ ആഞ്ഞിലിക്കരികിലൊരു ചാൽ ഉണ്ടായിരുന്നു. കുത്തി ഒലിച്ച് ഒഴുകിയത് നിനക്കും ഓർമ്മ കാണും? എവിടെപ്പോയി അത്? അച്ഛൻ ചോദിച്ചു. കിണർ വീണ്ടും കുഴിച്ചുനോക്കാ മെന്നായി മകൻ. ഒരിടത്തുമില്ല വെള്ളം.

ഉച്ചസമയത്ത് പുറത്തിറങ്ങി നടക്കരുതെന്ന് പ്രതങ്ങളിലൂടെ അറിയിപ്പുണ്ടായ കാര്യം മകൻ അച്ഛനെ ഓർമ്മിപ്പിച്ചു. അങ്ങനെ ഭയന്നാൽ ജീവിക്കുവാൻ പറ്റുമോ എന്നായി അച്ഛൻ. നെനക്കൊക്കെ പേടിയാണേൽ ഇതിനെ അങ്ങ് അകത്തുകയറ്റിയേക്കാം എന്നും പറഞ്ഞ് അയാൾ ആട്ടിൻകുട്ടിയെ തൊഴുത്തിലേക്ക് കയറ്റിവിട്ടിട്ട് വീണ്ടും

വരാന്തയിൽ വന്നിരുന്നു. നീലാകാശം തുളച്ച് ചൂട് താഴേക്കൊഴുകി. വീട്ടിലേക്കുള്ള ഇടവഴിയിലൂടെ ഒരു ചേര വെള്ളവയർ കാണിച്ചുകൊണ്ട് പുളഞ്ഞു. ചൂടു സഹിക്കാൻ വയ്യാതെ മഴയുണ്ടോ എന്നു നോക്കാൻ അത് പുറത്തിറങ്ങിയതായിരിക്കും. പകുതി മയക്കത്തിലെപ്പഴോ, ലോറി വന്നേ എന്ന ആഹ്ലാദവിളിയും ഹോൺ ശബ്ദവും കേട്ട് അയാൾ ഉണർന്നു. മുറ്റത്താരെയും കണ്ടില്ല. ആഞ്ഞിലിയിൽനിന്നും കരിഞ്ഞ ഇല വീഴുന്നു. ബഹളം കേട്ട് ആട്ടിൻ കുട്ടി ചെവി വട്ടം പിടിക്കുന്നു. പണ്ട് മുറ്റത്തും വീട്ടിലും വെള്ളം കയറുമ്പം കൂടും കുടുക്കയുമെടുത്ത് രക്ഷപ്പെടുമ്പോഴുള്ള അതേ ബഹളം. അന്ന് ഏഴെട്ട് ആടുകളും കോഴികളും പൂച്ചേം പട്ടീം ഒക്കെ ഉണ്ടായിരുന്നു. എല്ലാത്തിനേയും കൂട്ടി ക്കൊണ്ടായിരുന്നു വീടുമാറ്റം. വെള്ളം ഇറങ്ങിയിട്ടേ തിരികെ വരുമായിരുന്നുള്ളൂ.

ലോറിയിൽനിന്നും ഓരോ കുടം വെള്ളവുമായി തിരികെ വരുന്നവരുടെ ശബ്ദം കേട്ട് ആട്ടിൻകുട്ടി ചെവി വട്ടംപിടിച്ചു. എന്നിട്ട് അത് മണത്ത് മണത്ത് പുറത്തേക്കോടി. വെള്ളം കിട്ടാനുള്ള സമയം അതിന് ബോധ്യമായിട്ടുണ്ട്.

മേൽക്കൂരയിലെ ഓടിനുള്ളിൽനിന്നും സൂര്യന്റെ തീനാമ്പുകൾ ഇറങ്ങിവന്നു. ഓടുകൾ ചുട്ടുപഴുത്തു. സാവകാശത്തിൽ എവിടെ നിന്നുമോ ഒരു കാറ്റ് വീശിയെങ്കിലും തളർന്നു മയങ്ങിയ വാഴക്കൈകൾക്ക് മിണ്ടാൻ കഴിഞ്ഞില്ല. ഒന്നു ചുമച്ചു തുപ്പാൻ തോന്നി അയാൾക്ക്, വേണ്ടെന്നുവെച്ചു പെട്ടെന്ന്. തൊണ്ട വരണ്ടാൽ വെള്ളം വേണമെന്നു തോന്നും. തോന്നലുകളെ വിലക്കി. തോർത്തുകൊണ്ട് വിയർപ്പ് ഒപ്പി. തോർത്ത് ചുരുട്ടി വീശി.

തന്റെ കാലും കൈയും മുഖവും, പുറത്തെ കാഴ്ചകളായ ആഞ്ഞിലിയും വാഴക്കൈയും കിണറും എല്ലാം ഒരേ നിറത്തിലും രൂപത്തിലുമായിക്കഴിഞ്ഞുവെന്ന് അയാൾക്കു തോന്നി. ആദ്യവെടി പൊട്ടിയപ്പോൾ വീടിന്റെ ഉള്ളൊന്നു കാളി. അച്ഛന്റെ കുഴമ്പുകുപ്പി തെറിച്ചുവീണു. പൂച്ച നീട്ടിക്കരഞ്ഞു. അയയിൽ ഉണങ്ങാൻ കിടന്ന തുണികളിൽ കുറെയെണ്ണം താഴെ വീണു. ആട്ടിൻകൂടുവരെ കുലുങ്ങി. ഉണങ്ങിയ ഒരു ആഞ്ഞിലിച്ചക്ക നിലംപതിച്ചു.

കിണറ്റിനുള്ളിൽ നിന്നും ദുർഗന്ധത്തോടെ പുക ഉയർന്നു. ആഴം കൂട്ടാൻ കുഴിച്ചപ്പോൾ മുഴുവനും പാറ കണ്ടു. ചെറിയൊരു തമരു വച്ചു നോക്കി. കുഴപ്പമില്ലെന്നു കണ്ടു. അടിമുഴുവൻ പാറയാ. കൂടുതൽ പൊട്ടിച്ചെങ്കിലേ ആഴം കൂട്ടാനാകൂ. വെള്ളം കാണാനാകൂ. കിണറ്റിനുള്ളിൽ തമരു വെച്ചശേഷം വീട്ടുകാരും ജോലിക്കാരും പറമ്പിൽ

പോയി നിന്നു.

കിണർ വറ്റിയതോടെ മകന്റെ ഭാര്യയും കുട്ടികളും അവരുടെ സ്വന്തം വീട്ടിലേക്കു താമസം മാറ്റി. അച്ഛനും മകനും മാത്രം അവശേഷിച്ചു. മഴ പെയ്തു കഴിഞ്ഞ അവർ തിരികെ വരികയുള്ളൂ.

കിണറ്റിനുള്ളിലെ പാറയിൽ കുഴികുത്തി വെടിമരുന്നു നിറച്ചിട്ട് നീണ്ട തോട്ടിയിൽ താഴേക്ക് തീനാളം കാട്ടും. കാട്ടുന്ന ആൾ ഓടി ദൂരെ മാറുമ്പോഴേക്കും വെടി പൊട്ടിയിരിക്കും. ആദ്യവെടിക്കുള്ള മുന്നൊരുക്കം നടന്നപ്പോൾ ആട്ടിൻകുട്ടിയെക്കൂട്ടി അടുത്ത പറമ്പിലേക്ക് മാറിനിന്നു. വെടിഒച്ച കേൾക്കുമ്പോൾ ആട് ഭയക്കാതിരിക്കാൻ അയാൾ അതിനെ കെട്ടിപ്പിടിച്ചു.

"ഓ, ആട് കൂട്ടിൽ തന്നെ നിക്കട്ടെ; അച്ഛൻ ഇനി അതിനെ പിടിക്കാൻ മിനക്കെടേണ്ട്." മകൻ പറഞ്ഞു.

അച്ഛൻ അനുസരിച്ചില്ല.

"വല്ലോം പറ്റിയാലോടാ?"

"ഓ, ഇന്നത്തേതു സാമ്പിളാ, വല്യ അപകടമൊന്നും കാണത്തില്ല."

മകൻ പറഞ്ഞതുപോലെ സംഭവിച്ചു. വലിയ സ്ഫോടനമായിരുന്നില്ല. പാറച്ചീളുകളൊന്നും കിണറിനുള്ളിൽ നിന്നും പുറത്തേക്ക് തെറിച്ചു വീണിട്ടുമില്ല. ആട്ടിൻകുട്ടിയെ പുറത്തെ പറമ്പിൽ വരെ കഷ്ടപ്പെട്ടു പിടിച്ചോണ്ട് പോകേണ്ട കാര്യമൊന്നുമില്ലായിരുന്നുവെന്ന് പണിക്കാരും പറഞ്ഞു. നാലഞ്ച് ദിവസം പാറപൊട്ടിക്കൽ തുടർന്നു. എന്തു കാര്യം?

പാറ പൊട്ടുന്നുവെന്നല്ലാതെ വെള്ളം കണ്ടില്ല. വെള്ളത്തിന്റെ ഒരു ലാഞ്ചന യുമില്ല. പാറക്കടിയിൽ വെള്ളമുണ്ട്. അത് തീർച്ചയാണ്. പക്ഷേ, ഉറവ പൊട്ടി വിടരണ്ടേ? അതിന് ഭൂമിക്ക് കൂടി തോന്നണമല്ലോ.

"ഇങ്ങനെയായാൽ പാറ പൊട്ടിച്ചതിന്റെ നഷ്ടം വേറെ."

മകൻ നിരാശനായി.

"എടാ, ഞാൻ അന്നേ പറഞ്ഞില്ലാരുന്നോ ഇങ്ങനെ നോക്കിയാലൊന്നും വെള്ളം കിട്ടത്തില്ലെന്ന്. മഴ പെയ്താലോ രക്ഷയൊള്ള്."

അച്ഛന് മകന്റെ പ്രവൃത്തിയിൽ നീരസമുണ്ട്. അതയാൾ മറച്ചു വെക്കുകയില്ല.

കുഴൽകിണർ കുഴിച്ചുകൊടുക്കപ്പെടും എന്ന് വെള്ള അക്ഷരത്തിൽ ബോർഡ് എഴുതിവച്ച വാഹനം ആ വീട്ടുപടിക്കൽ വന്ന് ഹോണടിച്ചു. മകനിറങ്ങിച്ചെന്ന് സംസാരിച്ചു. വിലപേശൽ പിന്നെ ആകാമെന്നായി വന്നവർ. വലിയ ജാക്കികളും കുഴിക്കാനുള്ള ഉപകരണങ്ങളും വാഹനത്തിൽ ഘടിപ്പിച്ചുവച്ചിട്ടുണ്ട്. അവർ സ്ഥലം നിശ്ചയിക്കും.

ഒരിക്കലും തെറ്റുകയില്ലത്രെ. തൊട്ടുകാണിച്ച് അവിടം കുഴിക്കും. പിന്നെ ഒരിക്കലും വെള്ളത്തിനായി ബുദ്ധിമുട്ടേണ്ടി വരില്ല. ഒരാൾ ഇറങ്ങിവന്ന് കിണറിന്റെ ആഴം കൂട്ടുന്നതു നോക്കിനിന്നശേഷം പരിഹസിച്ചു ചിരിച്ചു. മൂന്നുതവണ അയാൾ സിഗരറ്റ് ആഞ്ഞുവലിച്ചു. എന്നിട്ട് കുറ്റി വലിച്ചെറിഞ്ഞു. സിഗരറ്റ് കുറ്റി ആഞ്ഞിലിയുടെ ചോട്ടിൽ വീണു. അവിടേക്കു ശ്രദ്ധിച്ച് അയാൾ ഒരു പൈപ്പ് വലിച്ചിട്ട് നിവർത്തിയിട്ടു. പച്ചനിറമുള്ള ഒരു ചേരപോലെ

പൈപ്പ് ആഞ്ഞിലിച്ചുവട്ടിൽ കിടന്നു.

“ദാ, ഇവിടെ ഇരുപത്തഞ്ചടി കുഴിച്ചാൽ പിന്നെ വെള്ളത്തിന്റെ പൂരമായിരിക്കും.”

അയാൾ ആഞ്ഞിലിച്ചുവട്ടിൽ കുറ്റി നാട്ടി. മകൻ ചെലവ് കണക്കു കൂട്ടി.

“ഇപ്പം ഈ പാറ പൊട്ടിക്കുന്നേന്റെ പകുതി മതി കൊഴൽകിണർ റെഡി. അഡ്ജെസ്റ്റ് ചെയ്താൽ രണ്ടെണ്ണം കുഴിച്ചുതരാം.”

രണ്ടാമത്തേത് ആട്ടിൻകൂടിന്റെ ഭാഗത്തേക്ക് മാറ്റി കുഴിച്ചാൽ നന്നായിരിക്കും.

“ആദ്യത്തേത് ഇവിടെ തന്നെ വേണം.” വീണ്ടും അയാൾ സിഗരറ്റ് കത്തിച്ചു.

“ആഞ്ഞിലിക്ക് കൊഴപ്പം വരില്ലേ?” അച്ഛൻ ഉത്കണ്ഠപ്പെട്ടു.

“ആഞ്ഞിലിയങ്ങ് തട്ടണം.”

തല ചൊറിഞ്ഞ് ചിരിച്ചുകൊണ്ട് കുഴൽ കിണറുകാരൻ പറഞ്ഞു. എല്ലാത്തിനും ഒരു യോഗവും സമയവുമുണ്ട്. ആഞ്ഞിലീം വേണം വെള്ളാം വേണമെന്നു പറഞ്ഞാൽ നടക്കില്ലെന്നായി കുഴൽകിണർക്കാർ. വേണമെങ്കിൽ ഒരു ഉപകാരം ചെയ്യും, ആഞ്ഞിലി വെട്ടിയെടുത്ത് അതിന്റെ വില കണക്കുകൂട്ടിയശേഷം കുഴൽകിണറിന്റെ ചെലവിൽ തട്ടിക്കിഴിക്കും. അതും ഉപകാരം എന്ന നിലയ്ക്ക്.

മകൻ താല്പര്യപ്പെട്ടു.

അച്ഛൻ ദേഷ്യപ്പെട്ടു.

ആഞ്ഞിലി മുറിപ്പിക്കില്ലെന്നായി അച്ഛൻ. മാത്രവുമല്ല, കുഴൽ കിണറിനു തന്നെ അവിടെ നല്ല സ്ഥാനമല്ല. അവിടെ വെള്ളം കാണണമെന്നുമില്ല. കിണറിനു പറ്റിയ സ്ഥാനം നോക്കാതെ കുഴിച്ചിട്ട് കാര്യവുമില്ല.

ഒരു വശത്ത് കിണറിനുള്ളിൽ വെടി.

മറ്റൊരിടത്ത് കുഴൽ കിണർ,

ഒന്നു നടന്നാൽ മതി.

നിങ്ങളെപ്പോലുള്ളവർ എല്ലാം വെട്ടി വെളിപ്പിച്ചതുകൊണ്ടാണല്ലോ ഈ ഗതിയായതെന്നും പറഞ്ഞ് അച്ഛൻ ദേഷ്യപ്പെട്ടു നടന്നു.

ആട്ടിൻകുട്ടിയും പിന്നാലെ പോയി.

മൂന്നുനാലു ദിവസമായി കിണറിനുള്ളിലെ പാറപൊട്ടിക്കൽ തുടരുന്നു. ഒരു രക്ഷയുമില്ല. വെടിമരുന്നിന്റെ ഗന്ധം കാരണം അച്ഛന് വീട്ടുമുറ്റത്ത് അധികനേരം ഇരിക്കാൻ തോന്നുകയില്ല. അടുത്താരെങ്കിലുമുണ്ടെങ്കിൽ മാറിക്കോളൂ എന്നുപദേശിച്ച് കിണറ്റിനുള്ളിലേക്ക് തീ എറിയുന്നയാൾ വിളിച്ചുപറഞ്ഞുകൊണ്ടിരിക്കും.

വെടിയേ...

വെടിയേ...

വെടി...

ടു... ടു...

അച്ഛനും മകനും ആടിനും പൂച്ചയ്ക്കും ആഞ്ഞിലിക്കും വാഴക്കൂട്ടത്തിനും എല്ലാം ഇപ്പോൾ ഇതൊരു പതിവാണ്. പതിവുകാഴ്ചയാണ്. പതിവുശീലമാണ്. അതിനിടയിൽ പണിക്കാരിൽ ചിലർ വന്നു പറഞ്ഞു, കിഴക്കോട്ടു മാറി, ഒന്നുരണ്ട് നല്ല മഴ കിട്ടി. ഒരിക്കൽ ഇടിവെട്ടി പെയ്തു.

അച്ഛനും മകനും അതുകേട്ടപ്പോൾ ഒരുപോലെ വിഷമമായി. കിഴക്കേ ഭാഗത്ത് പെയ്തതെങ്കിൽ ഇങ്ങോട്ടും പെയ്യാതിരിക്കില്ല എന്നായി അച്ഛൻ. പണം എത്ര ചെലവായി എന്നോർത്തു മകൻ.

അച്ഛൻ കിഴക്കോട്ടു നോക്കി. കണ്ണിനുമേൽ കൈവച്ചു നോക്കി. ആട്ടിൻകുട്ടിയും കിഴക്കോട്ടു നോക്കി കരഞ്ഞു. ഒരു വയലും വയലിനു നടുക്കുള്ള അമ്പലവും കഴിഞ്ഞുള്ളിടമാണ് കിഴക്കോട്ടുള്ള കര. അവിടെ മഴ കിട്ടിയെങ്കിൽ പിന്നെ ഇങ്ങോട്ട് അധികമൊന്നുമില്ല. മഴയ്ക്കിനി അധികമില്ലായിരിക്കും.

നീർച്ചാലുകളും വെള്ളക്കുഴികളും രണ്ടുമൂന്നു കുളങ്ങളുമൊക്കെയുള്ള പറമ്പായിരുന്നു മുമ്പ്. കുളങ്ങളൊക്കെ പൊട്ടക്കുളങ്ങളായത് എങ്ങനെയെന്നറിയില്ല. നീർച്ചാലുകൾ അതിന്റെ തുടക്കത്തിലേ ആരോ മൂടി.

ലോറി എത്തിയതിന്റെ ശബ്ദവും ഘോഷവും പാതിമയക്കത്തിൽ നിന്നും അയാളെ ഉണർത്തി. വെള്ളം വാങ്ങാൻ പോകുന്നവരുടെ നീണ്ട നിര കിഴക്കോട്ടു നീണ്ടു. പുതുമഴ കിട്ടിയപോലെ പ്ലാസ്റ്റിക് കുടങ്ങളുമായി പെണ്ണുങ്ങൾ തിരികെ നടന്നു.

മകൻ വന്നുനിന്നു.

അച്ഛൻ എഴുന്നേറ്റിരുന്ന് വിയർപ്പു തുടച്ചു.

"എന്തുവാടാ?" അച്ഛൻ ചോദിച്ചു.

"കിണറ്റിലെ പാറ പൊട്ടിച്ചു മടുത്തു."

"ഒട്ടും വെള്ളമില്ല."

"ഇന്നങ്ങ് നിർത്തുവാ."

"സാരമില്ല. ഒത്തിരി കൈ നഷ്ടം വന്നാരിക്കും. ഇനീം വേണ്ടാന്ന് എനിക്കും തോന്നി."

കിണറ്റിനുള്ളിൽ വെടി പൊട്ടാൻ സമയമായി.

"വെടിയേ..." "വെടിയേ..." പണിക്കാരൻ വിളിച്ചുതുടങ്ങി.

"ആട്ടിൻകുട്ടിയെവിടെ?"

അടുത്ത പറമ്പിലേക്ക് ഓടിമാറുന്നതിനിടയിൽ അച്ഛൻ വിളിച്ചു ചോദിച്ചു.

"ആട്ടിൻകുട്ടിയെവിടെ?"

അച്ഛൻ ആട്ടിൻകുട്ടിയുടെ പേരുചൊല്ലി ഉറക്കെ വിളിച്ചു.

"വെടിയേ.."

"വെടിയേ..."

"വെടി..."

അച്ഛൻ ആട്ടിൻകുഞ്ഞിന്റെ കരച്ചിൽ വ്യക്തമായി കേട്ടു.

ഭയന്നുറക്കെ കരഞ്ഞ് ദയനീയമായി ഒച്ച താണ്, വിറയൽ ശബ്ദത്തിൽ അത് തീർന്നു. മുറ്റം മുഴുവൻ വെടിമരുന്നിന്റെ ഗന്ധം; ഭൂമി, വായ, തുറന്ന് പുറത്തേക്ക് പുക വമിപ്പിക്കുംപോലെ. തുറന്ന വായിൽ നിന്നും പുറത്തേക്കൊലിച്ചിറങ്ങിയ പുക കൊണ്ട് വീട്ടുമുറ്റം കാണുവാൻ വയ്യ.

അച്ഛനെ കാണുവാൻ വയ്യ.

ആട്ടിൻകുട്ടിയെ കാണുവാൻ വയ്യ.

അച്ഛനെവിടെ?

പുക കൊണ്ടു മൂടിയ വീടിന്റെ എവിടെ നിന്നുമോ മകൻ ഉറക്കെ വിളിച്ചു ചോദിച്ചു. ആട്ടിൻകുട്ടി എവിടെ എന്ന ചോദ്യത്തിന് ഉത്തരം കിട്ടാതിരുന്നപോലെ ആ ചോദ്യവും വെടിമരുന്നിന്റെ ഗന്ധത്തിലും പുകയിലും മുങ്ങിപ്പോയി.

പുകയൊന്നടങ്ങിയപ്പോൾ ആഞ്ഞിലിയിൽനിന്നും കുറെ കരിഞ്ഞ ഇലകൾ ആ കിണറ്റിനുള്ളിലേക്ക് വീഴുന്നത് കണ്ടു.

അ എന്ന യാത്രക്കാരൻ

അ എന്ന യാത്രക്കാരൻ ഒടുവിൽ അവിടെ എത്തി. അവിടെ വന്നപ്പോൾ വാഹനങ്ങൾ ഓടുകയില്ല എന്നറിഞ്ഞു; കടകമ്പോളങ്ങൾ തുറക്കില്ലെന്നും. ആളും അനക്കവും ഇല്ല. അയാൾ മരത്തണലിൽ മാറി നിന്ന് ചുറ്റുംനോക്കി. ഒരു മൈതാനം കണ്ടു; കരിഞ്ഞ പുല്ലും കരിപിടിച്ച വീടുകളും. വലിച്ചെറിഞ്ഞ സാധനങ്ങൾ, ഒടിഞ്ഞ കസേരകൾ, കരിഞ്ഞ ഇലകൾ. ഒരു ചന്തയായിരിക്കും.

കരിഞ്ഞ ചന്ത; കരിച്ചന്ത.

അങ്ങനെ അന്തിച്ചുനിന്നപ്പോൾ ഒരാൾ വളവ് തിരിഞ്ഞു നടന്നുവരുന്നതുകണ്ടു. മറ്റൊരാൾക്ക് പാകപ്പെടാവുന്ന പാന്റും ഇറുകിപ്പിടിച്ച ടീഷർട്ടും ധരിച്ചിരുന്ന അയാൾ വെളുത്ത് ഉയരം കുറഞ്ഞ ഒരുവനായിരുന്നു.

അന്യരെ കണ്ടാൽ അകലുകയാണ് പതിവ്; ആരും ഇല്ലാത്തതിനാൽ ചിരിച്ചു; പിന്നെ ചോദിച്ചു:

- ബംഗാളിയാണോ...?

- അതേ...

മലയാളിയാണോ?

- കണ്ടാൽ തോന്നില്ലേ?

- കണ്ടാൽ ആരെയും മനസ്സിലാവില്ല.

ബംഗാളി മലയാളത്തിൽ പറഞ്ഞു.

- പാലു പോലുള്ള മലയാളം...!

അ എന്ന യാത്രക്കാരൻ അത്ഭുതപ്പെട്ടു.

- പാൽ കുടിക്കാറില്ല; ബംഗാളി അറിയിച്ചു.

രാവിലെയാണ് ഹർത്താൽ ഉത്ഭവിച്ചതെന്ന് ബംഗാളി പറഞ്ഞു; രാത്രി വരെ കുഴപ്പമുണ്ടായിരുന്നില്ല. കേരളം പെട്ടെന്ന് അറിയുന്നത് ഹർത്താലിനെക്കുറിച്ചായിരിക്കും.

- ബംഗാളിലോ...?

- ബംഗാൾ ഘടകം തകർന്നുവെന്നല്ലേ നിങ്ങൾ പറയുന്നത്.

അ എന്ന യാത്രക്കാരൻ മലയാളത്തിലും ബംഗാളി തനിക്കു പറ്റുന്ന

വിധത്തിലും ചിരിച്ചു.

ഒരേ ഇടത്തേക്കാണ്, പറഞ്ഞുവന്നപ്പോൾ പോകേണ്ടത്.

- ഇനി എന്തു ചെയ്യും?

- ഒരു കൈയ് നോക്കാം.

ബംഗാളി പറഞ്ഞു.

രണ്ടാളും നടന്നു.

ബംഗാളിക്കൊപ്പമെത്താൻ കഴിയില്ല.

ദുർഗന്ധം വമിക്കുന്ന നീണ്ട പാതയോരത്ത് എത്തി. കോഴിയും പശുവും പന്നിയും പ്ലാസ്റ്റിക് കെട്ടുകളിൽ. ഈച്ചകളുടെ സ്വന്തം നാട്; നിങ്ങൾ ക്യാമറ നിരീക്ഷണത്തിൽ! ബംഗാളി ഊറിച്ചിരിച്ചു.

- എന്തും വായിക്കുമോ?

- എഴുതുന്നതെന്തും...

- എങ്ങനെ സാധിച്ചു?

അ എന്ന യാത്രക്കാരൻ അത്ഭുതപ്പെട്ടു.

- പത്തുകൊല്ലം മുൻപ് ഇവിടെവന്നു. അഞ്ചുകൊല്ലം മുൻപ് ഇവിടത്തുകാരിയെ കല്യാണം കഴിച്ചു.

മലയാളം അറിഞ്ഞ വഴി, ബംഗാളി പങ്കുവച്ചു.

അ എന്ന യാത്രക്കാരൻ തന്റെ കാര്യവും പറഞ്ഞു. പത്തുകൊല്ലം പുറത്തായിരുന്നു; പഠിച്ചതൊക്കെ അവിടെ. അഞ്ചുകൊല്ലം മുൻപ്, ദൽഹിക്കാരിയെ കെട്ടി; നാട്ടിലേക്കു പോന്നു.

- അക്ഷരങ്ങൾ മറന്നിട്ടുണ്ടോ?

ബംഗാളി ചോദിച്ചു.

- വേണ്ടാത്തതൊക്കെ.

അ എന്ന യാത്രക്കാരൻ തമാശയായി പറഞ്ഞു.

വെയിൽ കടുത്തു. അയാൾ വിയർത്തു; ബംഗാളി കയർത്തു.

- സർ, നിങ്ങൾക്കാർക്കും സ്വന്തം ഭാഷ ഇഷ്ടമല്ല.

- എങ്ങനറിഞ്ഞു?

- അനുഭവിച്ചറിഞ്ഞു.

- എന്നുവച്ചാൽ...?

ബംഗാളികാരണം പറഞ്ഞു. മുപ്പതു കുടുംബങ്ങൾ ബംഗാളികളായി ഇവിടെയുണ്ട്. മറ്റ് സംസ്ഥാനക്കാർ അതിലും കൂടുതൽ. അങ്ങനെയിരിക്കെ, അന്യസംസ്ഥാന കുട്ടികൾക്കായി മലയാളം പഠിപ്പിക്കാൻ കേന്ദ്രം തുടങ്ങി. അൻപതിൽപരം കുട്ടികൾ. മലയാളികൾ സഹായിക്കുന്നില്ല. ബംഗാളിയും പഠിപ്പിക്കും അയാൾ; നന്നായി നടക്കുന്നു. ശനിയും

ഞായറും ക്ലാസ്സുണ്ട്.

- സർ മലയാളത്തിൽ എത്ര ചില്ലക്ഷരങ്ങൾ ഉണ്ട്?

ഓരോ മാസവും എത്രയോ ചില്ലുകൾ പൊട്ടുന്നു. അ എന്ന യാത്രക്കാരൻ മിണ്ടിയില്ല.

കുട്ടികളെ മലയാളം പഠിപ്പിക്കാൻ അടിസ്ഥാനമാക്കാവുന്ന ഒരു പുസ്തകം വേണം; ലളിതമായി എഴുതി തയ്യാറാക്കിയത്. അങ്ങനെ ഒന്ന് ഒരു കടയിലും ഇല്ല. അടുത്ത ടൗണിലും നോക്കി. ഇല്ല. അധ്യാപകനെന്ന നിലയിൽ ബംഗാളിയുടെ വിഷമം.

- സ്കൂളിൽ മലയാളം നിർബന്ധമില്ലായിരുന്നു.

അ എന്ന യാത്രക്കാരൻ ക്ഷമാപണം നടത്തി.

ബംഗാളി മലയാളിയോടു ക്ഷമിച്ചു.

അ എന്ന യാത്രക്കാരന് സന്തോഷമായി. മറ്റേതെങ്കിലും വിഷയത്തിലേക്ക് പോകുന്നതാവും നടത്തത്തിന് ഉപകാരപ്പെടുക എന്ന് അ എന്ന യാത്രക്കാരൻ ചിന്തിച്ചു.

- രാഷ്ട്രീയം ഉണ്ടോ?

അ എന്ന യാത്രക്കാരൻ തിരക്കി.

- രാഷ്ട്രം ഉള്ളതുപോലെ

- ഏതു പാർട്ടി?

ബംഗാളി വഴിയോരത്തെ ഫ്ളക്സ് ബോർഡുകളിലേക്ക് ചൂണ്ടി. ചുവന്ന മൃതന്മാർ നിരന്നു നില്ക്കുന്നു.

- ഇപ്പോഴും...?

- എപ്പോഴും...?

- മുഖ്യശത്രു?

- മുഖ്യമന്ത്രി....

- ഞങ്ങളുടെ; നിങ്ങളുടെയല്ല.

വേറൊരു സ്ഥലത്തുചെന്ന് കടവ് കടന്നാൽ വാഹനമുള്ള റോഡിലെത്താം; ആ താലൂക്കിൽ ഹർത്താൽ ഇല്ല. ബംഗാളി നയിച്ചു; മലയാളി പിന്തുടർന്നു.

ഹർത്താൽ അനുകൂലികൾ കിഴക്കോട്ടും എതിരാളികൾ പടിഞ്ഞാറോട്ടും നടക്കുന്നതു കണ്ടു. മൂന്നുവഴി ഒന്നു ചേരുന്നിടത്തു ഹർത്താൽ ആരാധകർ ബൈക്കിൽ വന്ന ദമ്പതികളെ ചോദ്യം ചെയ്യുന്നതു കേട്ടില്ലെന്നു കരുതിയെങ്കിലും തർക്കം ഉച്ചത്തിലായി.

- പള്ളിയിൽ പോകുന്നു.

ദമ്പതികൾ അപേക്ഷിച്ചു.

- ഈ സമയത്ത് പള്ളിയോ?

ഒരു ഹർത്താൽ മുതലാളി കയർത്തു.

- ഏതു സമയത്തും ഉണ്ട്.

ദമ്പതിമാർ സങ്കടപ്പെട്ടു.

- പള്ളി ഇരുപത്തിനാലു മണിക്കൂറുമുണ്ടോ?

മുതലാളിയും കൂടെ നിന്നവരും ചർച്ച ചെയ്തു. ചിലേടത്ത് കാണുമായിരിക്കുമെന്നായി ഒരാൾ. നിശ്ചയമില്ലാത്ത കാര്യമായതുകൊണ്ട് കൂടുതൽ തർക്കമില്ല; ബൈക്ക് സ്റ്റാർട്ടായി.

ഹർത്താൽ നടത്തിപ്പുകാർ കലുങ്കുകളിലിരുന്ന് സോഡ കുടിച്ചു. ചിലർ പെയിന്റുകൊണ്ട് ആളൊഴിഞ്ഞ നടുറോഡിൽ പാർട്ടി ചിഹ്നം വരച്ചു. മൂന്നുനാലുപേർ കൂടി നിന്ന് മൊബൈലിൽ കളിക്കുന്നു. മറ്റൊരാൾ ഫെയ്സ്ബുക്കിൽ മുഖം പകർത്താൻ മുടിചീകുന്നു.

നടന്നു നടന്ന് ക്ഷീണിച്ചു.

അ എന്ന യാത്രക്കാരൻ കിതച്ചു.

ബംഗാളിക്ക് കിതക്കില്ല.

അ എന്ന യാത്രക്കാരന്റെ കൈയിൽ ഒരു ബാഗുണ്ട്.

ബാഗിൽ കുപ്പിവെള്ളവും. നടന്നുകൊണ്ട് കുടിച്ചു.

ഒടുവിൽ, വിശുദ്ധ പത്രോസിന്റെ പള്ളിക്കു മുന്നിലെത്തിച്ചേർന്നു. പള്ളി തുറന്നു കിടക്കുന്നു. മെഴുകുതിരികൾ അണഞ്ഞും. കാറ്റ് വന്ന് ഓരോ മെഴുകുതിരിയെയും സങ്കടപ്പെടുത്തി. നേരത്തെ, ഹർത്താൽ മുതലാളി ഭീഷണിപ്പെടുത്തിയ ദമ്പതികൾ മെഴുകുതിരി കത്തിക്കുന്നതുകണ്ടു.

അ എന്ന യാത്രക്കാരൻ കുരിശുവരച്ചു. മുട്ടിൽ നിന്നു വണങ്ങി. ധൂപക്കൂട്ടിൽ നിന്നും ചാരം ചൂണ്ടുവിരലിൽ മുക്കി തിരുനെറ്റിയിൽ കുരിശടയാളം വരച്ചു. ബംഗാളി വിശുദ്ധ പത്രോസിനെ നോക്കിനിന്നു. മുൻപരിചയമില്ലാത്തതിനാൽ വണങ്ങിയില്ല.

യാത്ര തുടങ്ങിയപ്പോൾ ബംഗാളി ചോദിച്ചു.

- കത്തോലിക്കനാണോ?

- അല്ല, പാത്രിയർക്കീസ്.

- അത് ഏതു സഭ?

- പാട്രിയർക്ക് ഓഫ് അന്ത്യോക്യ; കേട്ടിട്ടുണ്ടോ?

- ആഢ്‌ട്ടം ഓഫ് ദ പാട്രിയർക്ക് വായിച്ചിട്ടുണ്ട്.

അ എന്ന യാത്രക്കാരൻ അത്ഭുതപ്പെട്ടു.

അടുത്തചോദ്യം എന്താവും?

അതുതന്നെ സംഭവിച്ചു?

- റിലീജ്യസ് ആണോ?

ഒന്നാലോചിച്ച് അ എന്ന യാത്രക്കാരൻ 'അതെ' എന്ന് ഉത്തരം പറഞ്ഞു.

- താങ്കളോ?

- സോഷ്യലിസം ഈസ് മൈ റിലീജ്യൻ എന്ന് ലെനിൻ പറഞ്ഞു.

കുറച്ചുനേരത്തേക്ക് അ എന്ന യാത്രക്കാരൻ മൗനിയായി. ലെനിനും സ്റ്റാലിനും അങ്ങനെ എന്തൊക്കെ പറഞ്ഞിരിക്കുന്നു. ഓരോരുത്തർ എന്തെല്ലാം പറഞ്ഞു കടന്നുപോയി. പിന്നീടതു കേട്ടു ജീവിക്കുന്നവരുടെ ബുദ്ധിമുട്ടുകൾ, മരിച്ചവർക്കറിയില്ലല്ലോ. മൃതരാണ് സംതൃപ്തർ. ബംഗാളിയിൽ നിന്നും അല്പം അകലം, നല്ലതാണ്.

നടന്നിട്ടൊന്നും ഒരു കര എത്തുന്നില്ല. ഒരു മരത്തണലിൽ നിന്ന് ഹർത്താൽ ഉടമകൾ ചാടിവീണു. അവർ റോഡിനു കുറുകെനിന്നു. ബംഗാളി സഹായത്തിനെത്തി. പെട്ടെന്ന് എന്തോ രഹസ്യം പറയാൻ ഭാവിക്കുംപോലെ വന്ന് അ എന്ന യാത്രക്കാരന്റെ നെറ്റിയിലെ കുരിശുരൂപം ബംഗാളി മായ്ച്ചുകളഞ്ഞു.

- എങ്ങോട്ടാ...?

അ എന്ന യാത്രക്കാരൻ സ്ഥലം പറഞ്ഞു.

ഹർത്താൽ മുതലാളി ചിരിച്ചു.

- അങ്ങോട്ടെങ്ങനെ പോകും...?

- കടത്തുകഴിഞ്ഞാൽ വണ്ടികിട്ടും.

- ആരു പറഞ്ഞു?

ബംഗാളി മുന്നോട്ടുവന്നു.

താനാണ് വഴികാട്ടിയെന്നയാൾ പറഞ്ഞു.

- ഭായ് എനിക്കാവഴി അറിയാം.

ബംഗാളി ഹിന്ദിയിൽ അറിയിച്ചു.

ബംഗാളി വലതു കൈയിൽ മൂന്നുചരടുകൾ കെട്ടിയിരുന്നു. ഹർത്താൽ ഉടമകൾ കാൺകെ ബംഗാളി ചരടുകൾ കെട്ടിയ കൈ ഉയർത്തിക്കാണിച്ചു.

- ഉം...

ഹർത്താലുകാർ മാറി.

അപരിചിതരെ ആ പ്രദേശത്ത് ആദ്യം കണ്ടതുകൊണ്ട് അന്വേഷിച്ചതാണെന്നും അവർ പറഞ്ഞു.

ബംഗാളി മലയാളിയെ രക്ഷിച്ചു.

– താങ്ക്‌യു...

അ എന്ന യാത്രക്കാരൻ തൃപ്തിയോടെ മന്ത്രിച്ചു.

ബംഗാളി രഹസ്യങ്ങൾ ശ്രദ്ധിക്കാറില്ല.

ബംഗാളികൾ സംസാരപ്രിയരാണ്.

– സർ, ഒരേസമയം വിരുദ്ധ അർത്ഥത്തിനുപകരിക്കുന്ന ഒരു മലയാള അക്ഷരം പറയട്ടെ.

– പറഞ്ഞോളൂ.

– സാറിന്റെ ഭാഷയിൽ വന്ന് ഓരോന്നു കാണിക്കുന്നു എന്ന് വിചാരിക്കരുത്.

– ഇല്ല; എനിക്ക് പറ്റാത്തതല്ലേ.

– അ എന്ന അക്ഷരം; ഉദാഹരണത്തിന് ഒരാൾ ദൈവം ഉണ്ടോ എന്ന് ചോദിക്കുന്നു. ദൈവത്തെക്കുറിച്ച് അത്ര ഉറപ്പില്ലെങ്കിൽ പറയും : 'ആ...?'

ഇതേ ചോദ്യം ദൈവത്തെക്കുറിച്ച് ഉറപ്പുള്ള ആളിനോടാണെങ്കിൽ കടുപ്പിച്ച്

'അ' എന്ന മറുപടി പറയും.

'ആ' എന്നുച്ചരിച്ചാൽ ആർക്കറിയാം; 'അ' എന്നുച്ചരിച്ചാൽ അറിയാം.

അ എന്ന യാത്രക്കാരൻ സ്തംഭിച്ചു.

വെയിൽ കുറവായിരുന്നെങ്കിൽ അയാൾ നില്ക്കുമായിരുന്നു;

– സർ, മറ്റൊന്നുകൂടി പറയട്ടെ....

വേദനയുടെ ശബ്ദമാണ് ആ .

മനുഷ്യർ വേദനിക്കുമ്പോൾ അറിയാതെ ചുണ്ടിൽ 'ആ' വിടരും, മനുഷ്യരാശിയുടെ വേദന ശബ്ദം..

ലോകത്തിലെ ഏറ്റവും മഹത്തായ പദവും 'അ'യിൽ തുടങ്ങും – അമ്മ.

അവർ കൂടുതൽ സംസാരിച്ചു.

വെയിൽ അവരെ കടന്നുപോയി. ചൂട് അവരെ ബാധിച്ചില്ല.

– നിങ്ങൾ നല്ല അധ്യാപകനാണ്.

അ എന്ന യാത്രക്കാരൻ, ബംഗാളിയെ അഭിനന്ദിച്ചു. പറഞ്ഞുവന്നപ്പോൾ, അയാൾ മലയാളം ക്ലാസ് നടത്തുന്നിടം അ എന്ന യാത്രക്കാരനു മനസ്സിലായി; ഇത്ര അടുത്ത് ഇങ്ങനെ ഒരു സ്ഥാപനം ഉണ്ടായിട്ടും...?

– എന്റെ മകൾക്ക് എട്ടുവയസ്സുണ്ട്.

മലയാള അക്ഷരങ്ങൾ വ്യക്തമല്ല.

പഠിപ്പിക്കാനായില്ല.

അ എന്ന യാത്രക്കാരന് കുറ്റബോധം തോന്നി.

ബംഗാളി ആ ഉത്തരവാദിത്വം അഭിമാനപൂർവ്വം ഏറ്റെടുത്തു.

അടുത്തയാഴ്ച ക്ലാസ് തുടങ്ങും. തുടക്കക്കാർക്കൊപ്പം ഇരുത്താം. രണ്ടുമാസം കൊണ്ട് മണിമണിപോലെ...

- എന്തിനാ വെയിലത്തിറങ്ങിയെ...?

ബംഗാളി ചോദിച്ചു.

- എഴുതാൻ വന്നു.

- എന്തെഴുതാൻ...?

- രണ്ട് കൊലപാതകം നടന്നില്ലേ? അത് റിപ്പോർട്ട് ചെയ്യാൻ.

- ഏതു പത്രത്തിലാ?

- വാരികയ്ക്കുവേണ്ടി.

താമസിയാതെ അവർ കടവിലെത്തി. പുഴക്കക്കരെ വാഹനം കാണും. ഇക്കരെ ശൂന്യം.

പഴയകാല നെൽപ്പാടങ്ങൾ, പുതിയകാല മൈതാനങ്ങളായി ഉണങ്ങി കാടുപിടിച്ചു കിടക്കുന്നു. നികന്ന വയൽപരപ്പിൽ, അസ്ഥികൂടം പോലെ നാലഞ്ച് കെട്ടിടങ്ങളുടെ അസ്ഥിവാരം. - കരിങ്കണ്ണാ നോക്കരുതേ- എന്നെഴുതിയ കരിങ്കലത്തിന് എവിടെയോ കണ്ട മുഖഭാവം.

ആരാണ് കരിങ്കണ്ണൻ?

തീരത്തെ തണലിൽ വെള്ളം തൊടാതെ വള്ളം; വായ നിറയെ ചിരിയുമായി വാട്സ്ആപ്പിൽ വള്ളക്കാരൻ. കണ്ടു; കണ്ടില്ലെന്നും നടിച്ചു.

- അക്കരക്കുപോണം.

വള്ളക്കാരൻ തലകുനിച്ചു.

ഒറ്റയടിക്ക് ഒൻപതു സന്ദേശങ്ങൾ ഫോണിൽ;

- ഹേയ് അക്കരയ്ക്കുപോണം.

ഫോണിൽ മുഖം അമർത്തി വള്ളക്കാരൻ പറഞ്ഞു:

- പോവില്ല.

- അതെന്താ?

- ഹർത്താൽ

- വാഹനങ്ങളല്ലേ ഓടാതിരിക്കൂ...

- വള്ളം വെള്ളത്തിലെ വാഹനമല്ലേ...?

വള്ളക്കാരൻ പരിഹസിച്ചു.

അ എന്ന യാത്രക്കാരൻ ചോദിച്ചു:

- ഇനി എന്തു ചെയ്യും?

ബംഗാളി മലയാളിക്കായി മലയാളിയോട് യാചിച്ചു:

- ഒന്നുകൊണ്ടുവിട്ടുകൂടെ?
- അക്കരേം ഹർത്താലാ.
വള്ളക്കാരൻ അറിയിച്ചു.
അ എന്ന യാത്രക്കാരൻ അമ്പരന്നു.
- എപ്പോഴായിരുന്നു?
- ഹർത്താലിനു സമയമുണ്ടോ?
ബംഗാളി രണ്ടിലൊന്നു തീരുമാനിച്ചു.
അയാൾ തിരികെപോകുന്നു.
അ എന്ന യാത്രക്കാരന് മടങ്ങാനാവില്ല.
ഇക്കരെയും അക്കരെയും രണ്ടു കൊലപാതകങ്ങൾ.
രണ്ടു കക്ഷികൾ...
എങ്ങനെ മടങ്ങാനാവും?
ബംഗാളി യാത്ര ചോദിച്ചു. വീണ്ടും കാണും.
- അടുത്തയാഴ്ച മകളുമായി വരും.
അ എന്ന യാത്രക്കാരൻ അറിയിച്ചു.
- സന്തോഷം.
പിരിയാൻ നേരം പേരു തിരക്കി:
- കനു.
ബംഗാളി പറഞ്ഞു.
- കനിവുള്ളവൻ എന്നാണോ?
ബംഗാളി സമ്മതിച്ചു.
- നല്ല പേര്.
- കനു സന്യാലിനെ കേട്ടിട്ടുണ്ടോ?
ബംഗാളി ചോദിച്ചു.
- വിപ്ലവം... ഒടുവിൽ തൂങ്ങി മരണം.
ബംഗാളി ഒന്നു പകച്ചു.
അയാൾ തിരികെ പോകുന്നു.
വള്ളക്കാരൻ ഉച്ചത്തിൽ സംസാരിക്കുന്നു.
വെള്ളം മലിനപ്പെടുന്നു.
ബംഗാളി കുറച്ചുദൂരം നടന്നു; തിരിഞ്ഞുനോക്കി.
അ എന്നയാത്രക്കാരൻ ആലോചിച്ചുനിന്നു.
പെട്ടെന്ന് വിളിച്ചുചോദിച്ചു:
- കനു സന്യാലിനെ കണ്ടിട്ടുണ്ടോ?
- എന്റെ അച്ഛൻ, സന്യാലിനൊപ്പമായിരുന്നു; ശിഷ്യൻ; അച്ഛന്, സിലി

ഗുരരിൽ വച്ച് വെടിയേറ്റു; പിന്നെ കണ്ടിട്ടില്ല.

അ എന്ന യാത്രക്കാരന് വിഷമം തോന്നി. കനു സന്യാലിന്റെ വംശ ക്കാരനെ ചേർത്ത് അയാൾ സെൽഫി എടുത്തു; മലയാളി, ബംഗാളി ക്കൊപ്പം.

അന്യന്റെ സ്വരം സംഗീതമാകുന്നു എന്ന കുറിപ്പോടെ ഫെയ്സ്ബുക്ക് പോസ്റ്റ് ചെയ്യും.

ബംഗാളി വിടപറഞ്ഞു. അ എന്ന യാത്രക്കാരൻ ഒറ്റക്കായി. കൊല്ല പ്പെട്ടവർ രണ്ട്; അക്കരെയും ഇക്കരെയും.

ആദ്യം ഇവിടെ; പകരം അക്കരെ.

അ എന്ന യാത്രക്കാരൻ പത്രാധിപകരെ ഫോണിൽ വിളിച്ചു.

- രണ്ടിടത്തും ഹർത്താൽ;

രണ്ടിടത്തും ഓരോരുത്തർ.

- വാദിയാര്...?

പത്രാധിപർ തിരക്കി.

- പ്രതി..

- പ്രതിയാര്...?

- വാദി.

പത്രാധിപർക്ക് ബോധ്യമായി.

പത്രാധിപർ പറഞ്ഞു:

- ബാലൻസ്ഡ് ആകണം.

പിണക്കേണ്ടതില്ല.

- അതെങ്ങനെ?

ആദ്യം ഇക്കരെയിൽ കൊന്നു.

അക്കരെ, പ്രതികാരവും.

പത്രാധിപർ നിർദ്ദേശം വച്ചു:

- സിംബോളിക് ആകാം. പക്ഷം വേണ്ട.

അ എന്ന യാത്രക്കാരൻ, പണിമുടക്കി കിടന്ന തോണിക്കരികെ പോയിരുന്നു; വള്ളക്കാരനെ കാണുന്നില്ല; ഫോണിന്റെ ചാർജ്ജ് തീർന്നു കാണും. ഹർത്താൽ അറിയാതെ മീൻ കൊത്താൻ വന്ന രണ്ടുമൂന്നു കൊക്കുകൾ, ഒന്നും കിട്ടാത്ത ഖേദത്തിൽ അവിടംവിട്ടുപോയി. യാത്ര ക്കാരില്ലാത്ത കടവിൽ, ഒരു കൂട്ടം തെരുവ് നായ്ക്കൾ വന്നുനിന്ന് അക്ക രയിലേക്ക് നോക്കി മോങ്ങി; ആരും കേൾക്കാനില്ലെന്നറിഞ്ഞ് അവയും തിരികെപ്പോയി.

അ എന്ന യാത്രക്കാരൻ ദാഹവും വിശപ്പുംകൊണ്ട് വലഞ്ഞു; പിന്നെ

എന്തോ വിചാരിച്ചതിൻപ്രകാരം ബാഗിനുള്ളിൽ തപ്പിനോക്കി; ഒരു ബൈബിൾ കിട്ടി. പണ്ടേയുള്ള ശീലമാണ്; അമ്മ നല്കിയ ശീലം. ഹർത്താൽ തീരാൻ നാലഞ്ച് മണിക്കൂർ ബാക്കി; കടവുണർന്നാൽ അക്കരെപറ്റാം. അ എന്ന യാത്രക്കാരൻ ബൈബിൾ തുറന്നുവച്ചു.

ആദ്യകൊലപാതകത്തെപ്പറ്റി അ എന്ന യാത്രക്കാരൻ എഴുതിത്തുടങ്ങി: "അപ്പോൾ ചുവന്നതായ ഒരു കുതിര പുറപ്പെട്ടു. അതിന്റെ പുറത്തിരിക്കുന്നവന്, മനുഷ്യർ അന്യോന്യം കൊല്ലുവാൻ തക്കവണ്ണം ഭൂമിയിൽനിന്ന് സമാധാനം എടുത്തുകളയേണ്ടതിന് അധികാരം ലഭിച്ചു; ഒരു വലിയ വാളും അവന് കിട്ടി..."

രണ്ടാം കൊലപാതകത്തെക്കുറിച്ചും ചിലത് കുറിച്ചു:

"അപ്പോൾ, ഞാൻ മഞ്ഞനിറമുള്ള ഒരു കുതിരയെ കണ്ടു; അതിന്മേൽ ഇരിക്കുന്നവന് മരണം എന്നുപേർ. വാൾകൊണ്ടും ക്ഷാമംകൊണ്ടും കൊന്നുകളവാൻ, ഭൂമിയിലെ നാലിലൊന്നിൻമേൽ അവന് അധികാരം ലഭിച്ചു..."

എന്തിനെയും സമനിലയിൽ സമീപിക്കാനാവുമെന്നോർത്ത് അ എന്ന യാത്രക്കാരൻ തൃപ്തനായി.

അയാൾ എഴുതിതീർത്തോ? എഴുതിയത് പുറത്തുവന്നോ?

മലയാളിയും ബംഗാളിയും അത് വായിച്ചുകാണുമോ?

പുഴ കടന്ന് അക്കരെയെത്തിയോ?

അ എന്ന യാത്രക്കാരൻ ഇപ്പോൾ എവിടെയായിരിക്കും?

ആ...?

അപരിചിതന്റെ ഒട്ടകങ്ങൾ

കിഴക്കുവശത്തെ മുറിയിൽ 'സ്ട്രെയ്ൻജർ' പത്താംതവണ വായിച്ച് ചുരുണ്ടു കിടക്കുകയായിരുന്നു; ആകെ മരവിപ്പും ഉറക്കക്ഷീണവും. ഉള്ള ജോലി പോയി. ശമ്പളം മുടങ്ങുമായിരുന്നുവെങ്കിലും പറയാനൊരു ജോലി ഉണ്ടായിരുന്നു; അതങ്ങ് പോയി. കുറച്ചുമുൻപ് പോസ്റ്റ്മാൻ വന്ന് എന്തോ എറിഞ്ഞിട്ടുപോയി. മടക്കിവച്ച മാസികകൾ ആർക്കുവേണം? ജോലി എങ്ങനെ കിട്ടും എന്നാലോചിക്കുന്നതുതന്നെ ഒരു ജോലിയാണ്. വീട്ടുകാര് നിർബന്ധിച്ചപ്പോൾ വിസയുടെ കാര്യം നോക്കാമെന്നേറ്റു. ശ്രമിക്കാമെന്നു പറഞ്ഞ ഒരു ബന്ധു, എംഎ എന്നൊക്കെ ശരി, തൊഴിലെന്തറിയാം എന്നു ചോദിച്ച് ഒരു കുത്തുംകുത്തി.

അമ്മ വന്നുവിളിച്ചപ്പോൾ, അപ്പൻ കഴിച്ചോ എന്നു തിരിച്ചു ചോദിച്ചു. വേണേ വാടാ എന്നുംപറഞ്ഞ് അമ്മ പോയി. അപ്പനുമുന്നിൽ പോയിരിക്കുന്നത് ഇഷ്ടമുള്ള കാര്യമല്ല. ഓരോന്നു കുത്തിപ്പറയും. കുത്തികുത്തി ചോദിക്കും. നോക്കാം, കുഴപ്പമില്ല, വരട്ടെ എന്നൊക്കെ പറഞ്ഞാലും അപ്പൻ വിടത്തില്ല. പറഞ്ഞതിന് വ്യക്തത പോരെന്ന് പരാതി പറയും. വീണ്ടും ചോദിച്ചുകൊണ്ടിരിക്കും. അപേക്ഷ അയച്ചോ? കമ്പനി തിരികെ വിളിച്ചോ? കൂടെ ഉള്ളവരുടെ ഗതിയെന്ത്? എങ്ങനെ കൃത്യമായി പറയും?

'സ്ട്രെയ്ൻജർ' തീരാറായി. സിഗരറ്റ് പകുതി മുറിച്ചുവച്ചിരുന്നതെടുത്ത് കത്തിച്ചു.. ശബ്ദം അപ്പൻ കേട്ടോ എന്തോ? അപ്പൻ വയലിൽ നിന്നും കയറിവന്നിട്ട് മൺവെട്ടിയിലെ ചേറുകുത്തിക്കളയുന്നു. തോട്ടിൽ നിന്നും വെട്ടിപ്പിടിച്ച ആരകൻ മീൻ ചേമ്പിലയിൽ കിടന്ന് വട്ടംചുറ്റുന്നു. തോട്ടുമീൻ കറിവയ്ക്കാൻ അമ്മയ്ക്കത്ര ഇഷ്ടമില്ല; അപ്പന് ദേഷ്യം വന്നു.

- എന്തിയേടി ചെറുക്കൻ?

കഞ്ഞികുടിക്കാനിരുന്നപ്പോൾ അപ്പൻ ചോദിച്ചു; അമ്മ മിണ്ടാതിരുന്നു.

- നാവെറങ്ങിപ്പോയോടാ?

- അവിടെങ്ങാണ്ട് കാണും...

അമ്മയുടെ തലേൽ കേറണ്ടെന്നുവിചാരിച്ച് ഇറങ്ങി ചെന്നു.

ചുണ്ടിലെ ചോറിൻ കഷ്ണം ഉടുമുണ്ടിന്ററ്റംകൊണ്ട് തുടച്ചിട്ട് അപ്പൻ എന്നെ നോക്കി. ചിലതു പറയാനുണ്ടെന്നു തോന്നി.

- നീ പോയികണ്ടോടാ?
- ഇല്ലപ്പാ.
- അതെന്താടാ?
- പോവാം...
- എന്നുപോവും?
- പോവാം...

വായിൽ നിറഞ്ഞ കഞ്ഞി അപ്പൻ ദേഷ്യത്തോടൊപ്പം വിഴുങ്ങി.

അയാളെപോയി കാണണമെന്ന് രണ്ടാഴ്ച മുൻപ് അപ്പൻ പറഞ്ഞിരുന്നു. ജോലീം കൂലീം ഇല്ലാതെ വീട്ടിൽ കെടക്കുന്നതിനെക്കാൾ നല്ലത് കിട്ടുന്ന ജോലിയാ. അയാൾ സഹായിക്കും. അപ്പന്റെ ഒരു പരിചയക്കാരൻ അയാളുടെ ഡ്രൈവറാ. ആ ബന്ധംവച്ച് അപേക്ഷിച്ചു. ചെല്ലാൻ പറഞ്ഞിട്ട് രണ്ടാഴ്ച കഴിഞ്ഞു. എന്തു ജോലിക്കായിരിക്കും എന്ന സംശയം കാരണം ആദ്യം മടിച്ചു. അയാളെ പത്രത്തിൽ കണ്ടിട്ടുണ്ട്. പതിനാറ് രോഗികളെ ഒരു വർഷംകൊണ്ട് പലേടത്തായി ചികിത്സിക്കുന്നു. നിർദ്ധനരായ അറുപത് കുട്ടികൾക്ക് കുടയും വാട്ടർബോട്ടിലും അയാൾ നല്കുന്ന ചടങ്ങ് മന്ത്രി ഉദ്ഘാടനം ചെയ്ത കളർഫോട്ടോയും കണ്ടിരുന്നു. വെള്ള ഷർട്ടും അതിന്മേൽ കറുത്ത ടൈയും ധരിച്ചാണ് മന്ത്രിക്കൊപ്പം കണ്ടത്. നന്മമരത്തിന് അറുപതെന്ന് ഒരു ശീർഷകവും കണ്ടു.

അപ്പൻ കുപ്ലിച്ചുകൊണ്ടന്വേഷിച്ചു:

- എടാ, കാലുപിടിച്ചിട്ടാ കാണാമെന്നു പറഞ്ഞെ; എന്നിട്ടോ?
- ഓ...
- എന്തുവാടാ ഓ....?
- ആ പോവാം...
- എനിക്കുവേണ്ടി പോവണ്ട.

കഞ്ഞിപാത്രം താഴെവയ്ക്കാതെ അമ്മ ഇടപെട്ടു:

- എടാ നീ ആരാ? ആരാന്നാ നിന്റെ വിചാരം?

നമുക്ക് വെല കാണത്തില്ലാരിക്കും. പക്ഷേ മന്ത്രിമാരും നേതാക്കന്മാരും അയാളെ വീട്ടിൽ വന്നുകാണും.

കഴിഞ്ഞമാസം പത്തുകുഞ്ഞുങ്ങളെ അയാൾ ആദ്യാക്ഷരം കുറിപ്പിക്കയുണ്ടായി; തിരിച്ചുപോകാൻനേരം ഓരോകുട്ടിക്കും ഓരോ കോഴിക്കുഞ്ഞിനെ സമ്മാനിച്ചു; അതും വാർത്തയായി; മുളക്കട്ടെ ചിറകുകളെന്ന് ശീർഷകം. പോയിക്കണ്ടാൽ ജോലികിട്ടുമോയെന്നായി സംശയം;

അതുകൊണ്ട് മടിച്ചു. ചെന്നുകാണുമ്പോൾ കുറച്ച് വിനയം കാണിക്കണമെന്ന് അമ്മ പറഞ്ഞു. വിനയമാണ് വിവേകമെന്ന് അപ്പനും പറഞ്ഞു. പോകാൻ തീരുമാനിച്ചുകൊണ്ട് 'സ്ട്രെയ്ൻജർ' തുറന്നു.

കാണാനുള്ള ദിവസം അടുക്കുന്തോറും ആധി കൂടിവന്നു. എന്തൊക്കെ ചോദിക്കും; എന്തിനൊക്കെ മറുപടി പറയണം. ഒരെത്തും പിടിയും കിട്ടുന്നില്ല. അമ്മ വീണ്ടും ഇടപെട്ടു:

– എടാ, കുറച്ച് വേദവാക്യങ്ങൾ പഠിച്ചോളണം. ചെലപ്പം ചോദിച്ചാലോ.

ഒരുദിവസം മുഴുവൻ കുത്തിയിരുന്ന് വായിച്ചു. ഒന്നുരണ്ടെണ്ണം കാണാതെ പഠിച്ച് അമ്മയെ കേൾപിച്ചു:

"ക്രോധദിവസത്തിൽ സമ്പത്ത് ഉപകരിക്കുന്നില്ല. നീതിയോ മരണത്തിൽനിന്ന് വിടുവിക്കുന്നു."

അമ്മയുടെ മുഖം താണു; ഒന്നും മിണ്ടുന്നില്ല.

– പത്തായിരം പേജീന്ന് ഇതേ കിട്ടിയൊള്ളോടാ...?

– സദൃശ്യവാക്യങ്ങളിലൊള്ളതാ.

അമ്മയ്ക്ക് വിഷമം വന്നു.

– അയാൾക്ക് ഇഷ്ടപ്പെടാതെ വന്നാലോ?

എങ്കിൽ വേറെ നോക്കാമെന്നു സമ്മതിച്ചു. ഓർത്തിരിക്കാനും പഠിക്കാനും എളുപ്പമുള്ളതാവണം; കുറെ തിരഞ്ഞു: വേറെ ഒന്നും കാണുന്നില്ലേ എന്നും ചോദിച്ച് അമ്മ പശുവിന് കാടികൊടുക്കാൻ പോയി. അമ്മ ആഗ്രഹിച്ച വാക്യങ്ങൾക്കായി കുറെ തപ്പിനോക്കി. കിട്ടുന്നതെല്ലാം ഏതാണ്ട് ഒരേ മട്ടിലുള്ളതായിരുന്നു. പെട്ടന്നൊരെണ്ണം കിട്ടി:

"വിവേകമില്ലാത്ത സുന്ദരി പന്നിയുടെ മൂക്കിൽ പൊൻ മൂക്കുത്തി പോലെ..."

അമ്മക്കിതും പ്രിയമായില്ല; മുഖം കൂടുതൽവാടി.

– എടാ അയാൾക്ക് ഭാര്യയും പെൺമക്കളും ഒള്ളതാ.

അമ്മ തിരിഞ്ഞുനോക്കാതെ ഒരു തോട്ടിയുമെടുത്ത് പറമ്പിലേക്ക് അതിവേഗം നടന്നു. വേദപുസ്തകം അടച്ചുവച്ച് പോയിക്കിടന്നു; വിശ്വസിക്കുന്ന പുസ്തകവും അമ്മയെ ചതിക്കുകയാണോ?

രാവിലെയാണ് പോയി കാണേണ്ടത്. ഒരു വേദവാക്യവും ഇതുവരെ ഒത്തുവന്നില്ല. പഠിക്കാൻ ശ്രമിച്ചത് മറക്കാൻ ശ്രമിച്ചുകൊണ്ട് ചുരുണ്ടുകിടന്നു. 'സ്ട്രെയ്ൻജർ' തീരാൻ ഇനി രണ്ട് അദ്ധ്യായമേയുള്ളൂ; രാത്രിയിൽ അമ്മ വന്നു വിളിച്ചു. സ്ട്രെയിൻജറിനു മുകളിൽ കിടന്ന് മയങ്ങിപ്പോയിരുന്നു.

- എന്തിനാടാ ഒരേ പുസ്തകം ഒത്തിരി വായിക്കുന്നെ?

- ഓരോന്നറിയാനാ.

- എന്തുവാ ഇത്രേം അറിയാൻ...?

- എന്നെത്തന്നെ...

- എന്നുവച്ചാൽ?

- ഞാൻ ആരാന്ന്.

പറഞ്ഞത് അമ്മക്ക് മനസ്സിലായില്ലെന്നു തോന്നി. വേദപുസ്തകം തുറന്ന് അടയാളപ്പെടുത്തി വച്ചിരുന്ന ഭാഗം ഒരു മറുപടിപോലെ കാണിച്ചുതന്നു. അമ്മ വേദപുസ്തകം നീട്ടി; വായിപ്പിച്ചു:

"അധ്വാനിച്ച് സമ്പാദിക്കുന്നവനോ വർദ്ധിച്ചുവരും, ഉത്സാഹികളുടെ കൈയ് അധികാരം നടത്തും..."

മൂന്നുതവണ ഏറ്റുപറയിപ്പിച്ചു.

അമ്മയ്ക്ക് സന്തോഷമായി:

- പോയി വാ മക്കളേ, ദൈവം കാത്തോളും.

വലിയൊരു സ്വീകരണമുറിയിൽ സദാ കറങ്ങുന്ന കസേരയിൽ അയാളെ കണ്ടു; മുഖത്ത് നിത്യജീവൻ തുടിക്കുന്നു. പരുപരുത്ത ശബ്ദം, പ്രാർത്ഥനാശൈലിയിൽ വാക്കുകൾ. പിങ്ക് നിറമുള്ള ഷർട്ടിന്റെ അതേ പ്രതിച്ഛായയുള്ള മുഖം; എന്നെങ്കിലും കാലത്ത് ആ മുഖത്ത് മീശ കിളിർത്തിട്ടുണ്ടോവുമോ? മുഖം മീശയെ പോറ്റിയതിന്റെ ഒരടയാളവും അവശേഷിച്ചിട്ടില്ല; അയാൾ കറങ്ങിക്കൊണ്ടിരുന്നു.

- മാസ്ക്കൊന്നു മാറ്റിയാട്ടെ...

അടിവസ്ത്രം മാറ്റുന്ന ലജ്ജയോടെ ഞാൻ മാസ്ക് അഴിച്ച് മടക്കി പോക്കറ്റിലിട്ടു.

- മുറിക്കുള്ളിൽ മുഖംമൂടി വേണ്ട.

ഞാനും ശരിവച്ചു.

എന്റെ വ്യക്തിത്വം, ദൈവഭയം, ശുഷ്കാന്തി, സാമൂഹ്യബോധം എന്നിവ അളക്കുന്ന നിരവധി ചോദ്യങ്ങൾ അയാൾ അവതരിപ്പിച്ചു. മറുപടി തൃപ്തികരമായിരുന്നു എന്നു തോന്നിപ്പിക്കുന്ന മട്ടിൽ പുഞ്ചിരിക്കുകയും പുഞ്ചിരിയെ ഉടൻ മായ്ക്കുകയും അതിനായി ഒരു വെള്ള കർച്ചീഫ് ഇടയ്ക്കിടെ ചുണ്ടിൽ മുട്ടിക്കുകയും ചെയ്തുകൊണ്ടിരുന്നു.

- നമ്മുടെ നാട്ടിലെ ഏറ്റവും ഭാഗ്യവാന്റെ പേരു പറയാമോ?

ഒരുപക്ഷേ ഇതാണവസാന ചോദ്യം; അതാ ഇത്ര കട്ടി. മുഖ്യമന്ത്രിയുടെ പേരു പറഞ്ഞാലോ എന്നോർത്തു. വേണ്ട; ഓരോ ദിവസവും ഓരോ പ്രതിസന്ധികൾ; മമ്മൂട്ടി...? മോഹൻലാൽ...? അതുംവേണ്ട, സിനിമകളൊക്കെ പ്രതിസന്ധിയിലായിരിക്കുന്നു. ട്രംപ്..? ശരിയാവില്ല, ബങ്ക

റിൽ ഒളിക്കേണ്ടിവന്നല്ലോ. ഓർത്തവർക്കെല്ലാം ഓരോരോ കുഴപ്പങ്ങൾ ഉണ്ടായിരുന്നു.

അയാൾ തന്നെ മറുപടിയും പറഞ്ഞു:

- നമ്മൾ.

നമ്മളോ?

- അതേ നമ്മൾ രണ്ടും.

- ഈ കൊറോണക്കാലത്തും നമുക്ക് രോഗം വന്നില്ല.

സന്തോഷമുണ്ട്; ആരോഗ്യമുണ്ട്. ഇതിൽപ്പരം എന്നതാ ഉവ്വേ ഒരു ഭാഗ്യം...?

സമാധാനമായി. രണ്ടു ഭാഗ്യവാന്മാർ മുഖാമുഖം ഇരുന്നു. എ.സി. മൂളുന്നു, മുറിയിൽ ഒന്നാന്തരം പ്ലാസ്റ്റിക് പൂക്കുലകൾ; പ്ലാസ്റ്റിക് വണ്ടുകളെ മാത്രം കാണുന്നില്ല.

- നീ കേറി വന്നപ്പോൾ തന്നെ അപരിചതനാണെന്നു തോന്നിയില്ല.

അയാൾ കാര്യത്തിലേക്ക് കടന്നു. ശമ്പളം നിശ്ചയിച്ചിട്ടുള്ളത് അറിയിച്ചു. തൃപ്തിയുണ്ടോയെന്നായി ചോദ്യം; അതൃപ്തിയില്ലെന്ന് പറഞ്ഞു. ജോലി എളുപ്പമായിരിക്കുമോ? അയാൾക്ക് ധാരാളം യാത്രകളുണ്ട്. കമ്പനികളുണ്ട്. പ്രസിദ്ധീകരണങ്ങളുണ്ട്. കച്ചവടമുണ്ട്. എന്താണില്ലാത്തതെന്നു ചോദിക്കുന്നതാവും ഉത്തരം കിട്ടാൻ എളുപ്പം. അങ്ങനെവരുമ്പോൾ ഫെയ്സ്ബുക്ക് പേജും സമൂഹമാധ്യമങ്ങളിലെ ഇടപെടലുകളുമൊക്കെ നിരീക്ഷിച്ച്, നിയന്ത്രിച്ച് വേണ്ടതു ചെയ്യണം; അത്രയേ വേണ്ടൂ.

- ഒരു കച്ചവടക്കാരൻ എന്ന നിലയിൽ മാത്രം സമൂഹം കാണരുത്; അക്കാര്യത്തിൽ മാത്രമേ നിർബന്ധമുള്ളൂ.

സമ്മതം.

മഞ്ഞൾവെള്ളം വരുത്തിതന്നു.

കുടിക്കാൻ പ്രേരിപ്പിച്ചു.

- ഹോബി?

പെട്ടെന്ന് വായന എന്നു പറഞ്ഞുപോയി.

ഇഷ്ടമായോ എന്തോ?

സാരമില്ലെന്ന മട്ടിൽ അദ്ദേഹം അടുത്ത ചോദ്യത്തിലേക്കെത്തുകയും ഇപ്പോൾ വായിച്ചുകൊണ്ടിരിക്കുന്ന പുസ്തകത്തിന്റെ പേര് തിരക്കുകയും ചെയ്തു;

വായനയുണ്ടെന്നു പറഞ്ഞതിന്റെ സത്യാവസ്ഥ കണ്ടെത്താനുള്ള ചോദ്യമായിരുന്നു.

'സ്ട്രെയ്ഞ്ജർ' എന്ന് മടിച്ചാണ് പറഞ്ഞത്; അദ്ദേഹം വായിച്ചിട്ടു

ണ്ടെങ്കിൽ ഇഷ്ടപ്പെടണമെന്നു നിർബന്ധമില്ലല്ലോ. കേട്ടപാതി കേൾക്കാത്ത പാതി കസേരയിൽ ചാരിക്കിടന്നുകൊണ്ട് അയാൾ ആരോടോ വിളിച്ചു ചോദിച്ചു:

– അലക്സാ, ഹു ഈസ് ദി ഓദർ ഓഫ് സ്ട്രെയ്ൻജർ?

– ദ സ്ട്രെയ്ൻജർ ഈസ് എ നോവൽ ബൈ ഫ്രഞ്ച് ഓദർ ആൽബർ കാമൂസ്...

ആരാണ് മറുപടി പറഞ്ഞതെന്നോ ആൾ എവിടെയാണെന്നോ മന സ്സിലായില്ല; ഒഴുക്കുള്ള ഇംഗ്ലീഷിൽ ഒരു സ്ത്രീശബ്ദമായിരുന്നു അത്. അലക്സ, ഭിത്തിയിൽ തറക്കപ്പെട്ട ചെറിയ ഒരു കറുത്ത പെട്ടിയായിരു ന്നുവെന്ന് തിരിച്ചറിയുന്നതു നോക്കിക്കൊണ്ട് അയാൾ അലക്സയെ വാഴ്ത്തി. എന്തു ചോദിച്ചാലും പറഞ്ഞുതരും: പാടും, ഉറക്കും, പ്രാർത്ഥി ക്കും, രസിപ്പിക്കും... ഇതിൽ കൂടുതൽ മനുഷ്യർക്ക് എന്നാവേണം ഉവ്വേ? അയാൾ വീണ്ടും അലക്സയെ വിളിച്ച് 'സ്ട്രെയ്ൻജർ' ആരംഭിക്കുന്നത് എങ്ങനെയെന്ന് തിരക്കി...

ഒരു നിമിഷം...

"മദർ ഡയ്ഡ്, ടുഡെ ഓർ, മെബി യെസ്റ്റർഡേ ഐ കാൺഡ് ബി ഷുവർ..."

എന്റെ മനസ്സിൽ പതിഞ്ഞു കിടന്ന അതേ വാചകം, അതേ വികാര തീവ്രതയോടെ ആ കറുത്തപെട്ടിയിൽ നിന്നുണ്ടായപ്പോൾ പറഞ്ഞറി യിക്കാൻ വയ്യാത്ത ആലസ്യവും സുഖവും വന്നുചേർന്നു. വേണമെങ്കിൽ ഒറ്റയിരുപ്പിന് ആ നോവൽ മുഴുവൻ കാണാതെ പറഞ്ഞുകേൾപ്പിക്കാൻ കഴിയുമായിരുന്നു. അലക്സയുമായി ഇക്കാര്യത്തിൽ ഒരു മത്സരത്തിനും തയ്യാറായിരുന്നു.

അലക്സയുള്ളപ്പോൾ പുസ്തകമെന്തിനെന്ന് അദ്ദേഹം ചോദിച്ചു. ആയിരം പുസ്തകങ്ങളിൽ നിന്നുള്ളത് അലക്സ അരനിമിഷംകൊണ്ട് അരിച്ചുപെറുക്കി കേൾപ്പിക്കും. അലക്സയിലാണഭയമെന്നായി അടുത്ത വാചകം. വായിക്കുന്നതിനെക്കാൾ കേൾക്കുന്നതാണ് സുഖം. പക്ഷേ 'സ്ട്രെയ്ൻജർ' പത്തുതവണ വായിക്കേണ്ടിവന്നുവെന്ന് അറിയിച്ചപ്പോൾ അതു കേൾക്കാത്തമട്ടിൽ എന്താണ് വായനയിൽ നിന്നു കിട്ടിയതെന്നാ ണദ്ദേഹം തിരക്കിയത്.

ഞാൻ ആരാണ് എന്ന അന്വേഷണം എന്നു പറഞ്ഞപ്പോൾ പതിനാ റല്ല പതിനാറായിരം വട്ടം പുസ്തകങ്ങൾ വായിച്ചാലും ഇത്തരം കാര്യ ങ്ങൾ തിരിച്ചറിയുവാൻ കഴിയുകയില്ലെന്നും അനുഭവങ്ങളിലൂടെയേ ഒരാൾ എന്തും തിരിച്ചറിയുംവിധം വളരുകയുള്ളുവെന്നും വിശദീകരി ച്ചുകൊണ്ട് പൊടുന്നനെ ഒറ്റ ചോദ്യം:

– ഹു ആർ യു...?

ഒന്ന് പതറിയെങ്കിലും ഞാൻ വിലാസവും അപ്പനമ്മമാരുടെ പേരും ഒറ്റശ്വാസത്തിൽ പറഞ്ഞു കേൾപ്പിച്ചു.

അയാൾ പൊട്ടിച്ചിരിച്ചു:

– ഇത്രയേയുള്ളൂ; ആരുടേം ഐഡന്റിറ്റി. അതറിയാൻ തപസ്സിരുന്ന് വായിച്ചിട്ടു കാര്യമില്ല; നമ്മടെ അപ്പനമ്മമാരുടെ പേര്, കുടുംബപ്പേര്... ഇതിനുള്ളിൽ കുഴിച്ചിട്ടിരിക്കുന്ന വെറും മാങ്ങയണ്ടിയാണ് ഏതൊരുത്തനും.

അയാൾ വിഷയം മാറ്റി; അല്ല വിഷയത്തിലേക്ക് കടന്നു.

'ധനവാൻ സ്വർഗ്ഗത്തിൽ പ്രവേശിക്കുക, ഒട്ടകം സൂചിക്കുഴയിലൂടെ പ്രവേശിക്കുന്നതുപോലെ' എന്നു പറയുന്നത് ശരിയോ?

അയാൾ തന്റെ ഫെയ്സ്ബുക്ക് പോസ്റ്റിൽ ഉദ്ദേശിച്ചിട്ടുള്ള സംവാദ വിഷയമാണിത്. അതിനുപറ്റിയവിധം ഒരു കുറിപ്പ് തയ്യാറാക്കാൻ പറഞ്ഞ് പുറത്തേക്ക് പറഞ്ഞുവിട്ടു.

ആരും കയറി ഇരിക്കാനിടയില്ലാത്ത മറ്റൊരു മുറി ഒഴിഞ്ഞു കിടക്കുന്നു. സാനിറ്റൈസറുകൾ അവകാശികളെ കാത്തിരുന്നു മുഷിയുന്നു. അയാൾ പെട്ടെന്ന് അടുപ്പം കാണിച്ചെങ്കിലും എഴുതാനുള്ള ശേഷി തെളിയിക്കാനുള്ള പരീക്ഷയാണ് നടത്തുന്നതെന്ന് മനസ്സിലായി.

ആദ്യപരീക്ഷ കടമ്പതന്നെയാണ്.

അയാളുടെ പേരിൽ പ്രസിദ്ധീകരിക്കേണ്ടതാണ്. സൂക്ഷ്മത വേണം. കുറെ എഴുതി ഉപസംഹരിച്ചു: 'ഒട്ടകവും സൂചിക്കുഴയും പ്രസിദ്ധമായ ഒരു ശൈലി കൂടിയാണല്ലോ. തീർത്തും അസാദ്ധ്യമായതിനെ നിർവ്വചിക്കാൻ ഈ ഉപമ ധാരാളം..'

ശ്രദ്ധയോടെ കുറിപ്പ് വായിക്കുന്നതിനിടയിൽ അയാൾ മഞ്ഞൾപ്പൊടി ചേർത്ത ചൂടുവെള്ളം പലവട്ടം വലിച്ചുകുടിച്ചു : എന്നെ നോക്കുവാൻ ശ്രമിച്ചില്ല.

അയാളുടെ ചുണ്ടിന് മഞ്ഞ. ഗ്ലാസ്സ് കാലിയാക്കി വച്ച് കടലാസ് പ്ലാസ്റ്റിക് കൊട്ടയിലേക്ക് ചുരുട്ടിയിട്ടുകൊണ്ട് മുരണ്ടു:

– സൂക്ഷ്മത പോര.

അയാൾ പരിഭവിച്ചു.

– നിങ്ങളെപ്പോലെയുള്ളവരിൽ നിന്ന് ഇതിലുമധികം പ്രതീക്ഷിക്കും.

പ്രതീക്ഷയ്ക്കൊത്ത് അടുത്ത ഒരവസരത്തിൽ ഉയരാൻ തയ്യാറാണെന്ന് ഉറപ്പു നല്കിയെങ്കിലും അയാൾ ശ്രദ്ധിച്ചില്ല; വെള്ള കർച്ചീഫുകൊണ്ട് ചുണ്ടിലെ മഞ്ഞ അപഹരിച്ചുകൊണ്ട് അയാൾ പരിഭവിച്ചു:

– ഉപമയുടെ സൗന്ദര്യം ചോർന്നുപോയല്ലോ...

എനിക്കത് വിഷമമമായി. ഇനിയും ഇങ്ങനെയുണ്ടാവില്ലെന്നു പറഞ്ഞെങ്കിലും കേൾക്കാൻ അവസരം തരാതെ അയാൾ വിശദമാക്കി. ധനവാൻ സ്വർഗ്ഗരാജ്യത്തിൽ

ഒരിക്കലും പ്രവേശിക്കില്ല എന്ന് ആരും പറഞ്ഞിട്ടില്ല. ധനവാന് കയറാം; പക്ഷേ ബുദ്ധിമുട്ടും എന്നേ അർത്ഥമുള്ളൂ. ബുദ്ധിമുട്ടില്ലാതെ ഒരു റേഷൻ കാർഡ് കിട്ടുമോ? റേഷൻകാർഡിനെക്കാൾ വലുതല്ലേ സ്വർഗ്ഗരാജ്യം? സൂചിക്കുഴപോലെയുള്ള

അതിനിസ്സാര കാര്യം ഓർത്ത് ഒട്ടകത്തെപ്പോലുള്ള വലിയ മനുഷ്യർ സമയം കളയരുതേയെന്നാണ് വിവക്ഷ.

അയാൾ കണ്ണിറുക്കി കാണിച്ചു.

ഞാൻ സമ്മതിച്ചു.

വെറുതെ വേണ്ടാത്തത് ചിന്തിച്ചുകൂട്ടി: പഴയ ഒരു ഉപമകാരണം ജോലി കിട്ടാതിരിക്കുമോ?

വിശദീകരിച്ചവിധം ധനവാനെയും ഒട്ടകത്തെയും വീണ്ടും ഓർത്തെടുത്ത് തിരുത്തിയെഴുതാൻ നിർദ്ദേശിച്ചു; എന്തെങ്കിലും സംശയം തോന്നിയാൽ അലക്സയോട് തിരക്കാൻ പറഞ്ഞുകൊണ്ട് അയാൾ പുറത്തേക്കുപോയി; തിരികെ വരുമ്പോഴേക്കും...

എഴുതാൻ ഒന്നുമുണ്ടാകുന്നില്ല.

പഴയവ പുതിയതും പുതിയവ പഴയതുമായി തീരുന്നു.

ഒട്ടകമെന്നു പലതവണയെഴുതിയത് ചീന്തിയെറിഞ്ഞുകൊണ്ടിരുന്നു.

ധനവാനെ വെട്ടുകയും കുത്തുകയും ചെയ്തു. അയാൾ ഏതു നിമിഷവും വന്നേക്കും; സമയം വൈകുന്നു....

കാണപ്പെടാത്ത അവബോധംപോലെ അലക്സ ഭിത്തിയിൽ സ്പന്ദിക്കുന്നുണ്ടായിരുന്നു; മിന്നിമായുന്ന പ്രകാശമാണ് അലക്സയുടെ ഹൃദയമിടിപ്പ്.

ആ മുറിയിൽ, കെട്ടിടത്തിൽ, പുറത്തെ മുറ്റത്ത്, വഴിയിൽ, എങ്ങും ആരുമുണ്ടായിരുന്നില്ല. എവിടെയും സൂചിക്കുഴകൾ മുറിച്ചുകടക്കുന്ന ആയിരമായിരം ഒട്ടകങ്ങളുടെ ശബ്ദംമാത്രം; മുറി വിട്ടിറങ്ങുംമുൻപ് ചോദിച്ചു:

– അലക്സാ ഹു ആം ഐ...?

ഒട്ടകങ്ങളുടെ ബഹളത്തിനിടയിൽ അലക്സ ക്ഷമാപണത്തോടെ അറിയിച്ചു:

– ഐ ആം നോട്ട് ഷുവർ...

ദേവകി

തേങ്ങാ തീർന്നു; ആ ദേവകിയെ കാണാനുമില്ല.

ഇടവഴിയിലേക്ക് അമ്മ പ്രതീക്ഷയോടെ നോക്കി. ഇല്ല, ദേവകി വരുന്നില്ല. വന്നാൽ ദൂരെ നിന്നേ അറിയാം. ശബ്ദം കേൾക്കാം. കയ്യിൽ വടിയോ വെട്ടുകത്തിയോ കാണും.

– നീ ഇറങ്ങി നോക്കെടാ; അല്ലേൽ വിളിച്ചോണ്ടുവാ.

അമ്മയ്ക്ക് ദേഷ്യം കൂടി. ഉച്ചയാകുന്നു. കൂട്ടാനരയ്ക്കാൻ തേങ്ങയില്ല. ഉച്ചയ്ക്ക് മീൻ തോരൻ ഉണ്ടാക്കമെന്നു വിചാരിച്ചു. തേങ്ങയില്ലാതെ എന്തുചെയ്യും?

– പോയാ ആ വഴിക്കണ്ട് പോവും; വന്നാപിന്നെ പോവത്തുമില്ല.

ദേവകിയെ ഉദ്ദേശിച്ച് ഇങ്ങനെ പറഞ്ഞുംകൊണ്ട് അമ്മ അടുക്കളയിലേക്ക് കയറിപ്പോയി. വനത്തിനോടു ചേർന്നാണ് ദേവകിയുടെ വീട്. വീട്ടിൽ കടിക്കുന്ന പട്ടിയുണ്ട്. പണ്ടിതേപോലെ ദേവകിയെ വിളിക്കാൻ പോയപ്പോൾ പട്ടി നന്നായൊന്ന് ഓടിച്ചിട്ടുണ്ട്. മേലാൽ ഈ പണിക്കില്ലെന്ന് അന്നു തീരുമാനിച്ചു; പട്ടി പിടിക്കാൻ ഓടിച്ചപ്പോൾ ദേവകി നോക്കിനിന്നു ചിരിച്ചു.

– ഇനി ദേവകിയെ വിളിക്കാൻ എന്റെ പട്ടി പോവും..

ഇടയ്ക്കിടെ അമ്മ വിളിച്ചു ചോദിക്കുന്നുണ്ടായിരുന്നു. ഒന്നും പറയാനില്ല. പട്ടി പിടിച്ചാൽ ഈ പറയുന്നവരെ അന്നേരം കാണത്തില്ല. ദേവകിയെ നോക്കിനിന്ന് മടുത്തപ്പോൾ ഞാൻ കേട്ടെഴുത്തു ബുക്ക് പൊതിയാൻ കടലാസ്സ് തിരക്കി. അകത്തേക്ക് കയറി; എട്ട് സിയിലെ മോണിറ്ററായതുകൊണ്ട് ബുക്ക് പ്രത്യേകം സൂക്ഷിക്കണം. ഇനി പോകാമെന്നു വിചാരിച്ചാൽ തന്നെ വേറെയും പേടികളുമുണ്ട്. ആദ്യം ഒരു കരിമ്പിൻ തോട്ടം, അതുംകഴിഞ്ഞ് ഏത്തവാഴ. എന്നിട്ടേ വനംതുടങ്ങുന്നിടത്ത് എത്തൂ. കരിമ്പിൻകാട് സൂക്ഷിക്കണം. നല്ല വെട്ടമുള്ളപ്പോഴും ഇഴച്ചിലും കുറുകലും കേട്ടിട്ടുണ്ട്. കാലു തെറ്റിയാൽ കാനയിൽ വീഴും. ഇതെല്ലാം സഹിച്ച് ചെല്ലുമ്പം ദേവകിയില്ലെങ്കിലോ?

രാവിലെ വെട്ടുകത്തിയുമായിട്ടങ്ങിറങ്ങും. മരംവെട്ടിയിടാനും, കെട്ടുപൊട്ടിച്ച പോത്തിനെ പിടിച്ചുകെട്ടാനും, പന്നികളെ ചെണ്ടകൊട്ടി ഓടി

ക്കാനും ആരെങ്കിലുമൊക്കെ വിളിച്ചു കൊണ്ടുപോകും. ചിലേടത്ത് ചക്ക അടക്കണം; കൊന്ന പ്ലാവായിരിക്കും. ദേവകി കയറും. ചക്ക കയറിൽ കെട്ടി താഴേക്ക് ഇറക്കിക്കൊടുക്കും. മറ്റൊരിടത്ത് കിണറ്റിൽ കെട്ടഴിഞ്ഞു. വീണ തൊട്ടി പൊക്കിയെടുക്കണം. ദേവകി കൈലി അഴിച്ച് കിണറ്റിൻകരയിൽ ഉണക്കാനിട്ടിട്ട് ചാടിയിറങ്ങും.

– ഒള്ളതുംകൂട്ടി കഴിച്ചോളണം. മീനും കീനുമൊന്നുമില്ലല്ലോ...

ചോറുണ്ണാറായി.

കൈയ് കഴുകിയെന്ന് വരുത്തി ഓടിച്ചെന്നു. ചൂടുചോറും മോരുകറീം ചക്കക്കുരു മെഴുക്കുപുരട്ടിയതും. മീൻ തോരൻ ഒണ്ടാരുന്നേൽ ഒരു പാത്രം തിന്നും. ഉരുള പിടിച്ചതും പടിക്കലൊരുവിളി; വടികൊണ്ടരടി:

– അമ്മാമ്മോ...

ദേവകി വന്നു.

– എന്തുവാ താമസിച്ചേ?

– എറച്ചി അറക്കുന്നെടത്ത് പോയേക്കുവാരുന്നു; പരമൂന് ഇച്ചിരി മേടിക്കാൻ.

– കിട്ടിയോ?

– ദാ, വരുന്നവഴിയാ.

പരമു വിശന്ന് കാത്തിരിക്കുകയാണെങ്കിലും പറഞ്ഞ വാക്കുപാലിക്കാൻ ഓടി വരികയാണ്.

– അമ്മാമ്മ പറഞ്ഞാ കേക്കാതിരിക്കുമോ?

തേക്കിലയിൽ ഇറച്ചി പൊതിഞ്ഞതും വെട്ടുകത്തിയും താഴെവച്ച് ദേവകി ഒരു പാറക്കല്ലിൽ കയറിയിരുന്നു. എവിടുന്നാണെന്നറിയില്ല നാലഞ്ച് നീറുകൾ തേക്കിലക്കുചുറ്റും കൊതിപിടിച്ചു.

– എറച്ചിക്ക് വെലയങ്ങ് കൂടി...

ദേവകി ആരോടെന്നില്ലാതെ പറഞ്ഞു.

ചോറിൽ കൈവച്ചതുകൊണ്ട് കഴിയട്ടെ എന്നായി അമ്മ, ഏതായാലും താമസിച്ചു.

– ദേവകി കഴിച്ചോ..?

– ഓ, സാരമില്ലമ്മെ.

– അതുപറ്റത്തില്ല. ഒള്ളത് തിന്ന്.

അലൂമിനിയം പാത്രത്തിൽ ചോറും മുളകുടച്ചതും തൊട്ടുകൂട്ടാനും അമ്മ കൊണ്ടുവന്നു. ദേവകി പാത്രവുമെടുത്ത് മുറ്റത്തെ പാറക്കല്ലിൽ പോയി ഇരിപ്പായി. ഇറച്ചിപ്പൊതിയിൽ നീറുകൾ നിറഞ്ഞു തുടങ്ങി. ദേവകി, പൊതിമാറ്റിവച്ചു.

തെങ്ങിൻചോട്ടിലേക്ക് നടക്കുമ്പോൾ അമ്മ വഴക്കുപറഞ്ഞു.

- നീ വീട്ടിലിരിക്ക്.

മുന്നിലിറങ്ങി നടന്നു.

പറമ്പിന്റെ തെക്കേക്കരയിലുള്ള തെങ്ങാണ്. ചുറ്റും വാഴത്തോട്ടം. രണ്ടുമൂന്നു പശുക്കിടാങ്ങൾ ഓടിക്കളിക്കുന്നു. ദേവകിയെ കണ്ടതും ഓട്ടം നിർത്തി.

- എടാ കേറുമ്പം എന്നുമൊള്ളപോലെ ചിരിക്കുകേം കളിയാക്കുകേം ചെയ്യല്ലേ.

ഞാൻ സമ്മതിച്ചു. കഴിഞ്ഞ തവണ ഞാൻ വാക്കുമാറ്റിയ കാര്യം അമ്മ ഓർമ്മിപ്പിച്ചു. പെണ്ണു മരംകേറുന്നേയെന്ന് ഉറക്കെ വിളിച്ചുകൂവി, ബഹളം വച്ചു. ദേവകിക്ക് ദേഷ്യം വന്നു. തിരികെയിറങ്ങാൻ നോക്കി. അമ്മ നിർബന്ധിച്ചപ്പോൾ തീരുമാനം മാറ്റി. എത്ര കാലുപിടിച്ചാലും തെങ്ങേക്കേറാൻ ആളിനെ കിട്ടാത്ത കാലമാ. ദേവകിക്കാണെങ്കിൽ കൂലി കൊടുക്കേണ്ട. എന്തേലും തിന്നാൻ കൊടുത്താൽ മതി. അല്ലേൽ പോകുമ്പോൾ ഒരു തേങ്ങ; ചക്കയുടെ കഷ്ണം. എന്തെങ്കിലും മതിയാകും.

ദേവകി ഒരുങ്ങി; ഉടുത്തിരുന്ന കൈലി അഴിച്ച് തറ്റുടുത്തു; തോർത്തു കൊണ്ട് തളാപ്പുണ്ടാക്കി. വെട്ടുകത്തി ഉടുത്തിരുന്ന തറ്റിന്റെ പിന്നിൽ തിരുകയിട്ടു. കൈയിൽ തുപ്പി, രണ്ടു കൈപ്പടവും ചേർത്തു തിരുമ്മി മയംവരുത്തി. തെങ്ങിന് കൈയ് കൊടുത്തു.

- കൊച്ചേ ഇച്ചിരി മാറിനിക്ക്. തേങ്ങാക്കൊല തലേൽ വീഴുമേ...

- മാറെടാ വായും പൊളന്നു നിക്കാതെ.

തെങ്ങിൽ നെഞ്ച് ഉരയാതിരിക്കാൻ ശ്രദ്ധിച്ച് ഒരു കൈയ് തടിയിൽ അമർത്തി ദേവകി അതിവേഗം പൊങ്ങി. ഒത്ത നടുക്കു ചെന്നപ്പോൾ ഞാൻ അപ്പ് അപ്പ് എന്ന് അറിയാതെ വിളിച്ചുകൂവി.

- കൊച്ചേ തരവഴിക്കേട് കാണിക്കല്ലേ....

ഒരുനിമിഷം തെങ്ങിൽ നിശ്ചലയായി ദേവകി വിളിച്ചുപറഞ്ഞു: അമ്മ കണ്ണുരുട്ടി. ഞാൻ വായടച്ചു. പിന്നിൽ തിരുകിയ വെട്ടുകത്തിയെടുത്ത് തേങ്ങാക്കുലയിൽ തലങ്ങും വിലങ്ങും വെട്ടി; ചിതറിവീണു.

തേങ്ങാപെറുക്കാൻ ഓടിക്കിതച്ചു. കിട്ടിയതെല്ലാം കൂട്ടിയിട്ടു.

- ദേവകി എന്തിയേ?

അമ്മ ചിരിച്ചു.

ദേവകി തെങ്ങിന്റെ മണ്ടയിലേക്ക് വെച്ചുപിടിച്ചു. മടലുകൾക്കിടയിൽ ഊർന്നു കയറി. ഓലമടലിൽ ചാരിനില്ക്കുന്നു! രണ്ടുമൂന്ന് കൊതുമ്പും ചൂട്ടും പറിച്ച് താഴേക്കെറിഞ്ഞു. കൈയ്യെത്തിപ്പറിച്ച ഒരു കരിക്കിന്റെ മുഖം

ചൂഴ്ന്ന് വെള്ളം കുടിച്ചു. പിന്നെ അത് രണ്ടായി പിളർത്തി തൊണ്ടിന്റെ ഒരറ്റം സ്പൂണുപോലെ വെട്ടിയെടുത്ത് ബ്ല ബ്ല ശബ്ദമുണ്ടാക്കി കോരിക്കുടിച്ചു. കരിക്കിന്റെ നെഞ്ചുകീറിയ തൊണ്ട് താഴേക്കെറിഞ്ഞു.

- ഒന്നൂടെ വേണേൽ പൊട്ടിച്ച് തിന്നോടീ...

ദേവകിക്ക് മതി.

ഓലമടലേൽ ചാരിനിന്ന് ബീഡി കത്തിച്ചു. മൂക്കിലൂടെ പുക ഊതിയതു കണ്ട് അന്ധിച്ചു. ഞാൻ പലതവണ നോക്കിയിട്ടുണ്ട്. ചുമച്ചിട്ടേയുള്ളൂ.

ദേവകി ബീഡി വലിക്കുന്നേ എന്നുറക്കെ വിളിക്കാൻ തുടങ്ങിയതും അമ്മ തലക്കിട്ടു ഞോണ്ടി. നാളെയും ദേവകി വരണമെങ്കിൽ കളിയാക്കരുത്. മറ്റുള്ളവർ കാണേണ്ട കാര്യവുമില്ല. വായ പൊത്തി പറമ്പിലൂടെ ഓടി; തൃപ്തിയോടെ ദേവകി ഇറങ്ങി വന്നു ചോദിച്ചു:

- ബീഡി വലിച്ചേന് ചിരിക്കുന്നതെന്തിനാ?

- ആണുങ്ങടെ പണി ചെയ്യാമെങ്കി ഒരു മുറിവീടി വലിച്ചൂടായോ?

വെട്ടുകത്തികൊണ്ട് ഒരു തേങ്ങാകൊത്തിയെടുത്ത് ദേവകി തിരികെ നടന്നു.

പോകാൻ നേരം ഇറച്ചിക്കെട്ടെടുത്തതു കണ്ടു. ഒറ്റ ഉറുമ്പുപോലുമില്ല; ഇതെങ്ങനെ? ഒരു ചെറിയ കഷ്ണം ഇറച്ചി ദൂരെ മണ്ണിൽ ഇട്ടുവച്ചിട്ടുണ്ടായിരുന്നു. ഉറുമ്പിനെ പറ്റിക്കാൻ. എല്ലാ ഉറുമ്പും ദാ, അവിടെ ഒരു കഷ്ണത്തിനുവേണ്ടി കടിപിടി കൂടുന്നു.

- കൊച്ചുങ്ങക്ക് കൊണ്ടുപോയിക്കൊട്...

രാവിലത്തേതിന്റെ ബാക്കി രണ്ടു ദോശ പൊതിഞ്ഞുകെട്ടി അമ്മ കൊടുത്തു; ദേവകി വാങ്ങി.

- കെട്ടിയോൻ എങ്ങിനൊണ്ടെടീ?

- ഓ, മാണ്ട് കെടക്കണു...

തെങ്ങുകയറ്റക്കാരനായിരുന്നു കെട്ടിയോൻ. ഒരിക്കൽ ഒരു തെങ്ങിൽ നിന്നും മറ്റൊന്നിലേക്ക് ഓലമടൽ പിടിച്ചു മാറിക്കേറുന്നതിനിടയിൽ വീണു. നേരെ നിക്കില്ല. ആ പണി ദേവകി ഏറ്റെടുത്തു.

- കൊന്നത്തെങ്ങേൽ കേറാൻ വല്യപാടാ...

ഭർത്താവ് കയറുന്ന തെങ്ങുകളിലെല്ലാം കയറാൻ പരിചയമായിട്ടില്ല. എന്നാലും നോക്കുന്നുണ്ട്. പക്ഷേ പെണ്ണായതുകൊണ്ട് വലിയ തെങ്ങിൽ കയറാൻ പലരും വിളിക്കില്ല.

- എങ്ങനായാലും തേങ്ങ വീണാ പോരായോ?

മതിയെന്ന് അമ്മ സമ്മതിച്ചു.

കൂടുതൽ അറിഞ്ഞിട്ടെന്താ കാര്യം? തേങ്ങക്കല്ലേ വില. കേറുന്നവർക്ക ല്ലല്ലോ.

ദേവകി പ്ലാവിൽ കൊമ്പിലിരുന്ന സമയം അമ്മ താഴെനിന്നു വിളിച്ചു ചോദിച്ചു:

– പരമു എങ്ങനൊണ്ട് ദേവകീ?

ദേവകി വരിക്കച്ചക്ക കയറിൽ കെട്ടി താഴേക്കിറക്കുകയായിരുന്നു. ഞാനും അമ്മയും ചക്ക നിലംതൊടാതിരിക്കാൻ താങ്ങിപ്പിടിച്ചു.

ചക്ക അടുക്കിവച്ച് ദേവകി പറഞ്ഞു:

– ഒരു കൊച്ചിനേം തന്ന് വേറൊരുത്തിയേംകൊണ്ട് അവൻ പോയി ല്ലിയോ... അതുകൊണ്ടാ... അവന്റെ പേര് പട്ടിക്കിട്ടത്.

ആദ്യത്തെ ഭർത്താവായിരുന്നു പരമു. ഇട്ടിട്ടുപോയി. രണ്ടാമത്തെ യാൾ കിടപ്പിലുമായി.

– പക്ഷേ എന്റെ അമ്മാമ്മേ ഈ പട്ടിയൊണ്ടല്ലോ... കെട്ടിയോനും മക്കൾക്കും പകരം പറ്റും. അത്ര വർഗ്ഗത്താ...

ദേഷ്യത്തിന് പട്ടിക്ക് അന്ന് പേരിട്ടെങ്കിലും, സ്നേഹമൊള്ളതിന് ചതി ച്ചവന്റെ പേരായിപ്പോയതിൽ വിഷമമുണ്ടെന്ന് ദേവകി പറഞ്ഞു. ഇനി മാറ്റാൻ പറ്റത്തില്ല.

– എന്നാ പേരങ്ങ് മാറ്റ്.

ഞാൻ പറഞ്ഞു.

– പട്ടിക്ക് വെഷമമാവത്തില്ലിയോ...?

– ഇതിനേക്കാൾ നല്ലതിട്.

– പതിഞ്ഞതേ അറിയൂ..

പേരു മാറ്റുന്നില്ലെന്ന് ദേവകി തീരുമാനിച്ചിട്ടുണ്ട്.

ഒരു ദിവസം സ്കൂൾ വിട്ട് വരികയായിരുന്നു. ട്യൂഷൻ കഴിഞ്ഞപ്പോൾ ഇരുട്ടായി. ബ്രില്യന്റ് ട്യൂട്ടോറിയലിന്റെ സോമനാഥൻസാർ കണക്കിന് കേമനാണ്; സ്കൂളിലേക്കാൾ തിരക്കാണവിടെ. സോമനാഥൻ സാർ മനഃ പാഠമാക്കാൻ പറഞ്ഞത് ഓർത്തുംകൊണ്ട് ഓടിവരികയായിരുന്നു. മഴ, ഇടി, കാറ്റ്... കരിമ്പിൻതോട്ടത്തിനടുത്ത് വന്നപ്പോൾ വഴിതെറ്റി. കരിമ്പ് മറിഞ്ഞുകിടക്കുന്നു. മിന്നാമിന്നികൾ കത്തിച്ചുവച്ച വിളക്കുമാത്രം കണ്ടു. എന്തുചെയ്യും? തോട്ടം കടക്കാൻ പറ്റില്ല. ഇരുട്ടും മഴയും പേടിപ്പിച്ചു. തിരിഞ്ഞുനടന്നു; വയലിൽവെള്ളം. നടന്നുനടന്ന് മലയടിവാരത്തിലേക്ക് ഓടിച്ചെന്നു. അവിടേം മഴ തകർക്കുന്നു. ദേവകിയുടെ വീടുകണ്ടു. പട്ടി? പരമു മഴയായതുകൊണ്ട് ചുരുണ്ടുകൂടിക്കാണും. പേടിച്ചു നനഞ്ഞ് ഇറ യത്തു ചെന്നുവീണു.

ദേവകി തലതോർത്തിതന്നു.

കരിപ്പട്ടിക്കാപ്പി തെളപ്പിച്ചു.

ഒരേപ്രായത്തിലുള്ള മൂന്നു കുട്ടികൾ പരമുവിനൊപ്പം കിടക്കുന്നു.

ഏതാ ഈ കൊച്ചെന്നൊരു തളർന്ന ശബ്ദം.

– ദാ, ഇതാ...

ദേവകി എന്നെ പിടിച്ചു തിരിച്ചുനിർത്തി.

മനസ്സിലായിക്കാണും.

– കൊച്ചിനെ കൊണ്ടുവിടെടീ..

– ഓ...

വെട്ടുത്തിയും റാന്തലുമായി ദേവകി മുന്നിലുണ്ട്. ചാഞ്ഞുകിടന്ന കരിമ്പിൻ തണ്ടുകൾ ദേവകി ചേമ്പിൻ തണ്ടുകളാക്കി. നടുക്കുചെന്നപ്പോൾ വെള്ളം അരയ്ക്കൊപ്പം. റാന്തൽ എന്നെ പിടിപ്പിച്ചിട്ട് എന്നെയും റാന്തലിനെയും ദേവകി തോളിലാക്കി.

– പിടിച്ചിരുന്നോ.

നാണക്കേടു തോന്നി. എട്ട് സിയിലെ മോനിട്ടർ കോഴിക്കുഞ്ഞിനെപ്പോലെ.

വെള്ളം കൂടി.

ഒരിടത്തോട്ടു തുടങ്ങുന്നിടത്ത് പുളവൻ പുളക്കുന്നു; ദേവകി വെട്ടാതെ വിട്ടു.

വീട്ടുവരാന്തയിൽ കൊണ്ടിറക്കിവച്ച് ദേവകി ഒരു ബീഡി കത്തിക്കാൻ നോക്കിയപ്പോൾ തീപ്പെട്ടി കുതിർന്നു. അമ്മ ഒരു തീക്കൊള്ളി കൊണ്ടു വന്നു; മൂക്കിലൂടെ മൂന്നു പൊക...

– മീശ കിളിക്കാൻ തൊടങ്ങിയവന് എന്തുവാടാ ഇത്ര പേടി?

അമ്മ കളിയാക്കി.

നനഞ്ഞൊട്ടിയ ദേവകി മഴയത്തു നിന്നു.

– കേറുന്നില്ലമ്മാമ്മെ പുള്ളാര് തന്നേയൊള്ള്.

പടിയിറങ്ങി, പാടമിറങ്ങി, കുന്നിറങ്ങി, കൂരിരുട്ടിലൂടെ ബീഡിക്കണ്ണുമായി ദേവകി പോയി.

– ഒരു പരോപകാരിയാ...

അമ്മ പറഞ്ഞു.

ദൂരെ പരമൂന്റെ കുര; ദേവകി എത്തിക്കാണും.

പനന്തംകര തോട്ടിൽ ഊത്ത കേറിയപ്പോൾ ദേവകി മീൻപിടിക്കാനിറങ്ങി; ഉടുമുണ്ടുകൊണ്ട് കോരിയെടുത്തു; തോട്ടിൽ ദേവകി പിടച്ചു;

മുണ്ടിൽ മീനും. ആരകനേം മുശിയെയും വെട്ടി ചേമ്പിലയിൽ വച്ചു; പകുതി വീട്ടിലേക്കെത്തിച്ചു.

- അമ്മാമ്മോ ദാ, കറിവെച്ചാട്ടെ...

പിടക്കുന്ന മീനുകളിലൊന്ന് മണ്ണുതിന്നു.

ദേവകി പാട്ടകൊട്ടി ശബ്ദം കേൾപിക്കും; കാട്ടുപന്നിയും കുറുക്കനും അടുക്കില്ല. കൊട്ടൽ കേട്ടില്ലെങ്കിൽ ആളുകൾ തിരക്കും;

- ആ ദേവകിയില്ലിയോടെ... പാട്ട കേക്കുന്നില്ലല്ല്...

- ആ പെണ്ണ് എന്തൊരുപകാരമാ...

പന്നി ഇറങ്ങിയാൽ പരമു അറിയും; പരമു അറിഞ്ഞാൽ ദേവകിയും. ദേവകി അറിഞ്ഞാൽ നാടറിയും.

- അവള് തിന്നില്ലേലും പരമൂന് കൊടുക്കും.

അമ്മ പറഞ്ഞു.

പരമുവിനെ ഓർത്ത് ഉറങ്ങാതെ കിടന്നു.

രാവിലെ കിണറ്റിൻകരയിൽ വെറുതെ നിന്നു. തണുപ്പുകാരണം കുളി ക്കാൻ മടി.

- കൊച്ചുപുള്ളാര് ചൂടുവെള്ളത്തിൽ കുളിക്കണ്ട.

അമ്മ പറഞ്ഞു.

ഞാൻ ദേഷ്യപ്പെട്ട് തണുത്തവെള്ളം കോരി.

മുറ്റത്ത് ദേവകി...!

- അമ്മാമ്മോ...

ദേവകി കരഞ്ഞു.

കൈലി മുണ്ടുയർത്തി കാലിലെ ചോര ഒപ്പി.

- എന്തുവാ ദേവകീ?

- പരമു എന്നെ കടിച്ചു; ഒരു കാര്യോമില്ല, രണ്ടുമൂന്നുവട്ടം കടിച്ചു. ഞാനൊരടി കൊടുത്തു. അതു വാലും താഴ്ത്തി എറങ്ങിപ്പോയി.

അമ്മ എന്തോ ആലോചിച്ചുനിന്നു.

ദേവകിയെ അകത്തേക്കു വിളിച്ചില്ല.

- പട്ടി എന്തിയേ?

- എറങ്ങിപ്പോയി.

പെട്ടെന്ന് അമ്മയുടെ രീതി മാറി:

- നീ പൊയ്ക്കോ... ആശുപത്രിയിലേക്ക് പോ...

ദേവകി എന്തോകൂടി പറയാൻ തുടങ്ങി; അമ്മ സമ്മതിച്ചില്ല.

- എങ്ങനേലും പൊയ്ക്കോ... ഓടിപ്പോ...
അമ്മ പേടിച്ചു പറഞ്ഞു:
- പരമുവല്ല, പേപ്പട്ടിയാ...
അമ്മ കതകടച്ചു.
ദേവകി വിശ്വാസംവരാത്തപോലെ നോക്കിനിന്നു.

കുറച്ചുനേരം കൂടി ദേവകി അവിടെ ചുറ്റിപ്പറ്റി നടന്നു. മുളകുകൊടിയുടെ ഇല പറിച്ച് ചോര ഒപ്പി. ഉടമുണ്ടുയർത്തി കണ്ണു തുടച്ചു. തീരെ വയ്യ. തലകുനിച്ച് കൂനിക്കൂനി ദേവകി തിരികെയിറങ്ങി. കരിമ്പിൻ തോട്ടത്തിനടുത്ത് ചെന്ന് വീണ്ടും തിരിഞ്ഞു നോക്കുന്നതു കണ്ടു.

പിന്നെ കണ്ടിട്ടേയില്ല.

കൈസർ

കോഴി കൂകി.

പശു കരഞ്ഞു.

പട്ടി കുരച്ചു.

അപ്പനുണർന്നു.

അമ്മ ഉണർന്നു.

- എടീ, സായിപ്പ് ഒണർന്നോ?

പല്ലുതേയ്ക്കാൻ തോട്ടിലേക്കിറങ്ങിനിന്ന് വായിൽ വെള്ളം കുപ്ലിച്ചു കൊണ്ട് അപ്പൻ വിളിച്ചു ചോദിച്ചു. കുത്തിയൊഴുക്കുള്ള തോട് ദീനംപിടി ച്ചപോലെ കാണപ്പെട്ടു. കോൾഗേറ്റ് തുപ്പൽ വീശുവലപോലെ വെള്ള ത്തിൽ അലിഞ്ഞു. അപ്പൻ വീണ്ടും വീണ്ടും തുപ്പി.

- എടീ പെണ്ണ് ഒണർന്നോ?

പശു കറക്കാൻ സമ്മതിക്കാത്ത ദേഷ്യത്തിൽ അമ്മ ചോദ്യം കേട്ടിട്ടും മിണ്ടിയില്ല. കിഴക്കേ വശത്ത് രാത്രിയിൽ വീണ ചക്ക ഹൃദയംപൊട്ടി കിടക്കുന്നു. മരപ്പട്ടിയും മരംകൊത്തിയും അതുവഴി രണ്ടുവട്ടം വന്നു പോയി.

തോട്ടിൽ മുങ്ങിപ്പൊങ്ങി ചുട്ടിത്തോർത്തഴിച്ച് തോർത്തി; സായിപ്പ് ഒണർന്ന ലക്ഷണമില്ല. അപ്പൻ വന്ന് മുറ്റത്തെ അടുപ്പിൽ കുട്ടകം കയറ്റി വച്ചു. നാലുതൊട്ടി വെള്ളം പടപടാന്ന് എടുത്തൊഴിച്ചു.

- എന്തിയേടീ അവര്?

വെടിച്ചുകീറിയ അകിടിൽ നെയ്യ് പുരട്ടി കൊടുത്തപ്പോൾ പശു ഒന്നി ടറി; പിന്നെ തൊഴിച്ചു. തൊഴി തോളിൽ കൊണ്ടു. പാൽപ്പാത്രം തെറി ച്ചുപോയി. അതുപോയി എടുത്തോണ്ടു വന്നപ്പോൾ അപ്പന്റെ പകുതി മുറിച്ച ചോദ്യം പിന്നെയും കേട്ടു.

- എന്തുവാ മനുഷ്യാ; എഴുന്നേറ്റ് വന്നാ കണ്ടൂടായോ?

തൊഴിച്ച കാൽ കയറിൽ ബന്ധിച്ച് അമ്മ കറവ തുടങ്ങി; സൂചി വണ്ണ ത്തിൽ ശൂശൂ; ആയിരമായിരം സൂചിശബ്ദം.

- പാല് കൊറവാ; ക്ടാവിന്റെ കുടിനിർത്താറായി.

അമ്മ പരാതി പറഞ്ഞത് ആരും കേട്ടില്ല.

കുട്ടകച്ചുവട്ടിൽ തീക്കൊള്ളികൾ പുകഞ്ഞു. വഴിയേ, ഒതുങ്ങിപ്പോയ പെൺപട്ടിക്കു പിറകേ പട്ടി മണംപിടിച്ച് കുരച്ചു; കൂടെ ഓടാൻ നോക്കി.

- കൈസർ ഉമ്പുവോ, ഉമ്പുവോ....

അപ്പൻ വിലക്കി; കൈസർ പാട്ടിനു പോയി. തീക്കൊള്ളിയെടുത്ത് അപ്പൻ ബീഡി കൊളുത്തി.ആരും കാണാതെ മൂന്നുവട്ടം പുകവിട്ടു. നാലാമത്തേത് തുടങ്ങിയപ്പോൾ തോളിൽ ഒരു കൈയ്... ബീഡി തുപ്പിക്കളഞ്ഞു.

- ആരും കാണത്തില്ലെന്ന് വിചാരിച്ചോ?

മകൾ മുഖം കറുപ്പിച്ചു; ചുളുങ്ങിയ രാത്രിവേഷം.

നീളം കുറച്ച ചുരുണ്ട മുടി.

- പോടി, മദാമ്മേ; വല്ലപ്പോഴുമേ വലി ഒള്ള്.

- അപ്പാ, രണ്ടടിച്ചാലും വലി വേണ്ട.

- ഓ... ആവട്ട്...

- എത്ര നാളായി പറയുന്നതാ.

- ഇനി ഇല്ലെടി.

കുട്ടകത്തിൽ വെള്ളം തിളച്ചു.

അമ്മ വെള്ളത്തിൽ കുരുമുളക് വള്ളിയും ഇലയും രണ്ട് ചെമ്പരത്തിപ്പൂവും, കുറച്ച് തുളസിയും പൊട്ടിച്ചിട്ടു; അപ്പൻ തീ ഊതി. ഒട്ടിയ കവിൾ വീർത്തു. അഴിഞ്ഞ കൈലി തീക്കൊള്ളിയിൽ തൊടാതിരിക്കാൻ ശ്രദ്ധിച്ച് മാടിക്കുത്തി.

- ആ കൈസറെന്തിയേ?

അമ്മ വയലിലേക്കു നോക്കി വിളിച്ചു.

താഴെ കവുങ്ങിൻതോപ്പിലൂടെ കൈസർ വേച്ചുവേച്ചു നടന്നുവരുന്നു.

ആ പെൺപട്ടി കടിച്ചു കൊടഞ്ഞു കാണും.

- കൈസറേ, ഉമ്പുവോ, ഉമ്പുവോ...

പട്ടിയെ കണ്ട തൃപ്തിയിൽ വെള്ളം തിളച്ചുമറിഞ്ഞത് അപ്പനറിഞ്ഞില്ല. പെട്ടെന്ന് തീക്കൊള്ളികൾ എടുത്തുമാറ്റി. തിള നിന്നു.

- സായിപ്പെഴുന്നേറ്റോടി?

- ഇപ്പം വരുമേ...

മകൾ അകത്തേക്കു ചെന്നു.

കുട്ടകത്തിൽ നിന്നും വെള്ളം പകർന്ന് ദൂരെ മറപ്പുരയിൽ കൊണ്ടുവച്ചു. പഴയസാരി മടക്കി മറവുണ്ടാക്കിയതിന് കുഴപ്പമൊന്നുമില്ല.

- സായിപ്പിനിത് ഇഷ്ടപ്പെടുമോ എന്തോ?

അപ്പന് സംശയം.

അമ്മയുടെ ചട്ടയിലൂടെ ചോനൽ ഉറുമ്പ് പായുന്നു. അപ്പന് സഹിച്ചില്ല. ഒറ്റയടി.

അമ്മക്ക് നൊന്തു.

- എന്തുവാ മനുഷ്യാ? കണ്ണു കണ്ടൂടായോ?

-ദാണ്ടെടി ഉറുമ്പ്; ചത്തില്ല.

അമ്മ കുടഞ്ഞു. ഉറുമ്പ് വീണു.

- ഇവിടുത്തെ കാര്യമൊക്കെ കുഞ്ഞുമോൾ സായിപ്പിനോട് അവിടെ വച്ച് പറഞ്ഞുകാണും.

അപ്പന്റെ ഉത്കണ്ഠയിൽ അമ്മ ഇടപെട്ടു.

- അതല്ലെടി, കൊറച്ചിലൊണ്ടാവരുത്.

- സായിപ്പാന്നേലും ആള് പാവമാ.

- അതെനിക്കറിയാമെടി.

അവര് കെട്ടിയോനും കെട്ടിയോളും തട്ടീം മുട്ടീം കെടന്നോളും.

അമ്മ അടുക്കളയിലേക്കു പോയപ്പോൾ, നേരത്തെ വലിച്ചെറിഞ്ഞ ബീഡിക്കുറ്റിയെടുത്ത് അപ്പൻ കത്തിച്ചു. രണ്ടു പുകക്കുള്ള നീളമേയുള്ളൂ. കൈസർ കെടന്ന് കുരയോടു കുര; ചാട്ടം, ബഹളം.

- എന്തുവാടാ കൈസറേ?

എത്തിനോക്കിയപ്പം വിശ്വസിക്കാൻ പറ്റിയില്ല. സായിപ്പ് തോട്ടിൽ കുളിച്ചു മറിയുന്നു. കൈസർ അതുനോക്കി കുരച്ചു മറിയുന്നു.

- കുഞ്ഞുമോളെ ഇതുകണ്ടോടി?

അമ്മ അടുക്കളയിൽ നിന്നിറങ്ങിവന്നു. കയ്യിൽ അരിമാവ് വെളുത്തിരിക്കുന്നു. അറിയാതെ കൈയ്യുയർത്തിയപ്പോൾ അരിമാവ് മൂക്കിലും പറ്റി; വെള്ള ചുട്ടി.

- എടീ കുഞ്ഞുമോളേ, സായിപ്പിനിതിന്റെ വല്ല കാര്യോം ഒണ്ടോ? മറപ്പുരേൽ കുളിച്ചാ പോരായോ?

തോട്ടിൽ കിടന്ന് സായിപ്പ് കൈ ഉയർത്തിക്കാണിച്ചു. ഉറക്കെ ചിരിച്ചു. വഴിയേ പാൽക്കുപ്പിയുമായി പോയ രണ്ടു കുട്ടികൾ സായിപ്പിനെ നോക്കി രസിച്ചു. കൈസർ അവരോടു കുരച്ചില്ല. കുഞ്ഞുമോളും അങ്ങോട്ടുചെന്നു. സായിപ്പ് കയ്യിൽ പിടിച്ചിറക്കാൻ നോക്കി.

- ഇതു ജർമ്മനിയല്ല; വേണ്ട വേണ്ട...

കുഞ്ഞുമോൾ കുതറിമാറി.

- കല്യാണം കഴിഞ്ഞിട്ട് അഞ്ചുകൊല്ലമായേലും നമ്മക്ക് പുത്തന

ല്ലിയോ?

അപ്പൻ ശരിവച്ചു.

ആരും കാണാനില്ലതാത്തതുകൊണ്ട് അപ്പൻ ഒരു ബീഡികൂടി കത്തിച്ചു.

- നിങ്ങളാ ബീഡി കള.

അപ്പൻ ശ്രദ്ധിച്ചില്ല.

അമ്മക്ക് കലി വന്നു.

- നിങ്ങളൊരുടുപ്പിട്ടോണ്ട് നിക്ക്;

ആ സായിപ്പു ചെറുക്കനെന്തോ തോന്നും?

- പോടീ മറുതേ; അവരെപ്പഴും ടൈ കെട്ടിയാന്നോ നടക്കുന്നെ?

കോഴിക്കറി വെന്തു; തിളച്ചുതൂകി. മണം പുറത്തേക്കു വന്നു.

- എടീ കോഴിക്കറീം വെള്ളേപ്പോം അവർക്ക് പറ്റുമോ?

- കുഞ്ഞുമോളത് പറഞ്ഞിട്ടൊണ്ട്, അവരെന്തും തിന്നും.

- എന്നാലും...?

- നിങ്ങളെപ്പോലെ തിന്നിട്ട് കുറ്റം പറേത്തില്ല.

അപ്പൻ വിഷയം മാറ്റി തോട്ടിലേക്കു നോക്കി. കുളികാണാൻ നാലഞ്ചുപേർ.

സൈക്കിളിൽ പാഞ്ഞ ഒരു പയ്യൻ വന്നു ചവുട്ടി നിർത്തിയിട്ട് മൊബൈലിൽ ഫോട്ടോ എടുക്കുന്നു!

- മതിയെടീ കുഞ്ഞുമോളേ; നിർത്താൻ പറ.

അപ്പന് നാണക്കേടു തോന്നി.

നോക്കി നിന്നവരോടൊല്ലാം സായിപ്പ് ചിരിക്കുന്നു. വേറൊരാൾ ഫോട്ടോ എടുത്തപ്പോൾ അതിന് നിന്നുകൊടുക്കുന്നു. പത്തു പതിനഞ്ചുപേർ കൂടി. നനഞ്ഞു നിന്ന് സായിപ്പ് ഒരു തവളയെ കോരിയെടുത്തു.

- ഇയ്യോ, ഹെർമാനേ ഒടിയുമേ...

കുഞ്ഞുമോൾ തടസ്സം പിടിച്ചു. വരുന്ന വഴിക്ക് സായിപ്പ് ഒരു പേരക്കൊമ്പ് ചായ്ച്ചു; ഒരു കൈയ് കൊണ്ട് മൂന്നെണ്ണം പറിച്ചു. മൂന്നു പേർക്കും കൊടുത്തു. സായ്പ്പും തിന്നു.

അപ്പവും കോഴിക്കറിയും മുറ്റത്തിരുന്ന് തിന്നാമെന്ന് സായിപ്പ് പറഞ്ഞു. അമ്മയ്ക്ക് വിഷമം.

- പിച്ചക്കാരെപ്പോലെ പൊറത്തിരുന്നാണോ തിന്നുന്നെ?

- ഹെർമാനതാ ഇഷ്ടം.

കുഞ്ഞുമോൾ പുറത്തേക്ക് സ്റ്റൂൾ കൊണ്ടുവന്നിട്ടു. വിളമ്പിക്കഴി

ഞ്ഞിട്ടും അമ്മ ഇരിക്കാതെ മാറിനിന്നു. സായിപ്പ് പിടിച്ചുവലിച്ചിരുത്തി. അമ്മയ്ക്ക് നാണം വന്നു.

– കത്തീം മുള്ളുമില്ലാതെ ഹെർമാൻ മോൻ കഴിക്കുമോടി?

അപ്പൻ തിരക്കി.

അതൊന്നും പ്രശ്നമില്ലെന്ന് മകൾ അറിയിച്ചു. ഏതു സാഹചര്യമായിട്ടും ഒത്തുപോകും. കഞ്ഞീം പയറുമാ ഇഷ്ടം.

– ഇവിടുത്തേന്റെ കൂട്ടൊന്നുമല്ല അമ്മച്ചി. മേയറാരുന്നപ്പഴും ജോലിക്ക് പോവുമാരുന്നു. വെശക്കുമ്പം അടുക്കളേ കേറി എന്തേലും ഒണ്ടാക്കും; വേണേ എനിക്കും വച്ചുതരും.

കുഞ്ഞുമോൾക്ക് അഭിമാനമുണ്ട്. ഹെർമാന് കാര്യം മനസ്സിലായില്ല. തിരക്കിയപ്പോൾ കുഞ്ഞുമോൾ പറഞ്ഞത് ജർമ്മനിലേക്ക് പരിഭാഷപ്പെടുത്തി. കഴിച്ചത് തലേക്കേറുംവിധം ഹെർമാൻ തലയറഞ്ഞ് ചിരിച്ചുകൊണ്ട് പറഞ്ഞത് മകൾ അമ്മയ്ക്കും പരിഭാഷപ്പെടുത്തി.

– ഭക്ഷണം സ്ത്രീയും പുരുഷനും ഒരേപോലെ കഴിക്കുമെങ്കിൽ എന്തുകൊണ്ട് ഒരേപോലെ ഒണ്ടാക്കിക്കൂടേ. എന്നാ ഹെർമാൻ ചോദിക്കുന്നേ... ഇവിടെന്താ ആണുങ്ങൾ അടുക്കളേൽ കേറില്ലേന്ന്...?

അമ്മ അപ്പനെ നോക്കി; പരിഹാസച്ചിരി വിഴുങ്ങി.

– പിന്നേ, കട്ടൻകാപ്പി ഒണ്ടാക്കി വായിലോട്ട് ഒഴിച്ചാൽ ഇതിയാൻ കുടിക്കും; സർവ്വനേരോം അന്നാമ്മോന്നും പറഞ്ഞ് സ്വസ്ഥത തരത്തില്ല. അതെട്, ഇതെട്...

കുഞ്ഞുമോൾ വള്ളിപുള്ളി തെറ്റാതെ മൊഴിമാറ്റി കേൾപിച്ചു; ഹെർമാൻ അപ്പനെ നോക്കി ഭാഗ്യവാൻ എന്ന് ജർമ്മൻ ഭാഷയിൽ വിളിച്ചു. ആംഗ്യം അപ്പനു മനസ്സിലായി.

അമ്മ ഇടയ്ക്കു കയറി ചോദിക്കുന്നതിനിടയിൽ സായിപ്പിന് രണ്ടു തവി ചിക്കൻകറി കോരിയിട്ടു. സായിപ്പ് വയറുതപ്പി കാണിച്ചു; കുലുങ്ങി ചിരിച്ചു. കൊല്ലപ്പെട്ട കോഴിയോട് പരമാവധി ആദരവ് കാട്ടിക്കൊണ്ടാണ് ഹെർമാൻ ഇറച്ചിതിന്നത്.

– എടീ കൊച്ചേ, ഹെർമാൻ മോൻ മേയറാരുന്നോടീ...?

– പണ്ട്; എന്നെ കെട്ടുന്നകാലത്ത്. പിന്നെ മത്സരിച്ചില്ല.

– അതെന്നാ?

– ജോലീം വീട്ടുകാര്യോ പൊതുപ്രവർത്തനോം എല്ലാംകൂടെ പറ്റത്തില്ലാന്നു പറഞ്ഞു.

- അതെന്നാടീ, അവിടെ പണിക്കാരെ കിട്ടത്തില്ലിയോ? മേയർമാർക്കൊക്കെ എന്നാ പ്രയാസം.

- ഇവിടുത്തേ പോലല്ല അമ്മച്ചി. ഹെർമാൻ ജോലീം ചെയ്തിട്ടാ മേയറടെ ഓഫീസിൽ പോയ്ക്കൊണ്ടിരുന്നെ.

ഇക്കാര്യം സായിപ്പിനു മനസ്സിലായി. മേയറായാലും അധ്വാനിക്കാതെ ശമ്പളം കിട്ടത്തില്ലെന്ന് സായിപ്പ് ആംഗ്യത്തിൽ അറിയിച്ചു. ആംഗ്യമാണ് സൗകര്യമെന്നപ്പനു തോന്നി. ആംഗ്യത്തിന്റെ തുടർച്ചയെന്നോണം ജർമ്മനീൽ മേയർമാർക്കും രക്ഷയില്ലേ എന്നപ്പൻ പരിതപിച്ചു.

ബാക്കിയായ കോഴിക്കാല് തിന്നാൻ പട്ടി എവിടെ?

അപ്പൻ രണ്ടു കാലെടുത്ത് താഴേക്കിട്ടു.

- എടാ കൈസറേ, കൈസറേ...?

ഉണ്ടായിട്ടുവേണ്ടേ വിളികേൾക്കാൻ.

- കൈസർ...?

സായിപ്പും ഉറക്കെ വിളിച്ചു.

പട്ടിയുടെ പേരും പഠിച്ചോ എന്നായി അമ്മ; സ്വന്തം പേരിന്റെ അറ്റത്ത് കൈസർ ഉണ്ടെന്നായി മകൾ.

- അമ്മച്ചി, ഹെർമാന്റെ ശരിക്കൊള്ള പേര് ഹെർമാൻ കൈസർ എന്നാ; കൈസർ കുടുംബപ്പേരാ; വല്യ കുടുംബക്കാരാ; രാജകുടുംബമാ.

- നമ്മടെ ഭാഗ്യം.

അപ്പനും അതുതന്നെ പറഞ്ഞു.

അപ്പോഴേക്കും കൈസർ ഓടിവന്ന് എല്ല് നക്കി. സായിപ്പവനെ പലവട്ടം പേരുചൊല്ലി വിളിച്ചു; എല്ലാവരും ചിരിച്ചു. പട്ടി സായിപ്പിനെ നോക്കി ദേഷ്യപ്പെട്ടു. അയാൾ പെറുക്കിയിട്ടുകൊടുത്ത എല്ലിൽ ഒന്നു മണപ്പിച്ച് പട്ടി മുഖം തിരിച്ചു. ഒരുമാത്ര അത് സായിപ്പിനെ നോക്കി മൂളുകയും ഞരങ്ങുകയും ചെയ്ത് തിരികെപ്പോയി.

അപ്പനും അമ്മയും കോഴിക്കാലുകൾ ബാക്കിയായത് പെറുക്കി ഇലയിൽ വച്ച് കൈസറെ വിളിച്ചു. പട്ടിയെ അവിടെങ്ങും കണ്ടില്ല. രണ്ടുവട്ടം എടാ കൈസറേയെന്ന് അപ്പൻ ഉറക്കെ വിളിച്ചപ്പോൾ ഹെർമാൻ കൈസർ സന്തോഷത്തോടെ വിളികേൾക്കുകയും നായയുടെ മൂളലും മുരൾച്ചയും അനുകരിച്ച് വീട്ടുകാരെ സന്തോഷിപ്പിക്കുകയും ചെയ്തു. അപ്പൻ വീണ്ടും കൈസറെ വിളിക്കാൻ തുടങ്ങിയപ്പോൾ അമ്മ വിലക്കി. അമ്മയുടെ ചട്ടയിൽ പറ്റിയ കോഴിക്കറിയുടെ പാട് മകൾ തുടച്ചു

കൊടുത്തു.

- നിങ്ങളിനി പട്ടിയുടെ പേരുവിളിക്കണ്ട; ആ ഹെർമാൻ മോന് വല്ലോം തോന്നും.

അമ്മ അടക്കം പറഞ്ഞു.

- സായിപ്പന്മാർ അങ്ങനെ പെട്ടെന്ന് പെണങ്ങത്തില്ലെടി.

മകളും ശരിവെച്ചു; ഹെർമാൻ രസികനാണ്.

ഹെർമാൻ തൊഴുത്തിൽ പോയിനിന്ന് പശുവിന്റെയും കിടാവിന്റെയും ഫോട്ടോകൾ എടുത്തു. പശു കുത്താൻ തല കുലുക്കിയപ്പോൾ കഴുത്തു ചൊറിഞ്ഞു കൊടുത്ത് പാട്ടിലാക്കി. അടക്കോഴിയുടെ പിന്നാലെ പാഞ്ഞപ്പോൾ കോഴിക്കുഞ്ഞുങ്ങളുടെ കരച്ചിൽ റിക്കാർഡ് ചെയ്തു.

പശുക്കുട്ടിയെ കോരിയെടുത്ത് ഹെർമാൻ നിന്നപ്പോൾ അതു പിടച്ചില്ല; കുഞ്ഞുമോൾ ഫോട്ടോ എടുത്തുകൊടുത്തു; ഫെയ്സ്ബുക്ക് സ്റ്റാറ്റസ് ആക്കാനാണെന്ന് ഹെർമാൻ അറിയിച്ചു. തെങ്ങിന്റെ ചോട്ടിൽനിന്നും പേട്ടുവെള്ളയ്ക്ക മുഴുവൻ പെറുക്കി കൂട്ടി മുറ്റത്തു കൊണ്ടുവച്ചു. മച്ചിങ്ങ എന്നതിന് തുല്യമായ ജർമ്മൻ വാക്ക് ഹെർമാൻ നെറ്റിൽ പരതി; കാണുന്നില്ല. വീട്ടിൽ നെറ്റ് കിട്ടത്തില്ലെന്നും അടുത്തുള്ള പാറപ്പുറത്തു പോയിനിന്നാൽ നല്ല റേഞ്ച് ഉണ്ടാകുമെന്നും കുഞ്ഞുമോൾ അറിയിച്ചു. ഹെർമാന് തൃപ്തിയായി.

വീണ്ടും അപ്പന്റെ വിളി:

- എടാ കൈസറേ..

- നിങ്ങളോടെത്രവട്ടം പറേണം മനുഷ്യാ അങ്ങനെ വിളിക്കല്ലേന്ന്....

അപ്പൻ പരുങ്ങി; അമ്മ ദേഷ്യപ്പെട്ടു.

- ആ പട്ടിയെ കാണുന്നില്ല. എല്ലെല്ലാം ഇനി ആരു തിന്നും.

പേരു വിളിക്കാനുള്ള മോഹം കടിച്ചമർത്തി എല്ലിൻ കഷ്ണവുമായി അപ്പൻ തൊടിയിലിറങ്ങി നടന്നു. ആരും കാണുന്നില്ലെന് ഉറപ്പായപ്പോൾ ഒരു ബീഡി കൂടി കത്തിച്ചു.

- ഓടി വാ അമ്മച്ചീ; ഹെർമാന്റെ കാലു മുറിഞ്ഞു.

കുഞ്ഞുമോൾ ഒച്ചവച്ചു.

ഹെർമാൻ കാൽ പൊക്കിപിടിച്ചു നിന്നു.

ചോര ഒഴുകിപ്പരന്നു.

എന്നിട്ടും നിന്ന് ചിരിക്കുന്നു.

ഒന്തി ഒന്തി അയാൾ അകത്തേക്കു ചെന്ന് ഒരു സ്പ്രേ ബോട്ടിൽ ഭാര്യക്ക് എടുത്തുകൊടുത്തു.

ഒറ്റ നിമിഷം.

സ്പ്രേ..

ചോര നിന്നു.

- ഇത് എന്തു മരുന്നാ കുഞ്ഞുമോളെ; രണ്ട് ഇവിടെ വച്ചിട്ടേ പോകാവേ.

അമ്മ പറഞ്ഞു.

ചൂലിൽ നിന്നുള്ള ഈർക്കിൽ കൊണ്ടാണ് ഹെർമാന്റെ കാലുമുറിഞ്ഞത്. ചോരയുടെ നിറമുള്ള ഹെർമാന്റെ കാല്പാദം അമ്മ നോക്കിനിന്നു. ഹെർമാൻ ചെരിപ്പിടാതെയാണ് മുറ്റത്തിറങ്ങി നടക്കുന്നത്.

- സൂക്ഷിക്കണേ മോനേ.

കുഞ്ഞുമോൾ പരിഭാഷപ്പെടുത്തിക്കൊടുത്തു.

- കൈസറെ കാണുന്നില്ലെടീ. ഞാൻ എല്ല് കൊണ്ടുപോയി കുഴിച്ചിട്ടു.

അപ്പൻ വിളിച്ചുപറഞ്ഞു. കൈ ബനിയനും കൈലിമുണ്ടും ധരിച്ച് അപ്പൻ തൊടിയിൽ നടന്നു.

- ദേ, എവര് പോന്നതുവരെ ആ പേര് പട്ടിയെ വിളിച്ചേക്കരുത്.

- എടീ മോന്റെ പേരിങ്ങനാരുന്നേൽ പട്ടിക്ക് വേറെ പേരിടത്തില്ലാരുന്നോ?

- എന്തോരം പേരു വേറെ കിടക്കുന്നു; ഇനീം വേണേൽ മാറ്റിക്കൂടായോ?

ഹെർമാൻ രണ്ടുമാസം നാട്ടിൽ കാണും.

അതുവരെ പട്ടിയെ എന്തുവിളിക്കും? ഇട്ടപേര് മാറ്റാൻ പറ്റുമോ? മാറ്റാൻ പറ്റുമെന്നായി അമ്മ; മാറ്റിയാൽ പട്ടി അനുസരിക്കില്ലെന്നായി അപ്പൻ. പട്ടിക്ക് മലയാളം അല്ല ഒരു ഭാഷയും മനസ്സിലാവില്ലെന്നും സ്നേഹത്തോടെ എന്തു വിളിച്ചാലും അതു തന്നെയാകും അതിന്റെ പേരെന്നും അമ്മ പറഞ്ഞു. അപ്പൻ തർക്കിച്ചു. മകൾ കേൾക്കുമെന്നായപ്പോൾ രണ്ടാളും ഒച്ച താഴ്ത്തി. പട്ടിയുടെ പേര് സ്ഥിരം ആവർത്തിക്കുന്നതിൽ മകൾക്കും വിഷമമുണ്ടെന്നും അവൾ ആരെയും അറിയിക്കുന്നില്ലെന്നേ ഉള്ളെന്നും അമ്മ പറഞ്ഞു. പണ്ടേ അവൾ ഇങ്ങനെയാണ്; വിഷമവും സന്തോഷവും അങ്ങനെ തുറന്നു പറയില്ല; വിഷമം ഉള്ളിൽ കാണും.

അതിനിടെ നാലഞ്ചു കുട്ടികൾ കവുങ്ങിൻതോപ്പിൽ വന്നുനിന്ന് വീട്ടി

ലേക്ക് കൈചൂണ്ടി. ചിലർ തിരിഞ്ഞുനോക്കി നടന്നുപോയി. സായിപ്പിനെ നോക്കി വന്നവരായിരിക്കുമെന്ന് അപ്പൻ അടക്കം പറഞ്ഞു; അമ്മക്കതിഷ്ടമായില്ല.

- എന്തുവാ നാട്ടുകാർക്കിത്ര കാണാനക്കൊണ്ട്?

കപ്പക്കാലായിൽ ആരുടെയോ രണ്ട് പോത്ത് വന്നിറങ്ങി നിന്നുമേയുന്നു; കപ്പ നാലുമൂട് ഒടിഞ്ഞു. അപ്പൻ കല്ലെറിഞ്ഞു.

- പോ, പോത്തേ...

പോത്ത് ഒന്നും കേട്ടില്ല.

സായിപ്പത് വീഡിയോയിലാക്കി. പോത്തിനടുത്തേക്ക് പോകരുതെന്ന് കുഞ്ഞുമോൾ വിലക്കി.

പോത്, പോത് എന്ന് സായിപ്പ് പോത്തിനെ നോക്കി അട്ടഹസിച്ചു.

- അത് വെറും പോത്തല്ല മോനേ; വെട്ടുപോത്താ...

അമ്മ ഇടപെട്ടു. ഹെർമാനതിന്റെ അർത്ഥം അറിയണം. വെട്ടുപോത്തിന്റെ ജർമ്മൻ പദം കിട്ടാതെ കുഞ്ഞുമോൾ വിഷമിച്ചു.

- വെട്ടുപോത്?

കുഞ്ഞുമോളും ഹെർമാനും കൂടി തൊടിയിലിറങ്ങി നടന്നു. രണ്ട് വാഴക്കൂമ്പ് ഹെർമാൻ ഒടിച്ചെടുത്തു. കറ കുഞ്ഞുമോൾ തുടച്ചുകൊടുത്തു. തുളസി കണ്ടപ്പോൾ കുഞ്ഞുമോൾ രണ്ടില പൊട്ടിച്ച് വായിലിട്ടു; സായിപ്പതിനു ശ്രമിച്ചപ്പോൾ കുഞ്ഞുമോൾ വിലക്കി. ഹെർമാൻ ഒരു അരണയുടെ പിന്നാലെ കുനിഞ്ഞു; കുഞ്ഞുമോൾ വീഡിയോയാക്കി.

അപ്പന് ഒരു പുതിയ പേര് കിട്ടി; ടോമി. പട്ടിക്കതു ചേരുമെന്ന് അമ്മയും പറഞ്ഞു. ആശ്വാസമായി. അപ്പൻ വിളിച്ചു:

- ടോമി, എടാ ടോമി..

- ആരാ വരുന്നെ?

കുഞ്ഞുമോൾ ചോദിച്ചു.

- ആരുമല്ല; പട്ടിയുടെ പുതിയ പേരാ.

- ഓ, അതിനി ഏൽക്കുമോ?

- പിന്നേ, ചൊല്ലും ചോറും കൊടുക്കുന്നവർക്ക് പേരും മാറ്റാം.

അമ്മേം വിളിച്ചു.

- എടാ ടോമിയേ...

പട്ടിയെ അവിടെങ്ങും കണ്ടില്ല.

പെട്ടെന്ന് നാലഞ്ചുപേർ വന്നു.

പട്ടി കുരയ്ക്കാത്തതുകൊണ്ട് വന്നു കേറിയപ്പോഴാണ് അറിഞ്ഞത്. ജീപ്പ് ഡ്രൈവർ മുൻപേ നടന്നു വഴിയുണ്ടാക്കി. രണ്ടാണുങ്ങൾ പിന്നിൽ. മുൻപിൽ നടന്ന പെൺകുട്ടി ഗൗരവത്തിൽ കൈവീശി വീട്ടുമുറ്റത്തേക്കു വന്നു. ഡ്രൈവർ മുറ്റത്തുകിടന്ന സ്റ്റൂൾ തുടച്ച് പെൺകുട്ടിയെ ഇരുത്തി. എല്ലാം ഞൊടിയിടയിൽ.

അമ്മ പരവേശപ്പെട്ടു:

- എടീ കുഞ്ഞുമോളെ...

-പ്രധാനപ്പെട്ട ഒരതിഥി സ്വന്തം വാർഡിൽ വരുമ്പോൾ അറിയണമല്ലോ; നിങ്ങൾ അറിയിച്ചില്ലെങ്കിലും വന്നു കാണേണ്ടത് പഞ്ചായത്തിന്റെ കടമ...

പെൺകുട്ടി പറഞ്ഞുകൊണ്ടിരുന്നു. അപ്പനും അമ്മയും നിന്നുകൊണ്ട് എല്ലാം മൂളിക്കേട്ടു.

ഹെർമാനും കുഞ്ഞുമോളും പുറത്തേക്കുവന്നു.

- മോളേ ഇതാ നമ്മുടെ പഞ്ചായത്ത് പ്രസിഡന്റ്.

കുഞ്ഞുമോൾക്ക് സന്തോഷം അടക്കാൻ കഴിഞ്ഞില്ല.

- പിന്നേ, സുനിതമോളല്ലേ; ഞാൻ നഴ്സിംഗിനു പഠിക്കുമ്പോൾ മോൾ കൊച്ചാ; സ്കൂളിൽ പോയി തുടങ്ങിയിട്ടേ ഒള്ള്...

പഞ്ചായത്ത് പ്രസിഡന്റ് അതു മൂളി കേട്ടു.

തനിക്ക് ഓർമ്മ വരുന്നില്ലെന്ന് തുറന്നു പറഞ്ഞു.

തനിക്ക് പിന്നിൽ നില്ക്കുന്ന മെമ്പർമാരെയും ഡ്രൈവറെയും പ്രസിഡന്റ് പരിചയപ്പെടുത്തി.

- ഗുട്ടൻമോർഗൻ.

ഹെർമാനെ നോക്കി പ്രസിഡന്റ് പുലമ്പി.

ഹെർമാൻ ആദരവോടെ തലകുനിച്ചു. ജർമ്മൻ അഭിവാദ്യം താൻ ഗൂഗിളിൽ നോക്കി പഠിച്ചതല്ലെന്നു വരുത്താൻ വീണ്ടും എന്തൊക്കെയോകൂടി പ്രസിഡന്റ് പറയാൻ തുടങ്ങി; കുഞ്ഞുമോൾ വിലക്കി:

- വേണ്ട സുനിതമോളെ ഹെർമാന് ഇംഗ്ലീഷ് അറിയാം.

സുനിതമോൾ പിന്നെ അധികം സംസാരിച്ചില്ല.

- എത്ര കൊല്ലം മേയറായിരുന്നു.

പ്രസിഡന്റ് തിരക്കി; കുഞ്ഞുമോൾ പരിഭാഷപ്പെടുത്തിക്കൊണ്ടുതന്നെ മറുപടിയും പറഞ്ഞു.

- രണ്ടുകൊല്ലം; അവിടത്രയേ പറ്റൂ.

- ഏതു പാർട്ടി?

- ഗ്രീൻ പാർട്ടി.

പിന്നിൽ നിന്ന മെമ്പർമാരും ഡ്രൈവറും ചിരിച്ചു.

- ഓ, ഗ്രീൻ...

ഒരു മെമ്പർ ഇടപെട്ടു:

- ഇവിടത്തെ ലീഗ് പോലെ.

ഹെർമാൻ പൊട്ടിച്ചിരിച്ചു.

കുഞ്ഞുമോൾക്ക് ചിരിവന്നില്ല.

- നിങ്ങൾ വാർഡ് മെമ്പറെയെങ്കിലും അറിയിക്കേണ്ടതായിരുന്നു....

കുഞ്ഞുമോൾ ക്ഷമാപണം നടത്തി; വന്ന തിരക്കിൽ പറ്റിയില്ല. ഹെർമാനും പലവട്ടം സോറി പറഞ്ഞു.

പെട്ടെന്ന് ഹെർമാൻ ഒരു ചോദ്യം ചോദിച്ചു.

കുഞ്ഞുമോൾ പരിഭാഷപ്പെടുത്തി.

- എന്താ ജോലി എന്ന്?

- പൊളിറ്റിക്സ്.

- അല്ല, പൊളിറ്റിക്സിനൊപ്പം എന്താ ശരിക്കും ജോലി എന്ന്. ഹെർമാൻ ഒരു ഫാർമസിസ്റ്റാ; ഗ്രീൻ പാർട്ടീടെ ഭാരവാഹിയുമാ; രണ്ടു ജോലീം ചെയ്യണം. അതുകൊണ്ടാ ചോദിച്ചെ.

സുനിതമോൾക്ക് ഇഷ്ടമായില്ല.

ഹെർമാൻ വീണ്ടും വിശദീകരിച്ചുകൊണ്ടിരുന്നു; കുഞ്ഞുമോൾ ഏറ്റു പറഞ്ഞു:

- സ്വന്തം കാർ വേണം അവിടെ മേയർക്ക് ഉപയോഗിക്കാൻ. സ്വയം ഡ്രൈവ് ചെയ്യണം; ഫാർമസിയിലെ പണി കഴിഞ്ഞിട്ടേ മേയറുടെ ഓഫീസിലെത്താനാകൂ. ഫുൾടൈം പൊളിറ്റിക്സ് ആണേൽ എങ്ങനെ ചെലവുകഴിയും? അതുകൊണ്ടാണ് സംശയം വന്നത്. ആക്ചൽ ജോബ് എന്താണെന്ന്?

പ്രസിഡന്റിനുപിന്നിൽ കാവൽ നില്ക്കുകയായിരുന്ന ഡ്രൈവർ മുരണ്ടു:

- ദിസ് ഈസ് കേരള...

- ഓകെ, ഓകെ...

ഹെർമാന് കാര്യം മനസ്സിലായി.

അവർ യാത്ര പറഞ്ഞു. ഹെർമാൻ ജീപ്പുവരെ കൂടെയിറങ്ങി. ഡ്രൈവർ വാതിൽ തുറന്ന് പ്രസിഡന്റിനെ ഇരുത്തി; സീറ്റിൽ നിന്നും വഴുതി വീണ ടർക്കി ടവലെടുത്ത് ഒരു കുഞ്ഞിനെ എന്നപോലെ സീറ്റിൽ പുതപ്പിച്ചു.

പുക നിറച്ച് ജീപ്പ് അനങ്ങി.

ജീപ്പ് പോയി.
പുക പോയില്ല.

അപ്പനും അമ്മയും തൊടി മുഴുവൻ തേടി; പട്ടിയെ കാണാനില്ല. എല്ലു പോലും തിന്നാതെ പോയതാ; ഒരിടത്തുമില്ല.

– ടോമീ, ടോമീ...

അപ്പൻ വിളിച്ചു.

അമ്മയും വിളിച്ചു.

ആരു കേൾക്കാൻ?

സായിപ്പിനെ നോക്കിവന്ന കുട്ടികൾ മുറ്റത്തേക്ക് കയറാൻ മടിച്ച് തോട്ടരുകിൽ നില്ക്കുന്നു.

– ടോമീ..

– ടോമീ...

പുതിയ പേരുകേട്ടപ്പോൾ ഹെർമാന് സംശയം; കുഞ്ഞുമോൾ പേരുമാറ്റം പറഞ്ഞുകേൾപ്പിച്ചു. ഹെർമാന്റെ മുഖം കൂടുതൽ ചുവന്നു. ഹെർമാൻ അപ്പന്റെ കൈലിമുണ്ട് എടുത്തുടുത്തു. തോർത്തെടുത്ത് തലയിൽ കെട്ടി. ഇലയിൽ പൊതിഞ്ഞുവച്ചിരുന്ന എല്ലിൻകഷ്ണം കൈയിലെടുത്ത് ചേമ്പും കാച്ചിലും പടർന്ന തൊടിയിലേക്കിറങ്ങി:

– കൈസേർ..

– കൈസേർ...

ഹെർമാൻ എല്ലിൻകഷ്ണങ്ങൾ നീട്ടി ഉറക്കെ വിളിച്ചു. കൃഷിയിടവും പിന്നിട്ട് തോട്ടരികിലേക്ക് ചെന്നു; ഹെർമാൻ വിളി നിർത്തുന്നില്ല; ദൂരെ എവിടെയോ ഒരു പട്ടി കുരച്ചെന്നു തോന്നുന്നു.

കുഞ്ഞൂഞ്ഞമ്മ

–കുഞ്ഞൂഞ്ഞമ്മ വരാറായി; ഇച്ചിരെ കാപ്പിയുണ്ടാക്കട്ടെ....

അമ്മ വിളിച്ചുപറഞ്ഞു; ഞാൻ കിണറ്റിൻകരയിൽ നിന്ന് താഴേക്കുനോക്കി. നടവരമ്പിന്റെ അങ്ങേകോണിൽ കുഞ്ഞൂഞ്ഞമ്മ എത്തിയിട്ടില്ല. നെല്ലും കരിമ്പും പാറക്കൂട്ടങ്ങളും ഒരുവഴിക്ക് നിറഞ്ഞു കിടപ്പുണ്ടെങ്കിലും നടവരമ്പിന്റെ അറ്റംകാണാൻ പ്രയാസമില്ല.

- ആ കൊച്ചിന് കൊഴക്കട്ട ഇഷ്ടമാ; രണ്ടുമൂന്നെണ്ണമൊണ്ട്, മതി.

ഞാൻ കൊഴക്കട്ടയ്ക്കുവേണ്ടി കൈയ് നീട്ടി; അമ്മ കൈ ഓങ്ങി. കുഞ്ഞൂഞ്ഞമ്മയ്ക്ക് കൊഴക്കട്ട ഇഷ്ടമാണെന്ന് അമ്മക്കറിയാം. കൊഴക്കട്ട മാത്രമല്ല എന്തും ഇഷ്ടമാണ്. എന്തും കഴിക്കും. വിശപ്പുതീരും വരെ തിന്നും. കുഞ്ഞൂഞ്ഞമ്മ വരുന്നതു എനിക്കുത്സവമാണ്; വിശേഷം കേട്ടിരിക്കാം. ഓരോരുത്തരെക്കുറിച്ചുള്ള വിവരമറിയാം; ഓരോ വീടും വീട്ടുകാരും അവരുടെ രഹസ്യങ്ങളും വന്നവഴി കണ്ടതും കേട്ടതും കുഞ്ഞൂഞ്ഞമ്മയിൽ നിന്നറിയാം. കുഞ്ഞൂഞ്ഞമ്മ പോകുന്നതുവരെ ഒന്നും പഠിക്കുകയും വേണ്ട.

- ഇന്നെന്തുവാടാ താമസിക്കുന്നെ? ഒന്നു നോക്കിക്കേ.

കരിമ്പിൻകാട്ടിനിടയിലെ ഇടവഴിയിലൂടെ താഴേക്കു നടന്നുനോക്കി; ദൂരേന്ന് ആരും വരുന്നില്ല.

- മെത്തപ്പായേ, പായേ...

എന്ന വിളിയോടെ പായവില്ക്കുന്ന തമിഴൻ മാത്രം മുടന്തി വരുന്നതുകണ്ടു; ഏഴെട്ട് പോത്തുകൾ കുളികഴിഞ്ഞ് വീണ്ടും ചേറിൽ വിശ്രമിക്കുന്നു. അതിലൊന്നിന്റെ കാതിൽ രഹസ്യം പറയാൻ ഒരു വെള്ളക്കൊക്ക് തക്കംനോക്കുന്നു. കരിമ്പിൻതോപ്പിൽ നിന്നും കുറുകെ ചാടിയ കീരി, ഞാൻ പോകാൻ വഴിമാറിപ്പോയി.

കുഞ്ഞൂഞ്ഞമ്മയെ കാണുന്നില്ല.

തിരിച്ചുചെന്ന് നിരാശനായി.

- പോയി വല്ലോം പടിക്കെടാ.

അമ്മ ദേഷ്യപ്പെട്ടു.

കുഞ്ഞൂഞ്ഞമ്മയെ കാണാത്തതുകൊണ്ടാവും.

- കൊഴക്കട്ടേം കാപ്പീം തണുക്കത്തില്ലേ?

- തണുത്താലെന്തുവാ... ചൂടാക്കിയാപോരായോ?

- വന്നില്ലേലോ...?

- പോയി വല്ലോം വായിക്കെടാ.

നാലഞ്ചുമണി കഴിഞ്ഞപ്പം പട്ടി കൊരയോടുകൊര.

കൊരകേട്ട് പശുവും അമറാൻ തുടങ്ങി. ഞാൻ ഉണർന്നു; പഠിച്ചുപഠിച്ചുറങ്ങിപ്പോയി; ഭാഗ്യത്തിന് അമ്മ കണ്ടില്ല.

- എന്തുവാ കൊച്ചമ്മേ കാപ്പിയൊന്നുമില്ലിയോ?

കുഞ്ഞൂഞ്ഞമ്മ അകത്തുവന്നിരിക്കുന്നു; ആരും കണ്ടില്ല. വന്നുകയറിക്കഴിഞ്ഞാ അമ്മ അറിഞ്ഞത്. ക്ലാസ്സ് കഴിയാൻ വൈകി; നടന്ന് ഇവിടെ വരെ എത്തേണ്ടേ? ടൗണിലെ ട്യൂട്ടോറിയൽ കോളജിൽനിന്നും ഇവിടെ വരെ നടന്നെത്താൻ രണ്ടുമൂന്നു മണിക്കൂറിൽ കൂടുതൽ വേണം; എട്ടുപത്തു മൈൽ കാണും; എന്നും നടന്നാണു വരുന്നത്. കാപ്പികുടീം കഴിഞ്ഞ് നേരെ പിന്നേം നടക്കണം, രണ്ടുമൈൽ കൂടി; സ്വന്തം വീട്ടിലെത്താൻ.

- ക്ഷീണിച്ചല്ലോടീ കുഞ്ഞൂഞ്ഞമ്മേ.

- ഓ, കൊച്ചമ്മയ്ക്കു തോന്നുന്നയാ; പഠിക്കാനൊത്തിരി ഒണ്ട്.

- ശരീരം കളഞ്ഞൊള്ള പഠിത്തം നല്ലതല്ല.

അമ്മ ഉപദേശിച്ചു.

- ഈ വർഷം എങ്ങനേലും എഴുതി എടുക്കണം.

പത്താംക്ലാസ് കടക്കാൻ മൂന്നാംവട്ടം നോക്കുകയാണ് കൂഞ്ഞൂഞ്ഞമ്മ; ഒരേ ട്യൂട്ടോറിയലിൽ. കുഞ്ഞൂഞ്ഞമ്മയുടെ വലത്തേ കൈയ്ക്ക് നീര് കണ്ടു.

നോട്ടുബുക്കും പുസ്തകങ്ങളും അടുക്കളയിൽ കറിക്കരിയുന്ന സ്ഥലത്ത് കുഞ്ഞൂഞ്ഞമ്മ കൊണ്ടുവച്ചു. അമ്മ കുഴമ്പുപുരട്ടി കൈ തിരുമ്മികൊടുത്തു. നീണ്ട പാവാടയും അതിനു മുകളിൽ നേർത്ത ഒരു ശീലയും; എടുത്തുകുത്തിയിട്ടുണ്ട്. ഹാഫ് സാരിയിൽ കുഴമ്പു വീഴാതിരിക്കാൻ ശ്രദ്ധിച്ച് ആ ശീലക്കഷ്ണം കുഞ്ഞുഞ്ഞമ്മ ഊരിക്കളഞ്ഞു. ഹാഫ് സാരിക്കഷ്ണം പുസ്തകത്തിനുമുകളിൽ ചുരുണ്ടു കിടന്നു. നീണ്ടു ചുരുണ്ട മുടി, രോമം നിറഞ്ഞ കൈയ്, തള്ള വിരലിൽ തുടങ്ങിയ കുഴിനഖത്തെ ചായം പുരട്ടി മറച്ചിരിക്കുന്നു. പുള്ളിപ്പാവാട, അതേ നിറത്തിൽ ചെറിയ പുള്ളികളുള്ള ബ്ലൗസ്... കഴുത്തിൽ സ്വർണ്ണ കുരിശുമാല.

ഒരുപാടുനേരം എഴുതിപഠിച്ചതുകൊണ്ടാവും കൈയിൽ നീരുവന്ന

തെന്ന് അമ്മ വിചാരിച്ചു. അങ്ങനെയെങ്കിൽ പഠിത്തം കുറയ്ക്കണം. സെപ്റ്റംബറിലാണ് പരീക്ഷ; ഒരുവട്ടം കൂടി തോറ്റെന്നുവിചാരിച്ച് ഒന്നും പറ്റത്തില്ല. പഠിത്തത്തെക്കാൾ വലുതാണ് ആരോഗ്യം. അമ്മ കൈയ് കൂട്ടിതിരുമ്മിയപ്പോൾ കുഞ്ഞൂഞ്ഞമ്മ ഹായ്, ഹാ എന്നൊക്കെ പുളഞ്ഞു. കഴിഞ്ഞ തവണ കണക്കിനാണു തോറ്റത്. ഇത്തവണ എങ്ങനേലും അതെഴുതിയെടുക്കുമെന്ന് കുഞ്ഞൂഞ്ഞമ്മ പറഞ്ഞു.

– കണക്കു ചെയ്തു ചെയ്ത് എന്റെ കൊച്ചിന്റെ കൈയ്യൊടിഞ്ഞു.

അമ്മ വിഷമം പറഞ്ഞു.

– അതല്ല കൊച്ചമ്മേ, വഴീൽവെച്ച് ഒരുത്തനൊന്നു കൊടുത്തു.

കുഞ്ഞൂഞ്ഞമ്മ ഒന്നും പറ്റീട്ടില്ല എന്ന അർത്ഥത്തിൽ ഞൊട്ടവിട്ടു; അമ്മയ്ക്ക് ആകാംക്ഷ കൂടി. സ്ഥിരമായി അവനെ കാണാറുണ്ട്. വീട്ടിൽ വാറ്റിക്കുടിച്ചിട്ട് റോഡിലിറങ്ങി നില്ക്കും. ഇത്തവണ മുന്നിൽ നിന്നും മാറാതെ സൂക്ഷിച്ചു നോക്കിക്കൊണ്ടുനിന്നു. എത്ര പറഞ്ഞിട്ടും മാറാതെ അടുത്തേക്കുവന്നു. ആദ്യം തള്ളി. പോയില്ല. പിന്നൊന്നു കൊടുത്തു.

– അത് ഏതായാലും കണക്കായിപ്പോയി മോളേ....

അടുത്ത ദിവസം വരുമ്പോൾ സൂക്ഷിക്കണേ എന്നും പറഞ്ഞുകൊടുത്തു; ഇനീം കളിക്കാൻ വന്നാൽ ശരിക്കൊള്ള ഗൊണമറിയുമെന്നായി കുഞ്ഞൂഞ്ഞമ്മ.

ആളിനെ മനസ്സിലായി.

പേരറിയത്തില്ല.

ഞാനും കണ്ടിട്ടുണ്ട്. നടന്ന് അതുവഴി പോകുന്നവർക്കൊക്കെ പേടി തോന്നും.

ആ ചട്ടമ്പിയെ കുഞ്ഞൂഞ്ഞമ്മ ഒറ്റക്ക്!

അയാളെപ്പറ്റി കുറെക്കൂടി കേൾക്കണമെന്നുണ്ട്.

അടുക്കള ഭാഗത്തേക്കു കറങ്ങിചെന്നു.

– പോയിരുന്ന് പഠിക്കെടാ.

അമ്മ എന്റെ തലവെട്ടം കണ്ടപ്പോൾ ആട്ടിക്കളഞ്ഞു.

ഞാൻ പമ്മിനിന്നു.

രക്ഷയില്ല. കുഞ്ഞൂഞ്ഞമ്മ അടുത്തവിഷയത്തിലേക്ക് പോയി; ചെന്നിട്ട് കാളയെ അഴിച്ച് കുളിപ്പിക്കാൻ തോട്ടിൽ കൊണ്ടുപോകണം. മൂരിക്കാളയാണ്; രണ്ടു മൂക്കുകയർ ഇട്ടാലും ചീറ്റുംചെറമ്മും. വീട്ടിൽ അപ്പനും ആങ്ങളയും പിടിച്ചാലും കാള മെരുങ്ങത്തില്ല. ബാക്കി പൂട്ടുകാളകളൊക്കെ പാവത്താന്മാരാണല്ലോ എന്ന് അമ്മ പറഞ്ഞപ്പോൾ കുഞ്ഞൂഞ്ഞമ്മ തിരുത്തി:

– അതിന്റെയൊക്കെ വരി ഒടച്ചതാ അതുകൊണ്ടാ.

– ഓ, ശരിയാന്നല്ലോ....

– ഇതിന്റേം വരി ഒടയ്ക്കണമെന്ന് അപ്പൻ പറഞ്ഞിട്ടും ഞാൻ ഒടക്കി കൊച്ചമ്മേ.... ഇവിടെങ്ങും ഇത്രേം ലക്ഷണമൊള്ള ഒരു മൂരി ഇക്കാല ത്തിനെടേൽ ഓർമ്മേലില്ല.

അമ്മേം ശരിവച്ചു; ഇതൊരു ഒന്നാന്തരം മൂരിതന്നെ.

ഇത്രയും വലിയ മൂരിയെ തീറ്റിപ്പോറ്റണേൽ നല്ല ചെലവാകില്ലേയെന്ന് അമ്മ തിരക്കി.

– ഒരു ദിവസം രണ്ടും മൂന്നും പശുക്കളെയാ ചേർപ്പിക്കാൻ കൊണ്ടു വരുന്നെ. പിണ്ണാക്ക് മേടിക്കാനൊള്ള കാശും കിട്ടും..

അതു നന്നായെന്ന് അമ്മ പറഞ്ഞു; കാശ് ഇച്ചിരെ കൂട്ടി മേടിച്ചാലും തെറ്റില്ലെന്നും അമ്മ ഓർമ്മിപ്പിച്ചു.

– ഓ, അതൊന്നും വേണ്ട കൊച്ചമ്മേ, ആ പാവം പശുക്കളെ പിന്നെ എങ്ങോട്ടു കൊണ്ടുപോകും?

കൊഴക്കട്ടയും കാപ്പിയും തീർന്നു. ഇല വെട്ടാനുണ്ടോ എന്നും തിരക്കി ഒച്ച കൂട്ടി ഒരാൾ വീട്ടുമുറ്റത്തേക്കു കയറി. കുഞ്ഞൂഞ്ഞമ്മ എത്തിനോക്കി.

– എന്തുവാ വെല?

ഇലവെട്ടുകാരൻ തോട്ടി ചാരിവച്ച് ഇലയൊന്നിന്റെ വില പറഞ്ഞു; സ്ഥിരമായി അതേ വിലയ്ക്കാണെടുക്കുന്നത്.

ഒണ്ടേൽ വെട്ടിക്കോ എന്ന് അമ്മയും പറഞ്ഞു.

ഇലയൊന്നിന് രണ്ടുപൈസ.

– എടേ, എലവെട്ടുകാരാ; നല്ല പാളാൻകോടന്റെ എലയാ; ഒന്നിന് അഞ്ചു പൈസ വച്ചാന്നേ വെട്ട്. എന്നിട്ട് മേലോട്ട് എന്റെ വീട്ടിലോട്ടും വാ; വെല മാറത്തില്ലേ.

ഒറ്റയടിക്ക് വില കയറി. അമ്മയോട് എന്നുംവന്ന് വില തർക്കിച്ച് ഒടു വിൽ സ്വന്തം വില നിശ്ചയിക്കുന്ന ഇലവെട്ടുകാരൻ ദാ, പമ്മി നില്ക്കുന്നു; തർക്കവുമില്ല ഒച്ചയുമില്ല; കുഞ്ഞൂഞ്ഞമ്മ ഒന്നുപറഞ്ഞാൽ പിന്നെ അതേ നടക്കൂ.

സമയം പോകുന്നുവെന്ന് കുഞ്ഞൂഞ്ഞമ്മ പറഞ്ഞു. ഇനീം രണ്ടു മൈൽ നടന്നാലേ വീട്ടിലെത്തൂ. പോകുന്നവഴിക്ക് ഇരുട്ടൊഴിയാത്ത കവു ങ്ങിൻ തോട്ടമാണ്.

– കൊച്ചമ്മ അതൊന്നും നോക്കണ്ട; എനിക്കൊരു കുന്തോം പറ്റ ത്തില്ല.

– ആ വല്യകോങ്കലിൽ കള്ളന്മാരുടെ ശല്യമൊണ്ടോ കുഞ്ഞൂഞ്ഞമ്മേ.

– ഇന്നാളി ഒരുത്തനെ ഞാൻ ഒളിച്ചുനിന്ന് പിടിച്ചാരുന്നു; രണ്ടെണ്ണം കൊടുത്തു. പൂവൻകൊല വെട്ടാൻ പാത്ത് നിക്കുവാരുന്നു.

– അയ്യോ കുഞ്ഞൂഞ്ഞമ്മേ ആയുധം കാണത്തില്ലിയോ?

– എന്തോന്നായുധം? നമ്മടെ കൈയ് എന്തുവാ കള പറിക്കാൻ പോവുവാന്നോ?

– പാത്തിരുന്ന് പകരം വീട്ടിയാലോ?

അതേ, ഞാൻ ചോദിക്കാൻ കൊതിച്ചത് അമ്മ ചോദിച്ചു.

കുഞ്ഞൂഞ്ഞമ്മ അമ്മയ്ക്കടുത്തേക്ക് ഒതുങ്ങിനിന്നു. എന്നിട്ട് അതീവ രഹസ്യമായി ചുറ്റും നോക്കി.

– ഈ ചെറുക്കൻ കേക്കണ്ട.

– ഓ, കേക്കത്തില്ല.

–അവന്മാരടെ വരി ഞാൻ പിടിച്ചോടക്കും; വീട്ടിൽ കാളേ ചെയ്ത് നല്ല പരിചയമാ.

അമ്മ കുലുങ്ങിച്ചിരിച്ചുകൊണ്ട് വായ പൊത്തി.

ഞാൻ അടുത്തെവിടെയെങ്കിലും നിന്ന് കേൾക്കുന്നുണ്ടോ എന്ന് പരിശോധിക്കാൻ.

– എടാ ചെറുക്കാ പഠിക്കുവാന്നോ എന്നുറക്കെ വിളിച്ചു ചോദിച്ചു.

ഞാൻ പുസ്തകം കയ്യിലും ഉള്ളം അടുക്കളയിലുമാക്കി പഠിക്കുവാന്നേ എന്ന് അതിനെക്കാൾ ഉറക്കെ അറിയിച്ചു.

– എവന് കണക്കിച്ചിരി പ്രയാസമാ.

അമ്മ എന്നെ ഉദ്ദേശിച്ചു പറഞ്ഞു.

– നമ്മക്ക് ശ്രദ്ധിച്ചാ ജയിക്കാവുന്നേ ഒള്ള് കൊച്ചമ്മേ.

– അതിന് ശ്രദ്ധിക്കണ്ടായോ; സർവ്വനേരോം കിളിത്തട്ടുകളിയാ.

– അതു സാരമില്ല കൊച്ചമ്മേ; പഠിക്കുമ്പം അങ്ങ് പഠിച്ചേച്ചാ മതി.

– എന്നാ ഇച്ചിരെ സമയം കിട്ടുമ്പം കുഞ്ഞൂഞ്ഞമ്മ എവനിച്ചിരെ കണക്ക് പറഞ്ഞുകൊടുക്കണേ.

കുഞ്ഞൂഞ്ഞമ്മ ഏറ്റു; എനിക്കും സന്തോഷമായി.

കണക്കു പഠിപ്പിക്കാൻ തുടങ്ങിയാൽ അതിനെടക്ക് ടൗണിലെ വിശേഷവും കേൾക്കാമല്ലോ. മുന്നൂറു കുട്ടികൾ പത്താംക്ലാസ്സുകാർ മാത്രം പഠിക്കുന്ന ട്യൂട്ടോറിയൽ കോളജാണ്... ശേഖർ ട്യൂട്ടോറിയൽ.

– ഏറ്റവും വലുതേതാ കുഞ്ഞൂഞ്ഞമ്മേ?

– അത് രാജൻ ട്യൂട്ടോറിയലായിരിക്കും.

–പക്ഷേ ശേഖറിൽ പഠിക്കുന്നവരൊന്നും അങ്ങനെ തോക്കത്തില്ല.

കുഞ്ഞൂഞ്ഞമ്മ രാജനിലാരുന്നു. തോറ്റതുകൊണ്ട് ഇത്തവണ ശേഖറിലോട്ട് മാറി.

– ഫീസോ?

– അത് രണ്ടെടത്തും ഒരുപോലാ. ഇനി ഒരുമാസം താമസിച്ചെന്നുവിചാരിച്ച് രാജനിലെപ്പോലെ എറക്കിവിടത്തില്ല.

രാജനിൽ വച്ച് കുഞ്ഞൂഞ്ഞമ്മയെ രണ്ടുവട്ടം ഇറക്കിവിട്ടിരുന്നു. ഫീസിനു കൊടുത്ത പൈസ എടുത്തൊന്നു മറിച്ചു. ഉദ്ദേശിച്ച സമയത്ത് തിരിച്ചുകിട്ടിയില്ല. ചിട്ടിക്കാരൻ തമ്പിക്ക് കടം കൊടുത്തതായിരുന്നു.

– തമ്പി എന്നെ വലിപ്പിക്കാൻ നോക്കി. വഴീവെച്ച് കുത്തിനുപിടിച്ച് വല്ലച്ചാതീം തിരിച്ചു മേടിച്ചു.

കുഞ്ഞൂഞ്ഞമ്മ പഴേസംഭവം എണ്ണപ്പറഞ്ഞു

– ഇനി ഒരുത്തനും അഞ്ചുപൈസ കടം കൊടുക്കത്തില്ല.

തമ്പി അടുത്ത വീട്ടിലേതാ; സങ്കടം പറഞ്ഞപ്പോൾ ഫീസിനു കൊടുക്കാൻ വച്ചിരുന്നതു കൊടുത്തു. പക്ഷേ അവൻ പറ്റിച്ചു.

– ഇവുത്തുങ്ങളെ കണ്ണും അടച്ച് വിശ്വസിക്കല്ലേ കുഞ്ഞൂഞ്ഞമ്മേ.

– ഓ, ഇനീം ഇല്ല കൊച്ചമ്മേ.

കുഞ്ഞൂഞ്ഞമ്മ പോയപ്പോൾ കാരണമില്ലാതെ ഞാൻ വിഷമിച്ചു. അവർ വീട്ടിലിരുന്ന സമയത്ത് എന്തെല്ലാം കേട്ടു; എന്തെല്ലാം അറിഞ്ഞു. പഠിക്കാൻ തോന്നിയുമില്ല.

– അയ്യോ താമസിച്ചുപോയി. മിണ്ടീം പറഞ്ഞുമിരുന്ന് സമയം പോയതറിഞ്ഞില്ല.

– നാളേം വരണേ.

– വരാം കൊച്ചമ്മേ.

അപ്പോഴേക്കും ഇലവെട്ടുകാരൻ ഇലയുമടുക്കി വന്നു. കുഞ്ഞൂഞ്ഞമ്മ പറഞ്ഞതിൻപ്രകാരം ഒന്നിന് അഞ്ചു പൈസ് വച്ച് നൂറ്റ് ഏഴ് ഇല സമം... അമ്മ കണക്കുകൂട്ടാൻ പറഞ്ഞു. ഞാൻ കണക്കിനു മോശമായിരുന്നു.

– ആ കുഞ്ഞൂഞ്ഞമ്മ ഒണ്ടാരുന്നേൽ.... മനക്കണക്കിനവളെ കഴിഞ്ഞേ ആരുമൊള്ളൂ.

രണ്ടു ദിവസത്തേക്ക് കുഞ്ഞുഞ്ഞമ്മയെ കണ്ടില്ല. കുഞ്ഞൂഞ്ഞമ്മ അതുവഴി വന്നില്ല. ട്യൂട്ടോറിയലിൽ നിന്നും കുഞ്ഞൂഞ്ഞമ്മയുടെ വീട്ടിലേക്ക് വനംചുറ്റിപ്പോകുന്ന കുറുക്കുവഴിയുണ്ടെന്ന് അമ്മ പറഞ്ഞു.

– നമ്മടെ ബന്ധുക്കളുടെ കൂട്ടത്തിൽ നല്ല സ്ഥായിയൊള്ള ഒരു കൊച്ചാ.

ഞാനും സമ്മതിച്ചു. കുഞ്ഞൂഞ്ഞമ്മ വന്നാൽ വീടൊന്നുണരും. എന്തെന്നില്ലാത്ത ധൈര്യം തോന്നും.

ഒരിക്കൽ ഒരു പരാതി പറഞ്ഞു അമ്മ കേൾക്കാതെ. വയലിൽ കുട്ടീം കോലും കളിക്കുമ്പം സ്ഥിരമായി തലയിൽ ഞോടുന്ന മുതിർന്ന ഒരുത്തൻ. എത്ര കരഞ്ഞാലും ഞോടും. ഇരട്ടപ്പേരു വിളിച്ച് കളിയാക്കുകയും ചെയ്യും.

– എവിടുത്തെയാ അവൻ?

കുഞ്ഞൂഞ്ഞമ്മ ചോദിച്ചു. ഞാൻ വീടും വളവും പറഞ്ഞുകൊടുത്തു.

– ആ തോട്ടിപോലുള്ള കോന്തപ്പല്ലനാണോ?

കുഞ്ഞൂഞ്ഞമ്മക്ക് ആളെ പിടികിട്ടി.

ഞാനതങ്ങ് മറന്നു. കുഞ്ഞൂഞ്ഞമ്മക്ക് മറക്കാൻ പറ്റുമോ? ഒരു ദിവസം കുട്ടീംകോലും തകർക്കുമ്പോൾ അതാ കുഞ്ഞൂഞ്ഞമ്മ.

എന്റെ ചങ്കിടിച്ചു. ട്യൂട്ടോറിയലീന്നു വരുവല്ല. കാളക്ക് പുളിയരിപ്പിണ്ണാക്ക് തലയിൽ ചുമന്നു വരുന്നവഴിയാ; ചാക്ക് വരമ്പിൽ ഇറക്കി കുഞ്ഞൂഞ്ഞമ്മ എന്നെ കണ്ടില്ലെന്നു നടിച്ച് ഇറങ്ങിവന്നു.

– ഇങ്ങുവാടാ...

ഞാൻ പേടിച്ചു.

– അടിക്കെടാ..

മിണ്ടാതെ നിന്നപ്പോൾ കൈയ് പൊത്തിപ്പിടിപ്പിച്ചു. രണ്ടുവട്ടം അടിക്കാൻ പറഞ്ഞു. കേട്ടു.

– ഇനി നീ ഇതും പറഞ്ഞ് വല്ലോം ചെയ്താ...

കുഞ്ഞൂഞ്ഞമ്മ അവനൊരു ഉന്തുകൊടുത്തു. അവൻ മറിഞ്ഞു വീണു കരഞ്ഞു. ചാക്കും തലയിലേറ്റി കുഞ്ഞൂഞ്ഞമ്മ പോയി. അതിൽപിന്നെ ഉപദ്രവം നിന്നു.

കുറച്ചുദിവസമായി കുഞ്ഞൂഞ്ഞമ്മയെ കണ്ടില്ല. പഠിത്തം കാരണം വരാത്തതാകുമെന്ന് അമ്മ പറഞ്ഞു. സെപ്റ്റംബർ പരീക്ഷയെന്നു പറഞ്ഞാൽ ഏഴെട്ട് വിഷയം മൂന്നുമാസം കൊണ്ട് പഠിച്ചു തീർത്തെഴുതണം. മാർച്ചിലെ പരീക്ഷക്കാർക്ക് ഭാഗ്യമാ. ഒരു വർഷം പഠിച്ചതു മുഴുവൻ എഴുതിയാൽ മതി.

അങ്ങനെയിരിക്കെ കുഞ്ഞൂഞ്ഞമ്മ വന്നു.

– എന്തുവാ മോളേ, നിന്നെ കാണാഞ്ഞിട്ട് ഒരിതുപോലെ...

– രണ്ടു ദെവസമായിട്ട് വീട്ടിൽ ഇച്ചിരെ പ്രശ്നമാരുന്നു.

അമ്മ അതു കേൾക്കാൻ പണി നിർത്തി കുഞ്ഞൂഞ്ഞമ്മക്ക് ഒപ്പം ഇരുന്നു. മോരും വെള്ളവും അടയും തിന്നാൻ കൊടുത്തു. ഒറ്റയടിക്ക്

കുഞ്ഞൂഞ്ഞമ്മ എല്ലാം തീർത്തു. മൂരിക്കാളയുടെ വരി ഒടയ്ക്കാൻ മൂന്നു നാലുപേരെ അപ്പൻ കൊണ്ടുവന്നു. വയലിൽ പൂട്ടാൻ ഒരു കാളകൂടി ആയല്ലോ എന്നാണ് അപ്പന്റെ ചിന്ത. കുഞ്ഞൂഞ്ഞമ്മ അതു വകവച്ചില്ല. മൂരി, മൂരിയായി നില്ക്കണം. അടുത്തെങ്ങും വിത്തു കാളയില്ല. പശുക്കളുമായി വരുന്നവരെ എങ്ങനെ വെറുംകയ്യോടെ പറഞ്ഞയയ്ക്കും.

- അതു നേരാ മോളെ നെനക്കെങ്കിലും അങ്ങനൊരു മനസ്താപം ഒണ്ടായല്ല്; നല്ലതാ.

- അതാ കൊച്ചമ്മേ, മനുഷ്യർക്കുമാത്രം സുഖിച്ചാ മതിയോ.

തർക്കം വഴക്കായി. കാളയെ പിടികൂടാൻ വന്നവരെ കുഞ്ഞൂഞ്ഞമ്മ ഓടിച്ചു. കാള മുക്രയിട്ടു. അപ്പനും ആങ്ങളയും പെങ്ങളെ വഴക്കു പറഞ്ഞു. രണ്ടുദിവസം മിണ്ടാതെ നടന്നു. ട്യൂട്ടോറിയലിൽ പോകാൻ തോന്നിയില്ല. പോയതുമില്ല.

- അന്യായം കണ്ടോണ്ടിരുന്നാ, എനിക്ക് പഠിക്കാൻ തോന്നത്തില്ല.

അമ്മയും സമ്മതിച്ചു.

സംസാരിച്ചകൊണ്ടിരുന്നപ്പോൾ കരിയില മറിയുന്ന ശബ്ദം. അമ്മ പുറത്തേക്കിറങ്ങി നോക്കി. ഒന്നും കാണുന്നില്ല.

- ദേ, എന്തോ ഇഴഞ്ഞപോലെ.

കാച്ചിലും പാവലും പടർന്നു കിടന്നതിനിടയിലൂടെ ഒരനക്കം.

- കൊച്ചമ്മ ഇവിടെ നിക്ക്...

കുഞ്ഞൂഞ്ഞമ്മ അമ്മയെ വിലക്കി.

ഞാനും ഓടിവന്നു; ഒന്നും കാണാനില്ല.

കുഞ്ഞൂഞ്ഞമ്മ ഒരു കാട്ടുകമ്പെടുത്തു കരിയില മാന്തി. മണ്ണ് ചികഞ്ഞു; പാവാട മടക്കികുത്തി; ഹാഫ്സാരിയെടുത്ത് തലയിൽ കെട്ടി.

പെട്ടെന്ന്

- ദാ, നീണ്ട ശംഖുവരയൻ.

കുഞ്ഞൂഞ്ഞമ്മ പാമ്പിന്റെ തലക്കടിച്ചു. അത് തല തല്ലിപ്പൂളഞ്ഞു. ഒരു കമ്പിൽ കോരിയെടുത്ത് എല്ലാവർക്കുമായി നീട്ടിക്കാണിച്ചു.

- കൊച്ചമ്മേ ഒരു കുന്താലിയെട്; കുഴിച്ചിടട്ടെ.

ഞാൻ കുന്താലിയെടുക്കാൻ ഓടി.

മിക്ക ദിവസവും അമ്മ വിളിച്ചു ചോദിക്കും.

- എടാ, വരുന്നവഴി കുഞ്ഞൂഞ്ഞമ്മെ കണ്ടാരുന്നോ?

എവിടെ പോയി കാണാനാ. എങ്ങനെ കാണാനാ. കുഞ്ഞൂഞ്ഞമ്മയെ ആരും കണ്ടില്ല. അവര് സെപ്റ്റംബറിൽ പരീക്ഷ എഴുതിയില്ല. അതു

കൊണ്ട് പത്തിൽ ജയിച്ചുമില്ല.

– കുഞ്ഞൂഞ്ഞമ്മയ്ക്ക് എന്തോ ഒരു പിണക്കം പോലെ; ഇത്രേംകാലം ഇവിടെ വന്ന് ഒരു പാത്രത്തീന്ന് കഴിച്ചവള് കല്യാണം വന്നിട്ട് അറിയിച്ചുപോലുമില്ല.

കുഞ്ഞൂഞ്ഞമ്മയുടെ കല്യാണമായെന്ന് അപ്പോഴാണ് ഞാനും അറിഞ്ഞത്. കട്ടപ്പന പള്ളീൽ വെച്ചായിരുന്നു കെട്ട്. അമ്മേം ഞാനും പോയില്ല. അപ്പൻ പോയി.

– ആർക്കാ സമയം വല്ലോരടേം കല്യാണച്ചോറുണ്ണാൻ?

അമ്മയ്ക്ക് ദേഷ്യോം പരിഭവവും ഒരുമിച്ചുവന്നു.

കുഞ്ഞൂഞ്ഞമ്മ കല്യാണം അറിയിക്കാഞ്ഞത് എന്തുകൊണ്ടെന്ന് ചോദിക്കണമെന്നുണ്ടായിരുന്നു. അമ്മക്ക് ദെണ്ണം വരേണ്ടെന്നു കരുതി ചോദിച്ചില്ല. പക്ഷേ അമ്മ ആ ചോദ്യം പ്രതീക്ഷിച്ചിരുന്നു.

– ചെലരങ്ങനാ മോനേ, നല്ല നെല വരുമ്പം പഴേത് മറക്കും.

കുഞ്ഞൂഞ്ഞമ്മയ്ക്ക് നല്ല നെലയാണോ? ആർക്കറിയാം. ബോംബെയിൽ ജോലിയൊള്ളയാളാണു ഭർത്താവെന്നു അമ്മ പറഞ്ഞുകേട്ടു.

അധികം മിണ്ടാത്ത അപ്പൻ ഒരിക്കൽ അമ്മയോടു പറയുന്നതു കേട്ടു;

– കല്യാണം കഴിഞ്ഞട്ടധികമായില്ല. പക്ഷേ രസക്കേടായി.

– അതെന്തുവാ?

അമ്മയ്ക്ക് ആകാംക്ഷ ഇരട്ടിച്ചു.

– അവൻ ഒരു മഗ്ഗുണനാ.

– ആര് പറഞ്ഞു?

– കണ്ടാ അറിയത്തില്ലിയോ?

– പിന്നെന്തോത്തിനാ അവള് സമ്മതിച്ചെ?

– അവക്കിഷ്ടമില്ലാരുന്നു; അപ്പൻ നിർബന്ധിച്ച് തലേവച്ചതാ.

അമ്മ കുറെനേരം എന്തോ ഓർത്തിരുന്നു.

– അവനങ്ങ് ബോംബെക്കുപോയി. അവള് കൂടെപ്പോയില്ല.

കുഞ്ഞൂഞ്ഞമ്മ അപ്പന്റെ ബന്ധത്തിൽ വകയിൽ പെങ്ങളായിട്ടുവരും. അതുകൊണ്ട് അപ്പൻ പറയുന്നതിൽ സത്യമുണ്ടെന്നറിഞ്ഞ അമ്മ തലയ്ക്കു കൈയും കൊടുത്തിരുന്നു:

– അവളൊരു പാവമാ; നേരെ വാ, നേരെ പോ. അതിനീ ഗതി വന്നല്ല്.

– തൊടക്കത്തിലേ അവക്ക് ഉത്സാഹമില്ലാരുന്നു. അതുകൊണ്ടാരിക്കും നിന്നേം വന്ന് വിളിക്കാഞ്ഞെ...

– നന്നായാ മതിയായിരുന്നു.

ഞാനും പുസ്തകം മടക്കിവച്ചുകൊണ്ടു പറഞ്ഞു; നന്നായാ മതിയാരുന്നു.

കുഞ്ഞൂഞ്ഞമ്മെ പിന്നെ കണ്ടതേയില്ല. അമ്മക്കും പ്രത്യേകിച്ചൊന്നും പറയാനില്ലാതായി. ആ നീണ്ട പയ്യന് ഇപ്പോഴും എന്നെ പേടിയാണ്. ഞാൻ കുട്ടിയും കോലും കളിക്കുമ്പം അവൻ ഭയന്നുമാറിനില്ക്കും. ഇലവെട്ടുകാരൻ ഇലയൊന്നിന് അഞ്ചുപൈസ വച്ച് ഒന്നും പറയാതെ എണ്ണിത്തരുന്നുണ്ട്.

ഒരു ദിവസം ഞാൻ പകുതി ഉറക്കത്തിൽ സുഖിച്ചു കിടക്കുന്നു. സ്കൂളിൽ പോകുന്ന കാര്യമോർത്തപ്പോൾ അറിയാതെ തൊണ്ടയിൽ ഒരു കിരുകിരുപ്പ്. നെഞ്ചിൽ ഒരു ഭാരം. അമ്മ വന്ന് തട്ടി, എഴുന്നേല്പിച്ചു. പെട്ടെന്ന് കൂടെ ഇറങ്ങാൻ പറഞ്ഞു.

– എങ്ങോട്ടാ?

അമ്മ മിണ്ടുന്നില്ല; കണ്ണു തുടക്കുന്നു.

എന്റെ കൈയും പിടിച്ച് അമ്മ നടന്നു. കൃഷിയിടങ്ങളും ഇടത്തോടും ചാടിക്കടന്നു. കമുങ്ങിൻതോപ്പിൽ പഴുത്ത അടക്ക നോക്കി കുട്ടികൾ കാടു തെളിക്കുന്നു. തോളിലിട്ടിരുന്ന തോർത്തെടുത്ത് അമ്മ ഇടയ്ക്കിടെ മുഖം തുടച്ചു.

വീണ്ടും എങ്ങോട്ടെന്നു ഞാൻ തിരക്കി.

– കുഞ്ഞൂഞ്ഞമ്മയെ കാണാനില്ല.

– എവിടെപ്പോയി?

അമ്മയ്ക്കു പിന്നാലെ ഞാൻ അതിവേഗം നടന്നു.

ലോകമാം ഗംഭീരവാരിധിയിൽ.....

എന്റെ ഉപ്പാപ്പൻ നിത്യതയിലേക്ക് എടുക്കപ്പെട്ട കാര്യം അറിയാൻ വൈകി. നാട്ടുകാര് പറഞ്ഞാണറിഞ്ഞത്. ഒരേയൊരു ഉപ്പാപ്പനാരുന്നു; സ്വന്തം അപ്പനെപ്പോലാരുന്നു. അപ്പൻ മരിച്ചപ്പോൾ, അതിനായിമാത്രം ന്യൂജേഴ്സീന്നു പറന്നുവന്നു. എല്ലാം ചെയ്ത് കല്ലറേം കെട്ടിച്ച് എന്റെ എളേവടെ കല്യാണോം ധാരണയാക്കിയേംവച്ചാ ഉപ്പാപ്പൻ തിരിച്ചുപോയെ.

എനിക്കായിട്ട് ഓട്ടോറിക്ഷ മേടിക്കാനായിട്ട് ഉപ്പാപ്പൻ പൈസ എറക്കിയിട്ടുണ്ട്. എന്തൊക്കെയായാലും ഉപ്പാപ്പൻ വല്യ സഹായമായിരുന്നു. അറത്ത കൈയ്ക്ക് ഉപ്പുതേക്കത്തില്ലെന്ന് നാട്ടുകാര് പറഞ്ഞിട്ടൊണ്ട്; ഞാനും പറഞ്ഞിട്ടൊണ്ട്. ദേഷ്യം വരുമ്പം പലതും വിളിച്ചുപറയുന്ന കൂട്ടത്തിൽ പറഞ്ഞിട്ടൊണ്ടൊന്നേ ഒള്ള്. ഉപ്പാൻ വെറും ഒരു ഉപ്പാപ്പനാരുന്നില്ല.

രാവിലെ വെണ്ണിക്കുളം കവലേൽ ചായകുടിക്കാൻ എറങ്ങിനിന്നപ്പം ഒരുത്തൻ വന്ന് ഊതീട്ട് പോയി.

- എന്നതാടാ ചാക്കാല പറയുവാൻ നിക്കുവാന്നോ?

ആ മണലൂറ്റുകാരൻ സണ്ണി; എവനിതെങ്ങനറിഞ്ഞു?

കൊച്ചുവള്ളത്തെ മണലൂറ്റാൻ പോന്ന പോക്കിനവനൊന്ന് ഊതി; ന്യൂജേഴ്സീൽ കെടന്ന ഉപ്പാപ്പൻ മരിച്ച കാര്യം വെണ്ണിക്കുളംകാര് മുഴുവനറിഞ്ഞിട്ടും ഞാനറിഞ്ഞിട്ടില്ല. നാട്ടുകാരുമായി ഉപ്പാപ്പന് ബന്ധമില്ലാരുന്നു. അവധിക്കുവരുമ്പം കാറിൽ കവലേൽ എത്തുമ്പം, ആരും ശ്രദ്ധിക്കാതിരിക്കാൻ എന്തേലും വായിച്ചോണ്ട് ഇരിക്കുന്നതുപോലെ തോന്നിപ്പിക്കും; എന്തേലും കയ്യികിട്ടുന്ന പത്രമെടുത്ത് ചെലപ്പം തലകീഴായി പിടിച്ച് വായിക്കുന്നോണം അഭിനയിക്കും.

- ദോണ്ട്, പ്ലാമൂട്ടിലെ പാപ്പച്ചനല്ലിയോ?

കൂടെ പഠിച്ചവരും കൂട്ടുകാരും കാറിലോട്ട് നോക്കിപറയും. ഉപ്പാപ്പൻ ആട്ടുകല്ലിനു കാറ്റുപിടിച്ചതുപോലെ ഒറ്റ ഇരുപ്പാ; കവല കഴീമ്പം, പാട്ടിടെടാ കുഞ്ഞുമോനേന്നും പറഞ്ഞ് ഡ്രൈവറെ ഒന്നു തോണ്ടും.

- ലോകമാം ഗംഭീരവാരിധിയിൽ

വിശ്വാസകപ്പലിലോടിയിട്ട്....

നിത്യവീടൊന്നുണ്ടവിടെയെത്തി

കർത്തനോടുകൂടി വിശ്രമിപ്പാൻ....

ഉപ്പാപ്പനും ചെലപ്പോൾ കൂടെ പാടും.

മുപ്പത്തഞ്ച് വർഷമായിട്ട് ഇംഗ്ലീഷും പറഞ്ഞ് ജീവിക്കുന്ന ആളാന്ന് തോന്നത്തേയില്ല. നല്ല പച്ചരിപോലാ മലയാളം.

തവിട്ടും കറുപ്പും നെറത്തിലുള്ള സഫാരിസ്യൂട്ടേ ഉപ്പാപ്പൻ ഇടൂ; കുളിച്ചൊരുങ്ങി അതും ഇട്ട് മുഴക്കത്തിൽ 'എടാ അച്ചൻകുഞ്ഞേ ചങ്ങനാശ്ശേരിക്കൊന്ന് പോവുവാന്നേ...' എന്ന് വിളിച്ചുപറേമ്പം വീട് കിടുങ്ങും; കൊച്ചുങ്ങളും പട്ടിയും കരച്ചിൽ നിർത്തും.

ഒരു ദിവസം കാര്യം പറയാൻ പമ്മി ചെന്നു:

- എന്തുവാടാ അച്ചൻകുഞ്ഞേ?

- കവലേൽ ഒള്ളവര് അതുമിതും പറേന്നു.

- പറേട്ടടാ; തലമുറകളായി തെണ്ടി കുത്തുപാള എടുക്കുവല്ലിയോ; പറേട്ടെ...

- കാശായാൽ കണ്ടാൽ അറിയത്തില്ലെന്ന്

- പിന്നെ, അവിടെ ഡോളർ അടിക്കുന്ന പണി അല്ലിയോ

- പണ്ട് കൂടെ നടന്നവരാ നൊണ പറേന്നെ..

- എടാ അച്ചൻകുഞ്ഞേ പണി ചെയ്തേലെ പണം കിട്ടൂ..

- ഓ...

- നിന്നോടുംകൂടാ പറേന്നെ.

- ആവട്ടെ.

- കെട്ടുമ്പം അമ്മാമ്മ ഒരു നഴ്സാരുന്നു. അമേരിക്കേൽ ചെല്ലുമ്പം എനിക്കും പണി ഇല്ലാരുന്നു.

- ഓ...

- പിന്നെങ്ങനാ രക്ഷപ്പെട്ടേന്ന് അച്ചൻകുഞ്ഞിനറിയാമോ?

- കർത്താവിന്റെ കരുണകൊണ്ട്...

- കർത്താവിന്റെ കാര്യം അവിടെ നിക്കട്ടെ. നീ നിന്റെ ബോധ്യം പറ....

ഞാൻ പമ്മി.

- നീ എന്താ സ്ഥിരമായി പണിക്കുപോവാത്തെ?

ഓട്ടോറിക്ഷ പണയംവച്ച കാര്യം ഉപ്പാപ്പൻ എങ്ങനറിഞ്ഞു? ആ സമയം പട്ടി കിടന്നു കൊരച്ചു; തൊടലു പൊട്ടിക്കും. ഓ, പോസ്റ്റ്മാനാരുന്നു. ഉപ്പാപ്പനു വന്ന രജിസ്റ്റേർഡാരുന്നു.

ബാങ്കീന്നാരുന്നു.

ചെക്ക്ബുക്കാരുന്നു. കുടുംബവീട് ഇടിഞ്ഞോണ്ട് ഞങ്ങടവിട വന്നാ താമസം. അത്ര സൗകര്യം ഒന്നുമില്ല. എന്നാലും ഒരുമുറി ഉപ്പാപ്പൻ കുട്ട പ്പനാക്കിവച്ചേക്കും. പുതിയ കട്ടിലും ബെഡ്ഡും മേടിച്ചിടും. പിരിവുകാരു വരുമ്പം മുറീലെ പാട്ട് ഓഫ് ചെയ്തിട്ട് പമ്മികെടക്കും. അവര് സംശയി ക്കാതിരിക്കാൻ പൊറത്തെ ഫ്യൂസ് എടുത്ത് അകത്തുവച്ചേക്കാൻ പറ യും.

കുളിക്കാൻ കേറുമ്പഴും ഉപ്പാപ്പന് പാട്ടുവേണം. അവിടുന്ന് കൊണ്ടു വന്ന സെറ്റും കാസറ്റുമാ. ഒരു വളവ് അപ്പുറംവരെ പാട്ടു ചെല്ലും. ക്രിസ്തീയ കീർത്തനമേ കേക്കൂ; ഡ്രൈവർ കുഞ്ഞുമോനും അതാ ഇഷ്ടം. സ്ഥിരം ഡ്രൈവറാ. വെള്ള അംബാസിഡറാ. ഉപ്പാപ്പൻ ഭക്തി ക്കാരനാരുന്നു. രാത്രി മുട്ടുമ്മേൽനിന്നു പ്രാർത്ഥിക്കും. ആശീർവാദം പറ യാൻ എന്നോടുപറയും. ഞാൻ ശബ്ദം താഴ്ത്തിപ്പറയും.

ചെലസമയം കുളിക്കാൻ കേറുമ്പം പേഴ്സെടുത്ത് കട്ടിലിൽ ഇട്ടേ ക്കും. കൊറേ തവണ തൊറന്നു. അഞ്ചുരൂപ നോട്ടുപോലെ തോന്നി. മൂന്നെണ്ണം ഊരിയെടുത്തു.

ബാറിന്റെ കൗണ്ടറിലെ ചെറുക്കൻ ഇതിവിടെ എടുക്കത്തില്ലെന്നുംപ റഞ്ഞ് മടക്കി.

- എന്നതാ കാര്യം?

- വെട്ടത്തുപോയി നോക്ക്.

അടുത്ത് ഓക്കാനിച്ചോണ്ടുനിന്ന ഒരുത്തൻ അതേ തൊട്ടുനോക്കി ഡോളറാന്നു പറഞ്ഞു.

പുലിവാലായി.

മോതിരം പണയംവച്ചേച്ചാ ബാറീന്നെറങ്ങിയെ.

- ആരേലും മുറീകേറിയാരുന്നോ അച്ചൻകുഞ്ഞേ?

ഒരു ദെവസം ഉപ്പാപ്പൻ ചോദിച്ചു.

- ഓ, ഇവിടാരുവരാനാ?

- പിന്നെ എന്നതാടാ, എണ്ണിവച്ചേക്കുന്നെ കൊറേന്നെ...?

- എനിക്കറിയാൻമേല.

- എടാ പണിയെടുത്തു ജീവിക്കണം.

ഞാൻ മുങ്ങി.

അതീപിന്നെ മുറി പൂട്ടിയേംവെച്ചേ പോവൂ.

ഉപ്പാപ്പൻ എണങ്ങിയാ, നക്കിക്കൊല്ലും.

പിണങ്ങിയാ കുത്തിക്കൊല്ലും... വല്ലാത്ത എനമാ..

പിന്നെ വല്യലോഹ്യമൊന്നുമില്ല. വന്നുകെടക്കും. രാവിലെ എറങ്ങും. ഡ്രൈവർ കുഞ്ഞുമോൻ വന്ന് കാത്തുകെടക്കും. കുഞ്ഞുമോന് കോളാരിക്കും.

രാവിലെ എറങ്ങാൻനേരം മുന്നിൽചെന്നു.

- എന്നതാ അച്ചൻകുഞ്ഞേ?

- അമ്മേടെ ഓപ്പറേഷൻ. കയ്യിലൊന്നുമില്ല.

- ആ, നോക്കട്ടടാ. എത്രേം വരും?

- അൻപതാവും.. മുത്തൂറ്റും പുഷ്പഗിരീലും ഒരേ റേറ്റാ...

എറങ്ങി ഒറ്റപോക്ക്.

തവിട്ട് സഫാരിസ്യൂട്ടിന്റെ കൂടെ തവിട്ട് ഷൂ.

കറപ്പിന്റെ കൂടെ കറപ്പ്.

മഞ്ഞ സ്യൂട്ട് ഒണ്ടാരുന്നേലോ?

ഉപ്പാപ്പന്റെ ഒരു യോഗം.

മുറി തൂക്കാനൊണ്ടേൽ പൂട്ടാതെ പോവും.

എന്റെ പെണ്ണുംപിള്ളയാ തൂക്കുന്നെ.

അണ്ടിപ്പരിപ്പിന്റെ കവറും വിൽസ് പാക്കറ്റും, തറേലടിച്ചാലും തലയ്ക്കടിച്ചാലും പൊട്ടാത്ത കുപ്പീം, പുത്തൻ അണ്ടർവെയറിന്റേം ബനിയന്റേം വെല എഴുതിപ്പിടിപ്പിച്ച ടാഗും...

ഒരു അണ്ടർവെയറിനിപ്പം എന്നതാ വെല?

രണ്ട് മുണ്ട് മേടിച്ചുടുക്കാം.

വന്നുവന്ന് ഉപ്പാപ്പനാന്നൊള്ള പേരുമാത്രം.

നാട്ടുകാരു വിചാരിച്ചേക്കുന്നെ എനിക്ക് കോളാന്നാ. എന്നതാ ഗുണം? എനിക്ക് പ്രത്യേക പണിയില്ല. അങ്ങനെ ഇങ്ങനേം എറങ്ങിനടക്കും; തട്ടീംമുട്ടീം പോകുന്നു. ഗുണം, ആ ഡ്രൈവർ കുഞ്ഞുമോനാ. കണക്കും കാര്യോം ഒക്കം ഇപ്പം അവനാ.

ഉപ്പാപ്പൻ പാതിരാക്കുവരും, രാവിലെ പോകും.

എന്നോട് വിശ്വാസം പോയെന്നു തോന്നുന്നു.

- ഉപ്പാപ്പാ അമ്മേടെ കാര്യം..?

- ഒരാഴ്ച കഴീട്ടെടാ... എനിക്ക് പോവാറായി.

- എന്നാ?

- പറയാമെടാ.

പ്രാർത്ഥനയ്ക്ക് വട്ടംകൂട്ടിക്കൊണ്ട് മുഖത്തുനോക്കാതെ ഉപ്പാപ്പൻ മുരണ്ടു.

കളി കാര്യമായോ?

അഞ്ചാറുപ്രാവശ്യം പേഴ്സ് കേറി തൊറന്നുകാണും. ഏഴ് എഴുപ തുവട്ടം ക്ഷമിക്കണമെന്നല്ലിയോ കർത്താവ് പറഞ്ഞെ?

ഒരു ദെവസം ബാറിന്റെ മുമ്പിനിന്ന് മണലൂറ്റുകാരൻ സണ്ണിയുടെ തന്തയ്ക്കുവിളിക്കുമ്പം തുവ്വാലകൊണ്ട് മുഖംമറച്ചോണ്ട് ഡ്രൈവർ കുഞ്ഞുമോൻ എറങ്ങിവരുന്നു.

– നീ എന്റെ വീട്ടിക്കേറി മേയാൻ തൊടങ്ങി; അല്ലിയോ കുഞ്ഞു മോനേ....?

– അളിയാ, ഉപ്പാപ്പൻ വിളിച്ചോണ്ടല്ലിയോ?

പിന്നെ അവൻ മാറ്റിനിർത്തി ഒത്തിരി കഥപറഞ്ഞു.

ഓരോ ദെവസവും ഓരോസ്ഥലം.

തേനി, കമ്പം, കോയമ്പത്തൂർ..

ഇന്നലെ ഇടുക്കി ഡാം കാണാൻ പോയി.

ബോട്ടിലിരുന്ന് രണ്ടുംകൂടെ അടിച്ചുപൂസായി.

വരുന്നവഴിക്ക് മ്ലാവെറച്ചി തിന്നാൻ കൊതി. ഒത്തിരി തെരക്കി.

ഒടുവിൽ ഒരു വീട് കണ്ടുപിടിച്ചു.

രണ്ടാൾക്കുംകൂടി മുന്നൂറ്!

പിന്നൊരുദെവസം കുമരകത്ത് ചൂണ്ടയിടാൻ പോയി. അതുംകഴിഞ്ഞ് ഒറ്റവിടീൽ, വയനാട്ടിലോട്ട്. എവിടെ പോയാലും ഡബിൾ റൂമെ എടുക്കൂ; എന്നേം അതേ മുറീൽ കെടത്തും.

രാത്രീൽ ഒറക്കം കുറവാ.

മരുന്നും കഴിക്കും.

– കുഞ്ഞുമോനേ, എന്തേലും എനിക്ക് ഞരക്കോം മൂളലും വന്നാ ഒടൻ നീ ആശുപത്രീൽ എത്തിച്ചേക്കണം.

അതുകൊണ്ട് കുഞ്ഞുമോന് ഒന്ന് കൊറച്ചേ ഒഴിക്കൂ; അസമയത്ത് ആശുപത്രീലോട്ട് ഓടിക്കാനുള്ളതാണല്ലോ.

– നിങ്ങടെ ഉപ്പാപ്പൻ ആരേം സഹായിക്കും. തങ്കപ്പെട്ട മനുഷ്യനാ; ഭക്തീം ഒണ്ട്. പാട്ടുംപാടും.

കുഞ്ഞുമോൻ കണ്ണുതുടച്ചുംകൊണ്ട് മൂളി:

– ലോകമാം ഗംഭീരവാരിധിയിൽ...

– കുഞ്ഞുമോൻ എന്റെ കൺവെട്ടത്തൂന്നു പോയേ; വാ ചൊറിഞ്ഞു വരുന്നു.

എന്റെ ഉപ്പാപ്പന്റെ ഉള്ള് ശുദ്ധമാരുന്നു. നാട്ടിൽ ഒത്തിരി കഷ്ടപ്പെ ട്ടിട്ടാ അക്കരെചെന്ന് രക്ഷപ്പെട്ടെ. എന്നാലും എന്റെ ഉപ്പാപ്പൻ മരിച്ചത്

ഞാനറിഞ്ഞില്ലല്ല്. എനിക്ക് ചായ ഊതിക്കുടിക്കാനൊന്നും തോന്നീല്ല. വായിലോട്ട് വെച്ചപ്പം ചമർപ്പ്.

പിന്നേം ആ പന്നസണ്ണി കവലേലോട്ട് വന്നു.

– എന്നതാടാ മാസ്ക്കൊന്നും ഇല്ലിയോടാ?

ഞാൻ മിണ്ടാതെ നിന്നു.

ഉപ്പാപ്പൻ മരിച്ചുകെടക്കുമ്പം നമ്മളായിട്ട് ഒടക്കണോ..?

– അമേരിക്കേ കൂട്ടമരണമാ...

കൊറോണ പിടിച്ചാന്നോടാ ചത്തെ?

സണ്ണിയെ വെറുതെ വിട്ടു. കൈയ് തരിക്കുന്നു.

ഒരു ദിവസം ഉപ്പാപ്പൻ അടുത്തേക്കു വിളിച്ചു. രാവിലെ കുഞ്ഞുമോന്റെ കാറേൽ യാത്ര തൊടങ്ങുവാരുന്നു; ഇനി രണ്ടു ദെവസം; തിരിച്ചുപോകാൻ.

– ഓപ്പറേഷന് എത്രേം വേണം?

– അൻപതേലുമാവും.

– ശരിയെടാ പോവുന്നേനുമുൻപ് തരാം.

എയർപോർട്ടിലേക്ക് എറങ്ങാൻനേരം വയ്യാത്ത എന്റെ അമ്മ മുറ്റത്തെറങ്ങിനിന്ന് വലിയവായിലെ പ്രാർത്ഥിച്ചു. ഉപ്പാപ്പൻ ആമേൻ പറഞ്ഞു. മുറ്റത്ത് കിടന്ന പട്ടി അറിയാതെ ഏമ്പക്കം വിട്ടു.

കറുത്ത സഫാരിസ്യൂട്ട്, കറുത്ത ഷൂ, കറുപ്പിച്ച മുടി... ഉപ്പാപ്പൻ ഒരു കറുത്തസഞ്ചി ഏല്പിച്ചു:

– പോയി വരട്ടേടാ മക്കളേ...

കുഞ്ഞുമോൻ ഹോണടിച്ച് വളവ് തിരിഞ്ഞു.

കറുത്ത സഞ്ചി തൊറന്നുംകൊണ്ട് ഞാൻ അമ്മയോടു പറഞ്ഞു:

– ഉപ്പാപ്പൻ ഒരു പാവമാരുന്നു.

കാറ് മൂന്നുവളവ് കഴിഞ്ഞിട്ടേ ഒള്ള്.

ഞാനും കെട്ടിയോളുംകൂടി സഞ്ചി തൊറന്ന് എണ്ണി. എല്ലാം അഞ്ചിന്റേം രണ്ടിന്റേം നോട്ട്. നാലഞ്ച് കെട്ട്. ഒറ്റനോട്ടത്തിൽ അരലക്ഷം. എണ്ണിയപ്പോൾ, പന്ത്രണ്ടായിരം ഉലുവ.

അമേരിക്കേൽ ചെന്നാലും തെണ്ടിത്തരം മാറത്തില്ല.

സഞ്ചിയെടുത്തെറിയാൻ നോക്കി. കെട്ടിയോൾ വെലക്കി.

പിറ്റേന്ന് കവലേൽ വച്ച് കുഞ്ഞുമോനെ കണ്ടു.

– നെനക്കെത്ര കിട്ടിയെടാ?

– ഞരങ്ങീം മൂളീം ഇരുന്നൂറ്റൻപത് തന്നു.

കുഞ്ഞുമോൻ കള്ളമല്ല പറഞ്ഞതെന്നു തോന്നി.

– നെനക്കോടാ അച്ചൻകുഞ്ഞെ?

– പന്തീരായിരം ഉലുവ.

കുഞ്ഞുമോൻ പറഞ്ഞതുംകൂടി കേട്ടപ്പോൾ കലി ഇരട്ടിച്ചു. ഉപ്പാപ്പൻ ബാങ്കുമാനേജരെ ചെന്നുകണ്ട് അഞ്ചിന്റേം രണ്ടിന്റേം നോട്ട് പ്രത്യേകം ഏർപ്പാടാക്കിയാ സഞ്ചീലാക്കിയതെന്നവൻ പറഞ്ഞു. കണ്ടാൽ അര ലക്ഷം എന്നു മതിക്കണം. കുഞ്ഞുമോൻ ആ കള്ളത്തരമോർത്ത് പൊട്ടിച്ചിരിച്ചു. മാത്രോമല്ല തന്നതിൽ അയ്യായിരം എടുത്ത് തയ്യൽക്കാരന് കൊടുക്കാൻ പറഞ്ഞു; ഉപ്പാപ്പന്റെ സഫാരിസ്യൂട്ട് തയ്ച്ചവകയിൽ. എന്റെ പട്ടികൊടുക്കും.

ആ കലീംവെച്ചോണ്ടാ നടന്നെ.

ഒരു ദെവസം കവലേലോട്ട് ചെന്നു; നാല് തെറിയങ്ങ് വിളിച്ചു.

– ഇവിടേമൊണ്ട് ഒരുപ്പാപ്പൻ. ദരിദ്രവാസി. എവൻ ചത്താ എന്നാ കൊണ്ടുപോം? ആ യന്ത്രപ്പക്ഷി വന്നിടിച്ച് അമേരിക്കേൽ കെട്ടിടം വീണില്ലേ... എമ്പോക്കിയടെ മോളിൽ അത് വീണില്ലല്ല്...

കാർക്കിച്ചൊരു തുപ്പുംകൊടുത്തു.

കവലയല്ലിയോ കൊറെപ്പേര് കൂടി. മണലൂറ്റുകാരൻ സണ്ണീം ഡ്രൈവർ കുഞ്ഞുമോനും ഒണ്ടാരുന്നു. ഉപ്പാപ്പന്റെ കാറ്റുപോവാൻ പരുമല പള്ളീൽ നാല് മെഴുകുതിരീം കത്തിക്കുമെന്നു വിളിച്ചുപറഞ്ഞു. പറഞ്ഞുതീർന്നപ്പം ഒരാശ്വാസം തോന്നി. ഒന്നു കെതച്ചു. ബാറിൽ കേറി രണ്ടുവിട്ടു.

ഉപ്പാപ്പാ, അന്നങ്ങനെ പറഞ്ഞത് ദെണ്ണംകൊണ്ടാ; സമേത്തിന് ഓപ്പറേഷൻ ചെയ്യാത്തോണ്ട് അമ്മ മരിച്ചാരുന്നു. പൈസയില്ലാത്ത അമ്മ പത്തുകൊല്ലംമുൻപ് ചത്തു. പൈസയൊള്ള ഉപ്പാപ്പൻ പത്തുകൊല്ലം കഴിഞ്ഞും; കാശിന്റെ വെല പത്തുകൊല്ലം!

ഉപ്പാപ്പാ, എനിക്ക് ദെണ്ണം സഹിക്കുന്നില്ലല്ല്. സണ്ണീം കുഞ്ഞുമോനുമൊന്നും ഉപ്പാപ്പൻ ചത്തതിലുള്ള എന്റെ വെഷമം കണ്ടിട്ട് സത്യമാന്ന് വിചാരിക്കുന്നില്ല. അവന്മാര് എന്നാവേണേലും വിചാരിക്കട്ടെ; മത്തായിക്ക് ഡാഷാ... ഉപ്പാപ്പൻ ചാവാൻ ഞാൻ മെഴുകുതിരി കത്തിച്ചോണ്ടാരിക്കും.

രാവിലെ ഞാൻ എടവകപ്പള്ളീൽ ചെന്ന് പീലിപ്പോസച്ചനെകണ്ട് ചാക്കാല പറഞ്ഞാരുന്നു. അച്ചൻ നേരത്തെ അറിഞ്ഞിട്ടൊണ്ടാരുന്നു. എന്റെ ഒട്ടിയ കവിളും, റമ്മിന്റെ നാറ്റവും, പകുതി അഴിഞ്ഞ മുണ്ടും, ചീകാത്ത മുടിയുമൊന്നും അച്ചനങ്ങോട്ട് പിടിച്ചിട്ടില്ല. ഉപ്പാപ്പൻ ചത്തെന്ന് പൊട്ടിക്കരഞ്ഞു പറഞ്ഞപ്പഴും അച്ചന് ഒരു കള്ളനോട്ടം. ചേന ചെത്തി

ഒരുക്കിയപോലുള്ള അച്ചന്റെ മുഖം എന്നെ നോക്കി കോക്രി കാണിക്കുംപോലെ. കുരിശിന്റെ പടമുള്ള മാസ്ക്കുംവച്ചോണ്ട് അച്ചൻ തുറിച്ചു നോക്കുന്നു.

– നിന്റെ മാസ്ക്ക് എന്തിയേടാ?

അച്ചൻ ചോദിച്ചു.

ഞാൻ അണ്ടർവെയറിന്റെ കീശയിൽനിന്ന് മാസ്ക്കെടുത്തുവച്ചു.

– പത്തു പതിനഞ്ച് കൊല്ലമായി ഒന്നും തന്നിട്ടില്ലാരുന്നേലും ഉപ്പാപ്പൻ എല്ലാമാരുന്നച്ചോ... ഉപ്പാപ്പൻ ശരിക്കും ഒരു ഉപ്പാപ്പനാരുന്നു.

ചേന ചെത്തിയ മുഖത്ത് തവിട്ടുനിറം; മാസ്ക് വലിഞ്ഞുമുറുകി. അച്ചൻ എഴുന്നേറ്റുനിന്നു. ളോഹയുടെ കൈയങ്ങ് തെറുത്തു. പിന്നെ എന്തോ ഓർത്തിട്ടെന്നോണം പല്ലിറുമ്മി.

'പോടാ, ലൂക്കോസിന്റെ സുവിശേഷം ഒൻപതിന്റെ അറുപത് വായിച്ചിട്ട് പോയി കെടന്നൊറങ്ങടാ'ന്ന് ഒരാട്ട്.

ഞാൻ എറങ്ങിനടന്നു.

വീട്ടിൽ ചെന്നപ്പം എളേ പെങ്കൊച്ചിരുന്നു വായിച്ചുപഠിക്കുന്നു. കൊച്ചിനോടു കാര്യം പറഞ്ഞു. അതിന് ബൈബിളെവിടെ? സമ്മാനം കിട്ടിയ ഇംഗ്ലീഷ് ബൈബിൾ അവൾ തപ്പിയെടുത്തു. കെട്ട്യോൾ മലയാളം തപ്പാൻ പോയി.

അച്ചൻ പറഞ്ഞ വാക്യം കൊച്ച് കണ്ടുപിടിച്ചു:

– ലെറ്റ് ദ ഡെഡ് ബെറി ദെയർ ഡെഡ്...

കെട്ട്യോൾ മലയാളം തപ്പിയെടുത്തു കൊണ്ടുവന്നു:

– "മരിച്ചവർ തങ്ങളുടെ മരിച്ചവരെ കുഴിച്ചിടട്ടെ; നീയോ പോയി വേല ചെയ്യുക".

രണ്ടാളും എന്നെ സൂക്ഷിച്ചുനോക്കുന്നു; കൊച്ച് കളിയാക്കിയപോലെ ചിരിക്കുന്നു.

അച്ചനെ ഒന്നു കാണണം; പുറത്തേക്കിറങ്ങി.

മഗ്ദലീന

യേശു ഇന്നലെ തീരെ ഉറങ്ങിയില്ല. മൂന്നു ദിവസത്തെ യാത്ര കഴിഞ്ഞാണത്തിയത്. പോയതുപോലെ വന്നിറങ്ങിയതും ആരും കണ്ടില്ല. ആർക്കും ഒരു സംശയവും തോന്നാതെ ഒരു കള്ളനെപ്പോലെ പാത്തും പതുങ്ങിയുമാണുവന്നത്. പത്തു രണ്ടായിരം വർഷമായി കാത്തിരിക്കുന്നവരെ ഇനിയും ബുദ്ധിമുട്ടിക്കണോ എന്നു വിചാരിച്ചു.

അനുവാദം തേടി യേശുപിതാവിനെ കാണാൻ ചെന്നു. വലിയൊരു വെള്ള സിംഹാസനവും അതിന്മേൽ ഒരുവൻ ഇരിക്കുന്നതും യേശുകണ്ടു. അവന്റെ സന്നിധിയിൽ നിന്ന് ഭൂമിയും ആകാശവും ഓടിപ്പോയി. മരിച്ചവർ ആബാലവൃദ്ധം വന്ന് ആ സിംഹാസനത്തിനു മുന്നിൽ കുമ്പിടുന്നത് യേശുകണ്ടു. അവന്റെ കണ്ണ് അഗ്നി ജ്വാല. തലയിൽ അനേകം രാജമുടികൾ, അവൻ രക്തം തളിച്ച ഉടുപ്പു ധരിച്ചിരുന്നു അവനു ചെറ്റും സൂര്യകാന്തം, നീലരത്നം, മാണിക്യം, മരകതം, നഖവർണ്ണി, ചുവപ്പുകല്ല്, പീതരത്നം, ഗോമേദകം, പുഷ്യരാഗം തുടങ്ങിയവ വെട്ടിത്തിളങ്ങുന്നതും കാണായി. തീ കലർന്ന ഒരു പളുങ്കു കടൽ അവനു ചുറ്റും തിരയില്ലാതെ ഒഴുകി. അവന്റെ വലതു ഭാഗത്ത് ഒരു വെള്ള കുതിരയും ഇടതു ഭാഗത്ത് ഒരു മഞ്ഞക്കുതിരയും കാണായി. യേശു പിതാവിനു മുന്നിൽ കുമ്പിട്ടു. പിതാവിന്റെ ദൈനം ദിന ജോലികൾ എത്ര കഠിനം എന്ന് യേശുകണ്ടു. ഏഴു ദൂതന്മാർ ഉടൻ കാഹളവുമായി അവിടെ വന്നു ചേർന്നു. യേശു കുമ്പിട്ടപ്പോൾ അരമണിക്കൂർ നേരം സ്വർഗ്ഗത്തിൽ മൗനത ഉണ്ടായി.

യേശു എഴുന്നേറ്റ് ഒരു ഭാഗത്ത് ഒതുങ്ങിനിന്നു. അപ്പോൾ ഒന്നാമത്തെ ദൂതൻ കാഹളം ഊതി. അപ്പോൾ രക്തം കലർന്ന കന്മഴയും തീയും ഭൂമിമേൽ വീണു. ഭൂമിയുടെ മൂന്നിലൊന്നുവെന്തു പോയി. വൃക്ഷങ്ങളിൽ മൂന്നിലൊന്നും വെന്തു പോയി. പച്ചപ്പുല്ലിൽ മൂന്നില്ലൊന്നും പക്ഷിമൃഗങ്ങളിൽ മൂന്നിലൊന്നും വെന്തുപോയി. പിതാവേ ഭൂമിയെ ഇങ്ങനെ ഉപദ്രവിക്കുന്നതെന്തിനെന്നു ചോദിക്കണമെന്നു തോന്നിയെങ്കിലും വേണ്ടെന്നുവച്ചു. മകനെ പീഢിപ്പിച്ചവരോട് എത്രകൊല്ലം കഴിഞ്ഞാലും പിതാവ് ക്ഷമിക്കുകയില്ലല്ലോ എന്നും യേശു ഓർത്തു. ഇനി ഭൂമിയിലേക്ക് പോകുവാൻ പിതാവ് സമ്മതിക്കുമോ എന്തോ?

പോകാതിരിക്കാൻ പറ്റുകയില്ല. വീണ്ടു വരും എന്നും പറഞ്ഞിട്ടാണു പോന്നത്.

യേശു പിതാവിനോട് കാര്യം പറഞ്ഞു.

-പോകാൻ പറ്റിയ സമയമായോ?

- പിതാവേ പറ്റിയ സമയമെന്നൊന്നില്ല. പോകുന്ന സമയമാണ് പറ്റിയ സമയം.

-ഒരു തവണ നീ പോയി. നിന്നെ കൊല്ലാതെകൊന്നു. പിതാവേ, കഴിയുമെങ്കിൽ ഈ പാനപാത്രം നീക്കണേന്നും പറഞ്ഞ് നീ വലിയ വായിലെ നെലവിളിച്ചു.

താൻ ഒരു ഭീരുവാണോ എന്ന് പിതാവിന് സംശയം; അതാ ഒരു മാതിരികുത്തുവാക്ക്.

-എങ്കിലും എന്റെ ഇഷ്ടം പോലെ അല്ല അവിടുത്തെ ഇഷ്ടം പോലേന്നും ഞാൻ പറഞ്ഞിരുന്നല്ലോ.

-അതുകൊണ്ടല്ലേ നിന്നെ കല്ലറേന്നിങ്ങോട്ട് എടുപ്പിച്ചത്.

കടുപ്പിച്ചാണു പിതാവു പറഞ്ഞത്. പിതാവിന്റെ രോഷം തിരിച്ചറിഞ്ഞ്, രണ്ടാമത്തെ ദൂതൻ കാഹളം ഊതി. അപ്പോൾ ഒരു മഹാനക്ഷത്രം താഴേക്കു വീണു. അത് നദികളിൽ പതിച്ചു. നദികളിൽ മൂന്നിലൊന്നും നീരുറവകളിൽ മൂന്നിലൊന്നും കയ്പായി. ആ നക്ഷത്രത്തിന് കയ്പ് നിറഞ്ഞമൂകതാരകം എന്നു പേർ. കൊടും കയ്പാർന്ന വെള്ളം കുടിച്ച് മൂന്നിലൊന്നു മനുഷ്യർ തൽക്ഷണം ചത്തുപോയി. മറ്റൊരു ദൂതൻ ഒരു മഞ്ഞക്കുതിരയെ ഒരുക്കി. മരണം എന്ന മഹാനാമം ധരിച്ച ആ കുതിരമേൽ യേശു യാത്രയായി.

ഗോൽഗോഥ പ്രദേശത്താണ് വന്നിറങ്ങിയത്. കുരിശിൽ തറച്ചിടത്തുതന്നെ ആദ്യം വരണമെന്നു തോന്നി. ഓർമ്മകൾ പിടഞ്ഞു. കൈയ്കാലുകൾ കുഴയും പോലെ. രണ്ടായിരം കൊല്ലം മുൻപുള്ള വേഷം കണ്ടാൽ ആളുകൾ ഓടിക്കൂടും; കളിയാക്കും. വേലിക്കെട്ടു തകർന്നു കിടന്ന ഒരു മുന്തിരിത്തോട്ടത്തിൽ കയറിനിന്ന് യേശു വസ്ത്രം മാറി; മൂത്രം വീഴ്ത്തി തൃപ്തനായി.

ഗോൽഗോഥ....

തലയോട്ടിപോലെ തോന്നിപ്പിച്ച ഒരു കുന്നുണ്ടായിരുന്നു; അന്ന്. കുരിശു കുഴിച്ചിട്ടത് കിഴക്കോട്ടു മാറിയായിരുന്നു. കുരിശു നിലത്ത് നിവർത്തിയിട്ട് അതിന്മേൽ ചേർത്തു മലർത്തിക്കിടത്തി കാലുരണ്ടും ചേർത്തുവച്ച് ആണി തുളച്ചു കയറ്റുകയായിരുന്നു. കൈവള്ളയിൽ ആണി കയറിയപ്പോൾ ചോരക്കട്ടകൾ തെറിച്ച് പുല്ല് കരിഞ്ഞുപോയി. കുരിശുനിവർ

ത്തിക്കുഴിയിലേക്കുറപ്പിച്ചപ്പോൾ സർവ്വശക്തിയുമെടുത്ത് അലറി. അപ്പോൾ മൂന്നുനാലുപേർ ഉച്ചത്തിൽ ചിരിച്ചു.

യേശു വേഷം മാറി ഗോൽഗാഥയുടെ പടവിലിരുന്നു. കുരിശു നിന്നിടത്ത് ഒരു ബസ് സ്റ്റേഷൻ. മാർത്തേം മറിയേം വന്നു നിന്നു കരഞ്ഞിടത്ത് ഒരു ഇസ്ലാം പള്ളി! എല്ലായിടവും ആൾക്കൂട്ടം. ഇത്രേം മനുഷ്യരോ? അക്കാലത്ത് ഗോൽഗോഥ പ്രദേശത്ത് ഏഴ് വീടുകളും രണ്ട് കുതിരപ്പന്തികളുമേ ഉണ്ടായിരുന്നുള്ളൂ. ഇപ്പോഴിതാ ഒരേസമയം ക്യൂവിൽ മുപ്പതിനായിരം പേർ.

ആൾക്കൂട്ടത്തിന്റെ തിക്കും തിരക്കും കണ്ട് യേശുവിനു തലകറങ്ങി. ചിലർ കരയുന്നു. മണ്ണിൽ ചുംബിക്കുന്നു. പലഭാഷകളിൽ വിഷാദിക്കുന്നു. ചിത്രശലഭങ്ങളായി പാറി ചിത്രങ്ങളെടുക്കുന്നു. മാതള നാരകച്ചെടികൾ, ഓറഞ്ചുമരങ്ങൾ. അത്തി വൃക്ഷങ്ങൾ... പിന്നെ പേരറിയാത്ത പത്ത് മുപ്പതിനങ്ങൾ അന്നു കുരിശുമായി കുന്നു കയറുമ്പോൾ തണൽ കുറവായിരുന്നു. മുൾച്ചെടികളുണ്ടായിരുന്നു. മുന്തിരി കക്കാൻ പോയി തിരികെ വരുന്ന കുറുക്കന്മാർ വഴിമാറി ഭയന്നു നോക്കുന്നതും കണ്ടിരുന്നു.

യേശുവിനു വിശന്നു. ഗോൽഗോഥക്കു തൊട്ടു താഴെ ഒരു സൂപ്പർ മാർക്കറ്റുകണ്ട്; കയറിച്ചെന്നു. ഒരു പാക്കറ്റ് ഓറഞ്ച് ജ്യൂസും രണ്ട് കഷ്ണം കേക്കും മേടിച്ചു തിന്നു. ഷേക്കലിൽ തന്നെ; കാലം മാറി മനുഷ്യർ മാറി. ഷേക്കലിനു മാത്രം മാറ്റമില്ല. ഓറഞ്ച് ജ്യൂസ് കുടിച്ചപ്പോൾ ഓക്കാനം തോന്നി. പണ്ടിതേ സ്ഥലത്തു വച്ചാണല്ലോ കയ്പുനീർ കുടിപ്പിച്ചത്. യേശുവിനെ സെക്യൂരിറ്റി ഓഫീസർ ശ്രദ്ധിച്ചു.

-വൈ യു ആർ നോട്ട് മൂവിംഗ്....?

ഉടൻ പോകാമെന്ന് യേശുപറഞ്ഞു.

-ഫ്രം വേർ...?

- യേശു ഒന്നു പതുങ്ങി...

പാസ്സ്പോർട്ട് ചോദിക്കുമോ എന്നു ഭയന്നു.

നസ്രേത്തുകാരനെന്ന് പരിചയപ്പെടുത്തി.

- നസ്രേത്ത്...?

സ്ഥലം പറഞ്ഞതു പ്രശ്നമായി. സെക്യൂരിറ്റി ഓഫീസർ ഉഴിഞ്ഞു നോക്കി. യേശുവിന് മനസ്സിലായില്ല. നസ്രേത്ത് പാലസ്തീൻ അതോറിറ്റിക്കുകീഴിലും ഗോൽഗോഥ യഹൂദ ഭരണത്തിലുമാണെന്ന് അറിയുകയില്ലേ എന്ന് അയാൾ ചോദിച്ചു. അയാളും ജൂതനായിരുന്നു. യേശു തറയിൽ കുത്തിയിരുന്ന് മണ്ണിൽ എന്തോ എഴുതി. ഇനിഗലീലയിലും കപ്പർനഹൂമിലും പോകണമെന്നുണ്ട്. മഗ്ദലനയിൽ പോകണമെന്നുണ്ട്. മഗ്

ദലനക്കാരി മറിയയുടെ ആയിരം തലമുറകളിലൊന്നിൽ അതേ പോലെ കുസൃതി മുഖവും ചുരുണ്ടമുടിയും ഗോതമ്പിന്റെ നിറവും നുണക്കുഴിയുള്ള ഒരു പെൺകിടാവ് കാണാതിരിക്കുമോ?

യേശുവിന്റെ കണ്ണുകൾ നനഞ്ഞു.

മഗ്ദലനക്കാരി മറിയ വീഞ്ഞായിരുന്നു. സുഗന്ധതൈലം കാലുകളിൽ പൂശി നീണ്ടു ചുരുണ്ട മുടിക്കൊണ്ടവൾ കാൽ തുടക്കുമായിരുന്നതു കാണുമ്പോൾ പത്രോസും മോഹന്നാനും ഊറിചിരിക്കുമായിരുന്നതോർത്ത് യേശു മന്ദഹസിച്ചു. പലതരം മനുഷ്യർ, വേഷം ഭാഷ രൂപം എല്ലാം ഒന്നിനൊന്നിനു മെച്ചം. പണ്ട് നസ്രേത്ത് പട്ടണത്തിൽ മുന്നൂറു പേരെ ആകെ ഉണ്ടായിരുന്നുള്ളൂ. എല്ലാവർക്കും പരസ്പരം അറിയാമായിരുന്നു.

ഗോൽഗോഥയിലേക്ക് ഒരു സംഘം ബഹളമുണ്ടാക്കി കടന്നുവന്നു. സ്തോത്രം പരസ്പരം മാറി നിന്ന് ഫോട്ടോ എടുത്തു. കറുത്ത നിറമുള്ള ഒരു കുറിയ മനുഷ്യൻ അത്യുച്ചത്തിൽ സ്തോത്രം എന്നു വിളിച്ചു കൂവി. അരമഥ്യക്കാരൻ ജോസഫിന്റെ കല്ലറ എന്ന് ഒരാൾ ചൂണ്ടി പറഞ്ഞു. ഒരു പാറക്കെട്ടും ഗുഹയും കാണായി. യേശു അപ്പോഴാണതു കണ്ടത്.

പണ്ടിതുണ്ടായിരുന്നോ?

ആർക്കറിയാം.

യേശുനെ വച്ച കല്ലറ!

വന്നവൾ അത്ഭുതം പങ്കുവച്ചു.

ഫോട്ടോ എടുക്കാൻ ഉന്തും തള്ളുമുണ്ടായി. ഉന്തിലും തള്ളിലും പെട്ട് ഒരു മാതള നാരകച്ചെടിയുടെ മണ്ട ഒടിഞ്ഞു വീണു.

യേശുഓർത്തു. തന്നെ അടക്കിയെന്നോ? എന്തിന്? കുരിശിൽവച്ചുതന്നെ തീർന്നായിരുന്നല്ലോ. രണ്ടായിരം വർഷം മുൻപുള്ള ഒരു മൃതദേഹാനുഭവം എങ്ങനെ ഓർത്തെടുക്കും.? യേശു അറിയാതെ തുമ്മി. കർച്ചീഫെടുത്തിട്ടില്ല.

ഒരു സന്ദർശകൻ വന്ന് യേശുവിനെ തൊട്ടു.

-സെൽഫി...?

യേശുവിന് ഭാഷ മനസ്സിലായില്ല. യേശു ഒരു അത്തി മരത്തിന്റെ തണലിലേക്ക് പിന്മാറി നിന്നു. അയഞ്ഞ വെള്ള നിറത്തിലുള്ള നീണ്ട മേൽവസ്ത്രവും ജീൻസുമായിരുന്നു യേശുവിന്റെ വേഷം. നാടോടുമ്പോൾ നടുവെ ഓടണമല്ലോ. താടിയും മുടിയും മാറ്റിയിരുന്നില്ല. ക്ഷുരകന്മാരെ ആരെയും യേശു കണ്ടില്ല. ഒത്തു വന്നിരുന്നെങ്കിൽ ക്ലീൻ ഷേവ് ചെയ്യു

മായിരുന്നു. തന്റെ യൗവ്വനത്തിൽ നസ്രേത്ത് ഗ്രാമത്തിൽ എട്ട് ഷുരക കുടുംബങ്ങൾ ജീവിച്ചിരുന്നകാര്യം യേശു ഓർത്തു; ഒരിക്കൽ ക്ഷൗരം ചെയ്യാൻ പുറപ്പെട്ടുതുമായിരുന്നു. മാഗ്ദലനക്കാരി മറിയ പിണങ്ങി; നീണ്ട മുഖത്തിന് താടിയും മുടിയുമാണു പറ്റിയതെന്ന് കൈകളിൽ ചുംബിച്ചുകൊണ്ട് അവൾ മന്ത്രിച്ചു; യേശു ക്ഷുരകനെ മറന്നു.

-സെൽഫി

ആൾക്കൂട്ടം അടുത്തേക്കുവരുന്നു.

യേശുവിന്റെ അപരിചിതത്വം തീർക്കാൻ അവർ സ്വയം പരിചയപ്പെടുത്തി.

- ഇന്ത്യ, കേരള...

മറ്റു ചിലർ പറഞ്ഞു.

-ടൂറിസ്റ്റ് ...

യേശു, ഇംഗ്ലീഷ് വാക്കുകൾ പഠിച്ചു വരുന്നതേയുള്ളൂ. കുറച്ചൊക്കെ അറിയാം. ചെറുപ്പത്തിൽ ഇംഗ്ലീഷ് കേട്ടിട്ടുണ്ടായിരുന്നില്ല. അന്ന് ആരാമ്യ ഭാഷയായിരുന്നു. മഗ്ദലനക്കാരി യേശുവിന് തുകൽചുരുളിൽ സോളമന്റെ ഉത്തമഗീതം പകർത്തിക്കൊടുത്തയക്കമൊയിരുന്നതും ആരാമ്യ ഭാഷയിലായിരുന്നു.

തിരക്കുകൂടിവന്നു. ആൾക്കൂട്ടത്തിൽ ഒരാൾ യേശുവിനെ നോക്കി വിളിച്ചു:

-ക്രൈസ്റ്റ്

മറ്റെയാൾ തർക്കിച്ചു.

- ആന്റി ക്രൈസ്റ്റ്...

വീണ്ടും അവർ യേശുവിനെ നോക്കി പിറുപിറുത്തു. ഒരുവൻ ഇന്ത്യ എന്നാവർത്തിച്ചതു കേട്ടപ്പോൾ യേശുവിൻ സ്നേഹം വന്നു. തന്റെ ഇരുപത്തിമൂന്നാം വയസ്സിൽ എത്രയോ കഷ്ടപ്പെട്ട് കാശ്മീരിൽ എത്തപ്പെട്ടത് യേശു ഓർത്തെടുത്തു. അവിടെ ഒരു മലയടിവാരത്തിൽ ധ്യാനവും യോഗയുമായി കഴിഞ്ഞതും രണ്ടു കൊല്ലം കഴിഞ്ഞ്. അമ്മയെ ഓർത്ത് വിഷമഭാരത്താൽ തിരികെ വന്നതും... ഇന്ത്യയെ ഓർത്ത് യേശു കണ്ണീർ തുടച്ചു. തർക്കിക്കുന്നവരും കലഹപ്രിയരുമാണോ ഇന്ത്യക്കാർ എന്ന് യേശു ചിന്തിച്ചു. ഇന്ത്യയുടെ തെക്കുനിന്നുമാണു വരുന്നതെന്ന് ഒരുവൻവിളിച്ചു പറഞ്ഞു.

തെക്കുതെക്കൊരു ദേശത്ത്...

സംഘം കൈ ഉയർത്തി മുദ്രാവാക്യം വിളിച്ചു.

പ്രായം ചെന്ന ഒരു മുന്തിരിവള്ളിയിൽ യേശു പിടിച്ചു നിന്നു. ഗോൽ

ഗോഥയിൽ അന്ന് മുന്തിരി വളർന്നിരുന്നില്ല. തൊട്ടുതാഴെ കുറേ ബസ്സുകൾ കൂടികിടന്ന് ഇരമ്പുന്നു. ഗോൽഗോഥ ഒരു ബസ് സ്റ്റേഷനായതുകണ്ട് യേശു പൊട്ടിച്ചിരിച്ചു. യേശു ചിരിച്ചതുകണ്ട് സെൽഫിക്കു സമ്മതം എന്നർത്ഥമാക്കി ആൾക്കൂട്ടം യേശുവിനെ വീണ്ടും വട്ടമിട്ടു. മുന്തിരിച്ചെടി ആ തിരക്കിൽ ഉലഞ്ഞു. പഴുത്തു പാകമായ നാലുകുലകൾ ഉലഞ്ഞിളകി; കുറെകായ്കൾ നിലത്തു വീണു. മുന്തിരിക്കായി പിന്നെ കടിപിടി. മുന്തിരി കണ്ടിട്ടില്ലേ?

-നിങ്ങളിൽ ഒരപ്പനോട് മകൻ അപ്പം ചോദിച്ചാൽ അവന് കല്ലുകൊടുക്കുമോ? മീൻ ചോദിച്ചാൽ പകരം പാമ്പിനെകൊടുക്കുമോ? മുട്ട ചോദിച്ചാൽ തേളിനെ കൊടുക്കുമോ? ദോഷികളായ നിങ്ങൾക്ക് മക്കൾക്ക് നല്ലദാനം ചെയ്യാനറിയാമെങ്കിൽ എന്റെ പിതാവ് എത്രയധികം നല്കുമെന്ന് താൻ പണ്ടു പറഞ്ഞത് നിവൃത്തിയായല്ലോ എന്നോർത്ത് യേശു അവിടെ നിന്നും പിൻവാങ്ങി. ഗോൽഗോഥയിലെ ജനപ്പെരുപ്പം കാരണം അവിടെ നിന്നും യേശു മഗ്ദലനയിലേക്ക് നടന്നു. ഗോൽഗോഥയിൽ നിന്നും മഗ്ദനയിലേക്കും നസ്രേത്തിലേക്കും കുറുക്കുവഴികൾ ഉണ്ടായിരുന്നു. കാട്ടത്തികളും ഓറഞ്ചുവൃക്ഷങ്ങളുമായിരുന്നു അന്നു കൂടുതൽ. മാതള നാരങ്ങച്ചെടികളും കാണാമായിരുന്നു. ഇന്നതൊന്നുമില്ലെന്നു കണ്ട് യേശു പതുങ്ങിനിന്നു. ദൂരെ, ഹേരോദിന്റെ കൊട്ടാരം പൊളിഞ്ഞിടത്ത് ഒരു പട്ടാള ക്യാമ്പ് കാണുന്നു.

തോക്കുമായി നില്ക്കുന്ന ഒരു പെൺകുട്ടിയോട് യേശു ബദ്ലഹം തിരക്കി. അവൾ തോക്കിൻ മുനകൊണ്ട് കണ്ണിൻമുനകൊണ്ടും യേശുവിനെ അളന്നു. നീ ജുതൻ തന്നെയോ എന്നവൾ ചോദിച്ചതിന് ഞാൻ ഒരു ജൂതനാകുന്നുവെന്ന് യേശു മറുപടി പറഞ്ഞു. എങ്കിൽ ജൂതർ ബദ്ലഹേമിൽ പ്രവേശിക്കുന്നത് നിഷിദ്ധമായിരിക്കന്നുവെന്നു പറഞ്ഞ് അവൾ സ്വന്തം കുഞ്ഞിനെപ്പോലെ തോക്ക് മാറിൽ അമർത്തിപ്പിടിച്ച് ഉലാത്തുവാൻ തുടങ്ങി. യേശു അവളെ നോക്കി ഇവൾ പറയുന്നത് ഇവൾ തന്നെ അറിയുന്നില്ലല്ലോ എന്ന് ഖേദിച്ചുകൊണ്ട് നടന്നു. യേശു മഗ്ദലന ഗ്രാമത്തിലേക്ക് നടന്നു. പാഞ്ഞുപോകുന്ന കാറുകളും പൊടി പടലങ്ങളില്ലാത്തകാറ്റും മുന്തിരിത്തോട്ടങ്ങളിലേക്കുള്ള ഊടുവഴി പിന്നിട്ടു. പെട്ടെന്ന് ആൾക്കൂട്ടം മുന്നിൽ വന്നുനിന്നു. ദ്വിഭാഷിയും പത്തിരുപതു പേരും ഇറങ്ങിവന്ന് യേശുവിനെ പൊതിഞ്ഞു.

യേശുഭയന്നു.

-യേശുവല്ലേ

-നീ യേശുവിനെപ്പോലെ

-സത്യം പറ

ദ്വിഭാഷി ഹീബ്രുവിലേക്ക് സംശയങ്ങൾ പകർന്നു, ഹീബ്രു എനിക്കറിയാം.

യേശു മറുപടി പറയാൻ ആലോചിച്ചു. ദാഹിച്ചപ്പോൾ അവർ അവന് കുപ്പിവെള്ളം കൊടുത്തു. ആൾക്കൂട്ടത്തിലൊരുവൻ പരിചയപ്പെടുത്തി.

-ഞാൻ ബിഷപ്പ്

-ഞാൻ പാസ്റ്റർ

-ഞാൻ അഭിവന്ദ്യൻ

-ഞാൻ പരിശുദ്ധൻ

ഓരോരുത്തരും സ്വയം വിശേഷണങ്ങൾക്കൊപ്പം ഓരോരോ നീണ്ട പേരുകൾക്കൂടി പറഞ്ഞു.

-നിന്റെ നാടുകാണാൻവന്നു.

-പക്ഷെ നിന്നെ കാണുമെന്നു കരുതിയില്ല.

അവർ സെൽഫിയെടുത്തു.

പക്ഷെ, ഒരു ഫോട്ടോയിലും യേശുവിന്റെ ശിരസ്സും മുഖവും പതിയുന്നില്ല എന്നത് അവർ അറിഞ്ഞില്ല. അവരെല്ലാം ഒറ്റ സ്വരത്തിൽ എന്തോ പറയാൻ ആരാഞ്ഞു. ആവരുടെ മുഖം കടുത്തു. അമർഷവും കാണായി.

- നീ രണ്ടാമതും വരേണ്ടിയിരുന്നില്ല.

പരിഭാഷകനങ്ങനെ തന്നെ തറപ്പിച്ച് മൊഴിമാറ്റം നടത്താൻ ഭയം തോന്നി. യേശു എന്തു വിചാരിക്കും?

- രണ്ടാം വരവ് വേണ്ടായിരുന്നു.

-യേശു രണ്ടാമതും വന്നാൽ എല്ലാം തീർന്നില്ലേ?

- വരും വരും എന്ന തോന്നലാണ് വേണ്ടത്.

-രണ്ടാമതു വന്നിട്ട് ഇനി വീണ്ടും തിരികെ വരും എന്നു പറഞ്ഞാൽ ആരെങ്കിലും വിശ്വസിക്കുമോ?

- ആദ്യ വരവു തന്നെ ധാരാളം

-യൂദാസിനെപ്പോലെ ചതിയൻ.

പെട്ടെന്ന് യൂദായെ ഓർമ്മവന്നു.

പാവത്താൻ സെന്റിമെന്റലായിരുന്നു. അവൻ തന്നെ ഒറ്റുകൊടുത്തില്ലായിരുന്നെങ്കിൽ എങ്ങനെ പ്രവചനം നിറവേറുമായിരുന്നു? പാവം യൂദാ.ദൈവം അവനെക്കൊണ്ട് ചെയ്യിപ്പിച്ചതായിരുന്നു. അവന് മുപ്പത് വെള്ളിക്കാശിന്റെ യാതൊരാവശ്യവും അന്നില്ലായിരുന്നു. ദൈവം പറഞ്ഞു; അവൻ കേട്ടു. അതുകൊണ്ട് എന്തുപറ്റി? സ്വർഗ്ഗത്തിൽ അവനുണ്ട്. സ്വർഗ്ഗത്തിൽ

സംഭാവനയായിവരുന്ന വെള്ളിക്കാശ് എണ്ണിത്തിട്ടപ്പെടുത്തുന്ന ജോലി യിലാണ് യൂദാ. ശാപവാക്കുകൾ കേട്ട് യേശു നടന്നു. മൂന്നിടത്ത് പാല സ്തീൻ പോലീസ് യേശുവിനെ തറപ്പിച്ചുനോക്കി. തടിയും സൗന്ദര്യവും ഉള്ളവരെ കാണുമ്പോൾ പണ്ടേ അവരിങ്ങനെയാ.

വഴി പിണഞ്ഞ് യേശു മുന്തിരിത്തോട്ടത്തിലെത്തി. കായ്കൾ ആയി ട്ടില്ല വള്ളിത്തലപ്പുകളിൽ പൂക്കൾകണ്ടു. നീലമേഘങ്ങൾ മുന്തിരിത്തോ ട്ടങ്ങൾക്കു കാവലായി ഒഴുകി നടക്കുന്നു. കഴുത്തിൽ വെള്ള മറുകുള്ള നാല് മീവൽ പക്ഷികൾ മുന്തിരി പഴുത്തുവോ എന്നു നോക്കി തിരികെ പ്പോകുന്നു.

മഗ്ദലീന എവിടെയായിരിക്കും?

നല്ല തണുപ്പുതോന്നുന്നു.

ആയിരമായിരം കൊല്ലങ്ങളിലെ അനുരാഗം
അനുനിമിഷം അടുത്തേക്കു വരുന്നു.

ഒരിക്കൽ മഗ്ദലീനക്കാരി എഴുതിക്കൊടുത്തയച്ചു.

"എന്റെ അമ്മയുടെ പുത്രൻമാർ
എന്നോടു കോപിച്ചു.
അവരെന്നെമുന്തിരിത്തോട്ടങ്ങൾക്കു കാവലാക്കി
എന്റെ സ്വന്തം മുന്തിരിത്തോട്ടമോ
ഞാൻ കണ്ടിട്ടില്ല താനും
എന്റെ പ്രാണപ്രിയനേ പറഞ്ഞു തരിക
നീ ആടുകളെ മേയ്ക്കുന്നത് എവിടെ?

പിറ്റേന്ന് യൂദാവശം യേശു മറുപടി കൊടുത്തയച്ചു. പ്രണയ പര വശ്യം അറിയുന്ന ശിഷ്യനായിരുന്നു യൂദാ.

' എന്റെ പ്രിയേ ഫറവോന്റെ രഥത്തിനു കെട്ടുന്ന പെൺകുതിരയോ ടു ഞാൻ നിന്നെ ഉപമിക്കുന്നു
നിന്റെ പ്രേമം വീഞ്ഞിനേക്കാൾ ലഹരിയുള്ളതാകുന്നു.
പ്രേമം മരണംപ്പോലെ ബലമുള്ളതും."

മഗ്ദലീനക്കാരി മറിയയുടെ മാന്ത്രികഭാഷയുള്ള, രണ്ടായിരം തലമു റകൾക്കിപ്പുറമുള്ള ഒരു പെൺകിടാവിനെ കണ്ടുമുട്ടാതിരിക്കില്ല എന്ന യേശു ഉറപ്പിച്ചു. മറിയയെ സ്വന്തമാക്കുവാൻ എന്നത് ചാർച്ചക്കാർ യേ ശുവിനെ നിർബന്ധിച്ചിരുന്നു. ഏകാകിയുടെ ആവശ്യമെന്താണെന്ന് അ വർ തിരിച്ചറിയുന്നില്ലയോ എന്നോർത്ത് യേശു ദുഃഖിച്ചു. യേശു മറിയ യെ മാറോടണച്ചു.

എന്റെ കാലശേഷം നീ ആട്ടിയോടിക്കപ്പെട്ടു. നിർമ്മലമായ സ്നേഹ

ത്താൽ സുഗന്ധ പുരിതയായ നീ. വേശ്യയായി വിളിക്കപ്പെട്ടു. മഗ്ദലീന മാപ്പ്. നിനക്കായി ഒന്നും ഞാൻ പകരം വയ്ക്കുന്നില്ല. യേശു നിലത്തിരുന്ന് കണ്ണീർ വാർത്തു. പെട്ടെന്ന് ആ മുന്തിരിത്തോട്ടം നടുങ്ങി. രണ്ട് വെള്ള വെഴാമ്പലുകൾ കാട്ടുമരങ്ങളിലെ പൊത്തുകളിലേക്ക് രക്ഷപ്പെട്ടു. തോട്ടത്തിലെ മുള്ളുവേലികൾ വിറച്ചു.ജൂതപട്ടാളം തോട്ടം വളഞ്ഞു.

അവർ അവനെ പിടിച്ചു.

യേശു നിലത്തു വീണു.

കാവൽക്കാർ അവനെ മുറിവേല്പിച്ചു.

രഹസ്യങ്ങൾ ചോർത്താൻ വന്നവനെ നീ എവിടെ നിന്നും വന്ന് എങ്ങോട്ടു പോകുന്നുവെന്ന് അവർ ചോദിച്ചു.

യേശുവിന്റെ ചോരവാർന്ന ചുണ്ടുകൾ വിതുമ്പി:

മഗ്ദലീന

മഗ്ദലീന...!

ആരും അത് കേട്ടിട്ടുണ്ടായിരുന്നില്ല.

നിലോഫർ

നിലോഫർ, ഇന്നലെ നിന്നെക്കുറിച്ചോർക്കാതിരിക്കാൻ സൂക്ഷിച്ചു കൊണ്ട് ഞാൻ പുറത്തേക്കിറങ്ങി വെറുതെ നടന്നു. വെയിൽ, മയങ്ങി വീണുപോയ നേരമായിരുന്നു. കാലം കവർന്നെടുക്കാത്ത കൗതുകം പോലെ, കണ്ട ഇടവഴി പിന്നിട്ട്, പിന്നെയും പിന്നെയും നടന്നു. വരണ്ടു പിടയുന്ന കൃഷിയിടങ്ങളെയും വരളാത്ത മനുഷ്യരെയും കണ്ടു. വഴി യിൽ മത്സരിക്കാൻ വാഹനങ്ങളോ മഹിമയറിയിക്കാൻ മാലിന്യകൂമ്പാ രങ്ങളോ ഉണ്ടായിരുന്നില്ല. പ്രകാശം കുടിച്ചു മതിവന്ന മേഘങ്ങൾ, തെളി ഞ്ഞുകാണപ്പെട്ടു.

പ്രഭാവം മങ്ങിപ്പോയ, ഒരു വലിയ നീർച്ചാൽ മാത്രമായ ആ പുഴ യ്ക്കരികിൽ നടന്നു നടന്നെത്തി. ഞാനെവിടെയാണ്? വിശ്വസിക്കാൻ പ്രയാസം. ചുറ്റും കാണാവുന്നിടത്തെല്ലാം നീ; നീല ആമ്പലുകൾ! ദൈവം, നിന്റെ പേരിൽ സൃഷ്ടിച്ച പുഷ്പങ്ങൾ; നീല ആമ്പലുകളുടെ ചാരുതയിൽ നിന്നും നിന്റെ പേര് കടംകൊള്ളപ്പെട്ടിരിക്കുന്നു.

നീ പറയുമായിരുന്നു.., നിന്റെ വീടിന്റെ വിജനമായ പിന്നാമ്പുറം. മേയുന്ന കാലികൾ. ചെറുപ്പത്തിൽ നീ ഉല്ലസിച്ച നീർച്ചാലുകൾ. ഒരി ക്കൽ ആൺകുട്ടികൾക്കൊപ്പം തോട്ടിലിറങ്ങിയതിന് ഒരിക്കലും മറക്കാത്ത ശിക്ഷ. പിന്ന നീ പറഞ്ഞു; അവിടെ മുഴുവൻ ആമ്പലുകൾ; നീല ആമ്പ ലുകൾ. ഞാൻ പറയുന്നു: വീട്ടിനുള്ളിൽ നീയ്, വയലിൽ, വഴിയിൽ, നീയും നിന്റെ മന്ദസ്മിതങ്ങളും. ഇതാ നീയും, നിലോഫറുകളും നേർക്കുനേർ; രണ്ട് മന്ദസ്മിതങ്ങൾ ചേർന്ന് ഒരു നീല മന്ദസ്മിതം.

നീല ആമ്പലുകളുടെ ശോഭയിൽ, മനം നിറയുമായിരുന്ന അമ്മ, നിനക്ക് പേര് നൽകേണ്ടി വന്നപ്പോൾ, അപൂർവ്വമായ, ആ നീലകാന്തി യിലേക്ക് നോക്കി, ഉമ്മ വച്ച് മന്ത്രിച്ചു: നിലോഫർ..

'നിലോഫർ..'[1]

നിലോഫർ, നീ അനന്തത്തിന്റെ കണ്ണുകളും
ദു:ഖത്തിന്റെ ചുണ്ടുകളുമായിരുന്നു.
ലാവണ്യം നിന്നിൽ ആവിർഭവിച്ച് നിന്നിൽ അവസാനിക്കുന്നു.
നീ വയലിലൂടെ നടന്നു;
നെൽചെടികൾ വിളഞ്ഞു.

നീ ഈൗർപ്പവും ചൂടുമായി;
വാടിവീണവ തളിർത്തു.
നീ നിശ്വസിച്ചു; ഇളം കാറ്റുണ്ടായി.

നിലോഫർ, നീ ഇപ്പോൾ എവിടെയാണെന്നോ ഏതുതരം ചിന്തയിലാണെന്നോ എനിക്കറിയില്ല. തെളിഞ്ഞ പ്രഭാതം പോലെയുള്ള നിന്റെ മന്ദസ്മിതങ്ങൾ, എന്റെ ഓർമ്മകളെ ഇന്നും പ്രകാശിപ്പിക്കുന്നു. എവിടെയോ, ആ മന്ദസ്മിതങ്ങൾ, എത്രയോ മുഖങ്ങളെ പ്രകാശിപ്പിക്കുകയാകും. ഉറുദുവിലും മലയാളത്തിലും നീ നീല ആമ്പലായി വിടരുന്നു. നീ ഉറുദു പകുതിമാത്രം പഠിച്ചുനിർത്തിയതെന്തേ? നിലോഫർ, നീ ഏതോ സുൽത്താന്റെ പൂന്തോട്ടത്തിൽ വിടരുന്നു; നീ സുൽത്താനയാകുന്നു.

എന്നെന്നേക്കുമായി ഓർക്കാതിരിക്കണമെന്ന് പിരിയുമ്പോൾ നീ പറഞ്ഞിരുന്നു. ഓർക്കാതിരിക്കൽ ഒന്നിന്റെയും അന്ത്യമെന്ന് തോന്നിയിട്ടില്ല.; ഓർക്കാതിരിക്കൽ നഷ്ടപ്പെടലാണോ? നിലോഫർ, ജനനം ഒരു ആരംഭവും മരണം ഒരന്ത്യവും അല്ലെന്നിരിക്കെ, നഷ്ടപ്പെടൽ എങ്ങനെ അന്ത്യമാകും? ഒരിക്കൽ, കാണാതിരിക്കല്ല എന്നും നിന്റെ മോഹം.

ജലാലുദീൻ റൂമിയെ ഓർത്തുപോകുന്നു : പ്രണയഭരിതർ ഒരിക്കൽ, ഒന്നിക്കുമെന്നല്ല; അവർ എന്നും ഒന്നിച്ചാക്കപ്പെട്ടിരിക്കുന്നു..

നീല ആമ്പലുകളുടെ മുഖം നോക്കി വെറുതെ ഇരുന്നു. ആ ചെറിയ പുഴ എങ്ങോട്ടൊഴുകി പോവുകയാണെന്ന് എനിക്കറിയില്ല. പുഴയുടെ ദിക്കും നിശ്ചയമില്ല. അത് കഴിയാവുന്ന വിധം ഒഴുകുന്നു; അത്രമാത്രം; ആകാവുന്നിടത്തോളം സന്തോഷിക്കുന്നു. പുഴയുടെ തീരത്ത്, ഉണങ്ങിയ മരക്കുറ്റികളും കുപ്പികളും പ്ലാസ്റ്റിക്കുമൊക്കെ അജ്ഞാതരുടെ ഉപകാര സ്മരണകളായി കൂടികിടപ്പുണ്ട്. പുഴയുടെ തീരത്ത് ഒരു കൊക്കിനെ കണ്ടു; വട്ടം ചുറ്റുന്നു. വെള്ളത്തിലേക്ക് കഴുത്ത് നീട്ടുന്നു; ഒരു മാത്ര പിൻവലിക്കുന്നു; വീണ്ടും പതുങ്ങുന്നു. വെള്ളത്തിൽ സ്വന്തം നിഴൽ കണ്ട് അതിശയിക്കുന്നു. അത്ര വെളിച്ചമില്ലെങ്കിലും പുഴയിൽ ആർക്കും മുഖം കാണാം.

കാണാത്ത നിലോഫറിനെ ഓർത്തും, കാണാവുന്ന നിലോഫറിനെ കണ്ടും, പുഴയുടെ തീരത്ത് വെറുതെ ഇരുന്നു. വെള്ളത്തിലേക്കും മറുകരയിലേക്കും നോക്കിയിരുന്നു. മറുകരയിൽ മൂന്ന് മണൽ വണ്ടികൾ, പുഴയെ കോരിയെടുക്കാൻ കാത്തുകിടന്നു.

പുഴയിൽ ഇറങ്ങണമെന്നോ, കാൽ നനയ്ക്കണമെന്നോ, മുഖം കഴുകണമെന്നോ തോന്നിയില്ല. അമ്മയുടെ കണ്ണുനീർ പോലെ പുഴ ഒഴുകി;

കണ്ണീരിൽ ആരാണ് മുഖം കഴുകുക?

അങ്ങനെയൊക്കെ ഓർത്ത് അവിടെ ഇരുന്നപ്പോൾ പൊടുന്നനെ, ആ പാട്ട് കേട്ടുതുടങ്ങി. ആ പാട്ട് എന്നും ഇവിടെയിരുന്നാൽ കേൾക്കാമായിരിക്കും.

'ബൈ ദ റിവേഴ്സ് ഓഫ് ബാബിലോൺ..
വേർ വി സാറ്റ് ഡൗൺ..
യേ, യേ വി വെപ്റ്റ്
വെൻ വി റിമംബേഴ്സ് സയോൻ..'

'ബാബിലോണിന്റെ തീരത്ത് ഞങ്ങളിരുന്നു..
സിയോനെ ഓർത്തപ്പോൾ ഞങ്ങൾ കരഞ്ഞു'

ബാബിലോൺ നദിക്കരയിലെ ദു:ഖിതർ ഈ പുഴയുടെ തീരത്തും കഠിനമായ ഏകാന്തത സൃഷ്ടിച്ചു. ഒരു വേനൽ പക്ഷിയും ഇതുവഴി വന്നില്ല. വഴി തെറ്റിയ ഒരു ജീവിയും വന്നുപെട്ടില്ല. ഇവിടെ നിശബ്ദത പാനം ചെയ്യപ്പെട്ടു; അപ്പോൾ ഏകാന്തതയുടെ അരുചി അറിഞ്ഞു.

മധുരതരമായ ആ ഗാനം എവിടെ നിന്നുമോ വന്നുകൊണ്ടിരുന്നു; കേൾക്കാനുള്ള മധുരതരമായ ഗാനത്തേക്കാൾ മാധുര്യമുള്ളത്.

'അലരിവൃക്ഷങ്ങളിൽ,
ഞങ്ങൾ കിന്നരങ്ങളെ തൂക്കിയിട്ടു;
ബദ്ധരാക്കിയവർ വന്ന്,
സിയോനെക്കുറിച്ച് പാടുക എന്ന് കൽപ്പിച്ചു..'

ആ ഗാനം താരാട്ടുപോലെ; മഹത്തായ താരാട്ടുകൾ അത് ആലപിക്കുന്നവരെ തന്നെ നിദ്രയിലാഴ്ത്തുന്നു.

പുഴയ്ക്കും അതിന്റേതായ നെടുവീർപ്പുകൾ ഉണ്ട്; നെടുവീർപ്പുകളാൽ പുഴ പതഞ്ഞു. പുഴ പൂർവ്വ ജങ്ങളിലേക്കൊഴുകി. പുൽനാമ്പുകളിലേക്ക് അത് കരകവിഞ്ഞു.

ഈ സമയം ഒരു ചുള്ളിക്കമ്പും അതിൽ ചുറ്റിപ്പിടിച്ചവിധം ഒരു കാട്ടുചെടിയും ഒഴുകി വരുന്നതുകണ്ടു. കാട്ടുവള്ളി, ആ ചുള്ളിക്കൊമ്പിൽ കുരുങ്ങികിടന്നു. രണ്ടും ഒരുമിച്ച് പൊട്ടിവീണുകാണും. വെള്ളത്തിന് മുകളിലൂടെ വയലറ്റ് പൂക്കൾ യാത്രയായി. ആ ചുള്ളിക്കമ്പും അതിൽ പിണഞ്ഞ പൂക്കളും കുറെക്കൂടി അടുത്തേക്ക് വന്നു. പ്രതീക്ഷയോടെ കൊക്ക് അത് നോക്കി നിന്നു. പിന്നെ തല ചരിച്ച് പിൻവാങ്ങി. പൂക്കളുടെ വയലറ്റ് നിറം കൊക്കിനിഷ്ടമായില്ല.

അന്യദേശത്ത്, പീഢിതർ, പ്രത്യാശയുടെ ഗീതം പാടുവതെങ്ങനെ..?

വേദനിക്കും പോലെ ഗായകർ തുടർന്നു. എന്നാലതൊരു ദു:ഖഗാന

മല്ല. മഹാ ദു:ഖിതർ പാടിയ ആനന്ദ ഗാനമാണത്.

എന്തിന് വേണ്ടിയാകും ഞാൻ ഇവിടെ എത്തപ്പെട്ടത്? എന്തുകാണാൻ? കാണാതിരിക്കാൻ? ഓർക്കാൻ? ഓർക്കാതിരിക്കാൻ? പണ്ടെന്നോ കേട്ടുമറന്ന ആ പാട്ട് വീണ്ടും കേൾക്കാൻ വേണ്ടിയായിരിക്കുമോ? ഇവിടം നീല ആമ്പലുകളുടെ ജന്മദേശമെന്നറിഞ്ഞിരുന്നുവെങ്കിൽ വരുമായിരുന്നില്ല. ഒളിച്ചോടുന്നവർ തിരിഞ്ഞു നോക്കരുത്.

നിലോഫർ, ഒരിക്കൽ നീ പറഞ്ഞു:

''ആസക്തിയുടെ പൂവിനുള്ളിൽ മറയ്ക്കപ്പെട്ടുകൊണ്ട് പാകമാകുന്ന പഴമാകുന്നു ശിക്ഷ.''

''നീ തന്നെ ഒരു പുഷ്പമായതുകൊണ്ടാകും ശിക്ഷയെ ഉപമിക്കാൻ പൂവിനെ കണ്ടെത്തുന്നത്.''

നിലോഫർ, പ്രണയ തീവ്രമായ നീലമഹത്വം നീയാകുന്നു. ശലോമോൻ ഉപമിച്ചതുപോലെ നിന്റെ സ്തനങ്ങൾ; ഇരട്ട പിറന്ന രണ്ട് മാൻകുട്ടികൾക്ക് സമം. ചലന തീവ്രതയാൽ അവ വിശ്രമിക്കുന്നില്ല.

പുഴയും അതിന്റെ അനേകം ശബ്ദങ്ങളും ഏകാഗ്രത കൊത്തിതിന്നുന്ന തൂവെള്ള കൊക്കും, ബാബിലോണിന്റെ തീരത്തെ ദു;ഖിതരും, നിലോഫർ, നിന്റെ വിചാരണയ്ക്ക് സാക്ഷികളാകുന്നു.

"നിലോഫർ, എന്തിനാണ് നീ എന്നെ ശിക്ഷ അനുസ്മരിപ്പിക്കുന്നത്?"

''ആസക്തിയിൽ, എന്തും സുന്ദരമാകുന്നു എന്ന അറിവ് നിനക്കില്ലാതെ പോയതിനാൽ''

''നിലോഫർ, നിന്നോട് കേവലം ആസക്തിയല്ല. സ്നേഹം, സ്നേഹം, സ്നേഹം...''

ദൂരെ ആ പാട്ടു തീർന്നുവോ പകരം ആരുടെയോ ചിരി.

''നിലോഫർ, സ്നേഹം മാത്രമായിരുന്നില്ല.

പ്രണയം, പ്രണയം, പ്രണയം......''

ആ കൊക്ക് എന്നെ കണ്ടെന്ന് തോന്നി; സംശയത്തോടെ പിന്നോട്ടു നടന്നു.

''-നിലോഫർ, നീ ദിവ്യമായ കൈകളാൽ, ദിവ്യമായ വാക്കുകളാൽ, ദിവ്യമായ താളുകളിൽ എഴുതപ്പെട്ടിരിക്കുന്ന ദിവ്യതയാകുന്നു.''

''- നീ സ്നേഹം കുടിച്ചു തീർക്കുന്ന ഉന്മത്തനാണ്.''

''നിലോഫർ നീ സ്നേഹത്തിനുള്ളിലെ സ്നേഹവും പ്രണയത്തിനുള്ളിലെ പ്രണയവും ആകുന്നു.''

പോകാൻ തിരക്കുണ്ടാക്കി നീ വീണ്ടും പറഞ്ഞു: ''ഓടി ഒളിച്ചിരിക്കുന്നു. ഞാൻ ആരെന്നോ, എന്തെന്നോ, ഈ ലോകം ഇനിമേൽ അറി

യുകയില്ല. ഇങ്ങനെയായാൽ ഈ ലോകം എന്നെ പിച്ചിചീന്തും, നിന്നെയും രക്ഷിക്കുക.

മക്കൾ കുടുംബം, കാഴ്ചക്കാർ, കൂകി വിളിക്കുന്നവർ....

ഓർക്കാതിരിക്കുക; ഒരിക്കലും.''

നിലോഫർ, സ്നേഹത്തിന്റെ വേരുകളിൽ കിളിർത്ത അനുരാഗമെന്ന ചെടിയിലെ പുഷ്പം നീയാകുന്നു.

നിലോഫർ, നീയ് ഒരു ഭീരുവെപോലെ..

നിശബ്ദതയാണ് ദൈവത്തിന്റെ ഭാഷയെന്ന് നിനക്കുമറിയുമല്ലോ. പരിഭ്രമത്തിന്റെ ചങ്കിടിപ്പിൽ, ദൈവത്തിന്റെ ഭാഷയിൽ, നാം വേർപെട്ടു. നീ വന്ന വഴി ദൈവ ഭാഷയിലേക്ക് ക്രമേണ പരിവർത്തനം ചെയ്യപ്പെട്ടു.

ഒരു നീല നിഴൽ പോലെ നീ;

അല്ല, നീല അഴൽ പോലെ.

മറ്റൊരിക്കൽ നിന്റെ വീടിനെ ചുറ്റിപോകുന്ന ഇടവഴിയിലൂടെ ഞാൻ തേടിവന്നു. കാത്തുനിൽപ്പിൽ ഞാൻ മുഷിയുന്നില്ല. ദൂരെ നിന്റെ രൂപം; പച്ചപ്പിനെ നീ ചുവപ്പിക്കുന്നു. നിനക്ക് അഭിമുഖമായി ഒരു തെരുവ് നായ; അത് സംശയിക്കുന്നു. നീ അതിനോടും പുഞ്ചിരിക്കുന്നു; നായ മാറി പോകുന്നു. വേഗത്തിലാണ് നിന്റെ നടത്തം. ചുവന്ന വീഞ്ഞിന്റെ തുടിപ്പ് പോലെ പാനം ചെയ്യപ്പെടാത്ത നിന്റെ ചുണ്ടുകൾ.

നിലോഫർ, അർത്ഥങ്ങളിലേക്ക് നയിക്കുന്ന നിരർത്ഥകതയാണ് നീയ്. ആയിരം ജന്മദു;ഖങ്ങളെ അരനിമിഷം കൊണ്ട് നീ അപ്രത്യക്ഷമാക്കുന്നു. നിന്റെ വിഷാദതരി പുരണ്ട ചുണ്ടുകളിൽ നിന്ന് പൂർവ്വ ജങ്ങളുടെ പരിവേദനങ്ങളും വരും ജന്മങ്ങളുടെ പ്രത്യാശയും പുറപ്പെടുന്നു.

നിലോഫർ ശബ്ദം താഴ്ത്തുന്നു:

''- എന്ത് നേടി എന്നതിലല്ല, എന്ത് ആശിച്ചുവെന്നതിലാണ് മനുഷ്യന്റെ മഹത്വം.''

''-ആരു പറഞ്ഞു?''

ദാർശനികനായ കവിയുടെ പേര് നീ ഓർത്തെടുക്കുന്നു.

''-അയാളുടെ ആത്മഹത്യാകുറിപ്പിൽ നിന്നാകും.''

ബാബിലോണിന്റെ തീരത്തെ ദു:ഖിതരുടെ ആനന്ദഗാനം വീണ്ടും:

....ബദ്ധരാക്കിയവർ വന്ന്

ആനന്ദഗീതം കൽപ്പിക്കുമ്പോൾ

ബന്ധിതർ പാടുവതെങ്ങനെ.. ?

ഗായകർക്ക് സിയോനെക്കുറിച്ച് ഒന്നും പാടുവാൻ കഴിയുന്നില്ല; ഭയമുണ്ട് അവർക്ക്. ഒരു നീല ആമ്പൽ പോലെ കൂമ്പിപോയ നിന്നെക്കു

റിച്ച് ഇനിയോർക്കാൻ ഞാൻ ഭയപ്പെടും പോലെ.

പക്ഷെ നിലോഫർ, നീ ഭയത്തിൽ നിന്നുള്ള എന്റെ മോചനമായിരുന്നു. നീലനിറമാർന്ന ജീവാത്മാവായിരുന്നു. ദു:ഖത്തിൽ നിന്നും പാപത്തിൽ നിന്നും മരണത്തിൽ നിന്നും വിശപ്പിൽ നിന്നും ദാഹത്തിൽ നിന്നും നീ എന്ന ജീവാത്മാവ് എന്നെ സ്വതന്ത്രനാക്കിയിരുന്നു.

പുഴയുടെ തീരം കടുത്ത നിശബ്ദതയിൽ വരണ്ടു.

ഇരതേടിയ കൊക്ക് നിന്ന നിൽപ്പിൽ ഉറങ്ങുന്നു; വംശാവലിയിലെ മറ്റൊരു കൊക്ക് വന്ന് വിളിച്ചുണർത്തുംവരെ.

പുഴ, അതിന്റെ ജലസമാധിയിലേക്ക് ഒന്നും ഓർക്കാനാകാത്തിവിധം ചിതറിപോകുന്നു. മഹാവ്യസനത്തോടെ വെയിൽ മാഞ്ഞുമാഞ്ഞ് തീരുന്നു. ബാബിലോൺ തീരത്തെ ദു:ഖിതരുടെ ആനന്ദഗാനം വീണ്ടും കേൾക്കുന്നു; സിയോനെ ഓർത്ത് അവർ കരയുന്നു:

“.. നിന്നെ ഞാൻ മറന്നുവെന്നാകിൽ,
എന്റെ വലംകൈ ഞാൻ മറന്നുപോകും.
നിന്നെ ഞാൻ ഓർക്കാതെ പോകിൽ
എന്റെ നാവ് വായിൽ കരിഞ്ഞുപോകും..
നിന്നെ ഞാൻ മറന്നുവെന്നാകിൽ....”

നിലോഫർ, നീ ഇപ്പോൾ എവിടെയായിരിക്കും?

ഓരോരോ രാത്രികളിൽ, ഏതേതോ ജലവിതാനങ്ങളിൽ, മൗനമെന്ന ദൈവഭാഷയിൽ, ഓർമ്മകളുടെ ഇതളുകളുമായി, നീല ആമ്പലുകൾ വിടരുന്നു;

പിന്നെ, കൂമ്പി മടങ്ങി പോകുന്നു.

1. നീല ആമ്പൽ എന്ന പേർഷ്യൻ നാമം

ഒരു തുള്ളി വെളിച്ചം

കുറെക്കാലമായി: ജോഷ്വാച്ചനെ കാണുന്നില്ല.

- എന്തുപറ്റിയോ എന്തോ?

വൈകുന്നേരങ്ങളിൽ വീട്ടിൽ വരുന്ന പതിവുണ്ട്. തിളങ്ങുന്ന കഷണ്ടിയും അതിനെക്കാൾ തിളക്കമുള്ള ചിരിയും കൈലിയും തൂവെള്ള ഷർട്ടും ഷർട്ടിന്റെ കീശയിൽ അടങ്ങി ഒതുങ്ങി കഴിയുന്ന ഒരു പേനയും വീര്യമുള്ള ശബ്ദവും ഒന്നുചേർന്നാൽ അത് ജോഷ്വാച്ചനായി. ജോഷ്വാച്ചൻ വന്നാൽ ഒരിളകിമറിയലാണ്. വീട്ടുവരാന്തയിൽ അപ്പനടുത്ത് പ്ലാസ്റ്റിക് കസേരയിൽ ജോഷ്വാച്ചനിരിക്കും. അകത്തെ മുറിയിലിരുന്ന് ഞാൻ ഹോംവർക്ക് നോക്കുകയായിരിക്കും; കാത് ജോഷ്വാച്ചനിലും കണ്ണ് കണക്കുബുക്കിലും. അപ്പനുമായി ജോഷ്വാച്ചൻ വഴക്കടിക്കയാണെന്നു തോന്നും. അതു തോന്നൽ; സ്നേഹം കൂടിയാലും കുറഞ്ഞാലും ജോഷ്വാച്ചന് ഒരുപോലെ.

- മോനെന്തിയെ?

അപ്പനുമായി തർക്കം മൂക്കുന്നതിന് തൊട്ടുമുൻപ് ജോഷ്വാച്ചൻ പതിവുപോലെ ചോദിക്കും.

- അവൻ കണക്കു ചെയ്യുവാ.

അപ്പൻ എന്നെ നോക്കി ഉറപ്പാക്കിപ്പറയും; ജോഷ്വാച്ചനും ഒന്നുനോക്കും.

- ആ പഠിച്ചോ, പഠിച്ചോ.. ഞങ്ങളിങ്ങനെ പറേന്നതൊന്നും ശ്രദ്ധിക്കേണ്ട.

ഞാൻ ബുക്ക് മടക്കിവയ്ക്കും. തലയ്ക്കു തീ പിടിക്കുന്നു. കണക്കിന് ജയിക്കാറില്ല. ശമ്പളവർദ്ധനവും സമരപരിപാടികളുമൊക്കെ ആമുഖമാക്കി ജോഷ്വാച്ചൻ തുടങ്ങും:

- തൊഴിലാളിയുടെ അധ്വാനമാ. ഇവന്മാര് പിടിച്ചുപറിക്കുന്നെ...

ശബ്ദമുയരുന്നു.

അപ്പനും ജോഷ്വാച്ചനും ഒരേ തോട്ടത്തിലെ പണിക്കാരാണ്; ജോഷ്വാച്ചൻ യൂണിയന്റെ നേതാവും.

- എവന്മാർക്ക് എന്തൊക്കെ സൗകര്യങ്ങളാ... ഡ്രൈവറും കാറും

ബംഗ്ലാവും കുശിനിക്കാരനും; നമ്മക്കോ, മഴ വന്നാ പണിയില്ല; പണിയി ല്ലേൽ കാശുമില്ല.

- എന്തുചെയ്യാം; സഹിക്കാമെന്നല്ലാതെ...

അപ്പൻ പിറുപിറുക്കുമ്പോൾ ജോഷ്വാച്ചന് രോഷം വരും:

- നിങ്ങളെപ്പോലുള്ളവരാ, എവന്മാർക്ക് വളംവച്ചു കൊടുക്കുന്നെ....

- പിന്നെന്തോ ചെയ്യാനാ; അവരടെ കഴുത്തുവെട്ടാൻ പറ്റുമോ?

- നിങ്ങളിങ്ങനെ അരാഷ്ട്രീയം പുലമ്പല്ലേ...

- ജോഷ്വാക്കുമാത്രമേ രാഷ്ട്രീയം അറിയത്തൊള്ളോ?

- ചൂഷകന്മാരെ രാഷ്ട്രീയമായി കൈകാര്യം ചെയ്യണം.

- എന്നാലങ്ങ് ചെയ്തൂടായോ?

- നിങ്ങളെപ്പോലുള്ളവർ കാലുവാരിയാലോ?

- ഞാൻ ഒറ്റ തന്തയ്ക്ക് പെറന്നതാ....

- എല്ലാരും അങ്ങനെ തന്നാ; അങ്ങനേ പറ്റൂ....

ജോഷ്വാച്ചന് ദേഷ്യം വന്നുകാണും. ചുറ്റും പരതിനോക്കി അടക്കം പറയാൻ തലകുനിച്ച് എന്നെ ശ്രദ്ധിക്കുന്നു:

- കൊച്ചുചെറുക്കൻ ഇരിക്കുന്നോണ്ട് കൂടുതലൊന്നും പറേന്നില്ല.

അതു മോശമാണെന്ന് ഞാൻ മനസ്സിൽ പറഞ്ഞു.

കൊച്ചുചെറുക്കൻ നാളെ വലുതാവില്ലേ?

വലുതാകുമ്പോൾ എല്ലാം അറിയേണ്ടതല്ലേ?

കാച്ചിൽ പുഴുങ്ങിയതും മുളകൊടച്ചതും കട്ടൻകാപ്പിയുമായി അമ്മ ഇറയത്തേക്കുവരും; അപ്പോൾ ശബ്ദം ഒന്നമരും.

- എന്തൊണ്ട് പെങ്ങളേ വിശേഷം?

ജോഷ്വാച്ചൻ ബീഡി കുത്തിക്കെടുത്തും.

അപ്പൻ പക്ഷേ പുക ഊതുന്നുണ്ടാകും.

- ഓ, നമ്മക്കൊക്കെ എന്തുവാ വിശേഷം?

- വിശേഷത്തിന് തണ്ടീം തരോമൊന്നുമില്ല.

- നമ്മളിങ്ങനൊക്കെ അങ്ങുപോവുന്നു.

കാപ്പിഗ്ലാസ് നീട്ടിക്കൊണ്ട് അമ്മ പറഞ്ഞൊഴിയും.

- ഇങ്ങനൊക്കെ ആയാൽ പറ്റുകേല; നമ്മക്കും ഒയരണം.

- മോളിൽ ഇരിക്കുന്നവൻ വിചാരിക്കട്ടെ...

- താഴെ ഇരിക്കുന്നവർ അനങ്ങിയാലേ മോളി ഇരിക്കുന്നവന് വിചാരിക്കാൻ തോന്നൂ...

അതിനിടക്ക് അമ്മ വന്ന് എന്നെ ഒന്ന് തോണ്ടും:

- ഒറങ്ങിയോടാ...?

ഞാൻ ഞെട്ടിത്തരിച്ച് പുസ്തകം തുറക്കും.

തോട്ടം തൊഴിലാളികളുടെ കഷ്ടപ്പാടിനെക്കുറിച്ചാവും എന്നത്തേയും ചർച്ച; റബ്ബർ വെട്ടാൻ വന്ന തൊഴിലാളിയെ കാട്ടുപന്നി വെട്ടി. ചികിത്സയിലാ; മുതലാളി ഒന്നും കൊടുക്കുന്നില്ല. മാനേജരെ പോയൊന്നു വിരട്ടണം. പറ്റുമെങ്കിൽ സംസ്ഥാന സെക്രട്ടറിയെ തോട്ടത്തിൽ കൊണ്ടുവരണം.

നേരം നന്നായി ഇരുട്ടി. വീടിനുതാഴെ നീണ്ടുറങ്ങുന്ന വയലിൽ നിന്ന് തവളകളുടെ നിലവിളി തുടങ്ങി; അതേറ്റുപിടിച്ച് നീർക്കോഴികൾ മുക്കുന്നു. ജോഷാച്ചൻ തീപ്പെട്ടിയുരച്ചു കത്തിച്ചുകൊണ്ട് 'എന്നാ പാർക്കലാം' എന്നു തമാശ പൊട്ടിച്ചിറങ്ങാൻ തുടങ്ങുമ്പോൾ അമ്മ പറയും:

– ഇത്രേം ഇരുന്നേംവച്ച് അത്താഴം കഴിച്ചിട്ട് പോയാപ്പോരേ ജോഷാച്ചാ....

– ഓ, പോട്ട്, വീട്ടുകാരി കാത്തിരിക്കുന്നു.

വീട്ടിലേക്കല്ല നേരെ പോകുന്നതെന്നും, ഷാപ്പിൽ പോയിട്ട് നാലുകാലേൽ മാത്രമേ വീട്ടിൽ ചെന്നു കയറുകയുള്ളുവെന്നും അപ്പൻ പറഞ്ഞു.

ശരിയാണോ എന്തോ?

ജോഷാച്ചൻ ഇറങ്ങി.

വഴിയിൽ നിന്ന് ഒരു ചേമ്പില പറിച്ചു മടക്കി; ഉരുകുന്ന മെഴുകുതിരി കയ്യിൽ വീഴാതിരിക്കാൻ മറയാക്കി നടന്നു; നാളം ഉലയുന്നു.

ഇറങ്ങുംമുൻപ് ജോഷാച്ചൻ അപ്പൻ കാണാതെ എന്നെ അടുത്തേക്ക് വിളിച്ച് കൈയ് കൂട്ടിപ്പിടിച്ച് കൈയ് വെള്ളയിൽ തിരുകും;

മൂന്നു രൂപ! മുട്ട ബിരിയാണിക്ക് അൻപതു പൈസയേയുള്ള.

– പഠിക്കുന്ന കൊച്ചുങ്ങളെ എനിക്കിഷ്ടമാ.

ഒരിക്കൽ ജോഷാച്ചൻ പറഞ്ഞു.

– എന്റെ പുള്ളാര് പോര.... പഠിക്കുന്നവരെങ്കിലും പഠിക്കട്ടെ....

അമ്മ ഇടയ്ക്കു കയറി:

– എവൻ പഠിക്കുന്നൊണ്ടോന്ന് ആർക്കറിയാം. എപ്പഴും ഒറങ്ങി വീഴുന്ന കാണാം.

– ഒറക്കം പഠിക്കുവാരിക്കും.

അപ്പൻ പരിഹസിച്ചു.

– നിങ്ങളൊക്കെ വലുതായിട്ടു വേണം. തന്തമാരടെ ക്ലേശം തീർക്കാൻ.

അതിനിങ്ങനെ പഠിച്ചാ മതിയോ എന്നായി അമ്മ.

ജോഷാച്ചൻ ഇടപെട്ടു:

- ഈ തോട്ടത്തിലെ അടിമപ്പണി നിർത്തണം അതിന്; നിങ്ങള് വല്യ ഉദ്യോഗസ്ഥന്മാരാവണം.

- എന്താടാ ഉരിയാടാത്തെ?

അപ്പൻ ഇടപെട്ടു.

ഞാൻ സമ്മതിച്ചു.

ജോഷ്വാച്ചൻ എന്നെ ചേർത്തുനിർത്തി നെറ്റിയിൽ ഉമ്മ വച്ചു. ബീഡിയുടെ ഗന്ധവും വിയർപ്പും കട്ടപിടിച്ച ഉമ്മ. കൈവെള്ളയിൽ മൂന്നു രൂപ.

മുണ്ടിന്റെ കോന്തല കൊണ്ട് ജോഷ്വാച്ചൻ നെറ്റി തുടച്ചതോ കണ്ണു തുടച്ചതോ?

വേറൊരു വൈകുന്നേരം ജോഷ്വാച്ചൻ വലിയ ചോറ്റുപാത്രവുമായി വന്നു. ഇരുട്ടിതുടങ്ങിയിരുന്നു. ഇരുട്ടിൽ വയൽവരമ്പിലൂടെ ഒരു ചുവന്ന പൊട്ടു നീങ്ങി. കടിച്ചുപിടിച്ച ബീഡിയുടെ അണയാത്ത ചുവന്ന തുമ്പുമായി ജോഷ്വാച്ചൻ കല്ലുകെട്ട് കയറിവന്നു.

- ഇന്നിച്ചിരി താമസിച്ചെടെ.

- എന്തുവാ കാര്യം?

- തിന്നാൻ അഴിച്ചുവിട്ട പെണ്ണാട് വരാൻ താമസിച്ചു.

ആട്ടിൻപാൽ അകത്തേക്കു വയ്ക്കാൻ പറഞ്ഞേല്പിച്ച് മടിതുറന്ന് വേറൊരു ബീഡിക്കെട്ടെടുത്ത് ജോഷ്വാച്ചൻ അപ്പനു കൊടുത്തു.

- കാജായാന്നോ...?

- അല്ല തെറുപ്പുബീഡിയാ.

- അതാ മെച്ചം...

- ആവശ്യത്തിന് കടുപ്പം കിട്ടും.

അവർ ബീഡി വലിച്ചാഹ്ലാദിച്ചു.

തവളകൾ കലാപം തുടങ്ങിയിരുന്നു. നീർക്കോഴികൾ എത്തിയിട്ടില്ല; ഇടത്തോട്ടിൽ തവളയെ വിഴുങ്ങാൻ കിട്ടാത്ത കൊതിക്കെറുവിൽ ചേരകൾ പുളഞ്ഞു.

- പഠിക്കുന്ന പിള്ളാർക്ക് ആട്ടിൻപാൽ കേമമാ....

അതിന് പഠിക്കുന്നവർക്കല്ലേയെന്നായി അപ്പൻ.

ജോഷ്വാച്ചൻ എന്റെ പക്ഷം ചേർന്നു ചിരിച്ചു.

- അയ്യോ അവിടത്തെ പുള്ളാർക്ക് വേണ്ടായോ?

അമ്മ ഇറങ്ങിവന്നു.

- എന്റേതും ഇവിടുത്തേതും എനിക്കൊന്നാ.

ജോഷ്വാച്ചനെ ഇരുട്ടിലൂടെ ഞാൻ ഏറുകണ്ണിട്ടു നോക്കി; അപ്പനുമായി

തർക്കത്തിനു തുടക്കമായി.

പണിമുടക്കിന് നോട്ടീസ് കൊടുക്കുന്ന കാര്യം പറയാനാണ് ജോഷാച്ചൻ വന്നത്. അപ്പനുൾപ്പെടെ കുറച്ചുപേർ സഹകരിക്കുന്നില്ല. ഒരുമിച്ചു നിക്കണം. വെട്ടില്ലാത്ത ദിവസത്തെ കൂലി പിടിക്കുന്നു. പട്ടിണി. ചോദിച്ചപ്പോൾ കമ്പനി അയയുന്നില്ല. തോട്ടം പൂട്ടിയിടുമെന്ന് ഭീഷണി.

- ഒള്ള വരുമാനം ഇല്ലാതാവുമോ?

അപ്പൻ ചോദിച്ചു.

- കൊറച്ചൊക്കെ നമ്മള് സഹിക്കണം; അവസാനം കമ്പനി വഴിക്കു വരും.

ജോഷാച്ചൻ നിർദ്ദേശിച്ചു.

- അങ്ങനെ വരുമോ? അവരങ്ങ് പൂട്ടിയിട്ടാലോ?

- നമ്മള് തൊറപ്പിക്കും.

- എല്ലാരും ഒത്തുനിക്കുമോ?

- ഒന്നിപ്പിക്കണം.

പെട്ടെന്ന് സമരത്തിന് എടുത്തു ചാടരുതെന്ന് അപ്പൻ പറഞ്ഞു. പട്ടിണി കിടക്കാൻ എല്ലാവരേം കിട്ടില്ല; അതോർമ്മ വേണം. ഇനിയും ക്ഷമിച്ചിരിക്കാൻ കഴിയില്ലെന്നായി ജോഷാച്ചൻ. യൂണിയൻ കൺവീനർക്ക് ഉത്തരവാദിത്വം കൂടും; പാടികളിൽ പട്ടിണി. മഴക്കാലത്ത് വേലയില്ല; കൂലിയും. കൂലി പകുതി കിട്ടണം. കമ്പോളത്തിൽ റബ്ബറിന് മുന്തിയ വിലയുണ്ട്.

- നിങ്ങളെപ്പോലുള്ളവരുടെ നിലയാണ് മുതലാളിമാരുടെ കരുത്ത്.

അവസരവാദം പാടില്ലെന്നും ഇരുത്തി ചിന്തിക്കണമെന്നുമൊക്കെ ജോഷാച്ചൻ ഓർമ്മിപ്പിച്ചു. എന്താ ശരിയല്ലേ എന്ന മട്ടിൽ എന്നെയും ഒന്നുനോക്കി. ഞാൻ മുഖം കൊടുത്തില്ല.

അപ്പനത് ഇഷ്ടമാവില്ല. അപ്പൻ നിരുത്സാഹപ്പെടുത്തി:

- ഓരോന്നിനും ഓരോ സമയമൊണ്ട്.

- വിപ്ലവം പഴുത്തു വീഴുന്ന ആപ്പിളല്ല; പാകമായാൽ പറിച്ചെടുക്കണം.

- എന്നാ ഇയ്യാള് പോയി പറിക്ക്..

അപ്പൻ ദേഷ്യപ്പെട്ടു.

ജോഷാച്ചൻ പറേന്നതിലും കാര്യമുണ്ടെന്നും പറഞ്ഞ് അമ്മ കാച്ചിൽ പുഴുക്കും കട്ടൻകാപ്പിയുമായി വന്നു. ആട്ടിൻപാൽ ചൂടാക്കിയതു കാത്തിരുന്നിട്ടും കിട്ടിയില്ല. അമ്മയെ ആംഗ്യം കാണിച്ചു. മിണ്ടാതിരുന്ന് പഠിക്കെടായെന്ന് ആംഗ്യം മറുപടിയായി വന്നു.

അപ്പൻ പിന്നാലെ വിളിച്ചു പറഞ്ഞു:

– ജോഷ്വാച്ചൻ പ്രശ്നമുണ്ടാക്കിയേ അടങ്ങൂ; പോലീസും പട്ടാളോം ഇറങ്ങുമേ...

തൊഴിൽ പ്രശ്നത്തിൽ പോലീസിന് ഇടപെടാനാവില്ലെന്നായി ജോഷ്വാച്ചൻ. അപ്പൻ ഉൾപ്പെടെ ഭൂരിപക്ഷം പേരും പണിമുടക്കിനില്ല. പ്രയോജനമുണ്ടാവില്ല. ജോഷ്വാച്ചൻ പറഞ്ഞതിൽ കാര്യമുണ്ടെന്ന അമ്മയുടെ പറച്ചിൽ അപ്പന് ബോധിച്ചിട്ടില്ല. അതുകൊണ്ടല്പം ഉറക്കെത്തന്നെ പണിമുടക്കിനില്ലെന്ന് അപ്പൻ പറഞ്ഞു. ജോഷ്വാച്ചൻ തിരുത്തിയില്ല.

– എന്റെ പുള്ളാര് പട്ടിണി കിടക്കും; പോലീസ് ഇടിക്കും; ഒക്കെ ശരി; ഇതൊക്കെ നിങ്ങക്കൂടെ വേണ്ടിയാ.

അമ്മക്ക് മനസ്താപം തോന്നി. ശരിയാ, നാട്ടുകാർക്കുവേണ്ടിയാണെന്ന് അമ്മ പറഞ്ഞു. ചില ശരികളൊക്കെ കാണുമായിരിക്കും. പക്ഷേ പണിമുടക്കി പട്ടിണി കിടക്കാനാവില്ലെന്ന് അപ്പൻ തീർത്തു പറഞ്ഞു. ജോഷ്വാച്ചനുമായുള്ള സ്വന്തോം ബന്ധോം ഒക്കെ പിന്നത്തെ കാര്യം.

ഒന്നും മിണ്ടാതെ ജോഷ്വാച്ചൻ മെഴുകുതിരി കത്തിച്ചു.

– കൊച്ചു ചെറുക്കനെന്തിയേ?

ഞാനിറങ്ങിച്ചെന്നു; ഇരുട്ടിലേക്കു ചേർത്തുനിർത്തി തലയിൽ കൈവച്ചു. കൈകൂട്ടിപ്പിടിച്ച് നോട്ട് തിരുകി.

അപ്പനതു കണ്ടു.

– ഇയ്യാക്കിതെന്തിന്റെ കേടാ...?

– അനീതിക്കെതിരെ കണ്ണടയ്ക്കല്ലേ കുഞ്ഞേ നീയെങ്കിലും.

ഇങ്ങനെ പറഞ്ഞ് ജോഷ്വാച്ചൻ ഇറങ്ങി. വരമ്പിൽ നിന്ന് ചേമ്പില പറിക്കുന്നതു കണ്ടു. പെട്ടെന്ന് തവളകൾ നാവടക്കി; നീർക്കോഴികൾ ചിറകടിച്ചു. ജോഷ്വാച്ചൻ വരുന്നുവെന്നറിഞ്ഞിട്ടാവും. ചേമ്പിലയിൽ ജോഷ്വാച്ചൻ ഭദ്രമാക്കിയ മെഴുകുതിരി നാളം തോട്ടുവരമ്പും കടന്ന്, തോട്ടത്തിലേക്ക് കയറിപ്പോകുന്നതു നോക്കിനിന്നു. ഒരു തുള്ളി വെളിച്ചം മാഞ്ഞപ്പോൾ തവളകൾ മേളം തുടങ്ങി.

പണിമുടക്ക് നീണ്ടു. ജോഷ്വാച്ചൻ നിരാഹാരം കിടന്നു. ഭാര്യയും കുട്ടികളും നിരാഹാരനിലയിലായി; അവർക്ക് വേറെ ആരുണ്ട്?

– ജോഷ്വാച്ചനിതിന്റെ വല്ലകാര്യമൊണ്ടോ?

സമരം പരാജയപ്പെട്ടെന്ന് അപ്പൻ പറഞ്ഞു. അയാളെ പുറത്താക്കാൻ പോകുന്നു. ഒന്നോ രണ്ടോ പേരൊഴികെ ബാക്കിയെല്ലാവരും ജോലിക്കു തിരികെക്കയറി; എന്തും സംഭവിക്കാം. പറഞ്ഞതൊന്നും കേട്ടില്ല. വരും വരായ്കകൾ ഓർത്തില്ല. പാടിയിൽ നിന്ന് ജോഷ്വാച്ചനേം കുടുംബത്തെയും പുറത്താക്കും. അവരെങ്ങോട്ടുപോകും?

– അതോർക്കുമ്പം ഭയങ്കര വെഷമം.

അമ്മ പറഞ്ഞു. അപ്പന് ദേഷ്യം വന്നു:

– ചാടല്ലേന്നന്നരേ ഞാൻ പറഞ്ഞില്ലാരുന്നോ?

– അതയാടെ കുടുംബത്തിനായിട്ടല്ലല്ലോ.

അമ്മ സങ്കടപ്പെട്ടു.

കണക്കിനുത്തരം കിട്ടുന്നില്ല. പുസ്തകം മടക്കി ദേഷ്യപ്പെട്ടിരുന്നു. ജോഷാച്ചനെ കാത്തിരുന്നു; വന്നില്ല. ഒന്നുരണ്ടാഴ്ച കഴിഞ്ഞു. ജോഷാച്ചനെക്കുറിച്ചുള്ള പുതിയ പുതിയ കാര്യങ്ങൾ.

– ജാമ്യത്തിലിറങ്ങി.

– പാടിയിൽ നിന്ന് ഒഴിപ്പിക്കുന്നു.

– മാപ്പെഴുതി കൊടുത്താൽ തിരികെയെടുത്തേക്കും.

അമ്മ ഇടപെട്ടു.

– അതിനയാള് തയ്യാറാകുമെന്നു തോന്നുന്നില്ല.

അപ്പനും സമ്മതിച്ചു.

അവരെങ്ങോട്ടു പോകും? എവിടെ കഴിയും? എങ്ങനെ ജീവിക്കും?

കണക്കുബുക്ക് തുറക്കാതെ ഞാനും ഓർത്തുനോക്കി. ജോഷാച്ചൻ പലപ്പോഴായി തന്നതു കൂട്ടിനോക്കിയപ്പോൾ ഇരുപത്തിമൂന്നു രൂപയുണ്ട്. എപ്പോഴെങ്കിലും കാണുമ്പോൾ തിരികെ കൈയ്യിൽ പിടിപ്പിക്കണമെന്നുറപ്പിച്ചു. ജോഷാച്ചൻ അവിടം വിട്ടുപോവില്ലെന്ന് അപ്പൻ പറഞ്ഞു; ഒരു കൺവീനർക്ക് എല്ലാം ഇട്ടെറിഞ്ഞ് പോകുവാൻ പറ്റുമോ? അരിയും പഞ്ചസാരയും കുറെ പച്ചക്കറിയും ആ വീട്ടിൽ കൊണ്ടുകൊടുത്തെന്ന് അമ്മ പറഞ്ഞു.

– പുള്ളാര് കെടന്ന് കരച്ചിലോട് കരച്ചിലാ... നമ്മള് കണ്ടുനിക്കത്തില്ല.

ജോഷാച്ചനെവിടെയായിരിക്കും? പൊലീസ് കൊന്നോ..? നാടുവിട്ടോ? നാടുവിട്ടുപോവില്ലെന്ന് ഉറപ്പുണ്ട്. പേടിച്ചോടത്തില്ല. വേറെന്തോ പറ്റിക്കാണും; അപ്പനും അമ്മയും ഒരേപോലെ പറഞ്ഞു.

– ജോഷാച്ചനെ കാണുന്നില്ല; എന്തുപറ്റിയോ എന്തോ?

മിക്കദിവസവും അപ്പനും അമ്മയും ചോദിക്കും:

– അവസാനം കണ്ടതാരാ?

കമ്പനിപ്പടിക്കൽ സത്യാഗ്രഹം കിടന്നതു കണ്ടവരുണ്ട്. പൊലീസ് പിടിച്ചു; ജാമ്യത്തിലിറങ്ങി. പിന്നെ കണ്ടിട്ടില്ല.

– നാണക്കേടു കാരണം മാറിനിക്കുവാന്നോ?

അപ്പൻ സംശയിച്ചു.

നാണംകെടാൻ അഴിമതീം കൈക്കൂലീം ഒന്നുമല്ലല്ലോ എന്നായി അമ്മ. അത്തരക്കാർ നാണിച്ചാൽ മതി.

– ഒരഭിമാനിയായിരുന്നു.

അപ്പൻ ഓർത്തു:

– എടുത്തുചാട്ടമേ ഒള്ളു; പാവമാരുന്നു.

വയൽ കരിമ്പടം പുതച്ചു കിടന്നു. തവളകൾ ഞോണ്ടിയും പറഞ്ഞും ബഹളമുണ്ടാക്കുന്നു. ചിലത് പതംപറഞ്ഞ് കരയുന്നു. ഒന്നുംവായിക്കാൻ തോന്നുന്നില്ല. കണക്കുപുസ്തകവും ബുക്കും പൊടിപിടിച്ചു കിടക്കുന്നു.

ഒരു രാത്രിയിൽ ദൂരെനിന്നും ഒരു മെഴുകുതിരിനാളം വേച്ചുവേച്ച് വരുന്നതുകണ്ടു. തോട്ടുവരമ്പും കടന്ന് അത് മുന്നോട്ടുവന്നു. കൈയ്കൾ കൂട്ടിപ്പിടിച്ച് ഭദ്രമാക്കപ്പെട്ട വെട്ടം. തവളകൾക്ക് മിണ്ടാട്ടമില്ല; നീർക്കോഴികൾ വഴിമാറി. പുറത്തേക്കിറങ്ങിനിന്ന് ശ്രദ്ധിച്ചു. ആരെന്നും എന്തെന്നും അറിയുന്നില്ല. വീട്ടുപടിക്കൽ ആ വെട്ടം സംശയിച്ചു നില്ക്കുന്നപോലെ; പിന്നെ അത് മുന്നോട്ടുതന്നെ പോകുന്നതു കണ്ടു; ഇരുട്ടിൽ ഒരുപൊട്ടുപോലെ. ആ വെളിച്ചം മറഞ്ഞു.

സത്യൻ

ഒരു കാറ്റു വന്നു; പലതായി.

നിറം മാറി.

ആകാശം കറുത്തു.

ഭൂമി കറുത്തു.

മരങ്ങൾ കറുത്തു.

എല്ലാ വീടുകളിലും വിളക്കണഞ്ഞു. കുന്നിൻപുറത്തുനിന്നും അങ്ങാടിയിലേക്ക് വന്ന നാലഞ്ചുപേർ ഇരുട്ടിൽ തീപ്പെട്ടിയുരച്ചു. ഇത്ര നേരത്തെ സന്ധ്യയായോ എന്നൊരാൾക്ക് സംശയം. മഴക്കോളായിരിക്കുമെന്ന് കൂടെയുള്ളവർ പറഞ്ഞു. അവർ ബീഡി മാറി മാറി വലിച്ചു; അങ്ങാടിയിലെത്തിയപ്പോൾ ഒന്നും കണ്ടുകൂടാ; പീടികക്കാർ ലൈറ്റ് തെളിയിക്കാൻ നോക്കി; വൈദ്യുതിയില്ല; മെഴുകുതിരി ഉരുകി.

കുന്നിൻപുറത്ത് ഒരു നായ മോങ്ങാൻ തുടങ്ങി. കുന്നിന് താഴത്തെ നായ്ക്കളും മോങ്ങി. ഇരുട്ട് വന്ന് തലയിൽ വീണ് ചെടികൾ വാടിക്കിടക്കുന്നു. പീടികയിൽ നിന്നവർ ഇരുട്ടിനെ പഴിച്ചു. കറന്റ് ശരിപ്പെടുത്താൻ സൈക്കിളിൽ പോയ രണ്ട് കുട്ടികൾ, പോയിടത്ത് ആരെയും കണ്ടിട്ടില്ല, പൂട്ടിക്കിടക്കുന്നുവെന്ന് അറിയിച്ചു. അല്ലേലും അവന്മാരിങ്ങനെയെന്ന് കടയുടമയുടെ പരിഹാസം; ലോകക്കപ്പ് സമയത്ത് ഇതേ മുടക്കത്തിന് രണ്ടുപെട കിട്ടിയതൊക്കെ ഇവന്മാർ മറന്നുകാണുമെന്നായി മറ്റൊരാൾ.

ഇരുട്ട് കൂടിവന്നു.

കിഴക്കോട്ട് നോക്കി മോങ്ങിയ നായ്ക്കൾ

തെക്കോട്ട് നോക്കി മോങ്ങി.

ദിക്കേതായാലും കരച്ചിൽ ഒന്ന്.

താഴെയുള്ള വീട്ടുകാർ, തീറ്റാൻവിട്ട പശുക്കളെ തേടി മുകളിലോട്ട്. കൂട്ടിൽ തിരികെ കയറാത്ത കോഴികളെ തേടി കുന്നിൻപുറത്തുകാർ താഴോട്ട്. എവിടെ?

മ്മാ, മ്മാ...

കോഴി ബാ, ബാ...

വരുന്നുമില്ല, പോകുന്നുമില്ല.

മോങ്ങുന്ന നായ്ക്കളിലൊന്നിനെ ആരോ കല്ലെറിഞ്ഞു. മൂന്ന് പീടിക പൂട്ടി. കുരിശടിയിൽ കെട്ട മെഴുകുതിരി മൂന്നാമതും കത്തിയ്ക്കാൻ പോയയാൾ തിരിച്ചുവന്നു; ഉടൻ അതു കെട്ടു.

– ഓ മാതാവിന് എന്നാത്തിനാ വെട്ടം?

കത്തിച്ചയാളും, കണ്ടുനിന്നയാളും പറഞ്ഞു.

നായ്ക്കളുടെ നിലവിളി കേട്ട് വീട്ടുകാർ സ്വന്തം നായ്ക്കളെ തിരക്കി. കൂട്ടിലുള്ളത് കുനിഞ്ഞുനിൽക്കുന്നു. അഴിച്ചുവിട്ടവ അതുവഴിയേ പോയി. കൂടും വീടും വിട്ടവ കൂട്ടംകൂടി കരയുന്നു.

ഇരുട്ടിൽ മനുഷ്യരെപ്പോലെ ചെടികളും മരങ്ങളും. കുന്നിൻപുറത്തെ റബ്ബർകാടും താഴത്തെ വാഴത്തോപ്പും ഒന്ന്. വാഴത്തോപ്പ് കനിഞ്ഞാൽ ഇഞ്ചിക്കൃഷി, അത് പിന്നിട്ടാൽ പയറും, മത്തനും അതു കഴിഞ്ഞ് ചീര ത്തോട്ടം, രക്തനിറമുള്ള ചീരത്തോട്ടം, പ്രേതത്തോട്ടംപോലെ പമ്മിക്കി ടന്ന് മനുഷ്യരെ പറ്റിക്കുന്നു. കൃഷിയിടം തീർന്നാൽ എൽ.പി.സ്കൂൾ. അതും കഴിഞ്ഞാൽ ആഴ്ചചന്ത കൂടുന്ന സ്ഥലം. പണ്ട് തിങ്കളും വ്യാഴവും ചന്തദിവസമായിരുന്നു. ഇപ്പോൾ വ്യാഴം.

പണ്ട് ആടിനെയും പോത്തിനെയും വിൽക്കാൻ ചന്തയിൽ നിർത്തി യിരുന്നു. ഇപ്പോൾ, പോത്തിറച്ചിയും ആട്ടിറച്ചിയും തൂക്കിക്കിട്ടും. ആഴ്ച ചന്ത കഴിഞ്ഞ് കുന്നിൻപുറത്തേക്കുള്ള ഇടവഴി. ബൈക്ക് പോകും. ചിലർ ഓട്ടോറിക്ഷയും കയറ്റും. ഇരപ്പിച്ച് തള്ളിക്കയറ്റണം. കുന്നിൻപു റത്തേക്കുള്ള വഴിയിൽ ശ്രീകൃഷ്ണസ്വാമിക്ഷേത്രവും കുറ്റൻ അരയാ ലും. തയ്യൽകടയും പോസ്റ്റ് ഓഫീസും ആ ഭാഗത്താണ്. തെക്കോട്ട് തിരിഞ്ഞാൽ റബ്ബർ തോട്ടങ്ങൾ, വെട്ടി, പിന്നേം വളർന്നിട്ട്, വീണ്ടും വെട്ടി വെച്ചവയുടെ പ്രായം കാൽനൂറ്റാണ്ട്. തോട്ടത്തിന്റെ നടുക്ക് സെന്റ് മേരീസ് പള്ളി. പള്ളിക്ക് ഒരു ഓഡിറ്റോറിയം. പകുതി തീർന്നു. വാരി യെല്ലുകൾ പോലെ തൂണുകൾക്കുമേൽ കമ്പികൾ. ഈ ഭാഗത്താണി പ്പോൾ നിലവിളി. നായ്ക്കൾ ഓടി നടക്കുന്നു; മോങ്ങുന്നു.

പള്ളിമുറ്റത്ത് രണ്ട് പ്രാവിൻകൂടുകൾ. പ്രാവുകൾ കൃത്യനിഷ്ഠക്കാ രാണ്. ഒറങ്ങിക്കാണും. രാത്രി മിക്കപ്പോഴും പൂച്ചകളെ പതിവായി പള്ളി മുറ്റത്ത് കാണുന്നുണ്ട്. മുഖം തുടച്ച് പ്രാവിൻകുട്ടിലേക്ക് നോക്കിയിരി ക്കും. പ്രാവിൻകൂട്ടിലേക്ക് എത്തിനോക്കാൻ വന്ന ചേര, പൂച്ചയെകണ്ട് തിരികെ പുളഞ്ഞു.

കുന്നിനുതാഴെ അവസാന പീടികയും അടഞ്ഞു. കടക്കാരൻ റാന്തൽ ഉയർത്തി കുന്നിൻമുകളിലേക്ക് നടന്നു. പട്ടികളുടെ മോങ്ങൽ കേട്ടിട്ട്

എന്തോപോലെ. സ്വന്തം പട്ടിയുടെ ശബ്ദമാണോന്നറിയൻ അയാൾ ശബ്ദം കണക്കുകൂട്ടി നോക്കി. തിരിയുന്നില്ല. വീട്ടിലെത്തിയപ്പോൾ പുറത്ത് പട്ടിയില്ല. എന്നുംവന്ന് നക്കുന്നവൻ എവിടെപ്പോയി? മോങ്ങാൻ പോയോ? കടക്കാരന് ദേഷ്യം വന്നു; ഭാര്യയും വിഷമിച്ചു. കോഴികളും വന്നിട്ടില്ല. കോഴിക്കൂട്ടിലേക്ക് റാന്തൽ തിരിച്ചു.

അടുത്തവീട്ടിലെ പൂച്ച ഏഴുകരണം മറിഞ്ഞു.

- കോഴിയെ പൂച്ച പിടിച്ചോടി?

- എങ്കിൽ കരച്ചിൽ കേൾക്കൂലേ?

- അവിടുത്തെ കോഴികളോ?

- അതുങ്ങളും വന്നിട്ടില്ല.

മറ്റ് മൂന്നുവീട്ടുകാരും ഇതുതന്നെ പറഞ്ഞു.

അഴിച്ചുവിട്ടവ വന്നിട്ടില്ല.

കച്ചവടക്കാരൻ മറ്റൊരു പീടികക്കാരനെ കൈകൊട്ടി വിളിച്ചു. അയാൾ റാന്തൽ പൊക്കി വിളി കേട്ടു.

- പശുക്കൾ വന്നോ?

- ഒന്നിനേം കാണുന്നില്ല.

- അവിടോ?

- ഇവിടേം വന്നിട്ടില്ല.

- എവിടെ തപ്പും?

- റബ്ബറില തിന്നു കട്ടുപിടിച്ചു കെടക്കുവാണോ?

- എന്നാ വാ നോക്കാം.

റബ്ബർ കാട്ടിൽ റാന്തൽ അരിച്ചുപെറുക്കി. ഒന്നും ഒടിഞ്ഞുവീണിട്ടില്ല. കുളമ്പിന്റെ പാടുകൾ ഇല്ല. ചാണകവും കാണാനില്ല. പ്രാവിൻകൂട്ടിലേക്ക് പുറപ്പെട്ട മഞ്ഞച്ചേരയെ കണ്ട് റാന്തലുകൾ വഴിമാറി, ചേരയും.

- പട്ടിയില്ല, കോഴിയില്ല. പശുവില്ല.

- ഇതെന്താ ഇങ്ങനെ.

- എല്ലാംകൂടി ഒരുമിച്ച്.

നായ്ക്കളുടെ കരച്ചിൽ തീർന്നു. ആട്ടിൻകുട്ടികൾ കരയുന്നു.

- അമ്മേ, ഇമ്മേ...

ഏഴ് റാന്തലുകൾ നാല് വഴിയെ പോയി. എരുമയെ നോക്കി മടുത്തു മലയിറങ്ങിയവരെ മറ്റൊരിടത്തു കണ്ടു. അവരുടെ കയ്യിൽ നീളൻ ടോർച്ചുണ്ട്; കമ്പിവടിയും.

പള്ളിവഴക്കിൽ കേസ് പറയുന്ന രണ്ടുപേർ പള്ളിപ്പറമ്പിൽ പശുക്കളെ

തിരയാൻ മുഖാമുഖം:

- കണ്ടോടേ?

- ഇല്ല.

- കറവയുള്ളതാണോ?

- ചെനയൊള്ളതാ.

- എങ്കിൽ വാ.

തെരച്ചിൽ ഒന്നിച്ചായി.

കഴിഞ്ഞമാസം പള്ളിയിൽ ഒരു ശവമടക്കുണ്ടായി. മെത്രാൻ കക്ഷിക്കാരൻ ബാവാ കക്ഷിക്കാരന്റെ ജഡം കുരിശടിക്ക് മുന്നിൽ തടഞ്ഞു. വൈദികന്റെ പുതിയ ളോഹ മെത്രാൻ കക്ഷിക്കാരൻ നാലായി കീറി. ബാവാ കക്ഷിക്കാർ വെറുതെയിരിക്കുമോ? അവർ പ്രാകി. പെണ്ണുങ്ങൾ മണ്ണെണ്ണക്കുപ്പികളുമായി തീകൊളുത്താൻ പള്ളിമേടയിൽ കയറി.

- അരുത് പെങ്ങളെ...

പൊലീസ് മൈക്കിലൂടെ അപേക്ഷിച്ചു.

- ഇറങ്ങിവാ പെങ്ങളെ.

എഎസ്ഐ കലിപ്പൊതുക്കി വിളിച്ചുപറഞ്ഞു. ആര് കേൾക്കാൻ?

ഒടുവിൻ കീറിയ ളോഹയുമായി വൈദികൻ തന്നെ പൊലീസ് മൈക്കിലൂടെ മെത്രാൻകക്ഷിക്കാരോട് ക്ഷമിച്ചു. ളോഹ ഞങ്ങൾക്ക് പുല്ലാണേ എന്നൊരാൾ വിളിച്ചുപറഞ്ഞു. അങ്ങനെ വിളിച്ചവന്റെ വീട്ടുകാരനാണിപ്പോൾ പശുവിനെ തിരയുന്നത്.

എന്തൊരു വഴക്കായിരുന്നു...!

- എടീ സാറാമ്മേ, ജസ്സിയേ, ഷൈനിയേ.... മണ്ണെണ്ണക്കുപ്പി താഴെയിട് കൊച്ചുങ്ങളേ...

പൊലീസ് മൈക്കിലൂടെ കീറിയ ളോഹ പൊക്കിപ്പിടിച്ച് വൈദികൻ വിളിച്ചുപറഞ്ഞു. അവർ അനുസരിച്ചു; ഇറങ്ങിവന്നു. മണ്ണെണ്ണക്കുപ്പി അവർ സൂക്ഷിച്ചുപിടിച്ചിട്ടുണ്ട്.

- ഒരു ലിറ്റർ മണ്ണെണ്ണയ്ക്കൊക്കെ ഇപ്പം എന്നാ വിലയാ.

ആത്മാഹുതിക്കാർ മണ്ണെണ്ണ വിളക്കുമായി തിരികെ വന്നപ്പോൾ പരിഹാസക്കൂവലുണ്ടായി. ഞങ്ങളുടെ സ്ഥാനത്ത് ആണുങ്ങളാരുന്നേൽ ഇപ്പം മുണ്ടുപൊക്കി കാണിക്കുമായിരുന്നുവെന്ന് ആ പെണ്ണുങ്ങൾ തിരിച്ചടിച്ചു. അങ്ങനെ അവിടെ നിന്ന് കൂവിയ മെത്രാൻകക്ഷിക്കാരനാ അതേ പള്ളിമുറ്റത്ത്!

പശുക്കളെ കാണാനില്ല.

കൂവിയവനും കീറിയവനും പരസ്പരം സമാധാനിപ്പിച്ചു.

- തിരിച്ചുവരുമെടൈ.

ബാവാകക്ഷിക്കാരൻ ആശ്വസിപ്പിച്ചു.

- നല്ല എനമായിരുന്നു.

മെത്രാൻകക്ഷിക്കാരൻ കുരിശുവരച്ചു.

കോടതിവിധിപ്രകാരം മെത്രാൻകക്ഷിക്കാർക്ക് പള്ളിമുറ്റത്ത് വിലക്കുണ്ട്.

രാത്രിയല്ലേ, പശുക്കളല്ലേ, ഇരുട്ടല്ലേ.

പള്ളിയേത്; മുറ്റമേത്?

മെത്രാൻകക്ഷിക്കാരന്റെ പുള്ളിപ്പശു ബാവാകക്ഷിക്കാരുടെ പള്ളിപ്പറമ്പിൽ...!

പാതിരായായോണ്ട് അധികമാരും അറിഞ്ഞിട്ടില്ല. പള്ളിയേതായാലും പശു നന്നായാൽ മതി. അവർ ഒരുമിച്ച് പള്ളിപ്പറമ്പിൽ റാന്തൽ ഉയർത്തി,

കുറുപ്പ് ചേട്ടന്റെ നായയെയും കമാലുദ്ദിന്റെ ആടിനെയും കാണുന്നില്ല. നിന്നുമോങ്ങുന്നവയുടെ കൂട്ടത്തിലുണ്ടോ? എങ്ങനെ അറിയും? ഇരുട്ടല്ലേ.

- അതല്ല... വേറെ ഏതോ നായ്ക്കളാണ്.

കുറുപ്പുചേട്ടൻ പറഞ്ഞു.

കുറുപ്പ്ചേട്ടനും ഭാര്യക്കും കൂട്ടിന് നായ മാത്രം. മകൾ ഉണ്ടായിരുന്നു. എവിടെന്ന് ആർക്കറിയാം? തൊട്ടടുത്ത വീട്ടിലെ കമാലുദ്ദീന്റെ ബന്ധു ഒരു പയ്യനുണ്ട്. ഇടയ്ക്കിടെ വന്ന് താമസിച്ചിരുന്നു. അവനേം കാണാനില്ല. എങ്ങോട്ടുപോയി? പോയി ആറ് മാസം കഴിഞ്ഞപ്പോൾ കുറുപ്പ്ചേട്ടൻ മകളുടെ മരണവാർത്ത പത്രത്തിൽ പരസ്യം ചെയ്തു. മരിച്ചിട്ടില്ലെന്ന് മകൾ ഫോണിൽ അമ്മയോട് കരഞ്ഞു. ചത്തതിനൊക്കുമേ ജീവിച്ചിരിക്കലുമെന്നായി കുറുപ്പുചേട്ടൻ.

അക്കാലത്ത് എവിടെനിന്നോ വന്നുകയറിയ ഒരു പട്ടിക്കുഞ്ഞിനെ കുറുപ്പ്ചേട്ടൻ ഓമനിച്ചു; ഓമനിച്ചവർ ഒന്നായി. കുറുപ്പുചേട്ടൻ പട്ടിക്കുഞ്ഞിന്റെ കണ്ണുകളിലേക്ക് നോക്കിയിരിക്കും; പട്ടിക്കുഞ്ഞും. കുറുപ്പുചേട്ടൻ ഭാര്യയോട് പറഞ്ഞു:

- എടീ സത്യമുള്ള എനമാ. അതുകൊണ്ട് ഇവൻ സത്യൻ.

ട്രൂത്ത് ഈസ് ഗോഡ് എന്നാ ഗാന്ധിജീം പറഞ്ഞേ; സത്യമാ ദൈവം; മനുഷ്യർക്കതില്ല.

സത്യൻ മകളാണ്; മകനാണ്.

- കമാലുദ്ദീനേ... കമാലുദ്ദീനേ...

കുറുപ്പുചേട്ടൻ വിളിച്ചു.

വിളി കേൾക്കാൻ കാത്തിരുന്ന കമാലുദ്ദീൻ എടുത്തുചാടി; കമാലുദ്ദീന്റെ ഭാര്യയും നാല് മക്കളും പിന്നാലെ.

- എന്തുവാ കുറുപ്പുചേട്ടാ...

നെഞ്ചുവേദന വന്നിട്ട് ആശുപത്രിയിലാക്കാൻ വിളിക്കുന്നുവെന്ന് കമാലുദ്ദീൻ വിചാരിച്ചു. എങ്കിൽ ബൈക്കിൽ കൊണ്ടുപോകും; താക്കോൽ എടുത്തുപോക്കറ്റിലിട്ടു.

- അതല്ല കമാലുദ്ദീനേ...

അപ്പോഴാണ് കമാലുദ്ദീനും അറിഞ്ഞത്. കമാലുദ്ദീന്റെ ഭാര്യ മുറ്റത്ത് കെട്ടിയിരുന്ന ആടിനെ കാണുന്നില്ലെന്ന് കണ്ടു; കരഞ്ഞു; എല്ലാം ഒരുമിച്ച്. രണ്ട് വീട്ടുകാർക്കും നേരിൽ കാണാം. ഉറക്കെ പറഞ്ഞാൽ രണ്ട് വീടുകളിലും കേൾക്കാം.

- ഇതെന്ത് മറിമായം?

സ്ത്രീകൾ പരസ്പരം ചോദിച്ചു.

ആടിന്റെയും നായയുടെയും കാര്യത്തിൽ യോജിക്കാനായെങ്കിലും ഒരകൽച്ച; അരുതായ്മ. കണ്ടാലങ്ങ് മുഖംതിരിക്കും.

- അവൾക്കെന്റെ മൂത്തമോൾടെ പ്രായമേയുള്ളൂ. എന്നിട്ടും കണ്ടോ നെഗളിപ്പ്.

കുറുപ്പ്ചേട്ടന്റെ ഭാര്യ പരാതിപ്പെട്ടു.

- പ്രായമായിട്ടും മനസ്സു വളരുന്നില്ല.

കമാലുദ്ദീനോട് ഭാര്യ പറഞ്ഞു.

ഇങ്ങോട്ടും അങ്ങോട്ടും കയറാൻ പ്രയാസം. അതുകൊണ്ട് രണ്ട് വീട്ടുകാരും രണ്ട് വീടുകളിലെയും നടുക്കായി വന്നു നിന്നു. കുറുപ്പുചേട്ടൻ നായയെയും കമാലുദ്ദീൻ ആടിനെയും ഉറക്കെ വിളിച്ചു.

കമാലുദ്ദീന്റെ ഭാര്യ എന്റാടുമ്മേ... എന്ന് നീട്ടി വിളിച്ചു. കമാലുദ്ദീനും കുറുപ്പ്ചേട്ടനും കാലാവസ്ഥയെക്കുറിച്ച് പറഞ്ഞു. അവരുടെ ഭാര്യമാർക്ക് അങ്ങനെ പെട്ടെന്ന് കയറി മിണ്ടാൻ മടി. രണ്ടാളും പരസ്പരം നോക്കുന്നില്ല. പരസ്പരം നോക്കിയാലും കാണില്ലല്ലോ എന്നായി സമാധാനം.

തിരഞ്ഞിറങ്ങാൻ ആണുങ്ങൾ ആലോചിച്ചു. പെണ്ണുങ്ങൾ വിലക്കി. നായ എവിടെപോയാലും മണംപിടിച്ച് തിരികെ വരും. ആടിന്റെ കാര്യമോ? ചെന നിറഞ്ഞുനിന്നതായിരുന്നു. കമാലുദ്ദീന്റെ വീട്ടിലെ പൂച്ച ഇരുട്ടിൽ മേഞ്ഞു. വീട്ടുകാർ പറയുന്നതുകേൾക്കാൻ കസേരയിൽ കയറിച്ചുരുണ്ടു. ജ്ഞാനനിദ്ര.

കറന്റ് വരാനിടയുണ്ടെന്ന് കുറുപ്പ്ചേട്ടൻ; പണ്ടും ഇങ്ങനെ പറ്റിയി

ട്ടുണ്ട്... മലയോരങ്ങളിലെ കറണ്ട് ദൈവങ്ങളെപ്പോലെയാ. എപ്പൊ വേണേലും പ്രത്യക്ഷപ്പെടും. കുറുപ്പ്ചേട്ടൻ ഒറ്റച്ചിരി. ദൈവം - എന്നാണ് പറയേണ്ടിയിരുന്നതെന്ന് കമാലുദ്ദീൻ പറഞ്ഞില്ല. കറണ്ട് വന്നാലെന്തു ചെയ്യണമെന്നോർത്ത് കമാലുദ്ദീന്റെ ഭാര്യ പിന്നോട്ടുവന്ന് വാതിൽക്കൽ നിന്നു. വെട്ടം വീണാൽ കുറുപ്പ്ചേട്ടന്റെ ഭാര്യയുമായി മുഖാമുഖം. ഓർത്തിട്ട് ഒരു വല്ലായ്മ. പറഞ്ഞതും മറുത്തുപറഞ്ഞതും മറക്കാറായിട്ടില്ല. ലൈറ്റ് തെളിഞ്ഞാൽ അടുക്കളയിലേക്ക് മറയാൻ അവർ വാതിൽക്കൽ പിടിച്ചുനിന്നു; കുറുപ്പ്ചേട്ടന്റെ ഭാര്യക്കും ഇതേ മുൻകരുതൽ.

ദൂരെ മിന്നാമിന്നിക്കൂട്ടം.

കമാലുദ്ദീൻ അതുനോക്കിനിന്നു.

- ആരാ അദ്?

കുറുപ്പ്ചേട്ടൻ ടോർച്ചെടുത്തു.

കമാലുദ്ദീൻ ചിരിച്ചുകൊണ്ട് തിരുത്തി.

- ഞാൻ വിചാരിച്ചു, ആരോ ബീഡീം കത്തിച്ചു വരുവാന്ന്.

ചുണ്ടിൽ തീയുമായി മിന്നാമിന്നികൾ.

കറണ്ടുവന്നു. കുറുപ്പുചേട്ടന്റെ വെള്ളമീശയും വെള്ളഖദറും തെളിഞ്ഞു. കമാലുദ്ദീന്റെ ഭാര്യയും കുറുപ്പ്ചേട്ടന്റെ ഭാര്യയും അകത്തേക്ക് രക്ഷപ്പെട്ടു. കൂടുതലൊന്നും പറയാതെ കുറുപ്പുചേട്ടനും കമാലുദ്ദീനും നിന്നു. പ്രകാശത്തിൽ നഗ്നരായതുപോലെ. കസേരയിലെ പൂച്ച കട്ടിൽ കീഴിലായി. വീർത്തവയർ, നടക്കാൻ വയ്യ. പെൺപൂച്ചയാണെന്ന് അപ്പോഴാണ് കമാലുദ്ദീന് മനസ്സിലായത്.

നായ്ക്കളുടെ മോങ്ങൽ നിന്നു; ദൂരെ മൈക്കിൽ എന്തോ വിളിച്ചുപറയുന്നു. വ്യക്തമല്ല. പറഞ്ഞുകൊണ്ട് വാഹനം പോകുന്നു.

കുന്നിൻപുറത്തെ വീടുകൾ വെളിച്ചത്തിൽ ജ്വലിച്ചു. താഴത്തെ വീടുകളും പ്രകാശിച്ചു. പോയ ജന്തുജീവികൾ മാത്രം തിരികെ വന്നില്ല. ഉറങ്ങുംമുൻപ് കുറുപ്പുചേട്ടൻ പുറത്തിറങ്ങി. ഉറക്കെവിളിച്ചു.

- സത്യാ.... സത്യോ....

- ഉമ്പുവോ, ഉമ്പുവോ...

വിളികേട്ട് കമാലുദ്ദീന്റെ മക്കൾ ഉണർന്നു.

വിളിച്ചപ്പോൾ കുറുപ്പുചേട്ടന്റെ തൊണ്ടയിടറി; ഖദറുടുപ്പിൽ മൂക്ക് തുടച്ചു.

- കരയാതെ വന്നുകിടക്ക്, അതിങ്ങ് വരും.

കുറുപ്പുചേട്ടന് വിശ്വസിക്കാനാകുന്നില്ല. ഭാര്യ സങ്കടം കണ്ടു.

സത്യൻ അയാളെ പിരിഞ്ഞ് ഉറങ്ങിയിട്ടില്ല. സത്യന്റെ ഒരു പാത്രം വെള്ളം തീരാതെയുണ്ട്. ചാക്ക് നാലായി മടക്കി കുറുപ്പുചേട്ടൻ സത്യന് കിടക്കയൊരുക്കി. വൈകിയാണേലും വന്ന് കിടക്കട്ടെ. പുതയ്ക്കാനുള്ള ചാക്ക്കഷണവും വിരിച്ചിട്ടു. സത്യന്റെ ചോറു കക്കാൻ, കമാലുദ്ദീന്റെ പൂച്ച പമ്മി നോക്കി.

സത്യന്റെ കിടക്കയിലേക്ക് ഒരിക്കൽ കൂടി നോക്കി; 'നീ വേണേൽ വാടാ;

നോക്കിക്കോ...' പിറുപിറുത്ത് കുറുപ്പ്ചേട്ടൻ വാതിലടച്ചതും കറണ്ടു പോയി.

ഫൂം.... എന്നൊരു ശബ്ദം.

കല്ലുപെറുക്കിയെറിയുംപോലെ അതിശക്തിയിൽ മഴ പെയ്തു.

സത്യന്റെ ചാക്ക് നനയും എന്നായി കുറുപ്പുചേട്ടന്റെ വിഷമം.

- ഇനി മഴേത്തെറങ്ങണ്ട.

ഭാര്യ വിലക്കി.

അയാൾ മനസ്സില്ലാമനസ്സോടെ കിടന്നു.

ഇടിയും മഴയും കാറ്റും.

പറന്നുവീഴുന്ന ശബ്ദം.

സത്യന്റെ ചാക്കായിരിക്കും.

കുറുപ്പുചേട്ടൻ എഴുന്നേറ്റിരുന്നു.

മഴ, മഴ....

മൂന്നു മണ്ണുമാന്തി യന്ത്രങ്ങൾ വന്നു. നീങ്ങാൻ പറ്റുന്നില്ല.

മരങ്ങളും പാറയും; കുഴഞ്ഞ മണ്ണ് വഴിമുടക്കി.

വാളുമായി വന്നവർ തടി അറുത്തു. യന്ത്രഹസ്തങ്ങൾ തടിക്കഷ്ണങ്ങളെടുത്തു. പാറക്കൂട്ടങ്ങളിൽ കയർ കുരുക്കി മൂന്നുനാലുപേർ മുന്നിൽ. കാട്ടുതടികൾ, മണൽ കൂമ്പാരം, മുൾപ്പടർപ്പുകൾ... ചത്ത പശുവിനെ യന്ത്രകൈ കോരിയെടുത്തു. രണ്ടുകാലേ ഉണ്ടായിരുന്നുള്ളൂ. മണ്ണുമാന്തി യന്ത്രങ്ങൾക്ക് പിന്നിൽ നിന്നവർ അലറി; പുഴ.....!

പുതിയ പുഴ...!

പണ്ട് പണ്ട് ഇവിടം ഒരു പുഴയായിരുന്നു.

ഒഴുക്കു തീരെ കുറഞ്ഞ പുഴ കണ്ടവർ ഭയന്നു. കോഴികൾ ചത്ത ദുർഗന്ധം സഹിച്ചുപോയവർ ഒരു പ്രാവിൻകൂടുമായി തിരികെ വന്നു.

പള്ളി എവിടെയായിരുന്നു?

- ദോ...

ഒരാൾ ചൂണ്ടിക്കാട്ടി.

അവിടം ഇപ്പോൾ പുതിയ പുഴ.

- സ്കൂളോ?

- അമ്പലമോ?

- ദാ അവിടെയായിരുന്നു; ദോ അവിടെയായിരുന്നു.

- പട്ടാളം വരുംവരെ ക്ഷമിക്ക്.

അവർ കാണിച്ചുതരും.

പൊലീസുകാർ വന്ന് ഒരു വടംകെട്ടി. ജഡം എടുക്കുംവരെ കടക്കരുത്. സെൽഫി എടുത്തു. മുകളിൽ, ഹെലികോപ്റ്റർ ശബ്ദം ഉയർന്നപ്പോൾ പൊലീസ് വിരട്ടിയോടിച്ചു. വടം പൊട്ടി; വടികുത്തിയും, മുങ്ങിപ്പൊങ്ങിയും ഓരോരോ വഴി.

കുറെനേരമായി ഒരു നായ കറങ്ങി നടക്കുന്നു; മണത്തുനോക്കുന്നു. പൊലീസ് നായ അല്ല. പൊലീസുകാർ എറിഞ്ഞോടിച്ചു; പോയ നായ തിരികെ വന്നു. പുതിയ പുഴയുടെ കിഴക്കുവശത്ത് ഒരലമാരയും കട്ടിലും പൊന്തിവന്നു. നായ അതു നോക്കി കുരയോട് കുര.

- മാറു പട്ടീ...

അത് ഒരു തവണ വെള്ളത്തിലേക്ക് ചാടാൻ നോക്കി; പറ്റുന്നില്ല. ചരിഞ്ഞുകിടന്ന കട്ടിലിൽ നായ കയറിപ്പറ്റി.

- ഞങ്ങടെ ഡോഗ് വരാൻ സമയമെടുക്കും; പോയി നോക്കിയാലോ...

ഒരു പൊലീസുകാരന്റെ മനസ്സലിഞ്ഞു. മഴ ചാറുന്നുണ്ടെങ്കിലും നായ മാറുന്നില്ല. റബ്ബർ മരങ്ങൾ അറുത്ത് തള്ളിയ ഫയർഫോഴ്സുകാർ ചേര വെള്ളത്തിലേക്ക് ചാടുന്നതു കണ്ട് പിന്തിരിഞ്ഞു. പിന്നെ ചേര ചാക്കിലായി. പാറക്കൂട്ടത്തിനടിയിലാണ് കട്ടിലും അലമാരയും. നൂറുകൈകൾ.. ആയിരം നാവ്... ഒടിഞ്ഞ കട്ടിൽ പൊന്തിവന്നു. നായ അതിനുചുറ്റും കരഞ്ഞു. കട്ടിലിൽ നിന്നും നായ ഒരു വെള്ളമുണ്ട് കടിച്ചെടുത്തു.

അലമാര പൊക്കിയവർ പറഞ്ഞു:

- ഒരു കേടും പറ്റിയിട്ടില്ല.

അലമാരയുടെ താഴേത്തട്ടു തുറന്നുവന്നു. പൂച്ചയും മൂന്ന് കുഞ്ഞുങ്ങളും! യന്ത്രക്കൈ നീണ്ടു; പൂച്ച അതിന്റെ മക്കളെ കടിച്ചെടുത്തു.

കടിച്ചെടുത്ത മുണ്ടുമായി നായ അനങ്ങാതെ നിന്നു.

ചിലർക്ക് മനസ്സിലായി.

- സത്യാ...

സത്യൻ കാത്തുനിന്നു.

സിയ്യോൻ സഞ്ചാരി

പൊൻമുടി മലയ്ക്കടുത്തുവന്നപ്പം ഫോൺ വന്നു.

പെട്ടെന്നു തിരിക്കാൻ പറഞ്ഞു.

കാർ തിരിച്ചുവിട്ടു. വിശ്വാസം വരാത്തോണ്ട് ഒന്നൂടെ വിളിച്ചു. കുര്യച്ചൻ ഫോണെടുത്തു. കെജെ കാറിൽ ഒറങ്ങുവാ; അല്ലാരുന്നേൽ കൊടുക്കാരുന്നെന്നു പറഞ്ഞു.

കെജെ പറഞ്ഞിട്ടുതന്നെ.

ജോൺസൺ വേഗത കൂട്ടി.

പെട്ടെന്നു വന്നുകാണാൻ കെ.ജെ. പറഞ്ഞത് എന്തിനാരിക്കും?

ഞങ്ങളെ ഇട്ടേംവച്ച് പോകുവാന്നോ എന്ന മട്ടിൽ കുന്നിൻപുറവും മലയടിവാരവും നോക്കുന്നു. കാട്ടുമരങ്ങളും വഴിമുടക്കിപശുക്കളും തറപ്പിച്ചുനോക്കുന്നു. കുന്നിൻചെരുവിലെ കമുകിൻതോപ്പിൽ ഉച്ചത്തിൽ ഹിന്ദിപ്പാട്ടുകേട്ട് ഗൂർഖയുടെ മുഖമുള്ള യുവാക്കൾ ബീഡിവലിക്കുന്നു. മറ്റൊരിടത്ത് വൃത്തിയുള്ള സ്കൂൾ കെട്ടിടം; മുറ്റത്ത് മന്ത്രിയെത്തുന്നു; ചുവന്ന കസേരകൾ നിരക്കുന്നു.

ഞാനും ജോൺസനും മിണ്ടിയില്ല. ഉത്സാഹം പോയി. പൊന്മുടിക്ക് പോകുമ്പോഴുള്ളവരല്ല ഞങ്ങൾ. എന്തോ ഒരിതുപോലെ. എന്നാലിത് ഇന്നലെ പറഞ്ഞൂടാരുന്നോ? രഹസ്യമായി ഇവിടെ വന്നത് പാർട്ടി അദ്ധ്യക്ഷൻ എങ്ങനറിഞ്ഞു?

കുര്യച്ചൻ മഞ്ഞമൺകാല, പിന്നേം വിളിക്കുന്നു. ഒറ്റ റിംഗ്, റേഞ്ച് പോവുന്നു. കുര്യച്ചൻ തെറ്റിദ്ധരിക്കുമോ എന്തോ? കെജെയോടു നൊണ പറഞ്ഞു കൊടുക്കും. കെജെ വിശ്വസിക്കുമോന്നുള്ളത് രണ്ടാമത്തെ കാര്യം.

വീണ്ടും കുര്യച്ചൻ.

ജോൺസന് ഒന്നും മനസ്സിലാകുന്നില്ല.

പതിവില്ലാത്ത വിളിയാ; മുൻപ് കെജെയെ കിട്ടാൻ വിളിച്ചാൽ കുര്യച്ചൻ പറ്റിക്കും. സാറ് ഒറങ്ങുവാ, സാറ് ബാത്ത്റൂമിലാ, സാറ് പള്ളിയിലാ അങ്ങനെ എന്തെങ്കിലും.

- തിരിച്ചോ?

കുര്യച്ചൻ ചോദിച്ചു.
- തിരിച്ചതേയുള്ളൂ.
- ടീബീൽ എപ്പം എത്തും?
ജോൺസൺ വാച്ചിൽ നോക്കി സമയം കൂട്ടി ആംഗ്യം കാണിച്ചു.
- സന്ധ്യം കഴീമ്പം... വിട്ടുവരുവാ....

കുര്യച്ചന്റടുത്തിരുന്ന് കെജെ ഇതൊക്കെ കേക്കുവാരിക്കും; എന്നാലൊട്ട് കുര്യച്ചൻ ഫോൺ കെജെക്ക് കൊടുക്കുന്നുമില്ല.
- സാറ് അടുത്തൊണ്ടോ?
- ഒറക്കത്തിലാ....

കുര്യച്ചൻ പറഞ്ഞത് കള്ളമാന്ന് മനസ്സിലായി.
ജോൺസന് ദേഷ്യംവന്നു.
- വളച്ചുനീട്ടാതെ കാര്യം പറഞ്ഞൂടായോ.

മലകേറാൻ തുടങ്ങിയപ്പഴും ഒറ്റവിളി;
ഫോണെടുത്തു.
- സാറ് അത്യാവശ്യമായി വന്നുകാണാൻ പറഞ്ഞു.
- എവിടാ?
- ടീബീൽ.....
- അയ്യോ കുര്യച്ചാ ഞാൻ സ്ഥലത്തില്ലല്ല്..
- കോട്ടയത്തില്ലിയോ...?
- ഇല്ലാരുന്നു...

എവിടെയാന്ന് പറേണ്ടാന്ന് ജോൺസൺ ആംഗ്യം കാണിച്ചു. അതു ബുദ്ധിയായി.

- എത്രേം എളുപ്പം വരാൻ സാറു പറേന്നു.

കുര്യച്ചൻ പറഞ്ഞത് സത്യമായിരുന്നു; കെജെ കുര്യച്ചന് നിർദ്ദേശം കൊടുക്കുന്നത് ചെറിയ ശബ്ദത്തിൽ കേട്ടു. കെജെ നിർത്തി നിർത്തിയാ മിണ്ടുന്നെ.

താഴെ വന്നു. പന്തലിട്ട് പച്ചക്കറി കൃഷി ചെയ്യുന്ന കരവയലുകൾ കണ്ടു. അധ്വാനികൾ ഇവിടേം ഉണ്ട്. പക്ഷേ റബ്ബർ കൊറവാ. റീപ്ലാന്റിന് വെട്ടിക്കളഞ്ഞതാരിക്കുമോ? സ്വകാര്യബസ്സുകൾ വഴീൽ തീരെയില്ല. സർക്കാർ ബസ്സുകളായോണ്ടാരിക്കും വളവിൽ സൈഡു തരാൻ ഒരു വിമ്മിട്ടം. ചുമ്മാതല്ല കൊടിമരജാഥക്കായി ഒതുക്കിയിട്ടേക്കുവാ. ഡ്രൈവർ ഇരുന്ന് ജാഥക്കാരെ അഭിവാദ്യം ചെയ്തു; അവരടെ യൂണിയൻകാരനാരിക്കുമെന്ന് ജോൺസൺ പറഞ്ഞു. നമ്മടെ പാർട്ടിക്ക് യൂണിയൻവർക്ക്

തീരെ ഇല്ല.

– നമ്മളും അവരും രണ്ട് കൾച്ചറാ.

എന്തിനാരിക്കും കെജെ പെട്ടെന്നു ചെല്ലാൻ പറഞ്ഞെ? അങ്ങനിങ്ങ നൊന്നും കെജെ വിളിക്കത്തില്ല. മാത്രമല്ല, പാർട്ടി പിളർന്നിട്ട് മാസം രണ്ടു കഴിയുകേം ചെയ്തു. എന്നാത്തിനാരിക്കും?

സിറ്റിയിൽ കയറാതെ കുറുക്കുവഴി എടുത്തു. എങ്ങനെക്കെയോ, എവിടൊക്കെയോ ചാടി എം.സി. റോഡിലെത്തി. ഇനി ശ്വാസംവിടാം. ജോൺസന്റെ സങ്കടം അതല്ല. പൊന്മുടിക്കായ് കരുതിയ രണ്ടു കുപ്പീം പൊട്ടിച്ചിട്ടില്ല. എന്നാ ചെയ്യും? നിർത്തി അടിച്ചടിച്ചു പോകാമെന്നു വിചാരിച്ചാ.... നല്ല കാര്യം!

ഏതും പോരാത്ത കെജെക്ക് മണം കിട്ടിയാലോ?

– പാർട്ടീൽ കുടിക്കാത്തവരാരാ...?

ജോൺസൺ തർക്കിച്ചു.

– അതു പറഞ്ഞിട്ടു കാര്യമില്ല; കുടിച്ചേംവച്ച് ചെല്ലുന്നെ മര്യാദകേടാ.

– അതിന് കെജേം കുടിക്കുമല്ലോ;

– ഞാൻ കണ്ടിട്ടില്ല.

റോമിൽ പിതാവിനെ കാണാൻ പോയപ്പം ഞങ്ങടെ എടവകേലെ കൊച്ചച്ചനും, കെജെയും ഒന്നുകൂടിയാരുന്നെന്ന് കൊച്ചച്ചൻ പറഞ്ഞതോർത്തു. കൊച്ചച്ചന് ചെയ്യാം; ചെയ്താലും വല്യച്ചൻ ആകാം. നമ്മക്ക് പറ്റത്തില്ലല്ല്. നോക്കീം കണ്ടും നിന്നില്ലേൽ ജില്ല വിട്ട് വളരാൻ പറ്റുകേല.

വേറൊരു വിളി. കുര്യച്ചനാന്നും പറഞ്ഞ് ചാടി എടുത്തു; കൊച്ചുമോനാരുന്നു.

– എന്നതാടാ?

– നിങ്ങള് സാറിനെ കണ്ടാരുന്നോ?

– പോവുവാ. കാര്യം വല്ലോം ഒണ്ടോ?

– ഒണ്ടെന്നാ തോന്നുന്നെ...

കൊച്ചുമോന്റടുത്ത് ആരൊക്കെയോ ഒണ്ട്. ഫോൺ പൊത്തിപ്പിടിച്ചവൻ പൊറത്തോട്ട് എറങ്ങുവാന്നു തോന്നി. യുവജനസംഘം പ്രസിഡന്റായോണ്ട് അലമ്പൻമാര് പിള്ളാര് കൂടെ കാണും; കൊച്ചുമോൻ രഹസ്യം പിടിപ്പുകാരനാ.

കൊച്ചുമോന്റെ വിളി കട്ടായി. പിന്നേം വിളിച്ചു; പിന്നേം കട്ടായി.

– റേഞ്ചില്ലാത്തടത്താ.

ജോൺസൺ പറഞ്ഞു.

അവന് എന്തോ പറയാനൊണ്ട്. അല്ലേൽ ഇത്രേം വിളിക്കത്തില്ല.

ഊണിനു സമയമായി. പറ്റിയ സ്ഥലം തപ്പി. ഒന്നും ശരിയാവുന്നില്ല. എല്ലാടത്തും പരട്ടചിക്കൻ; ബീഫ് ഇല്ലാത്തിടത്ത് എങ്ങനെ കേറും?

ഒരിടത്ത് ചവുട്ടി; വിളിച്ചുചോദിച്ചു.

ബീഫ് ഒലത്തിയത് ഇല്ലത്രേ; കറി ഒണ്ട്. സാരമില്ല.

കുപ്പി പൊട്ടിക്കട്ടേന്ന് ജോൺസൺ

– എന്നതാടാ ഇത്ര ആക്രാന്തം? എന്തുവാന്നേലും നമ്മടെ കാറേൽ തന്നല്ലിയോ കെടക്കുന്നെ?

മനസ്സിനൊരു വല്ലായ്ക.

പൊന്മുടി മുടങ്ങി. പകുതിപ്പേര് പിളർന്നുപോയി. അതിനെടക്കാ കെജെടെ വിളി. എത്ര വിചാരിച്ചാലും കെജെയെ പിടികിട്ടത്തില്ല. ചെലപ്പം പാവമാ. ചെലപ്പം ഇരുന്ന് പാടും. ചെലപ്പം പശൂന്റെ ലക്ഷണം പറയും. നമ്മടെ മുഖലക്ഷണം വച്ച് വല്ല സീറ്റും കിട്ടുമോന്ന് ആലോചിക്കുന്നേന്റെടക്കാ പശുലക്ഷണം.

ഒരിക്കൽ, പാർട്ടി പിളരാൻ സാധ്യതയുണ്ടെന്നു പറയാൻ ഞാനും കൊച്ചച്ചനും കൂടി കാണാൻ ചെന്നാരുന്നു. സ്വീകരിച്ചിരുത്തി. കുടിക്കാൻ സംഭാരം എടുപ്പിച്ചു. കെജെ ചായ കുടിക്കത്തില്ല. ചെല്ലുന്നവർക്കും മോരാ.

കൊച്ചച്ചാ ഒത്തിരി ആയല്ലോ കണ്ടിട്ടെന്നായി കെജെ. കൊച്ചച്ചൻ കിട്ടിയ വിവരം പറഞ്ഞു. ഇനി പിളരണോ? പിളർന്നാൽ അതു താങ്ങാനൊള്ള ശക്തിയൊണ്ടോ എന്നൊക്കെയായി കൊച്ചച്ചൻ. കൊച്ചച്ചന് ബെല്ലും ബ്രേക്കുമില്ല. തോന്നുന്നതു പറയും; നിർഭയക്കാരനാ. വല്യ പിതാവിന്റടുത്തും ളോഹേം ചുരുട്ടി എഴുന്നേല്ക്കും.

ഇന്നാളൊരുദെവസം, കൊച്ചച്ചൻ, ചെറിയ പിതാവിനോടൊന്നൊടക്കി. ചെറിയ പിതാവ് ഇടതു ലൈനാ. ലൈൻ എന്തുവാന്നേലും വിശ്വാസം മറക്കരുത്. വത്തിക്കാനീന്ന് പാപ്പയുടെ ഒരു വാർത്ത; വിഷയം സ്വർഗ്ഗവും നരകവും... നരകം എന്നൊന്നില്ലെന്ന് പാപ്പ. ചെറിയ പിതാവിനും അതിനോട് യോജിപ്പാ.

– എന്നതാ കാര്യം?

കൊച്ചച്ചൻ എടുത്തടിച്ചോണം ചോദിച്ചു.

ആള് പിതാവാന്നോ, ഞാൻ കൂടെ ഒണ്ടെന്നോ ഒന്നും കൊച്ചച്ചൻ പരിഗണിച്ചില്ല. ചെറിയ പിതാവ് പാപ്പയെ ന്യായീകരിച്ചു. തമ്പുരാൻ എല്ലാ മനുഷ്യരേം, സ്വന്തം പ്രകൃതത്തിലാ സൃഷ്ടിച്ചെ. അതിൽ പാപികളും നല്ലവരും കാണും. നന്മ ചെയ്യുന്നവർക്ക് സ്വർഗ്ഗം ഒറപ്പാ. പക്ഷേ പാപികളെ നരകത്തിലിട്ട് പീഢിപ്പിക്കുകേല. അതു ദൈവിക പ്രവൃത്തി ആവു

കേല. ഗന്ധകോം തീയുമുള്ള പൊയ്കയിലിട്ട് പെടാപാടു പെടീപ്പിക്കുമോ ദൈവം? തമ്പുരാന് മക്കളോട് ദയയേ ഒള്ള്; മറ്റേവാദം തെറ്റാ...

- പാപ്പ ഇങ്ങനെ പറഞ്ഞോ?

കൊച്ചച്ചന് ദേഷ്യം വന്നു.

- പാപ്പ ഇങ്ങനെ പറയുക മാത്രമല്ല എഴുതുകേം ചെയ്തു. ഡിക്രീം എറങ്ങീട്ടൊണ്ട്.

ചെറിയ പിതാവ് ആവേശഭരിതനായി. ചെറിയപിതാവ് സ്റ്റുഡന്റ് പൊളിറ്റിക്സിൽ ഒള്ളകാലത്തും ഇങ്ങനാ; ഭയങ്കര സംവാദക്കാരനാ. ആദർശക്കാരനാ. നമ്മക്കെതിരെ ഭാവിയിൽ സ്ഥാനാർത്ഥി ആകുമോന്നാ പേടി. സാരമില്ല, എപ്പം പൊട്ടുമെന്നു നോക്കിയാൽ മതി; മൂന്നാമതാ കും.

- എന്തുവാ ചെറിയപിതാവേ?

- പോപ്പാന്നേലും കീപ്പാന്നേലും കത്തോലിക്കാ വിശ്വാസത്തിന്റെ കട ക്കൽ കത്തിവെക്കാൻ അത്മായർ സമ്മതിക്കുമോ?

കൊച്ചച്ചന്റെ തൊണ്ടയിടറി.

- നരകമില്ലെങ്കിൽ ഈ പാപികളെല്ലാം കൂടി എവിടെപ്പോയി കെടക്കും? എവന്മാരെ ആരു മേയ്ക്കും?

- ഞാൻ, പാപ്പ വ്യക്തമാക്കിയ കാര്യമാ പറഞ്ഞെ. നരകം എന്നൊ ന്നില്ല; അത് ദൈവവിരുദ്ധമാ. ദൈവം സ്നേഹമാ കൊച്ചച്ചാ...

കൊച്ചച്ചന് സഹിച്ചില്ല; തിയോളജി മാറ്റിയെഴുതാൻ ആർക്കേലും പറ്റുമോന്നേ? അഭിപ്രായം എന്തെന്നറിയാൻ കൊച്ചച്ചൻ എന്നെ ഒളിക ണ്ണിട്ടു നോക്കി. നരകമില്ലെന്നറിയുമ്പോൾ എന്നെപ്പോലുള്ളവർക്ക് പറഞ്ഞറിയിക്കാൻ പറ്റാത്ത സന്തോഷം തോന്നുമെന്ന് പ്രത്യേകം പറ യണോ? എന്നിട്ടും ഞാൻ പക്ഷംപിടിച്ചില്ല. ചെറിയപിതാവ്, പോസ്റ്റിൽ കിട്ടിയ ഇംഗ്ലീഷ് മാസികകളുടെ റാപ്പർ കീറുന്ന തിരക്കിലായിരുന്നു. കൊച്ചച്ചൻ ഒടക്കു ലൈനാ. പിതാവ് ഇരിക്കുന്നു. കൊച്ചച്ചൻ നില്ക്കുന്നു; അത്രേ വ്യത്യാസമുള്ളൂ. ദേഷ്യപ്പിട്ടിറങ്ങാൻനേരം കൊച്ചച്ചൻ ഇത്രേം പറഞ്ഞു:

"ചെറിയപിതാവ് ക്ഷമിക്കണം. പോപ്പിനെ കുർബാന പഠിപ്പിക്കുവാന്ന് കരുതരുത്. ഇന്നലെവരെ, നരകത്തിൽ പോകുമെന്നു പറഞ്ഞുപേടിപ്പി ച്ചിട്ട് നാളെതൊട്ടതില്ലെന്നു പറയാൻ ഇച്ചിരെ പുളിക്കും..."

കൊച്ചച്ചൻ ഒറ്റപ്പോക്ക്.

ഞാൻ പിന്നാലെ ഇറങ്ങി.

ചെറിയപിതാവിനെ പരിചയപ്പെടുത്താം എന്നു പറഞ്ഞാ എന്നെ കൂട്ടിയത്.

അക്കാര്യമോർത്തോണ്ടാ ഞാൻ കൊച്ചച്ചനൊപ്പം കെജെയുടെ അടുത്തിരുന്നത്. കെജെയോട് എനിക്കുവേണ്ടി പറയാമെന്ന് കൊച്ചച്ചൻ ഏറ്റിരുന്നു. അടുത്തുചെന്നപ്പോൾ എല്ലാം കൊളമായി.

- കെജെ കാര്യംപറ. പാർട്ടി പെളർത്താൻ പരിപാടി ഒണ്ടോ? എന്തുവാ ഫീഡ്ബാക്ക്...?

കൊച്ചച്ചൻ ഇങ്ങനെ ഓരോന്നു ചോദിച്ചു.

രണ്ടുതവണ സംഭാരം വന്നു.

ഒരു തവണ കേക്കുവന്നു.

മുറ്റത്ത് ഒണക്കാനിട്ടിരുന്ന കാപ്പിക്കുരുന്റെ മേളിലൂടെ പശുക്കുട്ടികൾ ഓടുമ്പോഴുള്ള കാലുറക്കാത്ത കിരുകിരാ ശബ്ദം. മുറ്റത്തെ പുളിക്കൊമ്പേലിരുന്ന് വണ്ണാത്തിപ്പുള്ള് കൂവുന്നു. ആകപ്പാടെ കൊച്ചച്ചന് ഈർഷ്യതോന്നി.

ഒന്ന് വാതൊറക്ക് കെജെയെന്നായി കൊച്ചച്ചൻ.

അപ്പോഴുണ്ട് കെജെ ഒറ്റമൂളൽ;

- കാട്ടുക്കുറിഞ്ഞി പൂവുംചൂടി

സ്വപ്നം കണ്ട് മയങ്ങും പെണ്ണ്....

അനവസരത്തിൽ പെണ്ണെന്നുകേട്ടാൽ കൊച്ചച്ചന് കലിവരാതിരിക്കുമോ?

കൊച്ചച്ചൻ ഇറങ്ങി; ഞാനും. പാട്ട് ഫുൾ കേൾക്കണമെന്നുണ്ടായിരുന്നു.

പണ്ട് ക്ലാസ് കട്ട് ചെയ്തു പോയി കണ്ട പടമാരുന്നു.

ബീഫ് പോര...

ഒരിതില്ല.

ഞാനും ജോൺസനും മുഖാമുഖം നോക്കിയിരുന്നു.

ഇങ്ങനാണോ ബീഫ് കറി?

ഈ തെക്കൻമാർക്ക് രുചി അറിയത്തില്ല. നന്നായി ഭക്ഷണോം കഴിക്കത്തില്ല. ഗ്രഹപ്പിഴ ആയിപ്പോയി. ഒരുനേരം നന്നായിട്ട് വല്ലോം തിന്നണ്ടായോ?

പാർട്ടിയുടെ കോഴിക്കോട് ജില്ലാകമ്മറ്റിയുടെ കേരകർഷക ധർണ്ണയ്ക്ക് പോയപ്പോൾ അവിടെ ഒരിടത്തുനിന്ന് ബിഫ് ബിരിയാണി തിന്നു. ദാ വെള്ളം വരുന്നു. ഒറ്റ ദെവസത്തേക്കാ ധർണ്ണയ്ക്കു പോയെ; തലശ്ശേരി

ബിരിയാണി അടിക്കാൻ ഒരു ദേവസം കൂടെ കോഴിക്കോട്ട് മുറിയെടുത്തു.

ചോറു പകുതിയാക്കി. വീണ്ടും കൊച്ചുമോന്റെ വിളി. തിരക്കിനകത്തിരുന്ന് ഫോണെടുത്തു.

– എന്നതാടാ കൂവേ?

– കെജെയെ കാണുന്നതെപ്പഴാ?

– ചെന്നാലൊടൻ.

– എപ്പം ചെല്ലും?

– ദാ, കോട്ടയമെത്താൻ രണ്ടു മണിക്കൂർ... അവിടുന്നു പിന്നെ ഒന്നര മണിക്കൂർ....

– എന്തുവാ കൊച്ചുമോനേ കാര്യം?

– കെജെ വല്ലോം പറഞ്ഞോ?

– ചേട്ടായിയെ പ്രത്യേകം കാണണമെന്നു എല്ലാരോടും പറേന്ന കേട്ടാരുന്നു. ജില്ലാ പ്രസിഡന്റിനെ പിടിച്ച് സംസ്ഥാന സെക്രട്ടറിയാക്കുമെന്നാ കേട്ടെ...

– സത്യമാന്നോ കൊച്ചുമോനേ...?

– ഭരണങ്ങാനത്തമ്മയാണെ സത്യം.

ബീഫ് കറിയുടെ പേരിൽ ഹോട്ടലുകാരനോട് ഒന്നൊടക്കാമെന്നാ വിചാരിച്ചെ; വേണ്ടാന്നു വെച്ചു. ഓരോരുത്തർക്കും ലാഭമല്ലിയോ വലുത്?

എത്രേം പെട്ടെന്ന് ടീബീൽ ചെല്ലണം.

– ബീഫ് ശീലമില്ലാത്തവർ മേലാൽ കറി വെക്കരുത്.

ജോൺസനും സമ്മതിച്ചു.

നേരെ വിട്ടു.

അല്ലേലും കെജെ അങ്ങനാ. എല്ലാ കാര്യോം എല്ലാരോടും പറയത്തില്ല. നിറകുടം തുളുമ്പത്തില്ല.

– കേട്ടിട്ട് എന്റെ കണ്ണു നിറഞ്ഞു.

അർഹതക്കൊള്ള അംഗീകാരമാ.

ഇങ്ങനെ പറഞ്ഞ് ജോൺസൺ നൂറിൽ വിട്ടു; ഇന്നോവക്കകത്തിരുന്നാൽ സ്പീഡ് അറിയത്തില്ല.

– ജോൺസാ, നമ്മടെ പാർട്ടീന്നു പറഞ്ഞാ അതൊന്നു വേറെയാ. ഇതൊക്കെ ഇട്ടെറിഞ്ഞു പോവാൻ തോന്നീട്ടും ഒണ്ട്; ഇപ്പം കണ്ടില്ലിയോ?

കർത്താവ് തന്റെ മക്കൾക്ക് കരുതീട്ടൊള്ളത് കണ്ണുകണ്ടിട്ടുമില്ല, ചെവി കേട്ടിട്ടുമില്ലെന്ന് പറഞ്ഞ് ജോൺസൺ ഒരു ചവിട്ട്. നൂറും നൂറ്റിപ്പത്തും

കഴിഞ്ഞു.കല്യാണപ്പാർട്ടിയുടെ ബസ്സ് തൊട്ടുമുന്നിൽ. അവരു മെല്ലപ്പോക്കുകാരാ. പന്തം കൊളുത്തി പ്രകടനക്കാർ അതിനുമുന്നിൽ. അവിടിച്ചിരിനേരം നിന്നു. ഇടയ്ക്കൊരു ബൈക്കുകാരൻ മുട്ടി ഉരുമ്മിപ്പോയി. ജോൺസൺ ബ്രേക്കിട്ടു. വേറെ ഏതേലും സമയത്താരുന്നേൽ എറങ്ങി നാല് തെറിവിളിച്ചേനേം; ഇതൊരു നല്ല കാര്യം കേൾക്കാൻ പോവുകല്ലിയോ?

– ജോൺസാ, എനിക്കൊരുപാട് ആശയങ്ങളൊണ്ട്. റബ്ബറിനും നാളികേരത്തിനും വെലകൂട്ടാൻ എന്തേലുമൊക്കെ ചെയ്യണം.

ഇഞ്ചിയുടെ കാര്യം മറക്കല്ലേ എന്നായി ജോൺസൺ. തോട്ടവിള കഴിഞ്ഞല്ലേ ജോൺസാ ഇടവിള...? ഇഞ്ചിയുടെ കാര്യം പാർട്ടിപരിപാടിയിൽ ഇതുവരെ വന്നിട്ടില്ല. എന്നാലും ഖജാൻജി പറഞ്ഞാൽ കേൾക്കാതിരിക്കുമോ?

– ജോൺസാ, എന്നാ പറഞ്ഞാലും കെജെ ദൈവഭയമൊള്ളവനാ...

ചതഞ്ഞരീതിയെ മാത്രമേ ഞാൻ കുറ്റം പറഞ്ഞിട്ടൊള്ളൂ.

കെജെയ്ക്ക് എന്നോടുള്ള തെറ്റിദ്ധാരണ മുഴുവൻ മാറിക്കാണുമെന്നാ ജോൺസന്റെ പക്ഷം; പലരും പലതും പറഞ്ഞുകേൾപിച്ചുകാണും. മറ്റേ ഗ്രൂപ്പിലേക്ക് ചാടാൻ പോകുന്നൂന്ന് ആരേലും കൊളുത്തിക്കാണും; പൊന്മുടീൽ മറ്റേഗ്രൂപ്പുകാർ വരാൻ നിശ്ചയിച്ചത് കെജെ അറിഞ്ഞു കാണുമോ എന്ന് സംശയമായി. ഒരിക്കലും അത് മണത്തറിയാൻ ന്യായമില്ല. പിന്നെ, പൊന്മുടീൽ ഞങ്ങളും പോയില്ലല്ലോ. ആ സമയത്തുതന്നെ വിളി വന്നതുനന്നായി. അവരെ കണ്ടെന്നു കെജെയറിഞ്ഞാൽ എല്ലാം തീരും.

– ജോൺസാ അവന്മാര് പൊന്മുടീൽ വന്ന് കാത്തിരിക്കുമോ?

– ഓ, വന്നിട്ട് പോട്ടെ. വിളിച്ചാൽ ഫോണെടുക്കണ്ട.

– പിളർപ്പിൽ കൂടെ നിക്കുന്നൂന്നൊള്ള സന്തോഷമാരിക്കും കെജെക്ക്.

എല്ലാം തമ്പുരാന്റെ കൃപയെന്നും പറഞ്ഞ് ജോൺസൺ നൂറ്റിപതിനഞ്ചിലായി. ഞാൻ വിലക്കിയില്ല. അമിതവേഗത പാർട്ടിക്കുവേണ്ടിയല്ലേ.

കുറച്ചുനേരം ഞങ്ങൾ അറിയാതെ ദൈവകാര്യങ്ങൾ ഓർത്തിരുന്നു. സമയം പോയതറിഞ്ഞില്ല. എത്രനല്ല വൈകുന്നേരം. വഴിനീളെ പാവം മനുഷ്യർ. എല്ലാ പാർട്ടിക്കാരുമുണ്ട്. നേതാക്കന്മാർ പ്രസംഗിച്ച് വഴിതെറ്റിച്ചില്ലെങ്കിൽ എല്ലാവരും പാവങ്ങളായി കഴിയും. കുറുകെ ചാടുന്നവരോടും, സൈഡ് തരാത്തവരോടും എന്തോ ക്ഷമിക്കാൻ തോന്നി. ഏഴ് എഴുപതുവട്ടം ക്ഷമിക്കാനല്ലിയോ കർത്താവ് പറഞ്ഞെ. എന്റെ മനോ

ഗതം അറിഞ്ഞ് ജോൺസൺ പാട്ടിട്ടു. ഇമ്പം തോന്നി.

– അക്കരേക്ക് യാത്ര ചെയ്യും സിയ്യോൻ സഞ്ചാരി;

ഓളങ്ങൾ കണ്ടുനീ ഭയപ്പെടേണ്ട...

എന്തുവന്നാലും കുലുങ്ങാത്തവനാ സീയ്യോൻസഞ്ചാരി; പേടിക്കത്തില്ല.

മറ്റൊരിടത്ത് റാസ കണ്ടു. ഇരുട്ടിൽ ഒരുപാട് മെഴുകുതിരിവെട്ടം. റാസ കാരണം വൈകും. ആ സമയം നോക്കി ചാടിയിറങ്ങി ഒരു കുരിശിൻ തട്ടിയിൽ കാണിക്കയിട്ടു. ജോൺസനും നേർച്ച ഇടണമെന്നുണ്ടായിരുന്നു. എത്രകാലമാ ഇവൻ ഖജാൻജി മാത്രമായിട്ടു ജീവിക്കുന്നെ?

തെളിച്ചമുള്ള രാത്രി.

തണുപ്പടിച്ചുതുടങ്ങി; കൊടുംവളവും റബ്ബർ തോട്ടങ്ങളും.

സമാധാനമുള്ള വഴികൾ, സന്തോഷമുള്ള മനുഷ്യർ, തെക്കുനിന്നുള്ള കാറ്റ് വടക്കോട്ട് പോകുന്നു. തെരുവുവിളക്കുകൾ തടസ്സമില്ലാതെ കത്തുന്നു. വിളക്കുകളെ ചുറ്റിപ്പറ്റി പത്തുനൂറായിരം പ്രാണികൾ. തങ്കപ്പെട്ട മനുഷ്യർ; പൊന്നുവിളയുന്ന മണ്ണ്; പാർട്ടി പിളർന്നതിൽ വിഷമം തോന്നി. പിളർന്നില്ലാരുന്നെങ്കിൽ ജീവിതകാലത്തെപ്പഴെങ്കിലും സംസ്ഥാനസെക്രട്ടറിയാകാൻ പറ്റുമായിരുന്നോന്ന് ജോൺസൺ ചോദിച്ചു. ശരിയാ, തമ്പുരാന്റെ ഉദ്ദേശ്യമുണ്ട്.

ടീബീൽ മുറിയെടുത്ത് വേഷം മാറിച്ചെന്ന് കെജെയെ കണ്ടാൽ മതിയോ? വെള്ള വേഷമായോണ്ട് മുഷിഞ്ഞു. അതുവേണ്ടെന്ന് ജോൺസൺ പറഞ്ഞു, കെ ജെ മുഷിയും.

ഞങ്ങൾ ചെന്നപ്പോൾ കെജെ കപ്പലണ്ടി കൊറിച്ചോണ്ടിരിക്കുവാ; ചൂടുവെള്ളം ഇടയ്ക്കിടെ കുടിക്കുന്നു. കൂടെയുള്ളവരെ പുറത്തേക്കു മാറ്റി ഞങ്ങളെ ഇരുത്തി.

– എന്താ താമസിച്ചെ..? ദൂരെയാത്രയായിരുന്നോ...?

കെജെ ലോഹ്യം ചോദിച്ചു. പൊൻമുടിക്കാര്യം മനസ്സിൽ വച്ചുള്ള കുത്താണോ? ആരിക്കത്തില്ല. കെജെ ഒന്നു മനസ്സിൽ വച്ചോണ്ട്, വേറൊന്ന് പറേത്തില്ല. ഞങ്ങൾ ഒഴപ്പി മറുപടി കൊടുത്തു.

കെജെക്കുമുന്നിൽ നാലഞ്ച് പുസ്തകങ്ങൾ. അരക്കയ്യൻ ഷർട്ടിന്റെ പോക്കറ്റിൽ സ്വർണ്ണനിറമുള്ള പേന പ്രകാശിച്ചു. മേശമേൽ ചൂടു ജീരകവെള്ളപ്പാത്രം; കയ്യിൽ വളരെ പഴകിയ ഡയലുള്ള വാച്ച്; മുഖത്ത് എന്തെന്നില്ലാത്ത പ്രകാശം.

കെജെ സൂക്ഷിച്ചു നോക്കി.

മറ്റേ ഗ്രൂപ്പുമായുള്ള ബന്ധം കണ്ടുപിടിക്കാനുള്ള നോട്ടമായിരിക്കുമെന്ന് വിചാരിച്ചു. കെജെയുടെ കണ്ണുകൾ ഒന്നിലും ഉറച്ചുനില്ക്കുന്നില്ല. കെജെ തിരിഞ്ഞപ്പോൾ തടിക്കസേര പലവട്ടം കരഞ്ഞു. പെട്ടന്നൊരു തോന്നലിൽ ഞാനും ജോൺസനും ഒരുമിച്ചു മിണ്ടി:

– ഞങ്ങൾ സാറിന്റെ കൂടെയാ.. ഈ ജന്മത്ത് മാറത്തില്ല.

കെജെയുടെ മുഖത്ത് നിറഞ്ഞ ചിരിവന്നു. വേറെ ഏതോ ലോകത്തേക്ക് നോക്കി ചിരിക്കുന്നപോലെ.

– നിങ്ങളെ സംശയിച്ചിട്ടില്ലല്ലോ...

ഞങ്ങൾ ഒരുമിച്ച് നന്ദി പറഞ്ഞു.

എന്തൊക്കെയോ പറഞ്ഞേക്കുമെന്ന തോന്നലിൽ ഞങ്ങൾ കാത്തിരുന്നു. കെജെ ഞങ്ങളെ ശ്രദ്ധിക്കാതെ എന്തോ ഓർത്തിരുന്നു; എന്നിട്ടും മുഖത്ത് ചിരിയുണ്ട്. മുറിക്കുപുറത്ത് നേതാക്കന്മാർ അങ്ങോട്ടുമിങ്ങോട്ടും പായുന്ന ശബ്ദംകേട്ട് കെജെ അസ്വസ്ഥനായി. ഭൂമിയിൽ ആദ്യമായി വന്നിറങ്ങിയ ഒരാളെപ്പോലെ കെജെ ശബ്ദമുയർത്തി ഒരു ചോദ്യം.

– ഒരാൾക്ക് എത്ര അടി മണ്ണുവേണം?

ചോദ്യം രാഷ്ട്രീയമാണോ അതോ?

ഭാരവാഹിയാക്കാനുള്ള അഭിമുഖമാണെങ്കിലോ? പരിഭ്രമം കണ്ട് കെജെ ഇടപെട്ടു:

– ആറ് അടി എന്ന് നിങ്ങൾ പറയും; ശരി.

ഈ കഥ ആരുടേതാ?

കഴിഞ്ഞിടെയായി കഥകൾ തീരെ വായിക്കാറില്ലെന്ന് വിനയപൂർവ്വം കെജെയെ അറിയിച്ചു.

– വളരെ പഴയ കഥയാ;

ഇത്തരമൊരഭിമുഖമായിരുന്നു ഉദ്ദേശിച്ചിരുന്നതെങ്കിൽ പഠിച്ചു പങ്കെടുക്കുമായിരുന്നു. ആ കുര്യച്ചൻ ഒരു സൂചനയും തന്നിട്ടില്ല. കെജെ ചിന്തയിൽ മുഴുകി. ആ ഇടവേളയിൽ ഞങ്ങൾ ഇടപെട്ടു:

– സാർ, നമുക്കൊപ്പം എത്ര ജില്ലാകമ്മറ്റികൾ ഉണ്ട്?

എംഎൽഎമാരോ? ഉടൻ സംസ്ഥാനസമ്മേളനം വിളിച്ചാലോ?

ഏതു ഉത്തരവാദിത്വമാണുദ്ദേശിക്കുന്നതെങ്കിലും ഭംഗിയായി നിർവ്വഹിക്കുമെന്നും ഞാൻ നന്ദിയോടെ അറിയിച്ചു.

കെജെ അനങ്ങിയില്ല. ഒന്നു മുരണ്ടു:

– ലിയോ ടോൾസ്റ്റോയ്.

അതു കേട്ട് ഞങ്ങൾ വിഷമിച്ചു. നേരത്തെ പറഞ്ഞ കഥയെഴുതിയ

ആളാണതെന്ന് കെജെ പറഞ്ഞു. ഭൂമിയുമായി ബന്ധപ്പെട്ട ഒരു കഥ എന്തിനാവും കെജെ ഈ അവസരത്തിൽതന്നെ പറഞ്ഞത്? ഭൂമാഫിയക്കെതിരെ പാർട്ടി സമരം സംഘടിപ്പിക്കുന്നുവെന്ന സൂചനയാണോ?

ജീരകവെള്ളം വേണോ എന്ന് കെജെ ചോദിച്ചു. തൊണ്ട വരണ്ടുപോയെങ്കിലും വേണ്ടെന്നു പറഞ്ഞു. കെജെ ജീരകവെള്ളം ആസ്വദിച്ചു.

ശ്വാസംമുട്ടൽപോലെ. ഭൂമിയിൽ ഇല്ലാത്ത ആരോടോ കെജെ മിണ്ടിക്കൊണ്ടിരിക്കുന്നു. രണ്ടും കല്പിച്ച് ഞങ്ങൾ ചോദിച്ചു:

- വിളിപ്പിച്ചത് എന്തേലും പറയാനാരുന്നോ?

ചോദ്യം കേട്ടില്ല. കപ്പലണ്ടി നീട്ടി. വേണ്ടെന്നു പറഞ്ഞു. കെജെ ഒരു കടലാസിൽ എഴുതി കാണിച്ചു:

"ഒരു വൃക്ഷത്തിന്റെ പരിപൂർണ്ണമായ അറിവോടെയല്ലാതെ ഒരിലയും പഴുത്തുപോകയില്ല."

ഞങ്ങൾ എഴുന്നേറ്റു നിന്നു. പുറത്തു കാത്തുനില്ക്കണോ എന്നു ചോദിച്ചു. എഴുതിയ കടലാസ് കെജെ മടക്കി പോക്കറ്റിൽ വച്ചു. ഇനി വരുന്നവരെ കാണിക്കാനായിരിക്കും. ഇറങ്ങാൻ അനുവാദം ചോദിച്ചു. കെജെ ആകാശത്തിലേക്ക് കണ്ണുകൾ ഉയർത്തി; പുറത്തേക്കിറങ്ങുമ്പോൾ കെജെ പിന്നിൽനിന്ന് പാടി:

- കേവലം മർത്ത്യഭാഷ കേൾക്കാത്ത...

ഞങ്ങൾക്ക് ഭയം തോന്നി. എന്തു ചെയ്യണമെന്നറിയാതെ കുറെനേരംകൂടി പുറത്തുനിന്നു. രാത്രിമൂടിയ വഴികൾ വ്യക്തമല്ല. ശബ്ദമില്ല, അനക്കമില്ല. നാടുമുഴുവൻ ഉറങ്ങിപ്പോയി.

ജോൺസൺ വണ്ടിയെടുത്തു.

എങ്ങോട്ട് പോകും?

ഉറങ്ങുന്നവർക്കിടയിലൂടെ ഉറക്കം വരാത്തവർ യാത്ര തുടങ്ങി.

- അക്കരയ്ക്കു യാത്രചെയ്യും;

സിയ്യോൻ സഞ്ചാരി....

വഴിപോക്കൻ

ലൂക്കോ കടയിൽ ചെന്നു; കുട്ടിച്ചാക്ക് നിവർത്തി.

- അരി മൂന്നുകിലോ...

- നെനക്കിന്തിനാ ഇത്രേം?

കടക്കാരൻ കൃഷ്ണൻ അതിശയിച്ചു; ലൂക്കോ മിണ്ടിയില്ല.

- ഉള്ളി അരക്കിലോ, തൊമരപ്പരിപ്പ് ഇരുന്നൂറ്, വറ്റൽമുളക് നൂറ്... കടല കാക്കിലോ..

ലൂക്കോ നിർത്തുന്നില്ല.

- ഒരു കവർ മെഴുകുതിരി, രണ്ട് തീപ്പെട്ടി, തെറുപ്പുബീഡി ഇരുപത്തിയഞ്ച്..

പിന്നെ ഉപ്പ്, പഞ്ചാര...

- നെനക്ക് വല്ലോം പറ്റിയോ? ഇത്രേം കാശെവിടുന്നാ...?

കൃഷ്ണന് ചിന്തിക്കാൻ പറ്റുമോ; കാക്കിലോ അരി തെകച്ചു മേടിക്കാത്തയാൾ. ഉപ്പും മുളകും ഒരു കയ്യിൽ കൊള്ളിക്കാവുന്നത്ര വല്ലപ്പോഴും കടംമേടിച്ചു പോകുന്നവൻ. ഒരു കൂസലുമില്ലാതെ കുട്ടിച്ചാക്ക് നിവർത്തി നില്ക്കുന്നു.

- ഇരുപത്തി മൂന്ന് മുപ്പത്.

കൃഷ്ണൻ കണക്കുകൂട്ടി പറഞ്ഞു.

ലൂക്കോ മൂന്നു പത്തുരൂപ നോട്ടെടുത്തു കൊടുത്തു. ബാക്കി വാങ്ങി മുണ്ടിൽ തിരുകി.

കൂർത്ത മുഖം, മഞ്ഞപ്പല്ല്, ചെമ്പൻ മീശ, വിറകുകൊള്ളിപോലെ കാലുകൾ, കറുത്തനഖം, നീണ്ടുവിരലുകൾ, കൈലിക്കുമുകളിൽ കീറിയ കൈ ബനിയൻ. വാ തുറന്നെങ്കിലേ ശബ്ദം വരൂ.

- എന്തിനാ ഇത്രേം?

കുട്ടിച്ചാക്ക് കെട്ടി വൃത്തിയാക്കി തലയിലെടുക്കുംമുൻപ് ലൂക്കോ എന്തോ പറയാൻ ശ്രമിച്ചു. തൊട്ടടുത്ത കടകളിൽ ആളുകൾ കൂടിനില്ക്കുന്നു. ചിലർ വന്നുകേറുന്നു. പുഴ നീന്തി വന്ന രണ്ടുപേർ ഉടുമുണ്ടഴിച്ച് പിഴിയുന്നു. ദൂരെ മാറിനിന്നൊരു കുട്ടി പശുവിൻ പിണ്ണാക്കുണ്ടോ എന്നുറക്കെ ചോദിക്കുന്നു. ഏഴാംമാസം വിളഞ്ഞ ചൊവ്വാഴക്കുല

വില്ക്കാൻ വന്നയാൾ ആദ്യവില പറയാതെ ഒഴിഞ്ഞുമാറുന്നു. കൃഷ്ണൻ എട്ടുരൂപയ്ക്ക് കച്ചവടം ഉറപ്പിക്കുന്നു. ചൊവ്വാഴ കടക്കുമുന്നിൽ തൂങ്ങിയാടുന്നു.

– പശുവിൻ പിണ്ണാക്കെത്ര വേണം?

നൂറുകിലോയെന്നു കുട്ടി.

അതിനു കൊല്ലംവരെ പോണമല്ലോയെന്ന് കൃഷ്ണന്റെ കളിയാക്കൽ. കുട്ടി പതറുന്നു. കരയാൻ തുടങ്ങുന്നു. കേട്ടുനിന്നവർ കളിയാക്കി ചിരിക്കുന്നു.

– അളവ് മറന്നതാരിക്കും...

ആരോ ഇടപെട്ടു.

കുട്ടി സമ്മതിച്ചു. കണ്ണീരിൽ ഓർമ്മ പുഞ്ചിരിക്കുന്നു.

– അല്ല നൂറ് ഗ്രാം....

കൃഷ്ണൻ കുട്ടിക്കൊരു നാരങ്ങാ മിഠായി കൊടുക്കുന്നു.

കരയുന്ന കുഞ്ഞിനെ പാലുള്ളൂ.

മാറ്റിനിർത്തി കൃഷ്ണൻ ലൂക്കോയോട് കാര്യം തിരക്കി. മറ്റാരും കേൾക്കാതെ.

– വെള്ളപ്പൊക്കം വരും; എറങ്ങാൻ പറ്റത്തില്ലന്നേരം? അതിനാ...

കരിഞ്ഞുണങ്ങിയ കടമുറ്റത്തുനിന്ന് കള്ളത്തരം പറേന്നോ. കഴുവേറി എന്നൊരാട്ട്....

കൃഷ്ണൻ തിരിച്ചുകയറി.

– സത്യമാ, അല്ലേ നോക്കിക്കോ..

ലൂക്കോ കുട്ടിച്ചാക്കുമായി കിഴക്കോട്ടു വെച്ചുപിടിച്ചു. ഒരു മൈൽ നടന്നാൽ വീട്ടിൽ ചെല്ലും.

വഴിക്കുവച്ച് നാലുകട്ട ടോർച്ചടിച്ചുവരുന്ന ചെല്ലപ്പൻ ലൂക്കോയെ കണ്ടു. പാർട്ടി ക്ലാസ്സെടുത്തിട്ട് വരുവാ.

– എന്തിനാ ഇത്രേം സാധനം.

ലൂക്കോ മിണ്ടിയില്ല. ചെല്ലപ്പൻ ശ്രദ്ധിച്ചു. ഒറ്റയ്ക്കു കഴീന്നവൻ ഇത്രേം ചെലവാക്കുമോ? പത്തുമുപ്പതു രൂപയുടെ സാധനം, ഒരു മാസത്തേക്കൊള്ളതൊണ്ട്.

– എന്തേലും പ്രശ്നമൊണ്ടേ അറിയിക്ക്.

ചെല്ലപ്പൻ തിരിഞ്ഞുനോക്കി അറിയിച്ചു.

– ഓ...

ലൂക്കോ കിതച്ചു.

പിറ്റേന്ന് കൊച്ചു കോശിച്ചായന്റെ കാളേം പോത്തിനേം തീറ്റിച്ച് കെട്ടിയിട്ട് രണ്ടു വല്ലം പോച്ച പറിച്ചുകൊണ്ടു വന്നുവെച്ചു; കൊച്ചു കോശിച്ചായന് വിക്കുണ്ട്.

– എന്തിനാ ഇത്രേം പോച്ചയെന്ന് പറഞ്ഞൊപ്പിച്ചു.

– രണ്ടു ദെവസം കാണത്തില്ല.

– അതെന്താ?

– ഇച്ചിരെ കാര്യമൊണ്ട്.

– നീ കാര്യം പറ.

കൊച്ചു കോശിച്ചായൻ തിരക്കി.

കാര്യം പറയണോ എന്നായി വെഷമം.

കന്നുകാലികൾക്ക് തിന്നാനുള്ളത് രണ്ടു ദെവസത്തേക്ക് നിറച്ചതു കണ്ടപ്പോൾ കൊച്ചു കോശിച്ചായന് ഇഷ്ടം കൂടി.

– എവിടെ പോവുവാ നീ?

– എങ്ങും പോണില്ല.

– പിന്നെന്താ വരാത്തേ?

– വെള്ളം കേറിയാ എങ്ങനെ എറങ്ങും?

– അതിന് മഴയില്ലല്ല്.

– വല്യമഴ വരും.

പോടാ പൊട്ടായെന്നുപറഞ്ഞ് കൊച്ചുകോശിച്ചായൻ കന്നുകാലികളെ തടവി. മൂത്ത മൂരി മുക്രയിട്ടു.

– അടുക്കളേലോട്ടു ചെന്ന് വല്ലോം മേടിച്ച് തിന്നേച്ചും പോ...

ലൂക്കോ പോകുന്നതും നോക്കി കന്നുകാലികൾ ഇമവെട്ടാതെ നിന്നു. ചെറിയ കിടാവ് രണ്ടുവട്ടം തലകുലുക്കി കരഞ്ഞു. ലൂക്കോ അതു കേട്ടില്ല.

ലൂക്കോ ഇതേവരെ വരാതിരുന്നിട്ടില്ല. ഏതുകാലത്തും സൂക്കേട് കൂടിയാലും കുറഞ്ഞാലും കന്നുകാലി മേയ്ക്കാൻ വരും. എവിടെനിന്നോ ഒരു മഴേത്ത് കേറി തൊഴിത്തിൽ വന്നുനിന്ന ചെറുക്കനെ കൊച്ചുകോശിച്ചായൻ തൊഴുത്തിൽ തന്നെ കിടത്തി. കന്നുകാലികളെ മേയ്ക്കാൻ വിട്ടു. വീട്ടീന്ന് ഭക്ഷണം കൊടുത്തു. കൂലി ചോദിച്ചില്ല; കൊടുത്തുമില്ല. പത്തുകൊല്ലം കഴിഞ്ഞപ്പോൾ കുന്നിൻപുറത്തെ ഒഴിഞ്ഞ ഓലപ്പുരയിൽ പോയി താമസിച്ചോളാൻ പറഞ്ഞു. ലൂക്കോ കേട്ടു. രാവിലെ വന്ന് കന്നുകാലികളെ മേയാൻ കൊണ്ടുപോകും. തിന്നു നിറച്ച് വൈകിട്ട് തിരികെ എത്തിക്കും. പോരുന്നവഴി തോട്ടിലിറക്കി എല്ലാത്തിനേം കഴു

കിക്കും. വൃത്തിയാക്കി തൊഴുത്തിലെത്തിക്കും. കാടിവെള്ളത്തിൽ പിണ്ണാക്ക് പൊടിച്ചിട്ടുകൊടുക്കും. നല്ല കരുതലാ; കൊച്ചു കോശിച്ചന് ഇന്നേവരെ ലൂക്കോയെ വഴക്കുപറയേണ്ടിവന്നിട്ടില്ല. അതിന് അവസരം അവൻ ഉണ്ടാക്കിയിട്ടില്ല. സ്നേഹം കൂടുമ്പോഴും ദേഷ്യം കൂടുമ്പോഴും കൊച്ചുകോശിച്ചൻ ഊക്കോയെ എന്നുമാത്രം വിളിക്കും.

– ഊക്കോ നീ വരത്തില്ലിയോ?

കൊച്ചുകോശിച്ചന്റെ ഭാര്യ തിരക്കി.

– ഇല്ലമ്മേ..

– അതെന്താടാ അങ്ങനെ?

– വെള്ളംകേറിയാ എങ്ങനെ വരും?

– അതിന് മഴയില്ലല്ല്...!

– അതു പെയ്തോളും.

അവർക്കൊന്നും മനസ്സിലായില്ല. കപ്പ വേവിച്ചതും മീൻ കൂട്ടാനും കഴിച്ചുതീർത്ത് പാത്രങ്ങളും കഴുകിക്കൊടുത്തിട്ടേ ലൂക്കോ ഇറങ്ങിയുള്ളൂ.

– വീട്ടുസാധനങ്ങള് ഇച്ചിരെ കൂടുതൽ മേടിച്ചോ...

– നീ എങ്ങനറിഞ്ഞു?

– കട്ടായമാ, വെള്ളം കേറും.

– എവിടെ?

– എല്ലാടത്തും.

ആ സ്ത്രീ ചെറുതായൊന്നു ഭയന്നു. കട്ടായം വെള്ളംകേറുമെന്നു പറഞ്ഞപ്പോൾ ലൂക്കോയുടെ ചെമ്പൻ മീശ വിറച്ചു; മുഖം കൂടുതൽ കോടിപ്പോയി. കൈവിറക്കുകയും ചെയ്തു.

– അവൻ പൊട്ടത്തരം പറയുവാരിക്കും?

കൊച്ചു കോശിച്ചൻ പറഞ്ഞു. അയാൾ മൂക്കിപ്പൊടി വലിച്ച് മൂന്നു വട്ടം തുമ്മി; ഭാര്യക്കും ഒരു നുള്ള് കൊടുത്തു. അവരത് മൂക്കിലിട്ടു സുഖിച്ചു. രണ്ടാളും ഒരുമിച്ച് തുമ്മി.

– അവൻ ഇങ്ങനെ പറഞ്ഞിട്ടല്ലല്ല്...

കൊച്ചു കോശിച്ചന് മറുപടി പറയണമെന്നുണ്ടായിരുന്നു. തുമ്മൽ കൂടിയതോടെ വായ കോടി; വാക്കുകൾ തെന്നി.

അടുത്തദിവസം രാത്രി ഏതാണ്ട് എട്ടായപ്പോൾ എട്ടുദിക്കുംപൊട്ടി ഇടവെട്ടി; വെള്ളം കോരിക്കുടിക്കാൻ കൊള്ളിയാൻ ഇറങ്ങിവന്നു. ഒറ്റപ്പെയ്ത്ത്. നിന്നു പെയ്തു. കൊച്ചുകോശിയുടെ തൊഴുത്ത് മുങ്ങി. വീട്ടിൽ

പകുതി വെള്ളം കയറി. രണ്ടുപോത്തുകൾ ഒഴുകിപ്പോയി. കൃഷ്ണന്റെ കട കാണുന്നില്ല. കടക്കുമുന്നിലെ ഉപ്പുചാക്ക് വച്ചിരുന്നിടത്ത് ഒരു കാട്ടു മരം ഒഴുകിവന്ന് കാവലിരിക്കുന്നു. പുഴ പുരകളിലെത്തി; പുരകൾ പുഴ യിൽ ചെന്നു. ഒന്നും കേൾക്കാനില്ല; കാണാനുമില്ല. കലക്കവെള്ളത്തിൽ തടിപിടിക്കാനിറങ്ങിയ രണ്ടു യുവാക്കൾ തടിക്കൊപ്പം ഒഴുകിപ്പോയി. രണ്ടുദിവസം മുൻപുവരെ ഉണങ്ങി അടിഭാഗം കാണിച്ചിരുന്ന ഇടത്തോ ടുകൾ ഇരുകര മുട്ടി ഒഴുകുന്നു. വീടേത് കാടേത്. ആർക്കും അറിയുന്നി ല്ല. കിഴക്കൻ മലയിൽനിന്നും ഒരു കാട്ടുപോത്ത് അവിടവിടെ ഒഴുകി നട ക്കുന്നുണ്ട്. പുരപ്പുറത്ത് കയറിനിന്ന് ഒരു നായ ഓരിയിടുന്നു. ഓർമ്മ വച്ച കാലം മുതല്ക്കിന്നേവരെ ഇത്ര പെയ്ത്ത് കണ്ടിട്ടില്ലെന്ന് പഴമക്കാർ. പലിശ പിരിക്കാൻ പോയ ഒരാൾ പണസഞ്ചി കാണാതെ നിർത്താതെ കരഞ്ഞു.

ഒരാഴ്ച കഴിഞ്ഞ് ഒന്നും സംഭവിക്കാത്തപോലെ ലൂക്കോ പുറത്തിറ ങ്ങി. വീടിനുമുന്നിൽ ചത്തുകിടന്ന പട്ടിയെ തോണ്ടി കുഴിച്ചിട്ടു. ഒഴിഞ്ഞ കോഴിക്കൂടും, എങ്ങും കണ്ടിട്ടില്ലാത്ത വലിപ്പമുള്ള ഏത്തവാഴക്കുല യും പടിക്കൽ കാത്തുകിടക്കുന്നു. എല്ലാം നേരെയാക്കി. കഞ്ഞിക്ക് പയറുതോരൻ വച്ചു; ഒഴുക്കിൽ കിട്ടിയ ഏത്തക്കയും അരിഞ്ഞുചേർത്തു.

കൊച്ചുകോശിച്ചന്റെ തൊഴുത്തു കാണുന്നില്ല. മൂന്നാല് പശുക്കളെ ബാക്കിയുള്ളൂ. പുരപ്പുറത്തു നിന്നും പണിക്കാർ തേക്കുമരം അറുത്തു മാറ്റുന്നു. കൊച്ചു കോശിച്ചനിറങ്ങാൻ വയ്യ; പനി പിടിച്ചു.

– നീ ഇനി വരണ്ട.

അയാൾ ഉറക്കെ വിളിച്ചുപറഞ്ഞു.

– ബാക്കി പശുവോ?

– എന്തേലും തിന്നോളും.

– ഞാനെന്തോ ചെയ്തു?

– ഞങ്ങള് കരുതിയവനല്ല നീ.

പണിക്കാർ ശ്രദ്ധിക്കുന്നു. എന്താ കാര്യം എന്ന് തിരിക്കുന്നു. അടു ക്കളക്കടുത്തു ചെന്നു. അമ്മ ഒറ്റക്കരച്ചില്.

– അറിഞ്ഞോണ്ട് നീ ഇങ്ങനെ ചെയ്തല്ല്.

– ഞാൻ പറഞ്ഞില്ലാരുന്നോ?

– ആപത്ത് അറിയിക്കേണ്ടത് ഇങ്ങനാന്നോടാ?

– നിങ്ങള് വിശ്വസിച്ചില്ലല്ല്....

– നിന്നെ വിശ്വസിച്ചുപോയി.

പൊട്ടിപ്പോയ കലോം ചട്ടീം അടുക്കുകയാണവർ; സഹായിക്കാൻ ശ്രമിച്ചപ്പോൾ ആട്ടിയോടിച്ചു.

- എവനേതാ?

മരപ്പണിക്കാർ തിരക്കി. ലൂക്കോ തിരികെപ്പോയി.

കൃഷ്ണന്റെ കടയുടെ ഭാഗത്ത് ഒരു പാറ തെളിഞ്ഞു കണ്ടു. അപ്പുറത്തേക്ക് മാറ്റി ഓലമറച്ച് വേറെ ഒന്നുതുടങ്ങി. ചായക്കട.

- പലേരക്കെല്ലാം ഒലിച്ചുപോയി.

കൃഷ്ണൻ കരഞ്ഞു.

- എന്തോ ചെയ്യും?

- നീ പറ...

ചൂടു ചായ കൊടുത്തു. ഊതിക്കുടിച്ചു. ബീഡീം വലിച്ചു.

- ലൂക്കോ നീ ഇതെങ്ങനറിഞ്ഞു.

- തോന്നിച്ചതാ.

- ആര്?

- അറിഞ്ഞൂടാ.

കൃഷ്ണൻ ലൂക്കോയെ ജോലിക്കുചേർത്തു. എങ്ങോട്ടും പോണ്ട. സമ്മതിച്ചു. ലൂക്കോ വടയുണ്ടാക്കി. കൃഷ്ണൻ ചായയും. ചായ കുടിക്കാൻ വന്നവരിൽ ചിലർ കാര്യം തിരക്കി.

- ഒള്ളതാന്നോ?

കൃഷ്ണൻ സമ്മതിച്ചു.

- അതെങ്ങനാ?

- സിദ്ധി കാണും.

- എവനെ കണ്ടാ തോന്നത്തില്ലല്ല്.

- സിദ്ധിയൊള്ളവരെല്ലാം നസീറിനെപ്പോലെ യോഗ്യരാണോ?

- ഇനി എന്തേലും ഒണ്ടേ പറേണെ.

ലൂക്കോ സമ്മതിച്ചു.

എന്നും കടപൂട്ടാൻനേരം കൃഷ്ണൻ വെറുതെയെങ്കിലും ചോദിക്കും:

- നാളെ പെയ്ത്തു കാണുമോ?

- ആർക്കറിയാം.

കൃഷ്ണൻ വിശ്വാസം വരാത്തപോലെ നോക്കും. ലൂക്കോ തിരിഞ്ഞു നടക്കും.

ഗോതമ്പും മൈദയും വാങ്ങാൻ ടൗണിൽ പോകണം. കൃഷ്ണൻ പൈസ കൊടുത്തു. ലൂക്കോ നടക്കാൻ തുടങ്ങി. കൃഷ്ണൻ പറഞ്ഞു:

- ബസ്സിൽ പോയി വാ.

- വേണ്ട.

- അതെന്താ.

- ശരിയാവത്തില്ല.

- നീ കാര്യം പറ; ഇത്രേം നടക്കാനോ?

കൃഷ്ണൻ നിർബന്ധിച്ചു; കാതിൽ തിരക്കി.

- അതു മറിയും.

ലൂക്കോ പേടിച്ചപോലെ പറഞ്ഞു.

- എവിടെ?

- അതറിയത്തില്ല. പക്ഷേ മറിയും.

മൈദയ്ക്കുപോയ ലൂക്കോ തിരിച്ചുവരാൻ താമസിച്ചു. അപ്പോഴേക്കും വാർത്തയറിഞ്ഞു. നാലുപത്തിന്റെ ചന്ദ്രിക കൊക്കയിൽ വീണു. ഏഴുമരണം; എഴുപത് ഒടിവ്. ബസ്സ് ഏഴുകരണം മറിഞ്ഞു.

ലൂക്കോയെ കൃഷ്ണൻ കെട്ടിപ്പിടിച്ചു.

ചെമ്പൻമീശ പള്ളയ്ക്കുകൊണ്ടു. കൃഷ്ണൻ പറഞ്ഞു.

- രക്ഷപ്പെട്ടല്ലോ.

- എല്ലാ ജീവനും ഒരു പോലല്ലിയോ?

ലൂക്കോക്ക് സന്തോഷമില്ല.

- സ്വന്തം തടിയല്ലിയോ പ്രധാനം.

വൈകിട്ട് എല്ലാവരും കടയ്ക്കു മുന്നിൽ കൂടി. ലൂക്കോ കാര്യം തുറന്നുപറേണം.

എല്ലാം മനസ്സിൽ വച്ചോണ്ടിരിക്കാതെ തുറന്നു പറയണം. നാളത്തെ കാര്യം ഇന്നേ പറയണം. അവസാന നിമിഷം പറഞ്ഞാൽ അലങ്കോലമാകും.

- അറിയാമെങ്കിലല്ലേ പറയാൻ പറ്റൂ.

ലൂക്കോ വിഷമിച്ച് തല കുനിച്ചിരുന്നു.

ഒരു ദിവസം പൊന്നച്ചൻ കോൺട്രാക്ടർ കൃഷ്ണന്റെ കടയിൽ വന്നു. ലൂക്കോയെ കാണണം. അടുപ്പിൽ കുനിഞ്ഞിരുന്ന് ഊതുവാരുന്നു.

- എന്തിയേടെ പ്രവാചകൻ?

പൊന്നച്ചൻ കോൺട്രാക്ടർ ചോദിച്ചു. മുഖത്തെ കരി, കയ്യിലേക്ക് മാറ്റി ലൂക്കോ വന്നുനിന്നു.

- എവനാരുന്നോ?

ആരും മിണ്ടിയില്ല.

- നീ എന്നെ കണ്ടിട്ടൊണ്ടോടെ?

- ഇല്ല.

- അതെന്തുവാ നെനക്ക് കണ്ണില്ലിയോ?

കൃഷ്ണൻ ഇടപെട്ടു. കാട്ടിൽ കാലിമേയ്പ്പായിരുന്നതിനാൽ നാട്ടിലെല്ലാവരെയും കണ്ടുകാണില്ലെന്നറിയിച്ചു. പൊന്നച്ചന്റെ പണിക്കാർ ഒറ്റച്ചിരി.

- കാട്ടുമാക്കാനാരുന്നോ?

- എവരെല്ലാം പറഞ്ഞ് ചെലതറിഞ്ഞു. അതുകൊണ്ടാ ചോദിക്കാൻ വന്നെ...

മൂന്നു ചായക്ക് ഒന്നര രൂപ; പകരം പത്തുരൂപാനോട്ട് വച്ചിട്ട് ബാക്കി വേണ്ടെന്ന് പറഞ്ഞു പൊന്നച്ചൻ.

- ഈ ഭാഗത്ത് എന്റെ രണ്ടുമൂന്നു കലുങ്കുകൾ ഒണ്ട്. ഞാൻ പണീച്ചതാ; ഒറപ്പു പോരാന്ന് ചിലര് പരാതി പറേന്നുണ്ട്; തകരുമോ ഇല്ലിയോ? നീ പ്രവചിക്ക്...

കൃഷ്ണൻ പ്രതീക്ഷയോടെ നോക്കി. വലിയ കോൺട്രാക്ടറാ കൊച്ചു ചായക്കടേൽ വന്നിരിക്കാറില്ല. പതിവ് തെറ്റിച്ചത് ലൂക്കോ കാരണമാണ്. പക്ഷേ ലൂക്കോ മിണ്ടുന്നില്ല.

ചുറ്റുമുള്ള നാലഞ്ചുപേർ കൂടി. പൊന്നച്ചൻ കാർനിർത്തി കൊച്ചുകടയിൽ കയറി ഇരിക്കുന്നു. എന്നിട്ട് ചായ കുടിക്കുന്നു. അതൊരു വാർത്തയാണ്. പൊന്നച്ചനിതിന്റെ ആവശ്യമൊന്നുമില്ല.

- ലൂക്കോ നീ സാറിനു കാര്യം പറഞ്ഞുകൊടുക്ക്.

കൃഷ്ണൻ പ്രോത്സാഹിപ്പിച്ചു.

ലൂക്കോ പമ്മി നിന്നു; മൂക്കിൽ കുറെ കരി ബാക്കിയുണ്ട്. തീയൂതിയൂതി തലയിൽ വിറകിന്റെ പൊടി പറ്റിയിരിക്കുന്നു. വയർ ഒട്ടികിടക്കുന്നു.

- ഇയാളൊന്നും കഴിച്ചിട്ടില്ലിയോ?

പൊന്നച്ചന് ദൈന്യം തോന്നി. കാലിൻ മേൽകാൽ വച്ചാണയാൾ ഇരുന്നത്. തൊട്ടടുത്ത് രണ്ടു ജോലിക്കാർ നിന്നു.

- കഴിഞ്ഞ മഴേത്ത് നാലഞ്ച് കലുങ്കുകൾ ഒഴുകിപ്പോയി. ബാക്കി മൂന്നുനാലെണ്ണമൊണ്ട്. പണി തീർത്തിട്ടിരിക്കുവാ; ബില്ല് മാറി കിട്ടീട്ടില്ല.

പൊന്നച്ചൻ തലകുനിച്ചുകൊണ്ടു പറഞ്ഞു; അതു പതിവുള്ളതല്ല.

- അതിനെന്താ സാറേ ഒള്ള കാര്യം; പറഞ്ഞാ അച്ചട്ടാ?

- ലൂക്കോക്ക് നീ തിന്നാൻ കൊടുക്കാറില്ലേ?

പൊന്നച്ചൻ തിരക്കി.

- പിന്നേ; രാവിലെ ഒരു കുറ്റിപ്പുട്ട്; ഉച്ചയ്ക്ക് മീനും ചോറും.

- തടിക്കു പിടിക്കുന്നില്ലല്ല്; പുഷ്ടിവേണം. എങ്കിലേ പ്രവചനമൊക്കെ ശരിയാവൂ...

പൊന്നച്ചൻ തമാശ പറഞ്ഞു.

- ലൂക്കോ മിണ്ടുന്നില്ലല്ല്; എന്നാ ഞാനെറങ്ങട്ടെ.

പൊന്നച്ചൻ എഴുന്നേല്ക്കും മുൻപ് കാർ സ്റ്റാർട്ടായി. കൃഷ്ണൻ പോയി ലൂക്കോയെ പിടിച്ചുകൊണ്ടുവന്നു.

- കലുങ്ക് പൊളിയുമോടെ...?

- ഒന്നും പറ്റത്തില്ല.

- ഒറപ്പാ...?

- ഒറപ്പ്.

പൊന്നച്ചൻ രണ്ടുരൂപ നോട്ടെടുത്ത് നീട്ടി.

- മേടിച്ചോടേ...

ലൂക്കോ രൂപ മനസ്സില്ലാതെ വാങ്ങി പെട്ടിയിലിട്ടു.

- സത്യത്തി, കലുങ്ക് പൊളിയുമോടെ...?

പൊള്ളുന്ന വടയിൽ നിന്നും കൈമാറ്റി ലൂക്കോ പറഞ്ഞു.

- പൊളിയത്തില്ല. പക്ഷേ...

- എന്തോന്നു പക്ഷേ...? തെളിച്ചുപറ...

- കെട്ടിച്ചവൻ പൊളിയും...

- എങ്ങനെ?

- എനിക്കറിയത്തില്ലല്ല്.

പിറ്റേന്ന് കൃഷ്ണന്റെ കടയ്ക്കു മുന്നിൽ കറുത്ത കൊടി കണ്ടു. ചായ കുടിക്കാൻ വന്നവരിൽ ചിലർ പൊന്നച്ചനെ വാഴ്ത്തി; ഇത്രേം മനുഷ്യത്വമുള്ളയാൾ ഈ പ്രദേശത്തില്ലെന്നായി കൃഷ്ണൻ.

- ഇന്നലേംകൂടി ഇവിടിരുന്നിട്ടാ പോയെ..

പലരും വിശ്വസിച്ചിട്ടില്ല.

ലൂക്കോ വരാൻ വൈകി.

വന്നപ്പോൾ ഉച്ചയായി. ഉറക്കത്തിൽ നിന്നെഴുന്നേറ്റു വരുന്നപോലെ.

- എവിടാരുന്നു?

- ഒറങ്ങുവാരുന്നു.

- അറിഞ്ഞാരുന്നോ?

- എന്ത്?

- പൊന്നച്ചന്റെ കാര്യം.

ലൂക്കോ ശ്രദ്ധിക്കാതെ അകത്തുകയറി അടുപ്പൂതി;

വടയുണ്ടാക്കാൻ മാവെടുത്തു, വെള്ളമെടുത്തു.

കൃഷ്ണനു പേടി തോന്നി. ലൂക്കോയ്ക്ക് വ്യത്യാസമൊന്നുമില്ല.

കൂർത്ത മുഖം, ചെമ്പൻ മീശ, മഞ്ഞപ്പല്ലുകൾ...

- മതി...

കൃഷ്ണൻ പേടിച്ചു പറഞ്ഞു. ലൂക്കോ കേട്ടില്ല.

വടയുണ്ടാക്കാൻ തുടങ്ങിയിരിക്കുന്നു; എണ്ണ, ചട്ടിയിൽ കോരിത്തരിക്കുന്നു.

- എറങ്ങിപ്പൊയ്ക്കോ...

ലൂക്കോ അതു കേട്ടു; അയാൾ എഴുന്നേറ്റ് കൈയ് കഴുകി.

ഉടമുണ്ടുകൊണ്ട് മുഖവും കണ്ണും തുടച്ചു. ഉണ്ടാക്കിയ വടകൾ വാഴയിലയിട്ട് മറച്ചുവച്ചു.

ലൂക്കോ പുറത്തിറങ്ങി നിന്നു. കൃഷ്ണൻ തലകുനിച്ചിരിക്കുന്നു. എങ്ങോട്ടു പോകണമെന്നറിയില്ല.

- നല്ലതേ വരൂ...

കരയുംപോലെ ലൂക്കോ വിളിച്ചു പറഞ്ഞു.

പിന്നെ അധികനേരം അവിടെ നിന്നില്ല.

•

www.ingramcontent.com/pod-product-compliance
Lightning Source LLC
LaVergne TN
LVHW090324051026
849518LV00005B/1870
* 9 7 8 9 3 4 9 7 2 7 0 8 3 *